உலகில் பார்க்க வேண்டிய இடங்கள்

பூமிப்பந்தில் இருக்கிற ஐம்பது அழகிய தேசங்களின் முக்கிய இடங்கள்! நேரில் செல்ல இயலாவிட்டாலும்,படித்துத் தெரிந்துகொள்வதே பரவசப்படுத்துகிறது! ஆங்காங்கே படங்களுடன்! தவிர, இது ஓர் உலக பொது அறிவுக் களஞ்சியம்!

உலக டூரிஸ்ட் கைட்!

D1680402

ப்ரியா பாலு
பி.எஸ்ஸி.,

நர்மதா பதிப்பகம்
நல்ல நூல் வெளியீட்டாளர்கள்
10, நானா தெரு, (தி.நகர் தலைமை
அஞ்சலகத்தை ஒட்டிய தெரு), பாண்டிபஜார்,
தியாகராய நகர், சென்னை - 600 017. ☎ 24334397
செல்லிடபேசிகள்: 98402 26661, 98409 32566, 99400 45044

வாசகர்களுக்கு

நல்ல நூல்களுக்காகத் தரப்படும் தொகை செலவல்ல – மூலதனம்! நமது சிறப்பான எதிர்கால வாழ்வுக்காகத் தரப்படும் Investment! ஐம்பது ரூபாய் புத்தகத்தில் ஆயுட் கால வாழ்க்கைக்கான யோசனைகள் நிறைந்திருக்கும்.

❏ பொழுதுபோக்கு, கேளிக்கைகளுக்காக செலவிடப்படும் தொகையில் சிறு பகுதியையாவது பயன் தரும் புத்தகங்களுக்காக செலவிடுங்கள் – மிகுந்த பயன் பெறுவீர்கள்!

❏ எங்களது இலவச விலைப்பட்டியலைப் பெற 50 காசு அஞ்சலட்டையில் மட்டும் எழுதுங்கள். உடன் எங்கள் செலவிலேயே அனுப்பி வைக்கிறோம்.

❏ தமிழகத்தின் எல்லா பிரபல புத்தகக் கடைகளிலும் நர்மதா நூல்கள் கிடைக்கின்றன. அவர்களிடமிருந்து (தபால் செலவின்றி) பெறலாம். தபாலில் அனுப்புவதற்கான கட்டணம் அதிகமாக உள்ள நிலையில் தங்கள் ஊர் புத்தகக் கடையிலேயே பெறலாம். அவர்கள் நல்ல நூல்களை விற்க ஆதரவு தரலாம்!

எங்களது இமெயில் முகவரி : sales@narmadhapathipgam.com
எங்களது இணைய தளம் : www.narmadhapathipagam.com

Pages: 368
Price: Rs.300.00
Paper used 13.6 kg. SPB N.S.

❏ Ulagil Paarka Vaendiya Edangal - The Important Places of the world to visit - in Tamil by Priya Balu ❏ This Edition: April 2014 ❏ Published by T.S.Raamalingam Narmadha Pathipagam, Chennai - 600 017 ❏ D.T.P.Execution at: M/s. Goodwill Computers Chennai - 600 017 ❏ Printed at: M/s. Malar Printers, Chennai - 600 034 ❏

முன்னுரை

மேல்நாட்டினரிடம் உள்ள சில நல்ல குணங்களில் ஒன்று விடுமுறையை அனுபவித்து மகிழ்வதாகும்.

- நம்மிடையேயும் பலர் அதைப் பின்பற்ற ஆரம்பித்திருக்கி றார்கள். வசதிகள் பெருகிவிட்ட இந்தக் காலத்தில் உலகத்தின் எந்த இடத்திற்கும் சென்று வர முடிகிறது.
- நம் வாழ்நாளில், நாம் பார்த்தே ஆக வேண்டிய இடங்கள், தங்கி அனுபவிக்க வேண்டிய விடுதிகள் ஏராளமாக இருக்கின்றன. அவற்றில் சிலவற்றைப் பற்றி இந்நூலில் தந்திருக்கிறோம்.
- ஆறு மாதம், ஒரு வருடம் முன்கூட்டியே பதிவு செய்து கொண்டால் விமானக் கட்டணம், தங்குமிட வசதிகள் பாதியாக குறைக்கப்படும் சலுகை தற்போது பெருகி வருகிறது.
- வாழ்வில் ஒரு முறையேனும் வெளி உலகை கண்டு வந்தால், மனது விசாலமடைகிறது. சிந்தனை பெருகி, புதிய வேலைவாய்ப்பு, தொழில், படிப்பு என நன்மைகள் கிடைக்கின்றன.
- நாம் இப்போது பயணம் சென்று வந்தால் பின் வரும் நமது சந்ததியினர் தைரியமாக சிறகு விரிக்கவும் வாழ்க்கையை மேம்படுத்தலும் எளிதாகிறது.
- சுற்றுலா செல்கின்றவர்கள், பல புதிய இடங்களுக்குச் சென்று அவற்றின் அழகினைக் கண்டு மகிழ நினைப்பவர் களுக்கு இந்நூல் வழிகாட்டியாக அமையும்.
- 'Globalisation' எனப்படும் பல்நாட்டு வணிகம் பெருகி பரவி வரும் இந்நாளில் இவ்வகை வெளிநாட்டுப் பயணங்களால் நமது அபூர்வ மூலிகைப் பொருட்கள், கைத்தொழில் பண்டங்களுக்கு இலாபகரமான சந்தைகளை நாம் கண்டுபிடிக்க இயலும். எனவே தாங்களும் வெளிநாட்டுப் பயணம் மேற்கொள்ள எங்களது வாழ்த்துக்கள்!

BON VOYAGE !

-ஆசிரியர்.

அணிந்துரை

'கலைமாமணி' வீ.கே.டி. பாலன்

தலைவர் மற்றும் நிர்வாக இயக்குநர் : மதுரா ட்ராவல்

11–3 காந்தி இர்வின் ரோடு, எழும்பூர், சென்னை – 600 008

செல்லிடபேசி : 9841078674

ஆன்மீக நூல்களையும் நீதி நூல்களையும் அழகிய முறையில் அச்சேற்றி வெளியிட்டு வரும் நர்மதா பதிப்பகம் தற்போது சுற்றுலாத் துறையில் கவனம் செலுத்த வந்துள்ளது. இது வரவேற்கத் தக்கதாகும்.

முதல் முறையாக, உலக அளவில் காண வேண்டிய இடங்கள் பற்றித் தமிழில் நூலொன்றை உருவாக்க முயற்சி செய்துள்ளது; இது உண்மையிலேயே பாராட்டத்தக்க சீரிய செயலாகும்.

எளிய நடையில் எல்லோருக்கும் புரியும்படி அமைந்திருக்கிறது. இது இந்த நூலின் தனிச் சிறப்பாகும்.

உலகம் சுற்றி வரத் துடிப்பவர்கள் இந்த நூலை முழுமையாக ஒருமுறை படித்தாலே போதும். உலகெல்லாம் சுற்றிவந்த உணர்வைப் பெறுவார்கள்.

இந்த நூலின் மூலம் உலக நாடுகளின் உன்னதத் தன்மைகளைப் புரிந்துகொள்வோர் அனைவரும் "சென்றிடுவோம் எட்டுத்திக்கும், சேர்த்திடுவோம் கலைச் செல்வம் கொண்டுவந்தே" என்று ஆவல் கொண்டு துடித்தெழுவர்; இதில் ஐயமில்லை.

வரலாற்றுச் சிறப்பு மிக்க கோட்டைகளும், அரண்மனைகளும், கலையழகு மிக்க கோயில்களும், சிற்பக் கூடங்களும் மிகத் தெளிவாக விளக்கப்பட்டுள்ளன. அருகிலேயே அவற்றின் அழகிய படங்களையும் வெளியிட்டிருப்பது படிப்பவர்களின் கண்ணையும் நெஞ்சையும் கவரக் கூடியதாகும்.

பனிபடர்ந்த மலைப்பகுதிகளும் இயற்கை எழில் மிக்க ஆறு, கடல் போன்றவற்றின் பயனும் பெருமையும் அழகாக சுட்டிக்காட்டப்பட்டுள்ளன. எனவே அந்த இடங்களை நேரில் பார்க்கவேண்டும் என்ற ஆசை நிச்சயம் படிப்பவர்களுக்கு ஏற்படும்.

உலக நாடுகளின் கலாச்சாரங்களையும் பாரம்பரியப் பெருமைகளையும், கலைச் சிறப்புக்களையும் வரலாற்று மாண்பினையும், பழக்க வழக்கங்களையும் புரிந்துகொள்ள இந்நூல் வழி வகுக்கிறது.

தொன்மைச் சிறப்பு மிக்க மண்ணையும் அதன் மக்களையும் தெரிந்துகொள்ள உதவும் வகையில் இந்த நூல் அமைந்துள்ளது.

மொத்தத்தில் இந்த நூல் பல்லாயிரக்கணக்கான வாசகர்களையும் கவரக்கூடிய பயனுள்ள நூல்.

இந்நூலை அரிதின் முயன்று, தொகுத்துள்ள ஆசிரியர் திரு. ப்ரியாபாலு அவர்களுக்கு என் ஆத்மார்த்தமான வாழ்த்துக்கள்.

அன்புடன்,

20.10.2010

'கலைமாமணி' வீ.கே.டி. பாலன்.

சுற்றுலா : சில முக்கிய தகவல்கள்

சுற்றுலா சிறப்புகள் குறித்து மதுரா டிராவல் உரிமையாளர் வீ.கே.டி. பாலன் அவர்கள் ஏராளமான தகவல்களை கைவிரல் நுனியில் வைத்து இருக்கிறார். எங்கு சுற்றுலா போகலாம் என்று கேட்டால் மடை திறந்த வெள்ளம் போல பேசுகிறார். அவர் கூறியவற்றில் சில :

சுற்றுலாவின் சிறப்புகள்

அனுபவங்களை விடச் சிறந்த ஆசிரியர் வேறு யாரும் இருக்க முடியாது. பயண அனுபவம் என்பது ஆசிரியரைத் துணைக்கழைத்துக்கொண்டு சென்றுவருவது போன்றது.

மனிதர்களின் வாழ்க்கை அன்றாட உணவு, உடை, இருப்பிடம் இவற்றுக்கான நேரம் ஒதுக்குவதிலேயே சென்றுவிடுகிறது. அபூர்வமாக கிடைப்பது மனித ஜென்மம். இந்த பிறவியில் மனிதன் ஆத்ம திருப்தியுடன் வாழ்ந்தான் என்பதற்கு அடையாளம் சுற்றுலா ஒன்றுதான். சுற்றுலா மட்டுமே மனிதத்தை போதிக்கும் மாபெரும் துறை. சுற்றுலா செல்லும் மனிதனின் மனம் விசாலமான எண்ணங்கள், உலகளாவிய அறிவு நிறைந்ததாக விளங்குகிறது. இன்று சுற்றுலா என்பது பல்வேறு நாடுகளை பார்ப்பது, ரசிப்பது, நிறைய விஷயங்களைத் தெரிந்து கொள்வது என்னும் அளவிற்கு பரந்து விரிந்து விட்டது. தற்போது மருத்துவம் பார்ப்பது கூட சுற்றுலாவாக என்பது ஆரோக்கிய சுற்றுலாவாகவும் பரிணாமம் பெற்றுவிட்டது.

மனிதர்கள் தங்களின் வயிற்றுக்காகவும், தங்களை நம்பியிருக்கும் குடும்பத்திற்காகவும் நாள்தோறும் உழைக்கிறார்கள். அதன்மூலம் கிடைக்கும் வருவாயில் உணவு உண்டு, உடுத்தி உறங்குகிறார்கள். இது தவிர்க்க முடியாதது. ஆனால் பூமியில் பிறந்த ஒவ்வொரு மனிதனும் வாழ்ந்தான் என்பதற்கு அடையாளம், அவன் தன் உழைப்பில் சேமித்தப் பணத்தைக் கொண்டு வருடத்தில் சில நாட்கள் சென்று வரும் சுற்றுலாதான். இத்தகைய சுற்றுலாக்களில்தான் ஒரு மனிதனும் அவனது குடும்பத்தினரும் வாழ்க்கையின் மகிழ்ச்சியான பரிமாணங்களை அடைகிறார்கள்.

சுற்றுலா செல்லாத மனிதர்கள் இறைக்காத கிணறு போன்றவர்கள் என்றால் மிகையில்லை. சுற்றுலா செல்லச் செல்லதான் மனிதர்களின் மனம் விசாலமடையும். பள்ளிப் படிப்பில் பாடப்புத்தகங்கள் கற்றுத் தருவது 25 வீதம் என்றால் சுற்றுலாதான் மீதி 75 வீதத்தைக் கற்றுத் தருகிறது.

சுற்றுலா என்பது இடங்களைத் தெரிந்து கொள்வது மட்டுமல்ல; இதயத்தை அறிந்து கொள்வதும்தான். உணர்வை நுகர்வது மட்டுமல்ல, உணர்வுகளைப் பகிர்ந்து கொள்வதும்தான். அலைகளை தரிசிப்பது மட்டுமல்ல; கலைகளை ரசிப்பதும்தான். பாட்டைக் கேட்பது மட்டுமல்ல; பண்பாட்டைக் காப்பதும் தான்.

சுற்றுலாப் பயணிகள் கவனத்திற்கு

இந்தக் காலத்தில் சுற்றுலாச் செல்ல விரும்பாதவர்கள் குறைவு. அந்தச் சுற்றுலா என்பது உள்நாடாக இருக்கலாம். உறவினர் வீடாக இருக்கலாம். வெளிநாடாக இருக்கலாம். எனவே, சுற்றுலாவைத் திட்டமிடும் இந்த வேளையில், சுற்றுலாவைப் பற்றியச் சில செய்திகளைப்

பகிர்ந்து கொள்வது என்பது சுற்றுலாத் துறையைச் சார்ந்தவன் என்ற வகையில் எனது கடமையாகிறது. சுற்றுலா என்பதே குடும்பத்திற்குள் ஒரு மகிழ்ச்சியையும் வேலை செய்வதில் ஓர் உத்வேகத்தையும் கொடுப்பதுடன், இவை எல்லாவற்றையும் விட, நம்மையெல்லாம் பீடித்திருக்கும் மதம், சாதி, இனம், மொழி, எல்லைக் கோடுகள் என அனைத்தையும் உடைத்தெறிந்துவிட்டு மனிதர்களை நேசிக்கக் கூடிய பண்பை வளர்க்கக் கூடிய அற்புதமான சாதனம்தான் இந்தச் சுற்றுலா.

சுற்றுலாச் செல்லக் கூடியவர்களின் குடும்பங்கள் மன அழுத்தத்திற்கு ஆளாகாமல் வீணான சண்டை சச்சரவுகள் கூட இல்லாமல் நிம்மதியாகவும் இருக்கும். சுற்றுலா செல்லாதவர்களின் மனநிலை ஓர் இருண்ட மனநிலையில்தான் காணப்படும். இறைக்காத கிணறு எப்படி இருக்குமோ அப்படித்தான் இருப்பார்கள். இறைக்காத கிணற்றில், குப்பைகள், செத்தைகள் எல்லாம் சேர்ந்து விடும். ஒரு நேரத்தில், அதைத் துப்புரவுச் செய்யலாம் என முயற்சி மேற்கொண்டால் துப்புரவு செய்கிறவர்களை விஷவாயு தாக்கி, உயிரைப் பறிக்கக் கூடிய அபாயமும் உண்டு. இறைக்காத கிணற்றுத் தண்ணீரைப் போலத்தான் சுற்றுலா செல்லாதவனின் மனமும் இருக்கும். சுற்றுலாவே செல்லாத மனிதர்களிடம் கொஞ்சம் நேரம் பேசிப் பாருங்கள். வேண்டாத அரசியலையும் தேவையில்லாத சாதிப் பிரச்சினையையும்தான் அவர்கள் அதிகமாகப் பேசுவார்கள். சுற்றுலா சென்று வந்த மனிதனிடம் பேசிப் பாருங்கள். அவன் உலகைப் பற்றிப் பேசுவான். கலாச்சாரத்தைப் பற்றிப் பேசுவான். எல்லாவற்றையும் விட முக்கியமாக மனிதம் பற்றிப் பேசுவான்.

சுற்றுலா என்பது, வயது போனவர்களுக்குக் குழந்தைகளைத் தங்களுடன் சுற்றுலாவுக்கு அழைத்துச் சென்று வந்த நினைவுகள்தான் மகிழ்ச்சி தரக்கூடிய மலரும் நினைவுகளாக இருக்கும். எந்த முதுமையிலும் அவர்கள் சாய்வு நாற்காலியில் அமர்ந்து கொண்டு, அன்று என் மகனை எங்கெல்லாம் அழைத்துச் சென்றேன், என் மகளை எங்கெல்லாம் அழைத்துச் சென்றேன் என்று நினைத்துக் கொண்டிருப்பதுதான் அந்த முதிய வயதில் ஜீவிக்கக் கூடிய சக்தியைத் தரும். அதே போன்றுதான் பிள்ளைகளும் தங்கள் தாய் தந்தையரோடு சுற்றுலா சென்ற நாட்களையும் சுற்றிப் பார்த்த இடங்களையும் ஞாபகக் குளத்தில் ஊற வைத்திருப்பார்கள். இப்படி பசுமரத்தாணி போல நல்ல ஞாபகங்களை ஏற்படுத்தித் தருவது, சுற்றுலா. கணவன் - மனைவியிடையே கூட இன்று நெருக்கமில்லை, இறுக்கமில்லை. மன அழுத்தம் என ஆயிரம் பேசுகிறார்கள். **சுற்றுலா சென்று வரும் குடும்பத்தைப் பாருங்கள். அவர்களிடம் இந்தளவிற்குப் பிரச்சினை ஏற்படுவதற்கான வாய்ப்பே இல்லை. எனவே சுற்றுலா என்பது அரு மருந்து.**

அறிவியல் வளர்ச்சி காரணமாக சுற்றுலா என்பது ஆன்லைன் வசதியுடன் கூடியதாக ஆகிவிட்டது. விமான டிக்கெட்டுகள், சுற்றுலா பேக்கேஜுகள், ரயில் டிக்கெட்டுகள், ஹோட்டல் புக்கிங் இவையனைத்துமே தற்போது ஆன்லைன் மூலமாக நடைபெறுகிறது. இந்த அறிவியல் வளர்ச்சியில் நன்மையும் இருக்கிறது. தீமையும் இருக்கிறது என்பதைப் புரிந்து கொள்ள வேண்டும்.

சுற்றுலா செல்ல விரும்புவோர், சுற்றுலா முகவரை நேரடியாக அணுகினால், சுற்றுலாவுக்குரிய முழு தொழில்நுட்பங்களுடன் உங்கள் பயணத்தைச் சுகமாகவும் பாதுகாப்பானதாகவும் ஆக்கி, உங்களை முறைப்படி அனுப்பி, முறைப்படி பயணம் நிறைவுற ஏற்பாடு செய்வார். இதில் ஆன்லைன் புக்கிங்கைவிட பணச் செலவு அதிகமாகப் போகுமோ என்ற

கேள்வி எழுவது சகஜம்தான். அந்த சந்தேகத்திற்கு அவசியமில்லை. ஆன்-லைனில் என்ன பணம் செலுத்துவீர்களோ, அதே பணத்தைத்தான் அவர்களும் வசூலிப்பார்கள்.

வெளிநாடுகளுக்கு சுற்றுலா செல்ல நினைப்பவர்கள் விமான டிக்கெட் வாங்கும் போது அயட்டா (IATA) அங்கீகாரம் பெற்ற முகவர்களை மட்டுமே அணுகுவது பயணத்துக்கு பாதுகாப்பானது.

பாஸ்போர்ட் பெறுவது எப்படி?

வெளிநாடுகள் செல்லும் ஒவ்வொருவருக்கும் பாஸ்போர்ட் என்பது முக்கியமான ஒன்றாகும். மேலும் பாஸ்போர்ட் என்பது ஒவ்வொரு தனிமனிதனுக்கும் பல வகைகளில் தேவைப்படுகிறது. இந்திய பிரஜையான ஒருவர் தான் வைத்திருக்கும் பாஸ்போர்ட் மூலம், தான் இந்தியன் என்றும், தான் இந்த இடத்தில், மாவட்டத்தில் வசிக்கிறேன் என்பதை நிரூபித்து அரசின் சலுகைகள் மற்றும் தேவையான சான்றிதழ்களை பெற்றுக்கொள்ள முடியும். இந்த அளவுக்கு முக்கியமான ஒரு அத்தாட்சியாக பாஸ்போர்ட் பயன்படுகிறது. கூலி தொழிலாளிகள் முதல் அரசு அதிகாரிகள் வரை அனைவரும் பாஸ்போர்ட் பெற்றுக் கொள்ளலாம். பாஸ்போர்ட் பெறுவது எப்படி என்பது பற்றிய விவரம் வருமாறு:

விண்ணப்பம்

கடந்த சில வருடங்களுக்கு முன்பு ஒருவர் பாஸ்போர்ட் பெற விரும்பினால் திருச்சி அல்லது சென்னையில் உள்ள பாஸ்போர்ட் அலுவலகத்துக்கு நேரடியாக சென்றோ அல்லது விண்ணப்பங்களை அனுப்பியோதான் பாஸ்போர்ட் பெற முடியும். ஆனால் இந்த முறை தற்போது மாற்றப்பட்டு அந்தந்த மாவட்டங்களில் உள்ள கலெக்டர் அலுவலகத்தில் இயங்கும் பாஸ்போர்ட் அலுவலகம் மூலம் பாஸ்போர்ட் விண்ணப்பம் பெறப்படுகிறது. பல மாவட்டங்களில் இந்த பாஸ்போர்ட் அலுவலகம் செயல்பட்டு வருகிறது. பாஸ்போர்ட் பெற விரும்புகிறவர்கள் மாவட்ட கலெக்டர் அலுவலகத்தில் பூர்த்தி செய்யப்பட்ட விண்ணப்பங்களை கொடுக்கலாம்.

கட்டணம்

பாஸ்போர்ட் பெற விரும்பும் ஒவ்வொருவரும் கண்டிப்பாக பூர்த்தி செய்யப்பட்ட விண்ணப்பத்துடன் இருப்பிட சான்றிதழ் மற்றும் பிறந்த தேதியை நிரூபிப்பதற்கான சான்றிதழ் ஆகியவற்றின் அசல் நகலை நேரடியாக கொண்டு வர வேண்டும். பாஸ்போர்ட் விண்ணப்பங்கள் அந்தந்த மாவட்ட கலெக்டர்கள் மூலம் நியமிக்கப்பட்ட முன்னாள் ராணுவ வீரர்கள், சுதந்திர போராட்ட தியாகிகளின் வாரிசுகள் மூலம் விற்பனை செய்யப்படுகிறது. நெல்லையை பொறுத்த மட்டும் நெல்லை கலெக்டர் அலுவலகத்தில் உள்ள வேலைவாய்ப்பு அலுவலகம் அருகே கலெக்டரால் நியமிக்கப்பட்ட பிரதிநிதிகள் விண்ணப்பங்களை பூர்த்தி செய்து கொடுக்கிறார்கள். ஒரு விண்ணப்ப பாரத்தின் விலை 10 ரூபாய் ஆகும். விண்ணப்பத்தை விண்ணப்பதாரர்கள் தவறுதலான முறையில் பூர்த்தி செய்துவிடக் கூடாது என்பதற்காக கலெக்டரால் நியமிக்கப்பட்ட பிரதிநிதிகளுக்கு விண்ணப்பத்தை பூர்த்தி செய்து கொடுக்கும் அங்கீகாரமும் மாவட்ட நிர்வாகத்தால் வழங்கப்பட்டு உள்ளது. ஒவ்வொரு விண்ணப்பத்தை பூர்த்தி செய்து கொடுப்பதற்கு 20 ரூபாய் கட்டணமாக பெற்றுக் கொள்ளவும் மாவட்ட நிர்வாகம் அனுமதி அளித்து உள்ளது. அதன்படி கலெக்டரால் விண்ணப்பத்தை விற்பனை செய்ய மற்றும் விண்ணப்பத்தை பூர்த்தி செய்து கொடுக்க நியமிக்கப்பட்ட பிரதிநிதிகளிடம் 20

ரூபாய் கொடுத்தால் எந்த வித தவறும் நேராமல் விண்ணப்பத்தை பூர்த்தி செய்து கொடுப்பார்கள்.

புகைப்படங்கள்

பாஸ்போர்ட் பெற விரும்புபவர்கள் விண்ணப்பத்தில் தேவையான இடங்களில் பாஸ்போர்ட் பெறுபவரின் 7 பாஸ்போர்ட் புகைப்படங்களை ஒட்ட வேண்டும். மற்ற படி விண்ணப்பத்தில் விண்ணப்பித்தவரின் பெயர், முகவரி, தாய், தந்தை, தாத்தா ஆகியோரின் பெயரை குறிப்பிட வேண்டும். பூர்த்தி செய்யப்பட்ட விண்ணப் பத்தில் ஒட்டப்பட்டு இருக்கும் ஒவ்வொரு புகைப்படத்தின் கீழ்ப்பகுதியிலும், புகைப் படத்தில் கையெழுத்து இருக்கும்படி யாக கையெழுத்து போட வேண்டும். பின்னர் அந்த விண்ணப்பத்துடன் இருப் பிடச் சான்றிதழ் மற்றும் பிறப்பு சான் றிதழுக்கான அசல் நகலை சேர்த்து பாஸ் போர்ட் அலுவலகத்தில் கொடுக்க வேண்டும். மேலும், பாஸ்போர்ட் ஆபீசர், (ஊரின் பெயர்) என்ற முகவரியில் ஆயிரம் ரூபாய்க்கான காசோலை எடுத்து விண்ணப்பத்துடன் கொடுக்க வேண்டும். இருப்பிடம் மற்றும் பிறப்புச் சான்றிதழ் களின் அசல் நகலை சரிபார்த்த பின்னர் சம்பந்தப்பட்ட அதிகாரிகள் விண்ணப்ப தாரர்களிடம் அதை திரும்ப கொடுத்து விடுவார்கள்.

தேவையான சான்றிதழ்கள்

புதிதாக பாஸ்போர்ட் பெற விரும்பும் ஒவ்வொரு விண்ணப்பதாரரும் 2 ரேஷன்கார்டு ஜெராக்ஸ் நகலும், 2 இருப்பிட சான்றிதழ் ஜெராக்ஸ் நகலும் பூர்த்தி செய்யப்பட்ட விண்ணப்பத்துடன் இணைத்து கொடுக்க வேண்டும். ரேஷன் கார்டு இல்லாதவர்கள் வாக்காளர் அடையாள அட்டை அல்லது தங்களது பெயரில் கட்டப்பட்டு இருக்கும் குடிநீர் கட்டண ரசீது, மின் கட்டண ரசீது, தொலைபேசி ரசீது ஆகியவற்றை இருப்பிடச் சான்றிதழுக்காக கொடுக்க லாம். ஒரு ஆண்டுக்கு முன்பு தொடங்கப் பட்ட பாங்கு கணக்கு, 3 மாதத்திற்கு முன்பு வரை பாங்கியில் பணம் எடுத்தது அல்லது செலுத்தியதற்கான விவரம் ஆகியவற் றுடன் இருந்தாலும் அந்த பாங்க் புத்த கத்தை இருப்பிட சான்றிதழுக்கு பயன் படுத்திக் கொள்ளலாம். பாஸ்போர்ட்டுக்கு விண்ணப்பிக்கும் தேதிக்கு முன்பாக 3 வருடங்களாக வருமான வரி கட்டி இருந் தாலும் அந்த சான்றிதழ் மூலம் இருப் பிடத்தை உறுதி செய்து விண்ணப்பிக்க முடியும்.

எல்.ஐ.சி. பாலிசிதாரராக இருந்தால் விண்ணப்பிக்கும் தேதிவரை உள்ள எல்.ஐ.சி. பாலிசி ரசீது மற்றும் எல்.ஐ.சி. பத்திரம் ஆகியவற்றை காண்பித்தும் இருப் பிடத்தை உறுதி செய்து விண்ணப்பிக்க முடியும். இந்தச் சான்றுகள் அனைத்தும் விண்ணப்பதாரர் பெயரில் இருக்க வேண்டும்.

பிறப்பு சான்றிதழ் இல்லாதவர்கள் தாங்கள் படித்து இருந்தால் மாற்றுச் சான்றிதழ் அல்லது மார்க் பட்டியலை கொடுக்கலாம். பிறப்பு சான்றிதழ் மற்றும் மாற்று சான்றிதழ் இல்லாத விண்ணப்ப தாரர்கள் ‘நோட்டரி பப்ளிக்’ மூலம் இந்த தேதியில்தான் பிறந்தேன் என்பதற் கான சான்றிதழ் பெற்று வரவேண்டும். ரேஷன் கார்டில் உள்ள விண்ணப்ப தாரரின் பெயரும் மாற்று சான்றிதழில் உள்ள பெயரும் ஒரே மாதிரியாக இருக்க வேண்டும். ரேஷன் கார்டில் ஒரு பெயரும், மாற்று சான்றிதழில் வேறு பெயரும் இருந்தால் ரேஷன் கார்டில் உள்ள பெயரை சம்பந்தப்பட்ட தாசில்தார் மூலம் மாற்றம் செய்து சான்றிதழ் பெற்றுக் கொண்டு வரவேண்டும். ரேஷன்கார்டில் உள்ள பெயரும், மாற்று சான்றிதழில் உள்ள பெயரும் ஒரே மாதிரியாக இருந் தால்தான் விண்ணப்பம் பெற்றுக் கொள்ளப்படும்.

ரேஷன் கார்டில் ஒரு இருப்பிட முகவரி இருந்து விண்ணப்பதாரர் வேறு முகவரியில் வசித்து வந்தால் சம்பந்தப்பட்ட தாசில்தாரிடம் இருப்பிடத்தை மாற்றி சான்றிதழ் பெற்று வரவேண்டும். ஒருவேளை ரேஷன் கார்டில் இருக்கும் முகவரியில் வசிக்காமல் விண்ணப்பதாரர் ஒருவர் மாற்று முகவரியில் இருந்தால், விண்ணப்பத்தில் மாற்று முகவரியையே குறிப்பிட வேண்டும். அதை விடுத்து ரேஷன் கார்டில் இருக்கும் முகவரியை குறிப்பிட்டால் போலீசார் விசாரணைக்காக செல்லும்போது சம்பந்தப்பட்ட முகவரியில் விண்ணப்பித்தவர் இல்லை என்று அறிக்கை அனுப்பி விடுவார்கள். இதனால் விண்ணப்பம் தள்ளுபடி ஆகிவிடும். பாஸ்போர்ட் கிடைக்காது. எனவே முறையான இருப்பிட சான்றிதழை குறிப்பிட்டு சான்றிதழ் பெற்று கொடுத்தால் பாஸ்போர்ட் பெறுவதில் எந்த சிரமமும் இருக்காது.

விண்ணப்பதாரர் அரசு ஊழியராக இருந்தால் சம்பந்தப்பட்ட துறையின் உயர் அதிகாரியிடம் இருந்து "நோ அப்ஜெக்‌ஷன்" சான்றிதழ் பெற வேண்டும். உதாரணமாக வருவாய்த் துறையில் பணிபுரியும் அலுவலராக இருந்தால் மாவட்ட கலெக்டரிடம் இருந்து "நோ அப்ஜெக்‌ஷன்" சான்றிதழ் பெற வேண்டும். 14 வயதுக்கு உட்பட்ட சிறுவர், சிறுமிகளும் பாஸ்போர்ட் பெறுவதற்கு இந்த முறையைத்தான் பின்பற்ற வேண்டும். ஆனால் இவர்கள் 600 ரூபாய்க்கு காசோலை எடுத்து அனுப்ப வேண்டும். சிறுவர்களுக்கு ரேஷன்கார்டு இணைக்க வேண்டிய தேவை இல்லை. மேலும் இவர்களுக்கு வழங்கப்படும் பாஸ்போர்ட் 5 வருடங்கள் மட்டுமே பயன்படுத்த முடியும். மேலும் 15 வயது நிறைவடைந்த பிறகு புதிதாக விண்ணப்பித்து ஆயிரம் ரூபாய் காசோலை எடுத்துதான் விண்ணப்பம் பெற முடியும்.

வெளிநாட்டில் தங்க விசா பெறுவது எப்படி?

வெளிநாடு செல்ல விரும்பும் ஒருவர் தாங்கள் செல்லும் நாட்டில் இருந்து 'விசா' பெற்றால் மட்டுமே அந்த நாட்டுக்கு செல்ல முடியும். விசா இருந்தால் தான் அங்கு தங்கவும் முடியும். சுற்றுலா செல்வதற்கான விசா, வேலைவாய்ப்பு பணிக்கான விசா, மாணவர்கள் படிப்புக்கான விசா என்ற பலவகையான விசாக்கள் உள்ளது. ஒவ்வொரு நாட்டுக்கும் செல்வதற்கு வெவ்வேறு விதமான 'விசா' விண்ணப்பங்கள் உள்ளது. மேலும் எல்லா நாட்டுக்கும் தூதரக அலுவலகங்கள் இந்தியாவில் உள்ளது.

சென்னையில் ஒரு சில நாடுகளுக்கு மட்டுமே தூதரக அலுவலகம் உள்ளது. 'விசா' விண்ணப்பங்களை அந்தந்த நாட்டின் தூதரக அலுவலகங்களிலோ அல்லது ஏர் டிராவல்ஸ் ஏஜென்சி மூலமாகவோ பெற்றுக் கொள்ளலாம்.

விசாவுக்காக விண்ணப்பிப்பவர் தூதரக அலுவலகம் மூலமாக விண்ணப்பிக்க விரும்பினால் கண்டிப்பாக அவர் தூதரக அலுவலகத்திற்கு நேரடியாக செல்ல வேண்டும். அப்போது அவர் பூர்த்தி செய்யப்பட்ட விண்ணப்ப பாரம், தேவையான பாஸ்போர்ட் அளவு புகைப்படங்கள், ஒரிஜினல் பாஸ்போர்ட் ஆகிய வற்றைக் கொண்டு செல்ல வேண்டும்.

கொழும்பு போன்ற ஒரு சில நாடுகளுக்கு செல்ல விரும்புபவர்கள் அந்த நாட்டுக்கு சென்ற பின்பு விமான நிலையத்திலேயே விசா பெற்றுக் கொள்ளலாம். ஆனால் சிங்கப்பூர் போன்ற பல நாடுகளுக்கு 'விசா' எடுத்த பின்புதான் செல்ல முடியும். அனைத்து நாடுகளுக்கும் செல்வதற்கு பாஸ்போர்ட்டில் 'எமிக்ரேஷன் கிளியரன்ஸ்' தேவையில்லை என்று பெற்று இருக்க வேண்டும்.

பட்டம் மற்றும் டிப்ளமோ படிப்பு படித்தவர்கள், 3 ஆண்டுகள் தொடர்ந்து வருமான வரி செலுத்தி இருப்பவர்கள் ஆகியோருக்கு பாஸ்போர்ட்டில் ஏற்கெனவே 'எமிக்ரேஷன் கிளியரன்ஸ்' தேவை இல்லை என்று குறிப்பிடப்பட்டு இருக்கும். அப்படி இல்லாத பட்சத்தில் தற்காலிகமாக 'எமிக்ரேஷன் கிளியரன்ஸ்' தேவை இல்லை என்று பெற்றுச் செல்ல வேண்டும்.

மேலும் சில நாட்டிற்கு செல்ல விசா பெறுவதற்காக அந்த நாட்டில் இருந்து வரப்பெற்ற அழைப்பு கடிதம், தாங்கள் செல்ல விரும்பும் நாட்டில் தங்குவதற்காக பதிவு செய்யப்பட்ட ஓட்டலில் இருந்து பெறப்பட்ட கடிதம், ஒரிஜினல் ஹெல்த் இன்சூரன்ஸ், திரும்பி வருவதற்கான டிக்கெட் மற்றும் எக்சேஞ்ச் (அதாவது சம்பந்தப்பட்ட நாட்டிற்கு செல்வதற்கு தேவையான பணம் உள்ளது என்பதற்கான சான்று) ஆகியவற்றை இணைத்து அனுப்ப வேண்டும். ஒவ்வொரு தூதரக அலுவலகத்தை பொறுத்து ஒரு வாரத்திலோ, அல்லது 10 நாட்களிலோ அல்லது 3 நாட்களிலோ விசா கிடைக்கும்.

விசா முடிவடைந்தால் செய்ய வேண்டியது :

சுற்றுலா செல்வதற்கான 'விசா' பெறுபவர்கள் கண்டிப்பாக திரும்பி வருவதற்கான டிக்கெட் பெற்று இருக்க வேண்டும். அப்போதுதான் சுற்றுலா செல்ல விரும்பும் நாடுகளுக்குள் அனுமதிக்கப்படுவார்கள். அதிகபட்சம் 3 மாதம் மட்டுமே சுற்றுலா விசாவுக்கு அனுமதிக்கப்படுவார்கள். சுற்றுலா விசா பெற்றவர்கள் அந்தந்த நாடுகளில் தங்குவதற்கான காலம் அந்தந்த நாட்டை பொறுத்து மாறுபடும். ஆனால், ஒரு சில நாடுகளில் குறிப்பிட்ட நாட்கள் மட்டுமே தங்குவதற்கு அனுமதிக்கப்படுவார்கள்.

கொழும்பு செல்ல விரும்பும் ஒருவர் அங்கு ஒரு நாள் தங்கி இருக்க 20 டாலர் இருந்தால் மட்டுமே அனுமதிக்கப்படுகிறார்கள். இது போன்று ஒவ்வொரு நாடுகளிலும் பணம் வைத்திருப்பதை பொறுத்து தங்கி இருந்து சுற்றிப் பார்க்க அனுமதிக்கப்படுகிறார்கள்.

சுற்றுலா செல்வதற்கான விசா, தொழில் சம்பந்தமான விசா பெறுபவர்கள் சிங்கிள் என்ட்ரி, டபுள் என்ட்ரி, மல்டிபுள் என்ட்ரி, என்று மூன்று முறைகளில் விசாவை பெற்றுக் கொள்ளலாம். சிங்கிள் என்ட்ரி பெற்று இருந்தால் குறிப்பிட்ட காலத்துக்குள் சம்பந்தப்பட்ட நாட்டிற்கு ஒரு முறை மட்டுமே சென்று வர முடியும். டபுள் என்ட்ரி பெற்று இருந்தால் ஒரு முறை பெற்ற விசா மூலம் 2 முறை சம்பந்தப்பட்ட நாட்டிற்கு சென்றுவர முடியும். அதே போன்று மல்டிபுள் என்ட்ரி பெற்று இருந்தால் குறிப்பிட்ட காலத்திற்குள் ஒரு தடவை பெற்ற விசா மூலம் எத்தனை முறை வேண்டுமானாலும் சம்பந்தப்பட்ட நாட்டிற்கு சென்று வர முடியும்.

வெளிநாட்டிற்கு சென்ற ஒருவர் அங்கு சென்ற பின்னர் 'பாஸ்போர்ட்' அல்லது விசா அல்லது தாங்கள் திரும்பி செல்வதற்காக எடுத்து இருந்த டிக்கெட் ஆகியவற்றை தொலைத்துவிட்டால் உடனடியாக அந்த பகுதியில் உள்ள மாவட்ட போலீஸ் சூப்பிரடன்டன்ட் அலுவலகத்தில் புகார் செய்ய வேண்டும். பின்னர் அங்கிருந்து பெறப்பட்ட எப்.ஐ.ஆர். நகலுடன் (முதல் தகவல் அறிக்கை) இந்திய தூதரக அலுவலக அதிகாரியை சந்தித்து விசா அல்லது பாஸ்போர்ட் காணவில்லை என்பதற்கான விண்ணப்பத்தை கொடுக்க வேண்டும். தூதரக அதிகாரி சம்பந்தப்பட்ட பாஸ்போர்ட் அலுவலகத்தை தொடர்புகொண்டு ஏற்கனவே பாஸ்போர்ட் பெற்று இருந்தாரா என்பதை

உறுதி செய்து பா போர்ட் நகல் வழங்குவார். இதே போன்றுதான் விசா மற்றும் திரும்பி வருவதற்கான டிக்கெட் தொலைந்து விட்டதை உறுதி செய்த பின்பு வழங்குவதற்கு தூதரக அதிகாரி நடவடிக்கை எடுப்பார். விசாவுக்கான காலம் முடிவடைந்தாலும், அந்தந்த நாட்டில் உள்ள இந்திய தூதரகத்தை அணுகி விசாவை புதுப்பித்துக் கொள்ளலாம். விசாவை புதுப்பிப்பதற்கான காலம் ஒரு மாத காலத்துக்கு மேல் ஆகிவிட்டால் அபராதம் செலுத்த வேண்டியது வரும்.

பயண தூரம், நேரம், வழித்தடம்
சில நாடுகளின் தூரம் (மைலில்)

மும்பையிலிருந்து

ஆம்ஸ்டர்டாம்	4258
ஆக்லாந்து	7662
பாங்காக்	1871
ப்ரூஸல்ஸ்	4263
கெய்ரோ	2699
துபாய்	1199
ப்ராங்பர்ட்	4082
ஜெனீவா	4173
ஹாங்காங்	2673
இஸ்தான்புல்	2992
கராச்சி	544
குவைத்	1714
லாகோஸ்	5140
லண்டன்	4477
மணிலா	3189
மெக்ஸிகோ	10206
மான்ட்ரீல்	7942
மாஸ்கோ	3136
நைரோபி	2817
நியூயார்க்	7718
பாரிஸ்	4349
ப்ரேக்	9334
ரியோ டி ஜெனிரோ	9547
ரோம்	3840
சிங்கப்பூர்	2432
ஸ்டாக்ஹோம்	4842
சிட்னி	6308
டெஹ்ரான்	1743
டோக்யோ	4184

டெல்லியிலிருந்து

ஆம்ஸ்டர்டாம்	5737
ஆக்லாந்து	9406
பாங்காக்	1815
ப்ரூஸல்ஸ்	5679
கெய்ரோ	2738
துபாய்	1359
ப்ராங்பர்ட்	5463
ஜெனீவா	5391
ஹாங்காங்	2345
இஸ்தான்புல்	4202
கராச்சி	655
குவைத்	1755
லாகோஸ்	6015
லண்டன்	5907
மணிலா	3656
மெக்ஸிகோ	12054

மான்ட்ரீல்	3821
மாஸ்கோ	2708
நைரோபி	3364
நியூயார்க்	9550
பாரிஸ்	5679
ப்ரேக்	3549
ரியோ டி ஜெனிரோ	11263
ரோம்	3679
சிங்கப்பூர்	2578
ஸ்டாக்ஹோம்	6057
சிட்னி	7795
டெஹ்ரான்	1582
டோக்யோ	4959

சென்னையிலிருந்து செல்பவர்கள் மும்பை, டெல்லி எந்த வழியாக செல்கிறார்களோ அந்த தூரத்தை (சென்னை-மும்பை; சென்னை-டெல்லி) கூட்டிக் கொள்ளவும்.

பயண தூரம் என்பது எந்த நாட்டு விமானத்தில் செல்கிறோமோ அதைப் பொறுத்து அமையும்.

பயணக் கட்டணம்

● ஒவ்வொரு நாட்டுக்கும் செல்வதற்கான பயணக்கட்டணம் நிரந்தரமானதல்ல. மாறிக் கொண்டே இருக்கும். உத்தேசமான கட்டணம் மட்டுமே இங்கு கொடுக்கப்பட்டுள்ளது.

● தனியாக சென்று வரும்போது உள்ள கட்டணத்திற்கும், பேக்கேஜ் டூர் மூலம் செல்லும்போது உள்ள கட்டணத்திற்கும் வித்தியாசம் இருக்கும்.

சில நாடுகளுக்கு சென்றுவர ஆகும் பயண கட்டணங்கள்:

அமெரிக்கா	-	ரூ. 60,000
ஐரோப்பா	-	ரூ. 40,000
ஆஸ்திரேலியா	-	ரூ. 50,000
ரஷ்யா	-	ரூ. 35,000
சீனா	-	ரூ. 40,000
ஜப்பான்	-	ரூ. 40,000
சிங்கப்பூர், மலேசியா	-	ரூ. 17,000
ஸ்ரீலங்கா	-	ரூ. 12,000

சில நாடுகளுக்கு பயண முகவர்கள் ஏற்பாடு செய்து தரும் பேக்கேஜ் டூர் மூலம் செல்லலாம்.

அந்த மாதிரி செல்லும் சுற்றுலா பயணிகளுக்கு அவர்களே தங்கும் இடம், சுற்றி பார்க்கும் வசதி ஏற்பாடு செய்து தருவார்கள்.

சிங்கப்பூர், மலேசியா போன்ற நாடுகளுக்கு சென்றுவர இது மாதிரி வசதி உண்டு.

சிங்கப்பூர், மலேசியா, பாங்காங் பேக்கேஜ் டூர் கட்டணம்	-	ரூ. 45,900
சிங்கப்பூர், மலேசியா பேக்கேஜ் டூர் கட்டணம்	-	ரூ. 35,000
அந்தமான், நிக்கோபார் தீவுகளுக்கு பேக்கேஜ் டூர் கட்டணம்	-	ரூ. 15,900

உலக சுற்றுலா செல்ல விரும்பும் பயணிகள் மேற்கொண்டு பயணக் கட்டணம், தங்கும் வசதி, பயண நேரம் போன்ற தகவல்களுக்கு அரசாங்கத்தால் அங்கீகரிக்கப்பட்ட பயண முகவர்களை தொடர்பு கொண்டால் உதவுவார்கள்.

?

வெளிநாடு சுற்றுலாவுக்கு 'பேக்கேஜ் டூர்' சிறந்ததா?

கோடை விடுமுறைக்கு முன்பிருந்தே நாளிதழ்களில், வெளிநாட்டு சுற்றுலாப் பயணம் தொடர்பான கவர்ச்சி விளம்பரங்கள் வந்துகொண்டே இருக்கும்.

'எங்களுடன் வாருங்கள், ஆஸ்திரேலியாவின் தங்கக் கடற்கரைக்கு', 'அற்புதமான தூரக்கிழக்கு நாடுகளில் 11 நாள் சுற்றுலாச் செல்ல எங்களுடன் இணைந்து கொள்ளுங்கள்' என்றெல்லாம் வெளியாகும் 'பேக்கேஜ் டூர்' விளம்பரங்கள் மக்களின் வெளிநாட்டு சுற்றுலா ஆசையை அதிகப்படுத்துகின்றன.

அடிக்கடி இது போன்ற பிரமாண்டமான விளம்பரங்களைத் தந்துவரும் டூர் ஆபரேட்டர்களில் 'காக்ஸ் அண்ட் கிங்ஸ்' 'தாமஸ் குக்', 'எஸ்.ஓ.டி.சி.', 'ராஜ் டிராவல்ஸ்', 'கிளப் 7', 'தேவன் ஹாலிடேஸ்' ஆகியோர் குறிப்பிடத் தகுந்தவர்கள்.

இந்தியாவின் முக்கிய சுற்றுலாத் தலங்களான ஊட்டி, கொடைக்கானல், சிம்லா, மணலி, முசௌரி ஆகியவற்றை ஏற்கனவே கண்டுகளித்தவர்களின் அடுத்த இலக்கு, வெளிநாட்டு சுற்றுப் பயணம் தான்.

ஆசையிருந்தால் மட்டும் போதுமா? எப்படிப் போவது? யார் மூலம் செல்வது? என்ற பிரச்சினை எழுகிறது அல்லவா?

டூர் பட்ஜெட்

தூரக்கிழக்கு, ஆஸ்திரேலியா, ஐரோப்பா, அமெரிக்கா, ஆப்பிரிக்கா என தேர்ந்தெடுக்க எத்தனையோ இடங்கள் உள்ளன. பெரும்பாலானோர் தங்களின் முதல் வெளிநாட்டுப் பயணத்தை அருகில் உள்ள தாய்லாந்து, மலேசியா அல்லது துபாயில் தொடங்குகிறார்கள். பிறகு ஐரோப்பா, அமெரிக்கா மற்றும் சில பணக்காரத்தனமான சொகுசு தீவுகள் என தங்கள் பயணத்தை விஸ்தரித்துக் கொண்டே போகிறார்கள்.

அடுத்து டூர் பட்ஜெட் எவ்வளவு? தனியாகப் போவதா அல்லது சர்வதேச சுற்றுலா ஏஜன்சி மூலம் குழுவாகப் போவதா? என்ற முக்கியமான கேள்விகள் எழுகின்றன.

இரண்டாவது கேள்விக்கு விடை காண கீழ்க்காணும் சாதக பாதகங்களை கவனமாக ஆராய்வது அவசியம்.

அடிக்கடி வெளிநாடுகளுக்குப் பறப்பவர்கள் தனியாக வரலாம். ஆனால் முதல் தடவையாக எந்தவொரு வெளிநாட்டுக்குப் போவதாக இருந்தாலும், குழுவாக சேர்ந்து போவதே நல்லது. அதே போல் குழந்தை இல்லாத தம்பதிகள் அல்லது வளர்ந்த பிள்ளைகள் உள்ள தம்பதிகள் தாங்களாகவே செல்லலாம். வயதானவர்கள் அல்லாத, கைக்குழந்தைகளுடன் செல்பவர்களுக்கு குழு பயணம் வசதியாக இருக்கும்.

எப்படிப் போகலாம்?

இந்தியாவுக்கு அருகில் உள்ள தாய்லாந்து, மலேசியா போன்ற நாடுகளுக்கு 'டூர் ஆபரேட்டர்' மூலம் போக வேண்டிய அவசியமில்லை. தொலை தூரம் மற்றும் அதிக செலவு பிடிக்கும் ஐரோப்பிய நாடுகளுக்கு வேண்டுமானால் அப்படிச் செல்லலாம்.

ஐரோப்பா செல்வதாக இருந்தால் டூர் ஆபரேட்டர் மூலம் போவது உங்கள் பணத்தையும் நேரத்தையும் மிச்சப் படுத்தும். இவர்கள் பெரும்பாலும் பெரிய சொகுசுப் பேருந்துகளை வாடகைக்கு எடுத்து ஒட்டுமொத்தமாக அனைத்து இடங்களையும், காண்பித்துவிடுகிறார்கள். இதனால் களைப்பு, அச்ச உணர்வு எதுவுமின்றி நிம்மதியாகப் பயணம் செய்ய முடியும்.

வசதிகள்

உதாரணத்துக்கு, உங்கள் 'டூர் ஆபரேட்டர்' ரோம் நாட்டிலிருந்து (தேவன் ஹாலிடே அப்படித்தான் செய்கிறார்கள்) சுற்றுப் பயணத்தைத் தொடங்குகிறார் என்றால், நீங்கள் இறங்க வேண்டிய விமான நிலையத்தின் வெளியே ஒரு சொகுசுப் பேருந்து தயாராகக் காத்திருக்கும். இந்தப் பேருந்து உங்கள் 'டூர்' முடியும் வரை, கூடவே இருக்கும். ஆங்கிலக் கால்வாயைக்கூட கப்பல் மூலமாக இப்பேருந்து கடந்து செல்வது குறிப்பிடத்தக்கது.

குழுப்பயணம்

இதுபோன்ற குழுப் பயணங்களில் (குரூப் டூர்) நிறுவனத்தின் சார்பில் இந்திய வழிகாட்டி ஒருவர் இணைந்துகொண்டு உங்களுக்குத் தேவையான வசதிகளைச் செய்து தருவார்.

குழுவாக பயணிப்பதில் நிறைய சாதகமான அம்சங்கள் உள்ளன. அவற்றில் சில இதோ:

டூர் தொடங்குவதற்கு முன்பே, டூர் நடத்தும் நிறுவனம் அதன் சேவையைத் தொடங்கிவிடுகிறது. 'டூர் பேக்கேஜ்' பற்றி உங்களுக்கு விளக்குவதுடன், ஒரு சில சமயங்களில் டூரின் இடையில் கலந்து கொள்ளவோ, பிரிந்து செல்லவோ அனுமதிக்கவும் செய்கிறது.

பெரும்பாலான நாடுகளுக்கு 'விசா' ஏற்பாட்டை நிறுவனமே செய்கிறது. பிரிட்டன் மற்றும் அமெரிக்கா போன்ற நாடுகளுக்குச் செல்ல விரும்புவோர், அந்நாட்டு தூதரகங்களில் நடக்கும் நேர்காணலில் பங்கேற்பது அவசியம்.

'குழு' பயணம் மேற்கொள்ளும் போது, இந்நாடுகளுக்கு விசாக்கள் பெறுவது சற்று எளிதாக இருக்கும்.

சுற்றுலாவுக்கு ஏற்பாடு செய்யும் நிறுவனத்தினரே பயணத் திட்டங்களைத் தீட்டி வருவதால் உங்களுக்கு எந்தப் பிரச்சினையும் இல்லை. குறைந்த நாட்களில் அதிக நாடுகளைக் காட்டும் அவர்களின் அனுபவத்தை நிச்சயம் நீங்கள் நம்பலாம்.

ஹோட்டல் முன்பதிவு

15 நாட்களில் 10 வெவ்வேறு ஓட்டல்களில் தங்குவதைப் பற்றி கொஞ்சம் யோசித்துப் பாருங்கள். குழுவாகப் போகும்போது, ஹோட்டலை அடைந்தவுடன் சாவியை டூர் வழிகாட்டி உங்களிடம் ஒப்படைத்து விடுவார்.

செக்-இன், செக்-அவுட் செய்ய வேண்டிய அவசியமும் ஏற்படாது. அதே போல் 'சரியான ரயில் அல்லது பேருந்தில் ஏறியிருக்கிறோமோ?' என்று கவலைப் பட வேண்டியதில்லை. உங்களுக்குத் தெரியாத பேருந்து வழித்தட பலகைகள் இருக்குமிடங்களில் இந்த விஷயம் முக்கியமானதாகும்.

இன்னொரு முக்கியமான சாதக அம்சம், சாப்பாடு. எந்த வகை இறைச்சியையும் சாப்பிடக்கூடிய இந்தியர்கள் குறைவு.

இந்துக்கள் மாட்டிறைச்சியை சாப்பிடுவதில்லை. பன்றி இறைச்சியையும் விரும்புவதில்லை.

சைவ விரும்பிகளோ வெளிநாடுகளில் பரிமாறப்படும் சாலட் மற்றும் ரொட்டி வகை உணவுகளைச் சாப்பிட்டு வெகுசீக்கிரமே களைத்து விடுவார்கள்.

இதுபோன்ற தருணங்களில் சுற்றுலா ஏற்பாட்டாளர்கள் பெரிதும் கைகொடுக்கிறார்கள். அவர்கள் இந்திய ரெஸ்டாரெண்டுகளில் இரவு உணவுக்கு ஏற்பாடு செய்கிறார்கள்.

சுற்றுலாவுக்கு அழைத்துச் செல்பவர்கள் பொதுவாக மதிய உணவுக்கு ஏற்பாடு செய்வதில்லை. ஆனால் எஸ்.ஓ.டி.சி., போன்ற ஒரு சில நிறுவனங்கள் 'பாக்கெட்டுகளில் அடைக்கப்பட்ட' உணவுகளைக் கொடுத்துவிடுகிறார்கள்.

வெளிநாடுகளில் இரவு உணவை சீக்கிரமே பரிமாறிவிடுவார்கள். எனவே கூடுதல் சிற்றுண்டி, தொடர்ந்து மிதமான மதிய உணவு அடுத்து விசேஷமான இரவு உணவு என்ற சாப்பாட்டு முறை பயணிகளுக்கு அதிக திருப்தியைத் தரும்.

குழுப்பயணமே சிறந்தது

பெரும்பாலான சுற்றுலா நிறுவனங்கள், முக்கிய நாடுகள் மற்றும் நகரங்களின் கலாச்சாரம், பண்பாடு, கட்டடக்கலை போன்றவற்றை சுற்றுலாப் பயணிகளுக்கு விளக்கமாகச் சொல்ல, வழிகாட்டிகளை ஏற்பாடு செய்கின்றனர்.

குழுவாகப் பயணம் செய்வது பாதுகாப்பானதும் கூட. இத்தாலி, ஸ்பெயின் போன்ற நாடுகளில் பிக்பாக்கெட் திருடர்கள் அதிகம். தனியாகப் போய் மாட்டிக்கொண்டால் அதோகதிதான்.

மேலும் ஒரு வண்டியில் குழுவாகப் பயணிக்கும்போது உங்களுடைய பணம் மற்றும் உடைமைகளைப் பற்றி கவலைப்பட வேண்டிய அவசியமில்லை.

குழுவாகப் பயணம் செய்வதில் இன்னொரு வசதி, சுற்றுலா ஏற்பாட்டாளரிடம் மட்டுமே நீங்கள் தகவல் மற்றும் பணப்பரிமாற்றங்கள் செய்ய வேண்டியிருக்கும். உங்களுக்கு சுற்றுப் பயணத்தில் ஏதேனும் அசௌகரியம் இருக்குமானால் இந்தியா திரும்பிய பிறகும் அதை சம்பந்தப்பட்ட நிறுவனத்திடம் நீங்கள் தெரிவிக்க முடியும். இது நிச்சயம் உங்களுக்கு ஆதாயமான அம்சமே.

குறைபாடுகள்

குழுவாகப் பயணிப்பதில் எல்லாமே சாதகமான அம்சங்கள்தானா? அதில் குறைபாடுகள் எதுவும் இல்லையா?

சில இடங்களில் நீங்கள் கூடுதலான நாட்கள் தங்க விரும்பக் கூடும். ஆனால் அது சாத்தியப்படாது.

சுவிட்சர்லாந்து போன்ற இயற்கை எழில் மிகுந்த இடங்களில் நிறைய குடும்பங்கள் தங்களுடைய பேக்கேஜ் டூரை ரத்து செய்து, அங்கேயே இன்னும் சில நாள் தங்கிவிட நினைப்பார்கள்.

மேலும் மருத்துவச் சிகிச்சை தேவைப்படுபவர்கள் மற்றும் ஜாலியாக விடுமுறையைக் கழிக்கும் திட்டத்துடன் வரும் தம்பதிகள் ஆகியோருக்கு பேக்கேஜ் டூர் அமைதியற்றதாக மாறக் கூடும். மேலும், சுற்றுலா நிறுவனங்கள் ஏற்பாடு செய்யும் அனைத்து ஹோட்டல், தங்குமிடங்களும் உங்களுக்குப் பிடிக்கும் என்று உறுதியாகச் சொல்ல முடியாது. பாரீஸ், லண்டன் போன்ற இடங்களில் ஹோட்டல் கட்டணங்கள் மிக அதிகம் என்பதால் அங்கு உங்களுக்கு அசௌகரியங்கள் ஏற்பட வாய்ப்புகள் அதிகம். ஒருசில புகழ் பெற்ற, நீங்கள் பார்க்க விரும்பிய இடங்களைத் தவறவிடவும் வாய்ப்பு உண்டு.

மேலும் சில டூர் ஆபரேட்டர்கள் ஜெனீவா (உலகிலேயே மிக உயரமான நீரூற்று) அல்லது ஜூரிச் (சுவிட்சர்லாந்து வங்கிக் கணக்கு நினைவிருக்கிறதா?) ஆகிய இரண்டில் ஏதேனும் ஒரு நகரைத்தான்

சுற்றிக் காண்பிப்பார்கள். இரண்டையுமே பார்ப்பது, இந்த மாதிரி குழுப் பயணங்களில் முடியாத காரியம்.

தனியாக சுற்றுலா செல்வதால் சுற்றுலாப் பயணிகளின் சாகச உணர்வு நிச்சயம் அதிகரிக்க வாய்ப்பிருக்கிறது. உள்ளூர் மக்களிடம் நெருங்கிப் பழகும் வாய்ப்பும் அவர்களுக்கு அதிகம்.

சுற்றுலா இன்பகரமாக, நிறைய விஷயங்களைத் தெரிந்துகொள்ளும் சந்தர்ப்பமாக அவர்களுக்கு அமையும்.

என்ன, எப்படி சுற்றுலா போனால், உங்களுக்கு நல்லது என்பதில் ஒரு தெளிவான முடிவு கிடைத்திருக்குமே.

முக்கிய பயண முகவர்களின் விலாசங்கள்:

மதுரா டிராவல்ஸ்
11-3, காந்தி-இர்வின் சாலை,
(எக்மோர் ரயில்வே ஸ்டேஷன் எதிரில்)
சென்னை - 600 008.
போன் : 28192002
E-mail : india@maduratravel.com

ஏரோவேர்ல்டு டிராவல்ஸ் (இ) பி.லிட்
231, அண்ணாசாலை,
ஸ்பென்சர் பிளாஸா எதிரில்,
சென்னை - 2
போன் : 28420300
E-mail : fly@aeroworldtravels.com
aeroworldindia@yahoo.co.in

அரௌண்ட் திவேர்ல்ட் டிராவல்ஸ்
62/2 மெக்நிக்கல்ஸ் ரோடு, சேத்துப்பட்டு,
சென்னை - 600 031.
போன் : 25321333
E-mail : atwmaa@vsnl.com

பாக்யா டிராவல்ஸ் & டூர்ஸ்
352, பாந்தியன் சாலை, எழும்பூர்
சென்னை - 600 008.
போன் : 28589823
E-mail : bhagyali@vsnl.com

சீபென் வேர்ல்டு டிராவல் பி.லிட்
19, கோவிந்தன் தெரு,
அய்யாவு காலனி, அமிஞ்சிக்கரை,
சென்னை - 600 029
போன் : 23740915
E-mail : ceeben2000@gmail.com

டிராவல் ஆர்கேட்
பிளாட் எண் : 10, விராட் அபார்ட்மென்ட்,
14, 3வது குறுக்கு தெரு,
ராஜா அண்ணாமலைபுரம், சென்னை - 28
போன் : 24353976
E-mail : muthu@travelarcadeindia.com

விக்கி டூர்ஸ் & டிராவல்ஸ்
321, ஆற்காடு சாலை,
(தோஷி கார்டன்)
வடபழனி, சென்னை - 26.
போன் : 42385001
E-mail : vickytravels@vsnl.net

விமோன் ஏர்டிராவல்ஸ் & டூர்ஸ்
TRS காம்ப்ளெக்ஸ்,
100 அடி ரோடு, வடபழனி,
சென்னை - 26.
போன் : 24721876
E-mail : vimonairtravel@yahoo.com

ஜி.எஸ்.டிராவல் & கார்கோ பி.லிட்
பிளாட்-C, செந்தில் பிளாட்ஸ்,
59, பர்கிட் சாலை, தி.நகர்,
சென்னை - 600 017.
போன் : 24342220

அஸ்வின்ஸ் ஏர்டிராவல்ஸ் பி.லிட்
எண் 10, அங்கூர் பிளாஸா,
113, ஜி.என்.செட்டி சாலை,
தி.நகர், சென்னை - 600 017.
போன் : 28154393
E-mail : asveens@asveenstravels.com

ஏரோ டிராவல்
(Aero Travel)
42147234

ஏரோ வேர்ல்டு டிராவல்ஸ் இந்தியா பி.லிட்
(Aero world Travels India Pvt Ltd)
28420300

ஏ.ஜி.பி. இன்டர்நேஷனல் சர்வீஸ்
(A.G.P. International Service)
26427372

ஏர்டிராவல் பீரோ லிட்
(Air travel Bureau Ltd)
24663499

ஏர்டிராவல் எண்டர்பிரைசஸ் இந்தியா லிட்
(Air travel Enterprises India Ltd)
28227115

ஏர்லேண்ட் டூர்ஸ் & டிராவல்ஸ்
(Airland Tours & Travels)
28522727

அல்-ஆத் டிராவல்ஸ் பி.லிட்
(Al-Awhd Travels Pvt. Ltd)
26285285

ஆல் இந்தியா டிராவல் ஏஜன்ஸி
(All India Travel Agency)
28269753

அல்-ஸாரா டூர்ஸ்
(Al-Sara Tours)
42141723

அமெரிக்கன் எக்ஸ்பிரஸ் டிராவல் ரிலேடட்
(American Express Travel Related)
42177861

அஸ்கான் டிராவல்ஸ் (பி) லிட்
(Ascon Travels (P) Ltd)
23450777

ஆல்ஹின்ட் டூர்ஸ் & டிராவல்ஸ் பி.லிட்
(Aalhind Tours & Travels Pvt. Ltd)
28522777

அஷோக் டிராவல்ஸ் & டூர்ஸ்
(Ashok Travels & Tours)
28211782

அவோசெட் டூர்ஸ் & டிராவல்ஸ் பி.லிட்
(Avocet Tours & Travels Pvt. Ltd)
24362324

பால்மர் லாரி & கோ.லிட்
(Balmer Lawrie & Co.Ltd)
24349343

பேவாட்ச் டிராவல்ஸ் பி.லிட்
(Bay Watch Travels (P) Ltd.)
28415667

பேர்ட் விங்
(Bird wing)
42634149

பெல்வியூ டிராவல்ஸ்
(Bell view Travels)
42605540

பாரத் டிராவல் சர்வீஸ் பி.லிட்
(Bharat Travel Service (P) Ltd)
25340996

பின்னி டிராவல்ஸ் சர்வீஸ்
(Binny Travels Service)
25396090

பிடிஜிடி சர்வீஸஸ்
(BTGT Services)
24414144

கார்கோ மார் டிராவல்ஸ்
(Cargomar Travels)
42174411

கார்ல்சன் வேகன் லிட் டிராவல்ஸ்
(Carlson Wagon lit Travels)
43949494

காலிபர் டிராவல் பி.லிட்
(Caliber Travels (P) Ltd)
42114477

சாம்பியன் டிராவல்ஸ் & டூர்ஸ்
(Champion Travels & Tours)
28235614

சென்னை போர்வேஸ் டூர்ஸ் & டிராவல்ஸ்
(Chennai Fourways Tours & Travels)
28297207

சித்ராகே டிராவல்ஸ் பி.லிட்
(Chitrakay Travels (P) Ltd.)
43000573

கோரமண்டல் டிராவல்ஸ்
(Coromandel Travels)
28229863

கான்கேப் டிராவல் சர்வீஸஸ் பி.லிட்
(Concab Travel Services (P) Ltd)
28195010

காக்ஸ் & கிங்ஸ் இந்தியா பி.லிட்
(Cox & King's India (P) Ltd.)
24327202

கிராஸ்வேர்ல்டு டூர்ஸ் & டிராவல்ஸ்
(Crossworld Tours & Travels)
28545417

டெக்கான் ஏர் சர்வீஸஸ் பி.லிட்
(Deccan Air Services (P) Ltd.)
28362455

டயானா வேர்ல்டு டிராவல் பி.லிட்
(Diana world travel (P) Ltd.)
28554020

டி.டி. டிராவல்ஸ்
(D.D. Travels)
28131990

தினேஷ் வேர்ல்டு டிராவல்ஸ்
(Dinesh World Travels)
28251167

பிசிடி
(BCD)
28297734

பிட் சீடா
(BIT Sita)
28204877

எமரால்ட் ஏர்வேஸ் பி.லிட்
(Emerald Airways (P) Ltd.)
28495441

பர்ஸ்ட் & பெஸ்ட் டிராவல்ஸ்
(First & Best Travels)
25250416

போர்வோல் இன்டர்நேஷனல் சர்வீஸ் லிட்
(Forvol International Service Ltd.)
25384564

பயீதா டிராவல் ஏஜன்ஸி
(Fayeda Travel Agency)
28553489

ஃப்ரண்ட்ஸ் குளோப் டிராவல்ஸ் பி.லிட்
(Friends Globe Travels (P) Ltd)
42060666

கே டிராவல்ஸ் பி.லிட்
(Gay Travels (P) Ltd.)
28227152

கோவன் டிராவல்ஸ்
(Govan Travels)
28292055

குட்வில் டிராவல்ஸ் & கார்கோ
(Goodwill Travels & Cargo)
28553018

கிரேட் விங்ஸ் டிராவல்ஸ் பி.லிட்
(Greatwings Travels (P) Ltd.)
42147786

கிரீன்வுட் டிராவல்ஸ்
(Green wood Travels)
26420577

கில்பின் டிராவல் மேனேஜ்மென்ட்
(Gilpin Travel Management)
26651410

ஹாலிடே டிராவல்ஸ் (பி) லிட்.
(Holiday Travels (P) Ltd.)
28360913

ஜே. இந்தியா ஏர் டிராவல்ஸ் பி.லிட்
(J.India Air Travels Pvt. Ltd.)
65465234

ஜெயா டிராவல்ஸ் & டூர்ஸ்
(Jaya Travels & Tours)
28514219

கல்பதரு டூர்ஸ் இந்தியா பி.லிட்
(Kalpataru Tours India Pvt. Ltd.)
24937391

காமதேனு டிராவல்ஸ் (சென்னை) லிட்
(Kamadhenu Travels (Chennai) Ltd.)
24330555

கேசி ஆர்சி டிராவலர்ஸ் சாய்ஸ்
(KCRC Travellers Choice)
42138721

கென்மோர்
(Ken more)
28517683

கேரளா டிராவல்ஸ்
(Kerala Travels)
28560523

கே.எஸ்.ஆர் ஏர் டிராவல்ஸ்
(KSR Air Travels)
43568561

கே வே டிராவல் பி.லிட்
(K way Travel (P) Ltd.)
65494062

லிம்ரா டூர்ஸ் & டிராவல்ஸ்
(Limra Tours & Travels)
25611424

மஹாராஜா டூரிஸம் பி.லிட்
(Maharaja Tourism (P) Ltd.)
25351303

மலர் டிராவல்ஸ் & டூர்ஸ் (பி) லிட்.
(Malar Travels & Tours (P) Ltd.)
28153616

மாருதி ஏர்லிங்க்ஸ் பி.லிட்.
(Maruthi Airlinks Pvt. Ltd.)
28158089

மானஸ் ஸரோவர் டூர்ஸ் & டிராவல்ஸ்
(Maanas Sarover Tours & Travels)
28191400

மெர்குரி டிராவல்ஸ் லிட்
(Mercury Travels Ltd.)
28522993

மைல்ஸ்வொர்த் டிராவல்ஸ் பி.லிட்
(Milesworth Travels (P) Ltd.)
24338664

நேக்ஸ் டிராவல்ஸ்
(Nax Travels)
26650707

நவீன் ஏர்டிராவல்ஸ் பி.லிட்
(Naveen Air Travels (P) Ltd.)
24349774

நெப்ட்யூன் டிராவல்ஸ் இந்தியா பி.லிட்
(Neptune Travels India Pvt. Ltd.)
42146775

நியூகோ
(New co)
42612727

நியூவே டிராவல்ஸ்
(Newway Travels)
28487143

ஓயஸிஸ் இண்டர்நேஷனல்
(Oasis International)
28554239

ஓவர்ஸீஸ் மேன்பவர் கார்ப்பரேஷன்
(Overseas Man Power Corporation)
24464268

பாரி டிராவல்ஸ்
(Parry Travels)
25306467

பீகே டூர்ஸ் & டிராவல்ஸ்
(Pee Kay Tours & Travels)
25293272

பெகாஸஸ் டிராவல் & டூர்ஸ் பி.லிட்
(Pegasus Travel & Tours Pvt. Ltd.)
28192634

பயனீர் ஏரோ டிராவல்ஸ் பி.லிட்
(Pioneer Aero Travels Pvt. Ltd.)
28271172

பிரவீன் ஏர் டிராவல்ஸ் பி.லிட்
(Preveen Air Travels Pvt. Ltd.)
24322473

பிரிமியர் & டிராவல்ஸ் பி.லிட்
(Premier & Travels (P) Ltd.)
24335199

குயிக் கார்கோ சர்வீஸ் பி.லிட்
(Quick Cargo Service (P) Ltd.)
24364465

ராபிடூர்ஸ் & டிராவல்ஸ் பி.லிட்
(Raabi Tours & Travels (P) Ltd.)
42663848

ராம்மோகன் & கோ.பி.லிட்
(Ram Mohan & Co. (P) Ltd.)
25381276

ரீஜன்ட் டூர்ஸ் & டிராவல்ஸ்
(Regent Tours & Travels)
24981165

ஆர் கே வேர்ல்டு டூர்ஸ் & டிராவல்ஸ்
(R.K.World Tours & Travels)
24997586

ராக்டவுன் ஏர் டிராவல்ஸ் பி.லிட்
(Rocktown Air Travels (P) Ltd.)
24335906

சரோஷ் டூர்ஸ் & டிராவல்ஸ்
(Sarosh Tours & Travels)
28172013

சத்யா ஏர் டிராவல்ஸ்
(Sathya Air Travels)
28604800

செராங்கூன் ஏர்டிராவல் பி.லிட்
(Serangoon Air Travel (P) Ltd.)
28415731

சீனிக் டிராவல்ஸ் & டூர்ஸ்
(Scenic Travels & Tours)
24362230

சக்தி டூர்ஸ் & டிராவல்ஸ்
(Shakthi Tours & Travels)
28524067

ஷெரீப் டிராவல் & கார்கோ சர்வீஸ்
(Sherif Travel & Cargo Service)
25234970

ஷிவா டிராவல்ஸ் & டூர்ஸ்
(Shiva Travels & Tours)
24953582

ஷ்ரீம் டிராவல் லிங்க்ஸ் பி.லிட்
(Shreem Travel Links (P) Ltd.)
24315974

சிக்மா டிராவல் & கார்கோ பி.லிட்
(Sigma Travel & Cargo Pvt. Ltd.)
24364505

ஸ்கைலிங்க் மேன்பவர் ஏஜன்ஸி பி.லிட்.
(Skylink Manpower Agency (P) Ltd.)
28518341

சில்வர் க்ரிஸ் டிராவல்ஸ் பி.லிட்
(Silver Kris Travels (P) Ltd.)
25251342

சிந்தூரி டிராவல்ஸ்
(Sindoori Travels)
42141200

ஸ்கைலிப்ட் கார்கோ பி.லிட்.
(Skylift Cargo (P) Ltd.)
42258800

ஸ்கை ரூட்ஸ் (இந்தியா) பி.லிட்
(Skyroutes (India) Pvt. Ltd.)
24758494

ஸ்பீட் பேர்ட் டிராவல்ஸ்
(Speed Bird Travels)
28351912

ஸ்ரீராஜ் டிராவல்ஸ் & டூர்ஸ்
(Shree Raj Travels & Tours)
28293088

ஸ்டார்லைன் டிராவல்ஸ் லிட்
(Starline Travels Limited)
30288668

சன்வேஸ் ஏர் டூர்ஸ் & டிராவல்ஸ் லிட்
(Sunways Air Tours & Travels Ltd)
28270280

சூர்யா டிராவல்ஸ்
(Surya Travels)
28493945

தமிழ்நாடு ஏர் டிராவல்ஸ் பி.லிட்
(Tamilnadu Air Travels (P) Ltd.)
28546359

டான்யா டிராவல்ஸ் & ஃப்ரெய்ட் பார்வார்ட்
(Taanya Travels & Freight Forward)
28275453

தி டிராவல் பீபிள்
(The Travel People)
28331951

டிராவல் டூர்ஸ் பி.லிட்
(Travel Tours Pvt. Ltd)
28190401

டிரேட் விங்ஸ் லிட்
(Trade Wings Limited)
28524921

டிராவல் கேர் (மதராஸ்) லிட்
(Travel Care (Madras) Ltd.)
24349414

டிராவல் கார்பரேஷன் (இ) லிட்
(Travel Corporation (I) Ltd.)
28362561

டிராவல் எக்ஸ்சேஞ்ச் இந்தியா (பி) லிட்.
(Travel Exchange India (P) Ltd.)
42108114

டிராவல் எக்ஸ்பிரஸ் லிட்
(Travel Express Ltd.)
28591087

டிராவல் ஹவுஸ்
(Travel House)
43970000

டிராவல் மாஸ்டர்ஸ் (இ) பி.லிட்
(Travel Masters (I) Pvt. Ltd.)
24982191

டிராவல் சர்வீஸ்
(Travel Service)
24401575

டிராவ்லோக் பி.லிட்
(Travelok Pvt. Ltd.)
28194143

டிராவ்லான் வேர்ல்டுவைட் பி.லிட்
(Travelon Worldwide (P) Ltd.)
28275554

ட்ரைடான் டிராவல்ஸ் பி.லிட்
(Triton Travels (P) Ltd.)
28362412

யூகால் டிராவல்ஸ் (பி) லிட்.
(Ucal Travels (P) Ltd.)
24344332

யுனைடெட் விசா சர்வீஸஸ் பி.லிட்
(United Visa Services Pvt. Ltd.)
42146172

வைகை விங்ஸ் (பி) லிட்
(Vaigai Wings (P) Ltd.)
26413126

வாசு டிராவல்ஸ்
(Vassu Travels)
24420001

வெற்றிவேலன் டிராவல் சர்வீஸஸ் (பி) லிட்
(Vetrivelan Travel Services (P) Ltd.)
24313931

விமான் டிராவல்ஸ்
(Viman Travels)
45580004

வி.கே. டூர்ஸ் & டிராவல்ஸ்
(V.K. Tours & Travels)
28294712

வினாயக் டிராவல்ஸ்
(Vinayak Travels)
45558295

விசா மாஸ்டர்ஸ் & டூர்ஸ் பி.லிட்
(Visa Masters & Tours Pvt. Ltd.)
42638438

ஸானாடு டிராவல்ஸ் பி.லிட்
(Xanadu Travels (P) Ltd.)
24987616

ஸோடியாக் டிராவல் (பி) லிட்
(Zodiac Travel (P) Ltd.)
28276316

பேக்கேஜ் டூர் ஆபரேடர்களின் விலாசங்கள்

ஜே.கே.டூர்ஸ் பி.லிட்
462, 4th Floor, காவேரி காம்ப்ளெக்ஸ்,
96, நுங்கம்பாக்கம், சென்னை - 34.
போன் : 43084449
E-mail : toursmaa@gmail.com

டிராவர்ஸ் ஆசியா க்ரூஸஸ் டிராவல்ஸ்
D-126, முதல் பிரதான சாலை,
அண்ணா நகர் (கிழக்கு),
சென்னை - 600 102.
போன் : 43532475
E-mail : tacttours@sify.com

யெஸ் யெஸ் டூர்ஸ் & டிராவல்ஸ்
25, தெற்கு பெருமாள் கோவில் தெரு,
(வடபழனி முருகன் கோவில் அருகில்)
வடபழனி, சென்னை - 26.
போன் : 23624250
E-mail : yesyesselvaraj@yahoo.com

ரஞ்சிதம் டூர்ஸ்
19/15A, திருநகர் 5வது தெரு,
வடபழனி, சென்னை - 26.
போன் : 9841183812
E-mail : ranjithamthomas@yahoo.com

நியர் ஏர்டிராவல் சர்வீஸஸ் பி.லிட்
17/12, முதல் தளம், ஆற்காடு சாலை,
கோடம்பாக்கம், சென்னை - 24.
போன் : 23750934
E-mail : info@nearairtravels.com

ராயல் வெகேஷன்ஸ்
66, முதல் தளம்,
வள்ளுவர் கோட்டம் ஹை ரோடு,
நுங்கம்பாக்கம், சென்னை - 34.
போன் : 9840255876
E-mail : royaltourorg2@yahoo.co.in

சாய் ஃபீனிக்ஸ் டூரிஸம்,
188, வடக்கு உஸ்மான் சாலை,
தி.நகர், சென்னை - 17.
போன் : 28140748
E-mail : phoenixtourism@gmail.com

சக்தி டூர்ஸ் & டிராவல்ஸ்
47, ஒயிட்ஸ் ரோடு,
ராயப்பேட்டை, சென்னை - 14.
போன் : 28583939
E-mail : shakthitravels@gmail.com

மெட்ராஸ் டூரிஸம் கார்ப்பரேஷன்,
எண்.5, 80 அடி சாலை,
சத்யா கார்டன்ஸ்,
காமராஜ் நகர் 2வது தெரு,
சாலிகிராமம், சென்னை - 93.
போன் : 23643680
E-mail : madrastourism@vsnl.com

உட்பொதிவு

1. கிரேட் பிரிட்டன்
   (அயர்லாந்து–இங்கிலாந்து) 27
2. ஸ்காட்லாந்து 46
3. வேல்ஸ் 52
4. அயர்லாந்து 54
5. பெல்ஜியம் 65
6. ஃப்ரான்ஸ் 68
7. ஜெர்மனி 81
8. கிரீஸ் 93
9. இத்தாலி 100
10. நெதர்லாந்து 125
11. போர்ச்சுகல் 129
12. ஸ்பெயின் 133
13. ஸ்விட்ஸர்லாந்து 143
14. செக் ரிபப்ளிக் 156
15. ஹங்கேரி 161
16. போலந்து 164
17. ரஷ்யா 166
18. டென்மார்க் 174
19. ஃபின்லாந்து 179
20. நார்வே 182
21. ஸ்வீடன் 189
22. ஆஃப்ரிக்கா – எகிப்து 195
23. மொராக்கோ 202
24. ஆஃப்ரிக்கா – டுனீஷியா .. 206
25. போட்ஸ்வானா 208
26. கென்யா 211
27. நமீபியா 215
28. ஸீஷெல்ஸ் 217
29. தென் ஆஃப்ரிக்கா 221
30. டான்சானியா 225
31. உகாண்டா 228
32. ஜிம்பாப்வே 230
33. மத்திய கிழக்கு 234
34. ஓமன் 240
35. ஸிரியா 244
36. அரபு ஐக்கிய நாடுகள் 247
37. சீனா 251
38. ஜப்பான் 257
39. இந்தியா 260
40. துருக்கி 271
41. கம்போடியா 273

42. இந்தோனேஷியா 274	49. பிஜி 300
43. மலேஷியா 277	50. அமெரிக்கா 305
44. பிலிப்பைன்ஸ் 284	51. கனடா 345
45. சிங்கப்பூர் 286	52. மெக்ஸிகோ 351
46. தாய்லாந்து 290	53. கொலம்பியா 357
47. வியட்நாம் 293	54. நெதர்லாந்து 360
48. ஆஸ்திரேலியா 297	55. ஜமாய்க்கா 364

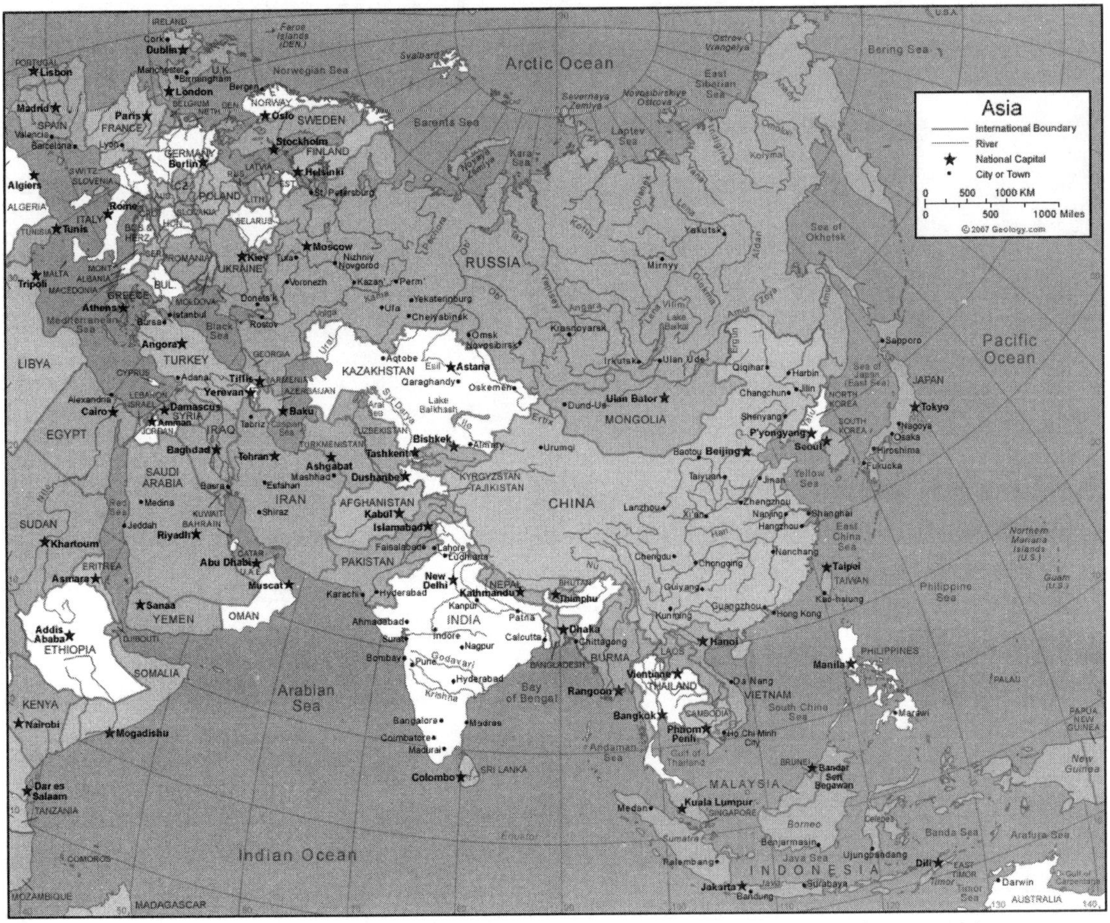

Europe
International Boundary
River
National Capital
City or Town
0 250 500 KM
0 250 500 Miles
© 2007 Geology.com
Reykjavik
Thjorsa
ICELAND
Norwegian Sea
Faroe Islands
Shetland Islands
Barents Sea
Atlantic Ocean
North Sea
Baltic Sea
Gulf of Bothnia
Bay of Biscay
Mediterranean Sea
Black Sea
Caspian Sea
NORWAY
SWEDEN
FINLAND
RUSSIA
U.K.
IRELAND
DENMARK
NETHERLANDS
BELGIUM
LUXEMBOURG
GERMANY
POLAND
CZECH REP.
SLOVAKIA
AUSTRIA
HUNGARY
SWITZERLAND
LIECHTENSTEIN
FRANCE
MONACO
ANDORRA
SPAIN
PORTUGAL
GIBRALTAR
ITALY
SAN MARINO
SLOVENIA
CROATIA
BOSNIA & HERZE.
SERBIA
MONTENEGRO
ALBANIA
MACEDONIA
GREECE
BULGARIA
ROMANIA
MOLDOVA
UKRAINE
BELARUS
LITHUANIA
LATVIA
ESTONIA
KAZAKHSTAN
UZBEKISTAN
TURKMENISTAN
GEORGIA
ARMENIA
AZERBAIJAN
AZ.
TURKEY
CYPRUS
SYRIA
LEBANON
ISRAEL
JORDAN
IRAQ
IRAN
KUWAIT
SAUDI ARABIA
EGYPT
LIBYA
TUNISIA
ALGERIA
MOROCCO
WESTERN SAHARA
MAURITANIA
MALTA
Sardinia
Corsica
Sicily
Crete
Oslo
Bergen
Trondheim
Osterdalalven
Stockholm
Goteborg
Helsinki
Turku
Tallinn
Riga
Liepaja
Daugavpils
Vilnius
Minsk
St. Petersburg
Lake Ladoga
Lake Onega
Copenhagen
Arhus
Malmo
Glasgow
Edinburgh
Belfast
Dublin
Cork
Liverpool
Manchester
Birmingham
Bristol
London
Amsterdam
Antwerp
Brussels
Paris
Nantes
Lyon
Bern
Toulouse
Marseille
Berlin
Gdansk
Warsaw
Lodz
Krakow
Prague
Vienna
Bratislava
Budapest
Ljubljana
Zagreb
Sarajevo
Belgrade
Podgorica
Tirana
Skopje
Sofia
Bucharest
Brasov
Chisinau
Odesa
Kiev
L'viv
Kharkiv
Dnipropetrovs'k
Donets'k
Rostov
Voronezh
Moscow
Tula
Ryazan'
Yaroslavl'
Kostroma
Nizhniy Novgorod
Kazan'
Perm'
Yekaterinburg
Chelyabinsk
Ufa
Pechora
Sukhona
Vychegda
Kama
Volga
Don
Ural
Ob'
Irtysh
Tobol
Milan
Turin
Genoa
Florence
Rome
Naples
Bari
Palermo
Catania
Cagliari
Lisbon
Oporto
Madrid
Valladolid
Duero
Zaragoza
Gijon
Bilbao
Barcelona
Valencia
Murcia
Sevilla
Malaga
Guadiana
Casablanca
Rabat
Algiers
Constantine
Tunis
Tripoli
Athens
Thessaloniki
Istanbul
Bursa
Smyrna
Angora
Adana
Nicosia
Aleppo
Beirut
Damascus
Amman
Jerusalem
Cairo
Alexandria
Tiflis
Yerevan
Baku
Aras
Tabriz
Tehran
Qom
Mosul
Kermanshah
Baghdad
Ahvaz
Basra
Kuwait
Murat
Tigris
Euphrates

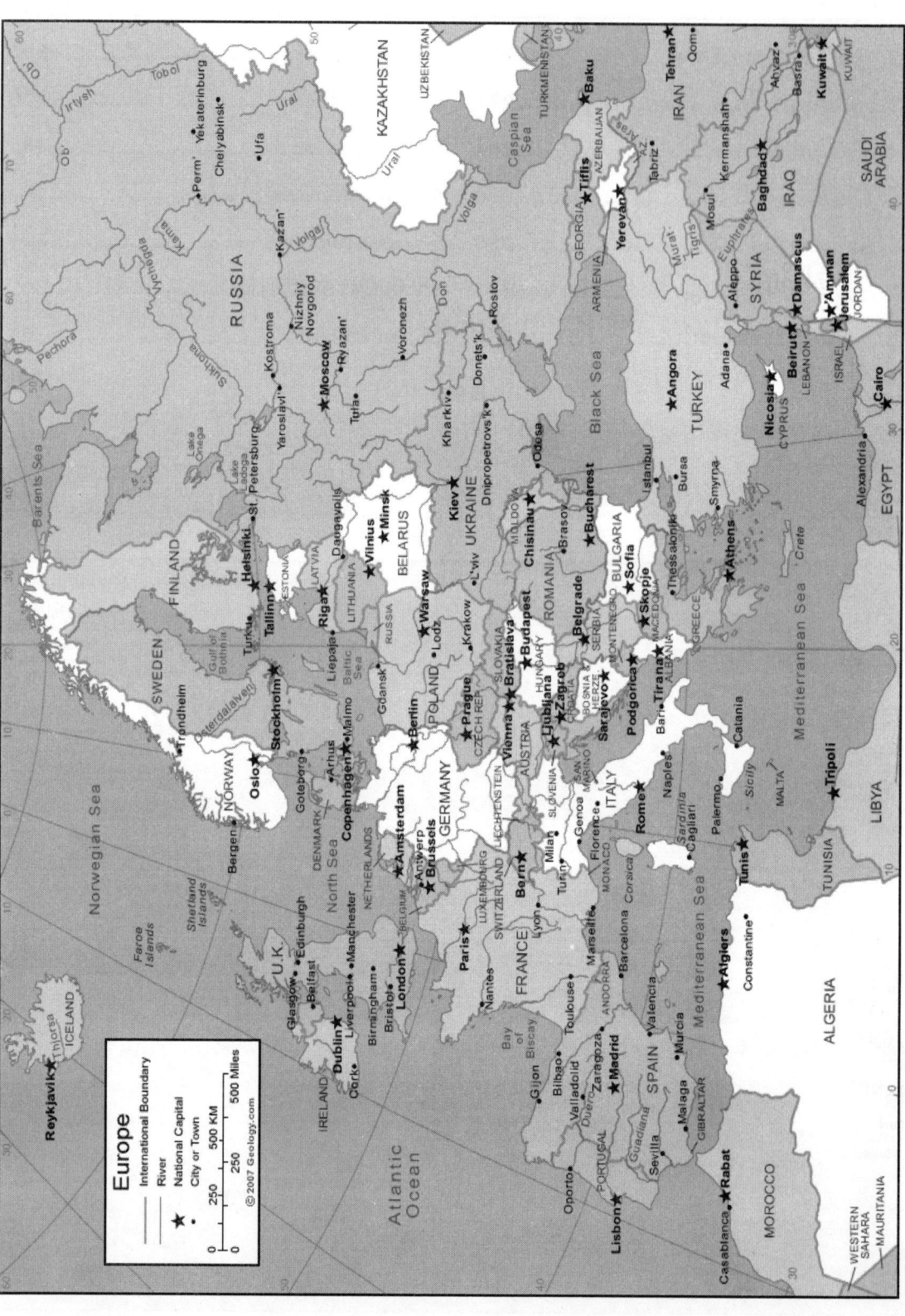

1

கிரேட் பிரிட்டன் (அயர்லாந்து-இங்கிலாந்து)

எப்படி ஒரு குடும்பத்தினரைப் பற்றி அறிந்துகொள்வதற்கு முன் அக்குடும்பத்தின் முன்னோரைப் பற்றி தெரிந்து கொள்கிறோமோ, அப்படி ஒரு தேசத்தின், பொது விஷயங்களை முதலில் தெரிந்து கொண்டு, பின்பு அத்தேசத்தில் புகழ் பெற்ற பல முக்கிய இடங்களைப் பற்றி தெரிந்துகொள்வது அர்த்தமுள்ளதாக இருக்குமென்பதால், அதனின்று தொடங்கப் படுகிறது.

ஆங்கில எழுத்து வரிசையில், முதலில் தொடங்கும் 'A'யைப் போல, எண் வரிசையில் தொடங்கும் முதல் எண் '1'ப் போல, சரித்திரம் படைத்த பல நாடுகளுள் முன்நிற்பது இங்கிலாந்தே என்றால் அது மிகையாகாது.

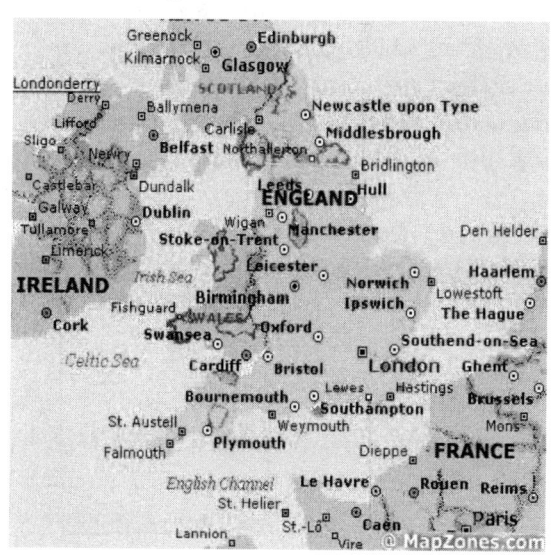

இங்கிலாந்து என்றதுமே, நமது நினைவுக்கு வருவது 'பக்கிங்ஹாம்' பேலஸ். வரலாற்றுப் புகழ் பெற்ற இந்த மாளிகைதான் அந்நாட்டின் அரச பரம்பரையினர் வாழுமிடம். தற்போதைய ராணி எலிசபெத் அவர்கள் இங்குதான் வசித்து வருகிறார். எடின்பெரோவில் உள்ள மற்றுமோர் சிறப்பு மிக்க அரண்மனையும், அரச பரம்ரையைச் சார்ந்ததே. பக்கிங்ஹாம் பேலஸ் நுழைவாயிலில் காவல் பணிபுரியும் படையினரின் ஒவ்வொரு நாளின் பணிமாற்றமும், ஒரு சிறப்பு அம்சமே. இது ஒரு கண்கொள்ளாக் காட்சி. இதைப் பார்ப்பதற்கே மக்கள் கூட்டம் அதிகமாக இருக்கும்.

அடுத்து தேம் நதியின் குறுக்கே கட்டப்பட்டுள்ள பாலம். இது பார்ப்பதற்கு ஏறக்குறைய நமது கொல்கத்தாவிலுள்ள ஹௌரா பாலத்தைப் போன்று இருந்தாலும், அதன் பரிமாணத்தில் கொஞ்சம் பெரிதாகக் காணப்படுகிறது.

முன்னேறிய இந்த இங்கிலாந்து தேசத்தில், ஒவ்வொரு பகுதியும், ஒவ்வொரு விதத்தில் முக்கியத்துவம் வாய்ந்தவை.

பொதுவாக வெளிநாடுகளுக்குச் சென்று சுற்றிப் பார்ப்பது ஒரு சுகமான அனுபவம். அந்த வகையில் இங்கிலாந்தைக் காணும்போது, ஒரு சில முக்கிய இடங்களைப் பற்றிய குறிப்புகள் மிக அத்தியாவசியமாகப் படுகிறது. அவற்றில் சில:

1

வின்ட்சர் கோட்டை

இது ஒன்பது நூற்றாண்டுகளாக இங்கிலாந்து பேரரசர்களின் வசிப்பிட

மாக திகழ்கிறது. பதினொன்றாம் நூற்றாண்டில் மரத்தினால் கட்டப்பட்ட கோட்டை, அடுத்த நூற்றாண்டில் மீண்டும் கல்லால் கட்டப்பட்டது. அதன் பிறகும் பல மாற்றங்களை 1820 வரை மேற்கொண்டனர். இந்தக் கோட்டையை மேலும் மேலும் அழகுள்ளதாக்க இப்படிச் செய்தனர்.

இந்தக் கோட்டையைச் சுற்றிலும் பாதுகாப்பு சுவர் கட்டப்பட்டது. இரண்டாவது எலிசபெத் ராணி அரண்மனையில் வேலை செய்பவர்களுக்கு வழங்கப்பட்ட குடியிருப்புகள் கிழக்குப் பகுதியில் உள்ளது. இந்தக் கோட்டையில் விலையுயர்ந்த பொக்கிஷங்கள், ஓவியங்கள், நகைகள், வரலாற்று பொருட்கள் உள்ளன.

நுழைவாயிலில் ஒரு பொம்மை வீடு உள்ளது. அங்கு 40 அறைகள் உள்ளன. உலகின் பல்வேறு நாடுகளிலுள்ள பொம்மைகள் அங்கு சேகரித்து வைக்கப்பட்டுள்ளன. அதன் அருகில் விருந்தினர் அறைகள், பல அரசர்கள் மற்றும் ராணிகளின் கல்லறைகள் இந்த கோட்டைக்குள் மிகவும் அழகாக கட்டப்பட்டுள்ளன.

இங்கிலாந்தின் தேசிய அடையாளமாக விளங்குகிறது, இந்த வின்ட்சர் கோட்டை. அந் நாட்டின் இதயப் பகுதியில் அமைந்துள்ள இக்கோட்டை 1,000 அறைகளைக் கொண்டது. வின்ட்சர் என்பது உலகின் மிகப் பழைமையான, பிரம்மாண்டமான மற்றும் அதிகம் பேர், வசிக்கும் கோட்டையாகவும் விளங்குகிறது.

இங்கிலாந்தின் தற்போதைய அரசி இரண்டாவது எலிசபெத் தன் இளமைப் பருவத்தை பெரும்பாலும் இங்கு செலவிட்டார். 1992 - இல் ஏற்பட்ட ஒரு தீ விபத்தில் 100 அறைகள் எரிந்துவிட்டன. பிறகு 53 பில்லியன் டாலர் செலவில் புதுப்பிக்கஆரம்பித்து, 1997 - இல் முடிக்கப்பட்டது. 900 வருடங்களுக்கு முன் வெற்றி வீரன் ‘வில்லியம்’ அவர்களால் கட்டப்பட்ட பழைய பாணியிலேயே கட்டுமானப் பணி நிறைவேற்றப்பட்டது. அது முதற்கொண்டு, 8 தலைமுறைகளில் வந்த அரச குடும்பத்தினர்கள் இதில் தங்கியிருந்தனர். 1916 - இல் ஐந்தாம் ஜார்ஜ் மன்னர் இதன் மீது கொண்ட நேசத்தின் காரணமாக இதன் பெயரைத் தன் பெயருடன் சேர்த்துக் கொண்டார்.

இது லண்டனிலிருந்து 34 கி.மீ. தூரத்திலிருக்கிறது. இந்தக் கோட்டையை நாள்தோறும் பொது மக்கள் பார்வையிடலாம் என்றபோதிலும், ஏப்ரல், ஜூன் மற்றும் டிசம்பர் மாதங்களிலும், அரச குடும்பத்தினர் ஏதேனும் விழாக்கள் நடத்தும் போதும் சுற்றுலா செல்வோருக்கு அனுமதி இல்லை.

2

கிளைவ்டென்

கிளைவ்டென் எனும் இந்த எழில் மிகு ஹோட்டல், பர்க்ஷயர் என்ற இடத்திலிருக்கிறது. ஆகா... அதிசயம்...

இதன் அழகை அதிசயம், அற்புதம் என்ற வார்த்தைகளால் வர்ணிப்பது என்பது போதாது.1966 வரை பிரின்ஸ் வேல்ஸூக்கு முந்தைய காலத்தில் இருந்தவர்களின் ‘இத்தாலிய’ கலைகள் பலவும் இங்கு பிரதிபலிக்கின்றன. புகழ் பெற்ற வால்டோ உணவகத்தின் பல்சுவை இரவு உணவு அனைவரையும் லண்டனிலிருந்து இங்கு

ஈர்க்கிறது. 376 ஏக்கரிலிருக்கும் இந்த ஹோட்டலில், ஓட்டத்துக்கும், ஜாகிங்கிற்கும் மற்றும் எல்லாவிதமான கேளிக்கைகளுக்கும் இடமுண்டு. 15அடி உயரமுள்ள, ஒரு ஜன்னல் வழியாக தேம்ஸ் நதியில் மிதந்து செல்லும் படகுகளை பார்ப்பது கண்கொள்ளாக் காட்சியாகும். ஹோட்டலில் ருசியான உணவை உண்டு மகிழ்வதோடு, சீருடை அணிந்த படகோட்டிகள் ஓட்டும், கலை நயம் கொண்ட படகுகளில் பிரயாணம் செய்வது ஓர் அலாதி இன்பத்தை அளிக்கும்.

3

செஸ்டர்

சுவரால் சூழப்பட்ட நகரமான செஸ்டர், பேருவகையூட்டக்கூடிய கட்டடக்கலையைத் தன்னகத்தே கொண்ட நகரமாகும்..

நான்கு பக்கங்களிலும் சுவர்களால் சூழப்பட்ட, இது ஒரு கலைப்பொக்கிஷம் என்பதாலேயே அனைவரையும் கவருகிறது. இங்கிலாந்தில் செஸ்ஷயர் என்னுமிடத்திலிருக்கிறது. “நான் பார்த்த எல்லா நகரங்களைக் காட்டிலும், அதிக இன்பத்தை தருகிறது இது!” என்று 1779-இலேயே செஸ்டரைப் பற்றி ஜேம்ஸ் போஸ்வெல் என்ற ஒரு பிரபல எழுத்தாளர் கூறியிருக்கிறார்.

நன்கு பராமரிக்கப்பட்டு வரும் கோட்டைச் சுவர்கள், இங்கிலாந்திலேயே உள்ள அற்புதங்களின் அற்புதம். ரோமானிய கலாசாரத்துடன் கட்டப்பட்ட கலை நுணுக்கங்கள் நிறைந்தவை. சுவரின் மீது 2 மைல் தூரம் நடந்து செல்கிற அளவுக்கு நடைபாதையும் உண்டு. சுவர்களின் சில பாகங்கள், இடையே உள்ள செம்மண் கற்களால் கட்டப்பட்ட இரு ஆலயங்களை இரு பக்கங்களிலும் கடந்து செல்வது சுகமான அனுபவம். இதுவே 19 - ஆம் நூற்றாண்டில் ஈஸ்ட்கேட் பகுதியில் நிறுவப்பட்ட மணிகூண்டுக்கு அழைத்துச் செல்கிறது. அத்துடன் கறுப்பு வெள்ளை நிறம் கொண்ட ‘மேக்பை’ எனும் பறவைகளின் ‘வேடந்தாங்கலாக’வும் இந்தச் சுவர் விளங்குகிறது. அவற்றின் சப்தம், இனிமையானது.

குரோஸ்விநார் எஸ்டேட்டின் வெஸ்ட் மின்ஸ்டர் ட்யூக் அவர்

களுக்கு சொந்தமான ஹோட்டல் உள்ளது. சுவை அறிந்து உணவு வகைகளை தயாரித்துத் தரும் இந்த சிற்றுண்டிச் சாலைக்கு போட்டியாக, ஒன்றுமே கிடையாது இங்கே.

இது லண்டனிலிருந்து வடமேற்கில் 333 கிலோ மீட்டரில் உள்ளது. மான்செஸ்டருக்குத் தென்மேற்கில் 99 கி.மீ-இல் உள்ளது. ஜூலை கடைசி இரு வாரங்களில் இங்கு கோடை இசை விழா நடைபெறுவது வழக்கம். அப்போது பாட்டும் கொண்டாட்டமுமாக இருக்கும். இந்த காலகட்டமே அங்கு சென்று தங்குவதற்கு சிறந்த நேரம்.

4
செயின்ட் ஐவ்ஸ்

இங்கிலாந்தின் 326 மைல் நீளமான கார்ன்வஸ் கடலோரப் பகுதியில் அமைதியான பல கிராமங்கள் உள்ளன. இவற்றில் செயின்ட் ஐவ்ஸ் புகழ்பெற்ற மீனவ கிராமமாகும். இங்குள்ள தூய்மையான குடியிருப்புகள் ஏராளமான சிற்பக் கலைஞர்களை ஈர்த்துள்ளது.

பிரிட்டனின் புகழ்பெற்ற கலைஞர்களின் குடியிருப்பாக இன்று இந்தப் பகுதி திகழ்கிறது. பிரிட்டனின் கலை நயத்திற்கு புகழ்பெற்றதாக திகழும் டாடே காலரி கடந்த 1993ஆம் ஆண்டு இங்கு தனது கிளையை திறந்தது.

பிரதான அருங்காட்சியகத்திலிருந்து கொண்டு வரப்பட்ட செயின்ட் ஐவ்ஸ் கலைப்பள்ளியை சேர்ந்த கலைஞர்களின் கண்கவர் படைப்புகள் இங்கு இடம் பெற்றுள்ளன.

சிறப்பு பெற்ற பார்பரா ஷெப்வொர்த் அருங்காட்சியகம் மற்றும் சிற்பக் கூடாரம் இங்கு உள்ளது. மன்னர் ஆர்தர் அருகாமையில் உள்ள டின்நாகல் கோட்டையில்தான் பிறந்தார் என்ற பெருமையும் இதற்குண்டு.

இந்த செயின்ட் ஐவ்ஸ், லண்டனுக்குத் தென்மேற்கில் 515 கி.மீ. தொலைவிலும், லாண்ட்ஸ் என்ட் தேசத்தின் முடிவான இடத்திலிருந்து, 34 கி.மீ. தொலைவிலும் உள்ளது.

5
ட்ரெஸண்டன் மற்றும் கடலுணவு சிற்றுண்டிச்சாலை

கார்னிஷ் ரிவேரா அருகில் உள்ள கடற்கரைப் பகுதி மகிழ்ச்சியின் உறைவிடம். மிகப் பழைமை வாய்ந்த உல்லாசப் படகுகளின் புகலிடமாகிய இங்கு, ஹோட்டல் ட்ரெஸண்டன் என்ற விடுதி உள்ளது. தெற்குக் கடற்கரையோரம், தங்குவதற்கான சிறப்பு வாய்ந்த இடமாக இது கருதப்படுகிறது. ரோஸ்லாண்ட் தீபகற்பத்தில், கார்ன்வால் தட்ப வெப்பநிலையில், கடற்கரை ஓரத்தில், பார்க்க சிறந்ததாகவும், மீன் பிடிப்புகளால் பாதிக்கப்படாமலும் இருக்கிறது இது. ஹோட்டல் பரம்பரையைச் சார்ந்த ஓல்கா போலிசி என்பவரும், அவருடைய குடும்பத்ினரும் இணைந்து, ஆரம்பித்ததுதான் இந்த தங்கும் விடுதி. காற்றோட்டமுள்ள திறந்தவெளி மாடியும் (மேல்தளமும்), கடலையே அளந்துவிடக் கூடிய தொலைவில் கட்டடமும் கொண்டது. உள்ளூர் பொருள்களைக் கொண்டு தயாரித்த மிகச்

சிறந்த உணவு வகைகளை வழங்கும் இந்த உணவுச் சாலை ஞாயிற்றுக் கிழமைகளில் மதிய உணவுக்கு மிகப் பிரசித்திப் பெற்றது.

அடுத்த மெச்சத்தக்க இடம், பாட்ஸ் டௌவின் பிரசித்திப் பெற்ற கடல் உணவுச்சாலை. நட்புணர்வு கொண்ட பாட்ஸ்டௌ என்ற சிறிய துறைமுகமும், காரன் வெல்லின் பழைமை வாய்ந்த நகரங்களில் ஒன்று. இது 6-ஆம் நூற்றாண்டில் கண்டுபிடிக்கப்பட்டது. சுற்றுலாப் பயணிகளைக் கவரக்கூடிய ஏராளமான விஷயங்களைத் தன்னுள் கொண்டுள்ளது.

பல நாடுகளில் இருந்து வரும் சுற்றுலாப் பயணிகள் நல்ல வெளிச்சத்தில், இனிய காற்றோட்டத்தில், சுற்றிலும் பசுமை நிறைந்த தோட்டத்தில் அமைந்துள்ள இந்த உணவு சாலையில் கடல் உணவுகளை சாப்பிடுவதில் பேரானந்தம் அடைவார்கள்.

இந்த ஹோட்டல் 'ட்ரெஸன்டன்', லண்டனுக்கு தென்மேற்கில் 483 கி.மீ. தொலைவிலும், லாண்ட்ஸ் என்டிலிருந்து 88 கி.மீ. தூரத்திலுமுள்ளது.

6

சாட்ஸ்வொர்த் ஹவுஸ்

இங்கிலாந்தின் மிக பிரபலமான இடங்களில் ஒன்றுதான் டெர்பிஷயர். வரலாற்றுப் புகழ் பெற்ற பல 'கிரேட் ஹவுஸ்'களில் ஒன்றே இந்த சாட்ஸ்

வொர்த் ஹவுஸ். பல நூற்றாண்டுகள் பழைமை வாய்ந்த இது மனதை மிகவும் கவரக் கூடியதாகும்.

இதில் பொதுஜனங்கள் தங்குவதற்காக 300 அறைகள் உள்ளன. இவற்றில் குறிப்பாக சில அறைகள் பணத்தை அள்ளிக் கொட்டி செல்வ செழிப்புடன் கூடிய கலை பொக்கிஷங்களால் அலங்காரங்கள் செய்யப்பட்டிருக்கும். அழகான தோட்டங்களும் உள்ளன. 1760-இல் ப்ரவுன் என்பவரால் ஏற்படுத்தப்பட்டது. பின்னர் ஒரு நூற்றாண்டுக்குப் பிறகு, கௌரவமிக்க ஜோசப் பாக்ஸ்டன் அவர்கள், ஐரோப்பாவிலேயே மிகச் சிறந்த ஒரு தோட்டமாக இதனை மாற்றினார்.

டர்வென்ட் பள்ளத்தாக்கில் பசுமை வாய்ந்த இடத்தில், 17-ஆம் நூற்றாண்டில் தான் இந்த பரோக் அரண்மனை கட்டப்பட்டது. முக்கியமாக, மிகவும் புகழ் பெற்ற பூந்தோட்டமாகவும், அதிவேகம் கொண்ட நீர்வீழ்ச்சியாகவும் காஸ்கேட் ஹவுஸ் என்ற பெயருடன் விளங்கியது.

பல ஏக்கர் பரப்பளவுள்ள பார்க் லாண்டில், 100 ஏக்கருக்குப் பூந்தோட்டம் உள்ளது. இதைப் பார்க்க வருபவர்கள் முதலில் தொழுகை இடத்தைப் பார்த்து முடித்துவிட்டு வருவர். ஏனென்றால் அதன் உட்பக்கத்தில் பரோக் என்ற கலை அம்சம் கொண்ட படைப்புகள் அதிகம்.

இது லண்டனிலிருந்து வடக்கில் 241 கி.மீ. தூரத்தில் உள்ளது. பேக்

வெல்லுக்குக் கிழக்கே 6 கி.மீ. தூரம்தான் இருக்கிறது. மே மற்றும் செப்டம்பர், மாதங்கள் கண்டு ரசிப்பதற்கு சிறந்த மாதங்கள்.

7

கிட்லீ பூங்கா

கற்பனைக்கு அப்பால் சங்கீத சூழ்நிலையில் ரசிப்பதற்கு ஓர் அமைதியான இடம் இது. டாட்மூர் தேசிய பூங்காவின் வனாந்தரப் பகுதியில், ஆழமாக புதைக்கப்பட்டது போல விளங்கும். தனித்த இடத்திலிருக்கும் இந்த கிட்லீ பூங்காவானது,

பயத்துடன் தனித்து நிற்கும் விருந்தினர்களை, பாதையோர பலகைகளில் எழுதப்பட்டிருக்கும், 'தைரியமாக இரு' போன்றவை, அவர்களை வழி நடத்தி இட்டுச் செல்கின்றன. ட்யூடர் கால பழக்க, வழக்கப்படி ஒற்றைப் பாதையிலேயே வாகனத்தை ஓட்டி, வழக்கப்படி, பெருமைக்குரிய 45 ஏக்கர் பூந்தோட்டம், புல்வெளி, மரக்காடுகள் போன்றவை யாவும் சிறிது நேரத்தில், மிகப் பழக்கப்பட்டவை போல மாறி, பிரிட்டனின் இரண்டாவது பெரிய பூங்காவில் சுற்றிக்கொண்டு சேர்த்து விடும். மேல் தளத்திலிருந்து நோக்கும்போது, வடக்கு டெய்ன் ஆற்றின் வேகமாக ஓடும் தண்ணீரின் சப்தம் இனிமையாகக் கேட்கும். இரவில், இந்த ஓசை, இன்னிசைத் தாலாட்டு போல் நன்கு தூங்கச் செய்யும். இதுவே காலையில் சுறுசுறுப்போடு எழுந்து ஆற்றங்கரைக்குச் சென்று மீன்களைப் பிடிக்கவும் உற்சாகமளிக்கும். இந்த அனுபவத்தை நமக்கு அளிப்பது கிட்லி பூங்காவே. 1977 - இல் இது திறக்கப்பட்டதிலிருந்து, இங்கிலாந்திலுள்ள ஏனைய அனைத்து இடங்களையும் விட, இந்த கிட்லிபூங்கா அனைவருக்கும் ஓர் உல்லாசத்தின் உச்சகட்ட இடமாக விளங்குகிறது. இது லண்டனிலிருந்து தென்மேற்கில் 354 கி.மீ. தூரத்தில் உள்ளது.

இங்கிலாந்தில் இந்த தேவான் பகுதியில் சுற்றியுள்ள, மற்ற சில முக்கிய இடங்களில் ஒன்று, கடலில் உள்ள பிக் பெர்ரியில் இருக்கும் பர்க் ஐலாண்டு ஓட்டல். சரித்திரங்களைத் தாங்கி நிற்கும் இது, உல்லாசத்துக்கு பெயர் பெற்றது.

அடுத்து லிப்டன் என்ற இடத்திலுள்ள, அருண்டல் ஆர்ம்ஸ் என்பது. இதை ஒரு விளையாட்டு வாழ்க்கையின் பிறப்பிடம் எனவும் கூறுவர். இதை இங்கிலாந்தின் மிக பிரசித்திப்பெற்ற மீனவர் ஹோட்டல் எனவும் கூறுவர்.

மற்றும், தேவானில், லின்மவுத் என்ற இடத்திலுள்ள 'தி ரைஸிங் சன்' என்ற விடுதி, இங்கிலாந்தின் 'ஹெரிடேஜ் கோஸ்ட்' என்கிற கடற்கரை பகுதியிலுள்ளது. இதில்தான் ஆங்கிலக் கவிஞர் ஷெல்லி 1812-இல் தனது தேனிலவைக் கொண்டாடினார்.

இவற்றோடு ஈஸ்டு ஸஸ்ஸெக்ஸில் உள்ள "ராயல் பெவிலியன்" என்பதும், லீவிஸ் என்ற இடத்திலுள்ள கிளைண்டிபோர்னே ஃபெஸ்டிவல் என்பதும், க்ளௌசெஸ்டர்ஷயர், மற்றும் ஓர்செஸ்டர்ஷயர் என்ற இடங்களிலுள்ள, காட்ஸ் ஒல்டுஸ் என்பவையும், நியூ மில்டன் - ஹாம்ப்ஷயரில் உள்ள செவ்டன் க்ளீன் என்பவையும், பிரசித்திப் பெற்ற சுற்றுலாத் தலங்களாக விளங்குகின்றன.

8

வின்செஸ்டர் கதீட்ரல்

மத்திய காலத்துக்குரிய இந்த அதிசயம் இன்றும் ஆச்சரியத்தையும், திகைப்பையும் ஏற்படுத்திக் கொண்டிருக்கிறது. இந்த வின்செஸ்டர் கதீட்ரல் ஹாம்ப்ஷயரில் இருக்கிறது. இதன் உயரம் 526 அடி. பன்னிரண்டு அடுக்குகள் கொண்ட ஜெபக் கூடத்தைக் கொண்ட இது, இங்கிலாந்தின் மிகப்பெரியதும், நினைவில் நிற்கக் கூடியதுமாக விளங்குகிறது.

மத்திய காலத்தில் வெஸ்ஸெக்ஸின் ஆங்கிலோ-சாக்ஸன் ராஜ்யத்தின்

தலைநகரான வின்செஸ்டர் ஒரு பெரிய தெய்வ வழிபாட்டுத் தலமாகவும், வியாபார மையமாகவும் விளங்கியது. அருகிலிருந்த 'விட்' என்ற தீவில், சிதைந்து கிடந்த சாக்ஸன் தேவாலயத்தின் 'க்வார்' கற்களைக் கொண்டு, இந்த தேவாலயம் கட்டப்பட்டது.

வின்செஸ்டர் கதீட்ரல், லண்டனிலிருந்து, தென்மேற்கில் 166 கி.மீ.-இல் உள்ளது.

ஹாம்ப்ஷயரில் உள்ள மற்றொரு முக்கிய இடமானது, நியூ மில்டன் என்ற இடத்திலுள்ள, சீவ்டன் க்ளென் என்பது.

9

கேன்டர்பரி கதீட்ரல்

ஆங்கிலேயர்களின் வரலாற்றில், இது அவர்களது தாய் தேவாலயமாகக் கருதப்படுகிறது. இது கென்டில் உள்ள கேன்டர்பரி என்ற இடத்தில் உள்ளது. 1170 - ஆம் ஆண்டு ஆங்கிலேய வரலாற்றில் மிக முக்கியமான சம்பவம் ஒன்று நடைபெற்ற இடம் இது. 'இரண்டாம் ஹென்றி' யின் 4 போர் வீரர்களால், ஆர்ச்

பிஷப் தாம பெக்கே என்பவர், இந்தத் தேவாலயத்தின் வடமேற்கு வாயிலில் கொடூரமாகக் கொலை செய்யப்பட்டார். மூன்றாண்டுகளுக்குப் பிறகு அவரை புண்ணிய புருஷராக ஏற்றபோது, தவறை உணர்ந்த இரண்டாம் ஹென்றி, இந்தத் தேவாலயத்தை, ஆங்கில கிறி துவர் களின் மையமாக ஆக்க உறுதியளித்தார். அதன் பின்பு ஏற்பட்ட ஒரு மாபெரும் தீ விபத்தினால் பழைய அமைப்பு சேதப் பட்டதால், 1174-இல் இந்த புனித தேவாலயம் மீண்டும் புதுப்பிக்கப்பட்டு சிறந்த முறையில் சேவை செய்ய ஆரம் பித்தது.

இந்தத் தேவாலயம் புகழ் பெற்ற தற்குக் காரணம், அதன் 12, 13-ஆம் நூற்றாண்டுகளில் தலைதூக்கி நின்ற வர்ணம் பூசப்பட்ட ஜன்னல்களின் கண்ணாடிக் கதவுகள்.

1942 - இரண்டாம் உலகப் போர் விமானத்தாக்குதலின்போது, உள்ளூர் மக்கள், இந்தக் கண்ணாடிக் கதவுகளை கழற்றிப் பத்திரப்படுத்தி வைத்தனர். மாற்றி மாட்டப்பட்ட கண்ணாடிக் கதவுகள் அனைத்தும் அழிந்து விட்டாலும், இந்த தேவாலயம் மட்டும், பாதிக்கப்படா மல், மிகவும் பத்திரமாக இருந்தது.

பழைய கண்ணாடி கதவுகள் திரும்ப வும் மாட்டப்பட்டன. அவற்றுள் மிக மிக முக்கியமானதாகக் கருதப்படுபவை 'கிரேட் வெ ட் வின்டோ' 'பைபிள் வின்டோ' மற்றும் 'மிராக்கள் வின்டோ' ஆகியவை.

லண்டனிலிருந்து 'டோவர்' துறை முகத்துக்குச் செல்லும் வழியில் அமைந் திருக்கும் இந்த கேன்டர்பரி தேவாலயம் பழைய ரோமானியர்கள் காலத்திலேயே, பிரசித்திப் பெற்ற ஒன்று.

இந்தத்தேவாலயம், லண்டனிலிருந்து தென் கிழக்கில் 90 கி.மீ. தொலைவில் உள்ளது.

இந்த தேவாலயம் ஒவ்வொரு நாளி லும், அதாவது திங்கள் முதல் வெள்ளி வரை காலை 8 மணிக்கும், மாலை 5.30 மணிக்கும் மற்றும் சனி/ஞாயிறுகளில், மாலை 3.15 மணிக்கும் திறந்திருக்கும்.

10

லீட்ஸ் கோட்டை

கென்ட்டில் உள்ள மெயிட் டோன் என்ற ஊரில் இருக்கும், இந்த லீட் கோட்டை, அதைச் சுற்றியுள்ள தண்ணீர் பரப்பில், அதனுடைய கோபுரத்தின் பிரதிபலிப்பால் காண்போரைக் கவர் கிறது.

'உலகத்திலேயே மிகச்சிறந்த, வசீகரமான கோட்டை' என லார்ட் கான்வே இதைப் பற்றி வர்ணித்திருக் கிறார். இது சரித்திர முக்கியத்துவத்தை யும், பார்த்து ரசிக்கக் கூடிய தன்மையை யும் பெற்றிருக்கிறது. 9-ஆம் நூற்றாண்டில் மரத்தினால் கட்டப்பட்டிருந்த இந்தக் கோட்டை, 12-ஆம் நூற்றாண்டில் புதுப் பிக்கப்பட்டது.

இக்கோட்டையைச் சுற்றி அகழி போல தண்ணீர் இருந்தாலும், அது ஒரு தற்காப்புக்காக மட்டும் இல்லாமல், அழகை அள்ளித் தெளித்து அனை வரையும் கவரச் செய்கிறது.

1988-இல் ஏற்படுத்தப்பட்ட பறவை களை வைத்து வளர்க்கும் ஒரு கூட்டையும் சேர்த்து, சுமார் 500 ஏக்கர் பூங்காவுக்கான நிலமும், தோட்டத்துக்காகவும் சேர்த்து கொடுக்கப்பட்டிருந்தது.

நாய்களும் காவல்புரிந்த அந்த காலத் தில், 'டாக் காலர் மியூசியம்' ஓர் அதிசய மாக இருந்தது.

இதுவும் லண்டனிலிருந்து, தென் கிழக்கு திசையில் 64 கி.மீ. தொலைவில் உள்ளது.

ஜூன், ஜூலை மாதத்தில் திறந்தவெளி இசை நிகழ்ச்சிகளும் இங்கு நடைபெறும்.

கிரேட் பிரிட்டன் (அயர்லாந்து-இங்கிலாந்து)

லண்டனிலிருந்து தென்கிழக்குத் திசையில் 45 கி.மீ. தொலைவில் சிசிங்கர்ஸ்டு கோட்டை தோட்டம் உள்ளது. இது கென்டில் 'சிசிங்கர்ஸ்டு' என்ற இடத்தில் உள்ளது.

இங்கிலாந்து லங்காஷயரில் உள்ள 'லேக் டிஸ்ட்ரிக்ட்' சுற்றுலாப் பயணிகள் பார்க்க தவறவிடக் கூடாத இடம். 'மனிதர்களால் அதுவரை அறியப்பட்ட இடங்களிலேயே மிகவும் அழகான இடம்' என்று வில்லியம் வோர்ட்ஸ் வொர்த் விவரித்துள்ளார்.

லண்டனுக்கு வடமேற்கில் 451 கி.மீ. தொலைவில் உள்ளது. இங்கு சுற்றுலா செல்ல உகந்த காலம் வசந்த காலம். அப்போது அழகான பூக்கள் விழும் காலம்..

11
லண்டன்

"இலண்டனைப் பார்த்து, ஒரு மனிதன் சோர்வுற்றானேயானால், அவன் தன் வாழ்க்கையிலே சோர்வுற்றவனாவான். ஏனெனில் வாழ்க்கைக்கு வழங்கும் அத்தனை அம்சங்களும் இலண்டனில் உள்ளன."

இங்கிலாந்தின் தலைநகரமான இலண்டனைப் பற்றி, சாமுவேல் ஜான்ஸன் இப்படி சொல்கிறார்:

"லண்டன் ஒரு வித்தியாசமான - முரண்பாடான அம்சங்கள் நிறைந்த நாடு. இது ஒரே நேரத்தில் பகட்டுக்குத் தொட்டிலாகவும், மற்ற தீவிர துஷ்டத்தனத்துக்குத் தாயகமாகவும் விளங்குகிறது.

36 உலகில் பார்க்க வேண்டிய இடங்கள்

இலண்டனில் ஒவ்வோர் இடத்திலும் ஒரு முக்கியத்துவம் இருந்தாலும், அதிக முக்கியத்துவம் வாய்ந்த சில இடங்களை குறிப்பிடுகிறோம் இங்கே.

1. பிரிட்டிஷ் மியூசியம்: இது கிரேட் ரஸெல் செயின்ட் புளூம் பரியில் உள்ளது. இந்த 2.5 மைல் அளவு வி தீரணமுள்ள

பல அபூர்வப் பொருள்கள் கொண்ட காலரிகள் அடங்கிய பிரிட்டிஷ் மியூசியத்தைப் பார்த்து ரசிக்க ஒரு வார காலம் தேவைப்படும்.

2. பக்கிங்ஹாம் அரண்மனை: இங்கிலாந்து அரச குடும்பத்துக்கு சொந்தமான

மாளிகைகளில் பக்கிங்காம் அரண்மனையும் ஒன்று. இந்த அரண்மனையின் ஒரு பகுதியில் இப்போதும் பிரிட்டிஷ் அரச குடும்பத்தினர் வசிக்கின்றனர். அரசி இந்த அரண்மனையில் இருந்தால் அந்தச் செய்தி இங்கு கொடி பறக்க விடப்படுவதன் மூலம் அறிவிக்கப்படுகிறது. லண்டன் நகரில் சுற்றுலாப் பயணிகள் அதிகமாக கூடும் இடங்களில் பக்கிங்காம் அரண்மனையும் ஒன்று என்பது குறிப்பிடத்தக்கது.இது அந்நாட்டு ராணியின் அதிகாரபூர்வ குடியிருப்பு. 600 அறைகளைக் கொண்ட இந்த அரண்மனை, ராணி ஊரில் இல்லாதபோது மட்டுமே பொது மக்களுக்குத் திறந்து விடப்படும். காவலர்களின் பணி மாற்றம் ஒவ்வொரு நாள் காலை 11.30 மணிக்கு நிகழும். இது பார்த்து ரசிக்க வேண்டிய காட்சி.

3. ஹாம்டன் கோர்ட்: 500 ஏக்கரில் இயற்கை நிலத்தோற்றமுடைய பூந்தோட்டங்களும், பிரசித்திப்பெற்ற பெரிய திகைப்பூட்டுகிற புதர்களும் கூடிய இடம் இது. 200 ஆண்டுகளுக்கு அரசரின் அரண்மனையாக இருந்த இது எட்டாம் ஹென்றியும், அவருடைய 6 மனைவிமார்களில் 5 பேர் தங்கியிருந்த இடமும் கூட. லண்டனுக்கு 20 கி.மீ-இல் உள்ளது.

4. ஹைடு பூங்கா / கிங்ஸ்டன் தோட்டம்: இது லண்டனில் உள்ள மிகப்பெரிய தோட்டம். இங்குதான் எட்டாம் ஹென்றி மான்களை வேட்டையாடி மகிழ்ந்தார்.

5. நேஷனல் காலரி: 13 முதல் 20 - ஆம் நூற்றாண்டு வரை ஐரோப்பாவின் பெரிய கலைப் பள்ளிகளிலிருந்து சேகரிக்கப்பட்ட கலைப்பொருள்கள் அடங்கியது, இந்த காலரி.

6. செயின்ட் பால் கதீட்ரல்: இது 17-ஆம் நூற்றாண்டின் "சர் கிரிடபர் ரென்" அவர்களின் சாதனை. இவரது உடல்,

பூமியின் கீழே ஓர் அறையில் புதைக்கப் பட்டுள்ளது. இது, 'தி ஸிடி' என்றழைக்கப் படும் வால் ட்ரீட் போன்ற பகுதியில் அமைந்துள்ளது. இதன் மிகப்பெரிய கோபுரம் போன்ற கூரையிலிருந்து ஒரு சுற்று சுற்றி வந்தால், இலண்டன் மாநகரின் அற்புதத் தோற்றத்தை 360° கோணத்தில் பார்த்து ரசிக்கலாம்.

7. டாடே காலரி: இது ஐரோப்பியக் கலைக் களஞ்சியம். மிகப் பெரியதும் கூட. இரண்டு தனித்தனிப் பொருட்காட்சி நிலையமாகப் பிரிக்கப்பட்டிருக்கிறது. "தி டாடே பிரிட்டன்" என்பது இலக்கிய சிறப்புகளைக் காத்து வருகிறது. "டாடே மார்டன்" என்பது, 1900 முதல் தற்காலம் வரையுள்ள, கலைச் செல்வங்களை உள்ளடக்கியது. இது தேம் நதி மேல்

கட்டப்பட்டுள்ள பாலத்தின் மூலம் தொடர்பு கொள்ள வேண்டிய ஒன்று.

8. லண்டன் கோபுரம்: லண்டன் நகரின் மிகச் சிறந்த சுற்றுலாத்தலமாக 'லண்டன் கோபுரம்' அமைந்துள்ளது. வரலாற்றில் கிடைத்த அரிய சான்றுகள் இங்கு காட்சிப் பொருளாக வைக்கப்பட்டுள்ளன. எதிரி களிடமிருந்து லண்டன் நகரத்தை காப் பாற்றுவதற்காக கி.பி.1070-ஆம் ஆண்டு களில் லண்டன் கோபுரம் கட்டப்பட்டது.

சுமார் 20 கோபுரங்களின் தொகுப்பாக இந்த கட்டிடம் அமைந்துள்ளது. அரசர் களுக்கு சொந்தமான ஆடை-ஆபரணங் கள், அரசர்கள் உபயோகித்த ஆயுதங்கள், இங்கிலாந்தில் நடைபெற்ற போர்கள் குறித்த சான்றுகள், போர்களில் பல நாடுகளிடமிருந்து கைப்பற்றப்பட்ட ஆயுதங்கள் ஆகியவை இங்கு பார்வைக்கு வைக்கப்பட்டுள்ளன.11-ஆம் நூற்றாண்டில்

வெற்றி வீரன் வில்லியம் அவர்களால் கட்டப்பட்டது. இதில் கிரீடம் போன்ற நகைகள், 500-காரட் ஆப்பிரிக்க வைரம், விக்டோரியா மகாராணியின் 3000 ரத் தினங்களுடன் கூடிய மகுடம் போன்றவை அடங்கும்.

9. விக்டோரியா மற்றும் ஆல்பர்ட் பொருட் காட்சி: உலகத்திலேயே பெரியதான,

அலங்காரமான கலைப் பொருட்காட்சி இது. உலகத்தின் எல்லா பாகங்களிலு மிருந்தும், எல்லாக் காலத்துக் கலைகளும் சேர்ந்தவை இவை. இத்தாலிக்கு வெளியே இத்தாலிய சிற்ப வேலைப்பாடுகள் அடங்கிய இடம் இது ஒன்றே.

10. வெஸ்ட் மின்ஸ்டர் மாதா கோயில்: 1066 முதல் அநேகமாக எல்லா முடிசூட்டு விழாக்களும் இந்த ஆங்கில - கோதிக் தேவாலயத்தில்தான் நடந்திருக்கின்றன. 1503 - இல் கட்டப்பட்ட ஹென்றி தொழுகை தலம், ஐரோப்பாவிலேயே மிக அழகு வாய்ந்தவற்றுள் ஒன்றாக விளங்குகிறது.

சாஸர், தாமஹார்டி, டென்னிஸன், ப்ரௌனிங் போன்ற ஆங்கிலக் கவிஞர்களின் கல்லறைகள் இங்கேதான் உள்ளன.

11. பிக்பென் : லண்டன் நகரின் அடையாளங்களில் ஒன்று 'பிக்பென்' கடிகாரம். முதலில் டீபன் கோபுரம் என்று அழைக்கப்பட்ட இந்த கட்டிடம், இங்கு நிறுவப்பட்ட பெரிய மணியின் அடையாளமாக 'பிக்பென்' கடிகாரம் என்ற சிறப்பு பெயர் பெற்றது. பிரிட்டிஷ் பாராளுமன்றம் இரவில் நடந்தால் அதைக் குறிக்கும் விதமாக இந்த கோபுரத்தின் உச்சியில் உள்ள விளக்கு எரிய விடப் படுகிறது.

12
தி கன்னாட் ஹோட்டல்

எண்ணிலடங்கா ஓட்டல்கள், லண்டனில் இருந்தாலும் இந்த கன்னாட் ஹோட்டல், முதல் தரமானது என்பதில் சந்தேகம் இல்லை. வாடிக்கையாளர் களும், ஊழியர்களும், மிகவும் விசுவாச முள்ளவர்கள். அதனாலேயே இது முற்றி லும் நல்லதொரு சூழ்நிலையோடு,

ஆங்கில சுக வாழ்வுக்கு சிறப்பு சேர்க்கிறது. ஒரு மதிப்புமிக்க அரணாக இருந்து, தூய்மையான விருந்தோம்பலையே கடைப் பிடித்து பிரசித்தியடைந்தது.

சில விஷயங்கள் எப்போதுமே மாறுவதில்லை, மாறவும் கூடாது. இந்த கன்னாட்டும் அப்படித்தான் எப்போதுமே இருக்கிறது மாறாமல். அதிக சுகபோகங் களுடன் கூடிய 92 - அறைகளைக் கொண்டு 'கன்னாட்', சிறந்த தோற்றத்துடன் அமைந் துள்ளது. அது ஒரு சிறப்புமிகு உணவு விடுதியாகவே இருந்தது.

பக்கிங்ஹாம் அரண்மனையில் தங்கியதில்லை என்றால், இங்கு கன்னாட் டில் தங்கி அதே சுகத்தைப் பெறலாம்.

இது நெ. 16, கார்லோ பிளேசில், மேஃபேரில் இருக்கிறது.

1. ரிட்ஸ்: இதுதவிர, இரண்டொரு முக்கிய மான இடங்களும் இருக்கின்றன. அவற்றில் ஒன்று "ரிட்ஸ்." இங்கு 'டீ' அருந்துவது ஒரு விருந்தாகக் கருதப்படுகிறது.

2. ஹாடிரியன் சுவர்: அடுத்து, நார்த்தம்பர் லாண்டின், ஹெக்ஸ்ஆம் என்ற இடத்தி லுள்ள ஹாடிரியன் சுவர். சுமார் 1800 ஆண்டுகளுக்கு முன் கட்டப்பட்ட இது பௌனஸ் ஆன் வால்ஸெண்ட் வரை 73 மைல் தூரத்துக்கு 8,00,000 கற்களைக் கொண்டு 18,000 சேனைகளால் கட்டப்

பட்டது. இது புதிய கோட்டையிலிருந்து 43 கி.மீ. தூரத்தில் உள்ளது.

3. நிவார்க் புராதன கலைப் பொக்கிஷம்: 86 ஏக்கர் நிலப்பரப்பில் 1,800 கடைகளைக் கொண்ட இது, ஐரோப்பாவிலேயே

மிகப் பெரியதாகக் கருதப்படுகிறது. இது லண்டனிலிருந்து வடக்கில் 174 கி.மீ. தூரத்தில் உள்ளது.

4. லே மனோயர் ஆக்ஸ் குவாட் செய்ஸன்: வெயிட்டராக இருந்து, சுயமாகக் கற்றுக் கொண்டு இன்று ஒரு சிறந்த தலைமை சமையல்காரராக வளர்ந்திருக்கும் ஒருவ ரால், ஃபிரான்ஸ் நாட்டு தயாரிப்புகளை குறைவின்றி தரும் உணவகம் இது. லண்டனுக்கு வடமேற்கில் 64 கி.மீ. தூரத்தில் உள்ளது.

13

ஆக்ஸ்ஃபோர்டு மற்றும் கேம்பிரிட்ஜ் பல்கலைக் கழகங்கள்

ஆக்ஸ்ஃபோர்டு ஷைரில் உள்ளது இந்த "ஆக்ஸ்ஃபோர்டு" பல்கலைக் கழகம்.

இப்பல்கலைக் கழகத்தால், ஆக்ஸ்ஃபோர்டு நகருக்கு, ஒரு பெருமையும், புகழும் கிடைக்கிறது. 1167 முதல் இது பள்ளி அளவிலான கல்வி நிலையமாகவே இருந்தது. பின்பு பல்கலைக் கழகமாக மாறிய பின், குறிப்பிடத் தக்க பிரசித்திப் பெற்றது. 16-ஆம் நூற்றாண்டுக்கு முன்பாகவே, தொடங்கப்பட்டு, நன்றாக நடத்தப்பட்டு வந்த 36 கல்லூரிகளின் ஒட்டுமொத்த முயற்சியே இப்பல்கலைக் கழகம். ஆங்கிலக் கட்டிட வடிவமைப்புக்கான ஒரு பாடப்

புத்தகம் போல அமைக்கப்பட்டிருந்தன அங்குள்ள கட்டடங்கள்.

ஆகாய அளவுக்கு - உயர்ந்த கட்டடங்களும், கோபுரங்களும், அவற்றின் கலசங்களும், கூரான கோபுரங்களும், ஒன்று சேர்ந்து அவை யாவும் பார்ப்

பவர்களின் கண்களுக்கு விருந்தளிக்கும் வகையில் அமைந்துள்ளன.

24 முதன் மந்திரிகளையும், நூற்றுக் கணக்கான கிரகாம் க்ரீனீ முதல் லீவீஸ் காரோல் வரை அறிவாளிகளையும் படைத்த அறிவுப் பொக்கிஷம் - ஆக்ஸ்ஃபோர்டு பல்கலைக் கழகம்.

லண்டனில் உள்ள உலகப் புகழ் பெற்ற பல்கலைக் கழகமான ஆக்ஸ் ஃபோர்டு பல்கலைக் கழகத்திற்கு அந்த பெயர் வந்ததன் காரணம் வித்தியாச மானதாகும். ஆக்ஸ் (OX) என்றால் மாடு என்று பொருளாகும். ஃபோர்டு (Ford) என்றால் துறை (தண்ணீர் துறை) என்று பொருள் வரும். மாடுகள் நீர் அருந்த அங்குள்ள குளத்தில் கூட்டம் கூட்டமாக வரும். அதன் காரணமாகவே குளத்திற்கு அருகில் பல்கலைக் கழகம் இருப்பதால் 'ஆக்ஸ் ஃபோர்டு' எனப் பெயர் பெற்றது.

சிற்று சிறியதாக இருந்தாலும், ஆக்ஸ்ஃபோர்டு பல்கலைக் கழகத்தைவிட 40 வருஷ காலம் குறைவாக இருந்தாலும், கேம்பிரிட்ஜ் பல்கலைக் கழகமும், இங்கிலாந்துக்கு மெத்த பெருமையை அளிக்கும் அம்சமாகும்.

குறுகிய சந்துகளை உடைய நகர மானாலும், புத்தகக் கடைகளின் பெருக்கத்தில் மூழ்கப்பட்டிருந்தாலும், இப் பல்கலைக் கழகம், 31-கலாசாலைகளை உள்ளடக்கியது. ஜான் மில்டன் முதல் ஸ்டீபன் ஹாகிங், டார்வின், நியூட்டன் வரை பல்வேறு பிரமுகர்கள் இங்கு வெவ்வேறு காலங்களில் தங்கியிருந்தது, பெருமைக்குரிய விஷயம்.

லண்டனிலிருந்து வடமேற்குத் திசையில் 87 கி.மீ. தொலைவில் ஆக்ஸ் ஃபோர்டு பல்கலைக் கழகமும், லண்டனிலிருந்து வடக்கில் 88 கி.மீ. தொலைவில் கேம்பிரிட்ஜ் பல்கலைக் கழகமும் இருக்கின்றன.

14

ப்லென்ஹீம் அரண்மனை

இங்கிலாந்தின் கணக்கிலடங்கா நாட்டுப்புற வீடுகளில், ப்லென்ஹீம் அரண்மனை மிகவும் போற்றக்கூடிய இடம். அதன் பரிமாணமும், மித மிஞ்சிய செல்வமும் அதன் சரித்திரத்துக்கு/ எழுச்சிக்கு உதாரணங்களாக விளங்குகின்றன. இது ராணி ஆன் அவர்களால் ஜெனரல் ஜான் சர்ச்சில் அவர்களுக்கு, வெகுமதியாக வழங்கப்பட்டது.

1704 - இல் ப்லென்ஹீம் என்ற இடத்தில், பிரெஞ்சுக்காரர்கள் தோற்கடிக்கப்பட்டபோது அது சிறிய கிராமமாகத்தான் இருந்தது. அங்கேதான் சர். வின் டன் சர்ச்சில் பிறந்தார்.

நல்ல ஒரு பிரபுவுக்குச் சொந்தமான, வி தாரமான நிலங்களும், வீடுகளும் கொண்ட இது, 2000 ஏக்கர் பரப்பளவில், சாக்ஸன் அரச பரம்பரையினரின் வேட்டையாடும் இடமாகவும் இருந்தது. ராணி ஆனின், பேரனான ஹென்றி ஒயி அவர்களால் 1760 - ஆம் ஆண்டுக்கு முன் மாற்றி அமைக்கப்பட்டாலும், 1760க்கு பிறகு, பெரிய தோட்டக்கலை நிபுணரான

ப்ரெளன் ப்லென்ஹீம் ஏரியையும் சேர்த்து நன்கு மாற்றியமைத்தார்.

உட் டாக்கிலுள்ள இந்த ப்லென்ஹீம் அரண்மனை, ஆக்ஃபோர்டுக்கு வடமேற்கில் 13 கி.மீ-இல் உள்ளது. லண்டனிலிருந்து அதே வட மேற்கு திசையில் 62 மைலில் உள்ளது.

மேலும், நினைவில் நிறுத்தி வைத்துக் கொள்ளக் கூடிய சிறப்பு மிக்க இடங்கள்:-

1. **லுட்லோ, ஷ்ரோப்ஷயர் - இங்கிலாந்து:** 'லுட்லோ'வின் பெயர் இடம் பெறாத எந்த ஓர் ஆங்கிலக் கலாசாரப் பதிவேடும் கிடையாது என உறுதியாகக் கூற முடியும். வேல்ஸை ஒட்டிய இங்கிலாந்தின் எல்லையோரத்திலிருக்கும் இது, நகரத்தின் சப்தங்கள், மக்கள் நெரிசல் நிறைந்த வியாபார 'மால்'கள் போன்ற எந்தவித இடைஞ்சலுமின்றி சுவர்க்க பூமியாக விளங்குகிறது. இது லண்டனிலிருந்து வடமேற்கில் 257 கி.மீ. தொலைவில் உள்ளது.

2. **ஸோமர்செட் - இங்கிலாந்து:** பாத் மற்றும் டோன் ஈ டோன் பூங்கா: முதன் முதலாக ரோமானியர்களால் இங்கு கண்டு பிடிக்கப்பட்டது, 'சுடுதண்ணீர் ஊற்று'க் களே. பிறகு ராணி 'ஆன்' - ஆல் இது ஓர் அலங்காரப் பொருளாக மாற்றி அமைக்கப் பட்டது. சிறிது சிறிதாக மாற்றங்கள் செய்யப்பட்டு, இன்று இது நன்றாக

அமைக்கப்பட்ட, பாதுகாப்பான, அழகு மிகுந்த,'ஜியார்ஜியன்' நகரமாக விளங்குகிறது.

இது லண்டனிலிருந்து மேற்கில் 185 கி.மீ. தூரத்தில் உள்ளது. ராயல் க்ரஸென்ட் ஓட்டல், ஸ்டோன் ஈஸ்டோன் பார்க் போன்றவையும் இங்கிருந்து அருகிலேயே பார்க்க வேண்டிய இடங்களில் முக்கிய மானவையும் கூட.

3. செயின்ட் ஆண்ட்ரூவின் மாதா கோயில்: இது இங்கிலாந்தின் சிறிய நகரமாகத் தனித்து நிற்கிறது. இந்த தேவாலய நகரம் இடைக் காலத்தின் ஒரு 'ரத்தினம்'. 8-ஆம் நூற்றாண்டின் சாக்சன் தேவாலயம் இருந்த இடத்தில் கட்டப்பட்ட இந்த செயின்ட் ஆன்ட்ரூவின் மாதா கோயில் லண்டனுக்கு தென்மேற்கில் 193 கி.மீ. தொலைவில் உள்ளது.

4. ஸ்ட்ராட்ஃபோர்டு: தலைவர்கள், கலைஞர்கள் தோன்றிய இடங்களை நினைவு இடமாக, அவர்களது இல்லங் களை நினைவுச் சின்னமாக அமைப்பது நமது நாட்டில் அதிகம். ஆனால் உலகப் புகழ்பெற்ற மாபெரும் கவிஞரான ஷேக்ஸ்பியர் பிறந்த கிராமம் முழுவதை யும் அவரது நினைவாகவே வைத்திருக்கி றார்கள்.

லண்டன் நகரிலிருந்து 80 மைல் தொலைவில் ஷேக்ஸ்பியரின் கிராமம் உள்ளது. அந்த கிராமத்தின் பெயர் 'ஸ்ட்ராட்ஃபோர்ட் அடன் ஏவன்' என்பதாகும். ஷேக்ஸ்பியர் வாழ்ந்த காலத்தில், அந்த கிராமம் எப்படி இருந்ததோ அப்படியே இன்றும் இருக்கிறது. எந்த நவீன கண்டுபிடிப்பும் கிராமத்திற்குள் நுழைந்துவிடாதபடி பாதுகாத்து வரு கிறார்கள். ஒரு கிராமத்தையே பழமை மாறாமல் பாதுகாத்து வருவது வித்தியாச மான ஒன்றுதான்.

ஷேக்ஸ்பியர் பிறந்த வீடு, அவர் விளையாடிய இடம், நடமாடிய பகுதி, வாழ்ந்த இடம் என, அவர் காலடிபட்ட ஒவ்வொரு பகுதியையும் அன்றிருந்த நிலை மாறாமல், பத்திரமாக பாதுகாத்து வைத் திருக்கிறார்கள். ஷேக்ஸ்பியரின் இலக்கியங் களை நாடகமாக நடிக்க என்றே, பிரமாண்டமான திறந்தவெளி நாடக அரங்கு ஒன்றும் அங்கே அமைக்கப்பட் டிருக்கிறது. இந்த நாடக மன்றத்தின் முன் னால், திறந்த வெளியில், அழகான இயற்கைச் சூழலுக்கு மத்தியில் ஒரே நேரத்தில் ஆயிரக்கணக்கான மக்கள் அமர்ந்து நாடகங்களை கண்டுகளிக்கலாம்.

ஆண்டுதோறும் உலகமெங்கும் உள்ள இலக்கிய அன்பர்கள் ஷேக்ஸ்பிய ரின் இந்த நினைவு கிராமத்துக்கு வந்து, கவிஞரின் நினைவாக அஞ்சலி செலுத்து கிறார்கள்.

இங்கிலாந்து நாட்டில் மதுக்கடை களில் இலக்கிய ஆர்வம் உள்ளவர்கள் எல்லாம் ஒன்று சேர்ந்து, மது அருந்திய வாறு இலக்கிய சர்ச்சை செய்வது வெகு சாதாரணம். நம் நாட்டில் டீக்கடைகள் இருப்பது போல், அங்கு சின்னச் சின்ன மதுக்கடைகள் ஏராளமாக உள்ளன. இலக்கியத்திற்காக பெரிய பெரிய சண்டைகள் கூட அங்கு நடைபெறுவது கூட சாதாரணமானது தான்.

15

வார்விக் கோட்டை

ஒன்பது நூற்றாண்டுகளுக்கு, ஆங்கி லேயர்கள் சரித்திரத்தின் முக்கியப்

பகுதியாக இருந்து வந்தது இந்த 'வார்விக் கோட்டை.' இது பிரம்மாண்டமான பிரபுத்துவ முறையிலான 'வார்விக்'கின் கோட்டையாக, பெருமை சேர்த்தது. ஆவோன் நதிக் கரையில் கம்பீரமாக நிற்கும் இக்கோட்டையை, "இங்கிலாந்திலுள்ள ஒரு மிகச் சிறப்பான இடம்" என கலை வல்லவரான சர் வால்டக் ஸ்காட் வர்ணித்தார்.

பார்வையாளர்களை வெளியே நிறுத்திப் பார்க்க செய்வதற்குத் தகுந்த முறையில் கட்டப்பட்ட இதனை, ஆங்கிலேயர்களின் மற்ற எந்த இடங்களையும் விட காண்பதற்கு பார்வையாளர்கள் அதிக அளவில் வருகின்றனர்.

மேலும் வின்ட்சர் கோட்டைக்கு அடுத்து மக்கள் விரும்பி பார்க்கக் கூடிய இரண்டாவது இடமாக இது இருக்கிறது.

நுழைவாயிலிலிருக்கும் காவலர்கள், நீண்ட வரிசையில் காத்திருக்கும் பார்வையாளர்களை, முக்கியமானதும், நிரந்தரமானதுமான நார்மன் சுவர்களுக்கிடையே, மெதுவாக நகர வைத்து உதவுகிறார்கள். ஐரோப்பாவின் மிக முக்கியமான தொகுப்புகளில் ஒன்றான மத்திய காலத்து போர்க் கருவிகள் காட்சிக்கு வைக்கப்பட்டுள்ளன. இவற்றோடு பிரபல ஓவியர்களின் ஓவியங்களும் பார்வையாளர்களுக்கு விருந்தளிக்கின்றன.

இந்த 'வார்விக்கோட்டை' லண்டனுக்கு வட மேற்கில் 143 கி.மீ. தூரத்தில் இருக்கிறது.

16

ஸாலிஸ்பரி தேவாலயம்

இது ஓர் இடைக்கால தொழில் நுட்பத்தின் சாதனை.

வெகு காலத்திற்கு முந்தைய டர்னர் மற்றும் கான்ஸ்டபிள் ஆகியோருடைய ஓவியங்கள் ஸாலிஸ்பரி தேவாலயத்தோடு உலகத்திற்கு பரிச்சயமானது. அதனுடைய 404-அடி உயர கூரான கோபுரம், மிகவும் பிரசித்தமானது. இந்த மாதாகோயில் 1220-இல் கட்ட ஆரம்பிக்கப்பட்டு, 38 ஆண்டுகளில் முடிக்கப்பட்டது. அந்த காலத்தில் இதுவே மிக உயர்ந்ததாக கருதப்பட்டது. இப்போதும் இது, இங்கிலாந்தைப் பொறுத்தமட்டில் மிக உயரமானதே.

வெகு விரைவில் முடிக்கப்பட்டதன் காரணமாக, ஸாலிஸ்பரி, ஐரோப்பாவின் எல்லா மாதா கோயில்களையும்விட பகட்டாக விளங்கியது. முந்தைய ஆங்கில அல்லது குறிப்பிட்ட 'கோதிக் ஸ்டைல்' இவற்றின் சிகரமாக விளங்கியது. சர் கிறிஸ்டோபர் ரென் என்பவர் 1668-இல் அளந்து பார்த்தபோது, கலசத்தின் சாய்வு பயங்கரமான 29.5 அங்குலமென கணக்கிட்டு வைத்தார். ஆனால் அதன் பின் இது வரை, எந்த ஓர் அதிகப்படியான சாய்வும் தெரியவில்லை.

700 ஆண்டுகளுக்கு முன்பான கட்டடக் கலையை நம்புகிறவர்கள், கோபுரத்தின் உச்சிக்கு போகும் படிகளில் ஏறலாம். ஏறி அங்கிருந்து சின்ன நகரமான ஸாலிஸ்பரி நகரத்தையும், அதன் திறந்த வெளியையும், ஸ்டோன்ஹென்ஜ், வில்ட்ஷயர் மற்றும் அருகிலுள்ள எல்லா இடங்களையும் பார்க்கலாம்.

ஸாலிஸ்பரியை கவர்ச்சிகரமான, உயிரோட்டமுள்ள சந்தை நகரமாக ஆக்கியது வில்ட்ஷயர் மாதா கோயிலே.

இந்த தேவாலயம், லண்டனுக்கு தென்மேற்கில் 145 கி.மீ. தொலைவில் உள்ளது. மே மாத இறுதியிலிருந்து ஜூன் மாத ஆரம்பம் வரை நடைபெறும் இரு வார கலாச்சார திருவிழா கண்டு ரசிக்கத்தக்கது.

17

ஸ்டோன் ஹென்ஜ்

ஸ்டோன் ஹென்ஜ் பிரிட்டன் தேசிய அடையாளங்களில் ஒன்றாகக் கருதப்படுகிறது.

ஸாலி பரி என்ற இடத்தில் வட்ட வடிவில் உயரமான கற்கள் நிற்க வைக்கப் பட்டிருக்கின்றன.

பூமித்தாயை வணங்கும் விதத்தில் அமைக்கப்பட்டிருக்கிறது; வானியல் ஆய்வுக்காக நிறுவப்பட்டுள்ளது; சமூகத் தில் உயர்ந்த அந்தது உள்ளவர்கள் அடக்கம் செய்யப்பட்டதற்கான அடை யாளமாக வைக்கப்பட்டு இருக்கிறது என்று இது மாதிரி பல காரணங்கள் கூறப்படுகின்றன. ஆனால் இவை எதுவுமே உண்மையான தகவல்கள் அல்ல. இன்று வரை இந்தக் கற்கள் எதற்காகப் பயன் பட்டன என்பதற்கான சரியான தகவல் கிடைக்கவில்லை.

ஆனால் ஏதோ ஒரு முக்கியமான காரணத்துக்காகத்தான் முன்னோர்கள் இந்தக் கற்களைப் பயன்படுத்தியிருக்கி றார்கள் என்பது மட்டும் நிச்சயம். பழைய

கிரேட் பிரிட்டன் (அயர்லாந்து-இங்கிலாந்து) 45

கற்கள் பல உடைந்து போய்விட்டன. போக்குவரத்துக்காகச் சில கற்கள் அகற்றப்பட்டுவிட்டன.

கி.மு. இரண்டாயிரம் ஆண்டுகளுக்கு முன்பிருந்தே வட்டக் கற்கள் வைக்கப் பட்டிருக்கின்றன. இவை நீலக்கற்கள் என்று அழைக்கப்பட்டன. 240 மைல்கள் தூரத்தில் இருந்து இந்தக் கற்கள் கொண்டு வரப்பட்டுள்ளன. ஒவ்வொரு கல்லும் 4 டன் எடை கொண்டது. போக்குவரத்து வசதி இல்லாத காலத்தில் இந்தக் கற்கள் கொண்டு வரப்பட்டவிதம் ஆச்சரியத்தை அளிக்கிறது.

நீலக்கற்களுக்கு அடுத்து ராட்சத கற்கள் நிற்க வைக்கப்பட்டிருக்கின்றன. இவை ஒவ்வொன்றும் 50 டன் எடை கொண்டவை.

வட்டக்கற்களில் இரண்டு நுழை வாயில்கள் உள்ளன. இது போன்ற டோன் ஹென்ஜ்கள் நிறைய கண்டு பிடித்திருக்கிறார்கள்.

மான் கொம்புகள், கூர்மையான மரக் குச்சிகள் போன்றவற்றை வைத்து நிலத்தைத் தோண்டி கற்களைப் பதித்திருக் கிறார்கள்.

கி.மு. 200 - ஆம் ஆண்டைச் சேர்ந்த இந்தக் கற்கள், நிலத்தை ஆராய்ச்சி செய்த போது கிடைத்தன. டோன் ஹென்ஜ் என்றால் நிமிர்ந்து நிற்கும் கற்கள் என்று பொருள். வரலாற்றுக் காலத்துக்கு முன்பே உருவான டோன் ஹென்ஜ் பற்றிய சரியான தகவல்கள் கிடைக்காததால் இன்றுவரை ஆராய்ச்சிக்கு உட்பட்ட விஷயமாகவே இருந்து வருகிறது.

டோன் ஹென்ஜ் லண்டனுக்கு தென்மேற்கே 137 கி.மீ. - இல் அமைந் துள்ளது. இங்கு சுற்றுலா செல்ல உகந்த காலமாக கருதப்படுவது கோடைகாலம். அதிகாலை நேரத்தை தவிர்த்து, நிதான மாக சென்றால் கலை அழகினை கண்டு ரசிக்கலாம்.

2

ஸ்காட்லாந்து - SCOTLAND

1

ஸ்காட்டிஷ் கோல்ஃப்

கோல்ஃப் ஆட்டம் பிறந்த இடம் இதுவே. இங்கு விஜயம் செய்யும் கோல்ஃப் ஆட்டப்பிரியர்கள் அனைவருக்கும் ஏராளமான தேர்ந்தெடுக்கக்கூடிய விஷயங்களும், சௌகரியங்களும் கிடைக்கிறது. இங்குள்ள அநேக மைதானங்கள், உலகிலேயே மிகச் சிறந்தவை என்பது, மறுக்க முடியாத ஓர் உண்மை.

மிக அழகான அற்புதமான இடத்தில் இருக்கும் 'டர்ன்பரி ஹோட்டல்' சமுத்திரத்தை நோக்கி இருக்கிறது. மேலும் அதற்கென பிரத்யேகமான கலங்கரை விளக்கமும் உண்டு. பழக்கப்படுத்தப்படாத காட்டிஷ் சமுத்திரக்கரையில் மும்முறை பிரிட்டிஷ் - திறந்தவெளி விளையாட்டு விருந்து வைத்து நடத்தியிருக்கிறது. ராயல் ட்ரூன் என்ற இடத்தில், உள்ள கோல்ஃப் கோர்களை ஆண்கள் மட்டுமே பயன்படுத்த முடியும். பரம்பரை வழக்கத்தில் ஆழ்ந்துகிடக்கும் இந்த கிளப், பெண்களை இந்த 'கோல்ஃப்' விளையாட்டில் ஈடுபட அனுமதிப்பதில்லை. ராயல் டோர் நாச்சில் எல்லாரும் அனுமதிக்கப்படுவர்.

ஆர்க்டிக் வட்டத்திலிருந்து 6 டிகிரியே குறைவாக உள்ள இவ்விடம், உலகிலேயே சிறந்த கோல்ஃப் மைதானமாக விளங்குகிறது. 'கல்ப் ட்ரீம்', அளிக்கும் ஆறுதலான சீதோஷ்ண நிலையும் ஒரு காரணமாக அமைகிறது. இந்தப் பட்டியல் 500 கோல்ஃப் கோர்ஸோடு நீண்டுகொண்டே செல்கிறது.

2

தி கேஸில் டிரெயில்

ஸ்காட்லாந்து கிராம்பியன் ஹைலான்ட்ஸ் என்ற இடத்தில் 'தி கேஸில் டிரெயில்' என்பது இருக்கிறது. இதற்கு ஸ்காட்லாந்து லாயர் வாலி என்ற பெயரும் உண்டு.

ஸ்காட்லாந்தின் மற்ற பகுதிகளில் உள்ளவை சேர்த்து மொத்தம் 600 கோட்டைகள் உள்ளன. இவற்றில் அதிகப் படியானவை கரடுமுரடான கிராம்பியன் ஹைலான்டில் உள்ளன. இது இரண்டாகப் பிரிக்கும் மலைப்பகுதியின் பெயராகும்.

விந்தையான நாட்டுப்புற தங்கும் இடங்களும் சிரமமின்றி கிடைக்கும். இவற்றில் சில சரித்திர பிரசித்தி பெற்றதும், நவீனமானதுமான காடர் காட்டேஜ்களுக்கு ஒப்பாகவும் அமையும்.

600 ஆண்டு பழைமை வாய்ந்த காடர் கோட்டையைச் சேர்ந்த 50 சதுர மைலை ஒட்டி, 5 தங்குமிடங்கள் குற்றம் குறை சொல்ல முடியாத அளவுக்கு, சென்ற கால 'ஃபேஷன்' (Fashion) பத்திரிகையின் உரிமையாளரான காடர் என்ற பெண்மணியால் கட்டப்பட்டது.

இந்த பாதையின் நீளம் சற்றேறக் குறைய 150 மைல். (241 கி.மீ.)

3

பால்மோரல் ஹோட்டல்

இங்கு தங்கும் அறைகள் கிடைப்பது பெரிய விஷயம். ஸ்காட்லாந்தின் பால் மோரல் கோட்டையில் உள்ள பிரயாணிகள் விடுதியில் தங்குவதற்கு இடம் கிடைப்பது மிகமிக அரிது. பால்மோரல் மிகப் பெரிய, பிரம்மாண்டமானதொரு ரெயில்வே ஹோட்டல். இதற்கு அதன் பெயரைத் தவிர, எந்தவித அரசுத் தொடர்பும் கிடையாது. நகரத்தின் படிவமான 'எடின்பரோ கோட்டை'யைப் போல, நுழைவாயிலில் நேர்த்தியான சீருடையுடன் இருக்கும் வாயில் காப்போனையும் வைத்துக்கொண்டிருக்கிறது. நகரத்தின் மிக நேர்த்தியான திசை காட்டும்

அடையாளமாக முக்கியத்துவம் வாய்ந்த இடமாக அமைந்திருக்கிறது. உல்லாச உலாவுக்கான சாலையில் அனைவருக்கும் தேவையான அத்தனைப் பொருள்களும் கிடைக்கின்றன.

4

எடின்பர்க் கோட்டை

இது ஸ்காட்லாந்தின் மிகவும் (தகர்க்க முடியாத) பெருமை வாய்ந்த, ஞாபகச் சின்னமாக விளங்குகிறது.

எடின்பர்க்கோட்டை ஐரோப்பாவின் மிகவும் விரும்பத்தக்க தலைமை நகரங்

48 உலகில் பார்க்க வேண்டிய இடங்கள்

களில் ஒன்றாக விளங்குவதோடு அது அதனுடைய தன்மை மற்றும் தோற்றத் தினால் அடையாளம் காணக்கூடிய இடமாக விளங்குகிறது. அதனுடைய முழு சரித்திரமும், மத்திய கால கோட்டையை யும், 'ராயல் மைல்' கோட்டையையும் சுற்றி சுற்றியே வருகிறது.

எடின்பர்க் கோட்டையானது, அழிந்துபோன முற்காலத்திய எரிமலையின் உச்சி வாயிலில் உட்கார்ந்திருக்கிறது. இது எடின்பர்கில் 12 - ஆம் நூற்றாண்டின் செயின்ட் மார்க்கெரட் அவர்களின் தொழுகை இடமாக இருந்ததாக தெரிய வருகிறது. பரந்து கிடக்கும் இந்த கோட்டை யானது, பல விதங்களில் உபயோகப் படுத்தப்பட்டிருக்கிறது. அதாவது கோட்டையாகவும், இராணுவ வீரர்களின் இருப்பிடமாகவும், மாநில 'சிறை'யாகவும், உபயோகப்படுத்தப்பட்டுள்ளது. ஆனாலும், அதன் சிறப்பானது, 'அரச அரண்மனை'யாக இருந்ததே. இன்றோ அதில் அந்நாட்டின் உயர்ந்த நகைகள் அனைத்தும் கண்காட்சிப் பொருளாக வைக்கப்பட்டிருக்கின்றன. மிகப் பழைமை வாய்ந்த ஐரோப்பிய ராஜசின்னங்களாகிய காடிஷ் கிரீடம், செங்கோல், மேலும் அரச வாள்களும், அவற்றில் அடங்கும். 1603 - இல் அரசர் நிரந்தரமாக லண்டனில் குடியேறிவிட்டார். எடின்பர்க்கோட்டையில் இருந்த வரைக்கும் அவர் உபயோகித்த அரசு அறைகள் மற்றும் அனைத்தையும் இப்போது பார்வையாளர்கள் சென்று பார்க்கலாம்.

அரச விஷயங்களும், அதனுடைய பலன்களும், பழைய நகரச் சுவர்களில் காணப்படுகின்றன. செங்குத்தாக, உயர மான கட்டடங்களும் வந்து வளர்ந்து விட்டன. இந்த பின்பக்கத்து தெருக்களும், சுற்றிச் சுற்றி வரும் நடமாடும் இடங்களும், பழைய நகரமாகிய இங்கிருப்பவை யாவும் இன்றும் இடைக்கால வாழ்க்கையின் நறுமணத்தைக் கொண்டிருக்கிறது.

பழைய நகரத்தையும் கீழே உள்ள புது நகரத்தையும் பிரிப்பதுபோல ஒரு பெரிய பள்ளத்திலிருக்கிறது சரித்திரப் பிரசித்தி பெற்ற கலெடோநியன் ஹோட்டல். இது அளிக்கும் ஆடம்பரமான தங்கும் வசதியும், கோட்டையை முழுமையாகப் பார்க்கும் வசதியும், இரவில் அலங்கரிக்கப்பட்ட வெளிச்ச வசதியும், ஒன்று கூடி, இன் பத்தை அள்ளித் தரும்.

5

ராயல் ஸ்காட்ஸ்மேன்

இது சக்கரங்களின் மேல் உள்ள பெரிய ஹோட்டல். அறுவடை செய்யப் பட்ட திராட்சைகளை ஏற்றிச்செல்லும் 'வின்டேஜ்' ரெயிலில் ஏறும் பயணிகளை உடையை நேர்த்தியாக அணிந்து இருக் கும் இசை குழல் ஊதுபவர், வாத்தியத்தை ஊதி வரவேற்பார்.

மலைகளின் வழியாகவும், குறுகிய பள்ளத்தாக்குகளின் வழியாகவும், இந்த ரெயில் எட்வர்டியன் கம்பீரத்தோடு அதிகம் உபயோகிக்கப்படாத ரெயில் தண்டவாளத்தில் போகும். அப்போது, அதில் பயணிக்கிறவர்கள் பெரிய பெரிய வீடுகளையும் தனியார் கோட்டைகளை யும், பார்த்து ரசிக்கின்றனர். அப்போது இந்த ரெயிலானது, உலகத்திலேயே முக்கிய தனிப்பட்ட ரெயில், கீர்த்தி பெற்றது என்பது தெளிவாகும்.

5 நட்சத்திர சௌகரியத்தோடு உள்ள இதுவே, சக்கரத்தின் மேலுள்ள, அழகான நேர்த்தியான நகரத்து வீடுபோல இருக்கும். இந்த நகர்ந்து செல்லும் வீடும் குறையில்லா சேவையுடனும், உயர்ந்த ரக மரத்தாலும், காட்டிஷ் கூடாரத்துடனும் காணப் படும். இது அழகுக்கு அழகு சேர்க்கிறது. மாறுதலான அனுபவத்தைத் தரும் இந்த ரயில் பயணம் எடின்பர்கிலிருந்து புறப் படுகிறது. இஷ்டப்பட்ட புறப்பாடு லண்டனிலிருந்து. ஏப்ரல் - அக்டோபர் எடின்பர்க்சுற்றி கிளைப் பாதையில் பயணம்.

மேலும் ஸ்காட்லாந்தில் உள்ள முக்கியமான இடங்கள்:

6

தி ஹெப் ரைட்ஸ்

மலைப் பிரதேசத்தின் மேட்டுப் பகுதியிலிருந்து, தீவுகளுக்கு நழுவிக் கொண்டு செல்வது இதன் சிறப்பு. சமுத்

திரக் கரையிலிருக்கும் தீவுகளான இவை, பூகம்பங்களாலும், எரிமலைகளாலும், வழுக்கி வரும் பனிப்பாறைகளாலும், இயற்கையாக அமைந்த இடம். இது கிளா கோவிலிருந்து வடமேற்கில் 148 கி.மீ. தொலைவில் உள்ளது.

7

வானத்தின் தீவு மற்றும் கின்லோக் லாட்ஜ்

'தி இன்னர் ஹைப்ரைட்' என்ற இடத்தில் கம்பீரமான, ஆனால் வசதியான, சௌகரியமான இடம். அது மறக்க முடியாத இயற்கையான நிலத் தோற்றத்தைக் கொண்டுள்ளது. 1746-இல்

இளவரசர் 'சார்லி'யின் 5,000 போர் வீரர்கள் 'கம்பர்லாண்டின்' பிரபுவிடம், அபகீர்த்தியாக சரணடைந்தபின், காட்லாந்து ஹீரோ பொன்னி இளவரசர் சார்லி, மறைந்திருந்தது இந்த "வானத்தின்" தீவில்தான். இது எடின்பர்க்கிலிருந்து வடகிழக்கில் 283 கி.மீ தொலைவில் உள்ளது.

8

லோக் நெஸ் ஏரி

ஸ்காட்லாந்தின் நல்ல அதிர்ஷ் டத்தைக் கொடுக்கும் எனக் கருதப்படும் நாடக பாணியான இடம் லோக் நெ . இதில் வாழ்வதாக சொல்லப்படும்

பாம்பினை நாம் நம்பினாலும், நம்பா விட்டாலும், அழகான பனிப் பாறைகளின் மத்தியிலிருக்கும் லோக் நெஸ் ஏரியையும்

அதன் மேலேயே இருந்து விழுந்த பனிப் பாறைகளின் பள்ளத்தையும் பார்ப்பதை தவறவிடக்கூடாது. லோக்கின் 24 மைல் நீளத்தையும், 75 மைல் ஆழத்தையும் பார்க்கும்போது அது ஓர் அபூர்வமான ஏரியாகவே தெரிகிறது.

9

எடின்பர்க்கின் விழாக்கள்

ஒவ்வோர் ஆகஸ்ட் மாதமும், நடுத்தரமான இந்நகரத்தில், உலகளவிலான

ஆடம்பரமான பாட்டுக் கச்சேரிகளுக்கும், நாடகங்களுக்கும், மேலும் மாறுதலான விருந்துபசாரங்களுக்கும் குறைவில்லை. இவை மட்டும் போதாது என்பது போல, வருடாந்தர எடின்பர்க் திரைப்பட விழாவும், மகிழ்ச்சியளிக்கக் கூடிய வகையில் அமையும். ஆகஸ்ட், செப்டம்பர் மாதங்களில் திருவிழா நடைபெறும் காலம் சுற்றுலா செல்ல உகந்த காலமாகும்.

10

ஹோக் மநே

ஸ்காட்லாந்தில், எடின்பர்க் நகரத்தின் மையத்தில் இருக்கும் 'ஹோக்மநே', வருடக்கடைசியில் மிக்க பரவசத்துடன்

கூடிய நல்ல சிரிப்பையும், சந்தோஷத்தையும் அனுபவிக்கும் இடம். இது ஸ்காட்லாந்து முழுமையிலும், முக்கியமாக எடின்பர்க்கில் ஒரு சிறந்த ஆர்வத்துடன் கொண்டாடப்படும் பண்டிகையாகவும் கருதப்படுகிறது. ஒவ்வொரு டிசம்பர் மாதத்திலும் கடைசி 3 நாட்கள் மிக முக்கியத்துவம் வாய்ந்தது.

11

டேவான்ஷைர் தோட்டம்

கிளாஸ்கோவிலிருக்கும், விக்டோரியன் நகரத்தின் சிறந்த விலாசமாகும் இது. இங்கு கோடீஸ்வரர்களும், விருந்தினர்களும் தங்கி, அதை சொந்த வீட்டிலிருப்பதுபோல் உணர்ந்து வந்தனர். அனைவரும் இதை ஒரு 'சொர்க்கம்' போல உணர்ந்தனர்.

இது எடின்பர்க்கிலிருந்து 64 கி.மீ. மேற்கில் இருக்கிறது. ஜுன் மாத இறுதியிலிருந்து ஜூலை மாத ஆரம்பம் வரை ஒரு வார காலத்திற்கு கிளாஸ்கோ சர்வதேச ஜாஸ் திருவிழா நடைபெறும்.

மேலும், சிறப்பு வாய்ந்த இடங்களில் சில: பல்ஃபோர் கோட்டை, கின்னயார்டு எஸ்டேட், உல்லாப் பூலிலிருக்கும் 'அல்ட் னாஹரி இன்', வெஸ்ட் ஹைலான்டி லுள்ள 'தி ட்ராஸாகஸ்' போன்றவை. இவை அனைத்தும் அற்புதங்களின் அற்புதம்.

■■■

3

வேல்ஸ் - WALES

1

கார்நார்பன் கோட்டை

இது வடக்கு வேல்ஸில் இருக்கிறது. உலகிலேயே எந்த ஓர் இடத்திலும் இல்லாத அளவுக்கு, இங்கு கோட்டைகள் அதிகமாக இருப்பதாகச் சொல்லப் படுகிறது. ரோமானிய கோட்டைப் படை பகுதி மற்றும் 'நார்மன்' பாதுகாப்பான இடங்களிலுமிருந்து, சாக்ஸன் கோட்டைகள் வரை, வேல்ஸின் சரித்திரம், கற்களில் எழுதப்பட்டிருக்கின்றன. வேல்ஸில் சுமார் 300க்கு மேல் கோட்டைகள் உள்ளன. வடக்கு வேல்ஸில், டஜனுக்கு மேலாக கோழிக்குஞ்சுகள் போல, நிறைய கோட்டைகள் கட்டப்பட்டிருக்கின்றன.

ஸ்நோடோனியாவின் 'வாயில்' (gateway) என்றழைக்கப்பட்ட கிரேனிலேட்டாட் கார்நார்பன் கோட்டை, புகழ்பெற்ற 'மினேய் ஸ்ட்ரெய்ட்'இல் இருக்கிறது. 13 - ஆம் நூற்றாண்டின் 'எட்டு' கோணங்களுடைய இது இன்றும் நகரின் புகழாக விளங்குகிறது.

நல்ல வரவேற்புடன் வசதியாக தங்குவதற்கான விடுதி டைன் ரோஸ். 70 ஏக்கரில் அமைந்துள்ள இந்த பண்ணை இல்லம் வேல்ஸில் உள்ள சிறந்த, அழகான நகர்ப்புற விடுதிகளில் ஒன்று. கார் நார்பன் கோட்டை 'பங்கோர்க்கு' தென்மேற்கே 13 கி.மீ.இல் உள்ளது. தங்கும் விடுதி கோட்டையிலிருந்து 20 நிமிட கார் சவாரியில் உள்ளது.

உ

டைலான் தாமஸ் படகுவீடு

வியாபார ஸ்தலமாக்கப்படாம லிருந்த 'லாகர்னே'யில் அமைதியான, செயின்ட் மார்ட்டின் தேவாலயம் சிறிய மலை உச்சியில் இருக்கிறது. அங்கு தான் டைலான் தாமஸ் மற்றும் அவருடைய மனைவி கெயிட்லின் ஆகி யோர் அடக்கம் செய்யப்பட்டுள்ளனர். அப்பகுதியில் உள்ள ஒரு படகு வீட்டில்தான் அவ்விருவரும் வாழ்ந்தனர். அங்கு வெண்மை நிறத்திலுள்ள ஒரு சின்ன 'சிலுவை'தான் அவர்களை அடையாளம் காட்டுகிறது. டைலான் ஒரு பிரசித்திப் பெற்ற கவிஞன். அருகி லேயே உள்ளது அவருடைய படகு வீடு. வேல்ஸின் சிறந்த கவிஞனான டைலான்

தாமஸும், அவரது மனைவியும் வசித்த அந்த வீடுதான், தற்போது ஒரு சிறிய அளவிலான தேவாலயமாக மாறி யிருக்கிறது.

அந்த காவிய கவிஞனின் ரஸிகர்கள் எல்லா நாட்களிலும் வந்தபடி இருக்கி றார்கள். 'Under Milk Wood' என்கிற அவ ருடைய காவியம் திரைப்படமாக்கப் பெற்று, அதில் நடித்த ரிச்சர்ட் பர்ட்ட னுக்கு பெரும் புகழைத் தந்தது.

டைலான் தாமஸின் எழுதும் பட்டறை, வீடு, மற்ற பொருட்கள் எல்லாமும் அப் படியே பாதுகாத்து வைக்கப்பட்டுள்ளன. முப்பத்து ஒன்பது வயதில் மரணம் தழுவிய கவிஞன் விட்டுச் சென்ற எழுதும் பேப்பர் கள் அவனுடைய மேஜையில் காற்றில் படபடத்தபடி இன்றும் உள்ளன.

'டெப்' நுழைவாயிலில் ஒருவித இசைக் காவியத்துடன் மிக அழகாகவும், நேர்த்தியாகவும் உள்ள படகு வீடு ஒரு வித நிசப்தத்துடன் இருக்கிறது.

முதலாவது இடம் இங்கிலாந்தின் எல்லையிலிருக்கும் கார்டிபிலிருந்து வடகிழக்கில் 48 கி.மீ -தூரத்திலும், மற்றது கார்டிபிலிருந்து மேற்கு திசையில் 161 கி.மீ. தள்ளியும் அவ்விடம் இருக்கிறது.

ஜூலை-ஆகஸ்ட் மாதங்களில் 3 வாரம் டைலான் தாமஸ் கவிதைத் திருவிழா நடைபெறும். அந்த சமயம் இங்கு சுற்றுலா செல்வது சிறப்பானது.

■■■

4

அயர்லாந்து - IRELAND

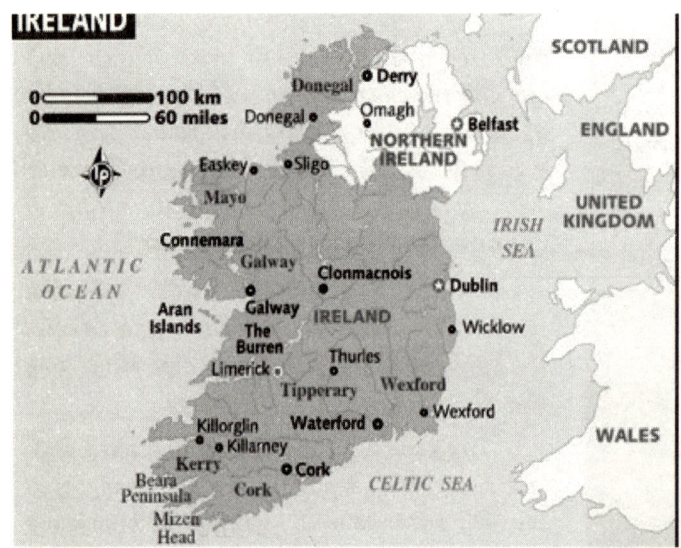

1

கிளென் வீக் தேசியப்பூங்கா

இது அயர்லாந்தின் வடகோடியின் ஓரத்தில் இருக்கும் பண்படுத்தப்படாத, கம்பீரமான பூமி. நாட்டுப்புறமாகவும், தனித்திருக்கும் இடமாகவும், முரடானதும், எப்போதும் தனது தோற்றத்தால் வியப்படைய செய்யும், 'டோனிகல்', சுமார் 230 மைல் பரப்பளவு கொண்டது. இங்கு மக்கள் மிகுதியாக வசிப்பது இல்லை. ஐஸ்லாந்தை நோக்கி, வட மேற்குத் திசையில், எப்போதும் தண்ணீர் மட்டுமே சூழ்ந்திருக்கும் இப்பகுதி ஒரு கடற்கரை பூமி.

ஐரோப்பாவிலேயே, மிக அதிக உயரமானதாக கருதப் படும் இக் 'கடல் பாறை'யானது, ஒரு நாடகத்தின் உச்ச கட்டம் போல விளங்குகிறது. ஆனால், அயர்லாந்தின் சிறு வடிவம் போல, காட்டுப் புதர் மண்டியது போல, சதுப்பு நிலமுள்ளதாகவும் கூடவே தீவின் மலைகள் உயர்ந்த கோபுரம் உடையது போலவும் காணப்படும்.

இத்தேசத்தின் மத்தியில், பெயர் பெற்ற அதன் கடற்கரையிலிருந்து, வெகு தூரத்தில் க்ளென் வீக் தேசியப்பூங்கா இருக்கிறது. அயர்லாந்துக்கு அழகு சேர்ப்பதில் பெரும்பங்கு இதற்கு உண்டு. அத்துடன், மக்கள் ரசித்த தேசியப் பூங்காக் களிலேயே உயர்ந்தது இதுவே. சுற்றுலாப் பயணிகளை வெகுவாக வசீகரிக்கும் தன்மை கொண்டது. இந்த பூங்காவிற்கு உள்ளே வாகனப் போக்குவரத்து தடை

செய்யப்பட்டுள்ளது. ஆனாலும் பார்வை யாளர்களின் மையத்திலிருந்து 'ஜிட்னி' மூலம் கிளென்வீக் கோட்டையில் விட்டு வருவதற்கு ஏற்பாடு உள்ளது.

இது ஷான்னான் என்ற இடத்தி லிருந்து, வடமேற்கில் 283 கி.மீ. தள்ளி யிருக்கிறது. இப் பூங்கா மார்ச் மாத மத்தியி லிருந்து நவம்பர் வரை தினமும் திறந்திருக்கும்.

உ

டிங்கிள் தீபகற்பம்

இது ப்ரூக்லீனுக்கு முந்தைய கடைசி நிலையமாகும்.

கெர்ரி மாகாணத்தில் உள்ள எல்லா இடங்களையும் விட, மலைக் கணவாய் டிங்கிள் மிக நேர்த்தியான, அழகான நகரம். அழகான சித்திரங்கள் வரையப் பட்ட இந்த நகரில், 'மட்கல' கடைகளும், அருகருகே இருக்கும் புத்தகக் கடைகளும், 'டாய்ல்' நடத்தி வரும் கடல் ஆகாரம் கொண்ட பாரும், கடல் நண்டு, மீன் போன்றவற்றை நம் எதிரிலேயே, நேராக சமையல் செய்து தரும் பக்குவம் கொண்ட இடமும், பிரசித்தமானவை.

இந்த கணவாய் கில்லர்னியிலிருந்து வடமேற்கு திசையில் 72 கி.மீ.- தொலைவில் உள்ளது.

௩

கில்லர்னி தேசியப் பூங்கா

மிக அதிக பசுமையான தேசத்தின், மிக மிக பசுமையான இடம் இதுவே.

தெற்கு நோக்கிச் செல்லும் பாதை யில் 'கில்லர்னியின் அலங்கார நகை' போல உள்ள மக்ரோல் ஹவுஸிற்கு விஜயம் செய்யாமல் இருக்கக் கூடாது. அதனுடைய அழகான ஏரிக்கரையோர பூங்காவும், கோடைக்கால ஆரம்பத்தில் பல வர்ணங்களுடன் வரவேற்கப்படுவது போல அற்புதமான அழகைத்தரும். ஒரு வித பசுமையான கொடிகளால் அலங் கரிக்கப்பட்டிருக்கும் ராணி விக்டோரி யாவின் மாளிகை, 1843-இல் தனிப் பட்ட வீடாகக் கட்டப்பட்டு, இப்போது அது அபூர்வ பொருட்காட்சியாகவும், நாடோடிக் கதை மற்றும் சரித்திரம் படைத் தவையாகவும் விளங்குகிறது.

மேலும் தேசத்தின் மத்தியில் 25,000 ஏக்கர், வாகனங்களிலில்லாத நிலப் பரப்பில் கில்லர்னி தேசியப் பூங்காவுக்குச் செல்லும், நுழைவாயிலாகவும் விளங்கு கிறது. ஏரிகள், ஆறுகள், நீர் வீழ்ச்சிகள், புதர்கள் சூழ்ந்த பள்ளத்தாக்குகளும், காட்டு மரங்களும், பலதரப்பட்ட பண் படுத்தப்படாத நிலங்களும், ஆச்சரியப் படும் படியான இருசக்கர வண்டி சவாரி களும், இயற்கையாக நடந்து செல்லும் வாழ்க்கையும் மற்றும் பலவும் கூடிய இனிய பொழுதுபோக்கும் 'கில்லர்னி'யில் ஏற்பாடு செய்து கொடுக்கப்படும். இங்கு காணப்படும் அயர்லாந்தின் போட்டோ போன்ற பரந்த இயற்கை காட்சியானது, லேடீஸ் வியூ. லேடீஸ் என்பது ராணி

விக்டோரியாவும், அவளைச் சார்ந்த பெண்களுமாவர். குதிரைச் சவாரி 'டூர்'களும் அமைத்துக் கொடுக்கப்படுகின்றன. 'ஏராகி' சிகரத்தின் உச்சிகளையும், ஐஸ் பள்ளத்தாக்குகளையும் இதன்மூலம் பார்க்க இயலும்.

இது ஷானான் என்னுமிடத்திலிருந்து தென் மேற்கிலும், டப்ளினிலிருந்து 305 கி.மீ. தொலைவில் உள்ள இடத்திலுமிருக்கிறது.

4
மிகப் பெரிய நடைபாதை

இது ஓர் இயற்கையின் மிகச் சிறந்த வேலைப்பாடு. வில்லியம் தாக்கரேயின் கூற்றுப்படி, "உலகமே ஒழுங்குமுறை இல்லாத நிலையில் உருவாகிக் கொண்டிருந்தபோது, இது மேற்படி நிலையிலிருந்து விடுபெற்ற ஒரு நிலையாக உள்ளது" என்பதே ஆகும். வடக்கு அயர்லாந்தின் இயற்கைக் காட்சி மிகவும் முதல்தரமான ஈர்ப்பு உடையது. எரிமலை கற்களிலிருந்து உருவான படிகள் மிக மேம்பாடடைந்ததாகவும், வியக்கத்தக்கவையாகவும் உள்ளன. ஆறு கோடி ஆண்டுகள் பழமை கொண்டவை.

17 - ஆம் நூற்றாண்டின் ஆரம்பத்திலேயே, இப்பகுதி தேவையான அளவுக்கு பேசப்பட ஆரம்பித்தது. பிரயாணிகள் கஷ்டப்பட்டு, இத்தீவின் முனைக்கு குதிரை மேல் சவாரிசெய்து வந்தனர். வழியில் புஷ்மில்லில் விஸ்கி போன்ற மதுபானங்களை அருந்தி வந்தார்கள். 12-ஆம் நூற்றாண்டில் ஆரம்பித்த புஷ்மில்லில் இருக்கும் மது தயாரிக்கும் தொழிற்சாலை இன்றும் இயங்கி வருகிறது. இந்தத் தொழிற்சாலையின் சிறப்பை அறியும் சுற்றுலாப் பயணிகள் பலரும் இங்கு தயாரிக்கப்படும் மதுபானங்களையே விரும்பி அருந்துகின்றனர்.

இந்த கலத்துக்கு செல்ல குறுக்கு வழியும் உள்ளது. ஆனால் அது வழியாகப் போகவேண்டுமென்றால், அறுகோணங்கள் கொண்ட இயற்கை பைப்புகளின் குறுக்கு-நெடுக்கு சந்துகளில் நுழைந்து செல்ல வேண்டும். வெகு தொலைவிலிருந்து வரும் யாத்ரீகர்கள், இவற்றைக் கண்டு ஆச்சரியப்படுகின்றனர். கூடவே புவிசக்தி இவ்வகை பாதைகளை அமைத்ததைக் கண்டு, பூமி ஆய்வாளர்களுக்கே நம்ப முடியாத அளவுக்கு ஆச்சரியம் ஏற்படுகிறது.

இது பெல்ஃபாஸ்டிலிருந்து வட மேற்கில் 120 கி.மீ. தொலைவில் உள்ளது.

5
ட்ரோமோலான்ட் கோட்டை

க்ளேர் என்னுமிடத்தில் உள்ள இந்தக் கோட்டை, ஷன்னான் என்ற இடத்திலிருந்து 13 கி.மீ. தொலைவில் உள்ளது. அரச பரம்பரையை சார்ந்த 'கெய்லிக்' குடும்பத்தாரின் முன்னோர்கள் வசித்த வீடாக இருந்தது.

உலக சரித்திரத்தின் மிகச் சிறிய மாதிரி உருவமாகத் திகழும் இந்த அற்புதமானக் கோட்டை 1543-இல் கட்டடப்பட்டது. கோல்ஃப் மைதானம், சொகுசான ஆரோக்கிய நீருற்று, குதிரைச் சவாரி போன்றவை உள்ளன. இங்கிருந்து அரைமணி நேர சவாரியிலுள்ளது மோஹர்மலை. இது அயர்லாந்தின் மிக அழகான இயற்கை ஈர்ப்புகளில் ஒன்றாகும். பயணிகள் கண்டிப்பாக பார்த்து ரசிக்க வேண்டிய இடம் இது. ஷான்னானிலிருந்து 13 கி.மீ. -தொலைவில் இருக்கிறது. மே முதல் அக்டோபர் வரை சுற்றுலா செல்ல சிறந்தகாலம்.

6

ப்ளர்நீ கோட்டையும் பன்ராட்டி கோட்டையும்

இரு நகரங்களின் கதை (Tale of Two Cities) போல இதுவும் இருகோட்டைகளின் கதை. உலகத்தின் கோடியிலிருந்து வரும் அனைவரும், இந்த 120 அடி உயரமும், 127 படிகளையும் கொண்ட 'ப்ளர்நீ' கோட்டையைக் காண விரும்புகின்றனர். 16-ஆம் நூற்றாண்டில், முதலாம் எலிசபெத் ப்ளர்நீ என்ற வார்த்தையை ஆங்கில மொழியில் அறிமுகப்படுத்தி பெருமைப் படுத்தினார். 500 ஆண்டுகள் இதன் வயது.

இங்குள்ள 13-ஆம் நூற்றாண்டுக்கும் முந்தைய ஒரு சுண்ணாம்பு கல்பாறை, சக்தி

மிகுந்தது என்ற நம்பிக்கை கொண்டு பயணிகள் அதை முத்தமிடுவதை கடமை யாகக் கொண்டுள்ளார்கள்.

அயர்லாந்தில் ஒருவர் பார்க்க வேண்டிய மற்றொரு இடம் பன்ராட்டி கோட்டை. நாட்டின் மிகவும் புராதனமான சின்னமாக கருதப்படும் இந்தக் கோட்டை ஓகர்னே ஆற்றின் கரையின் ஓரமாக கட்டடப்பட்டுள்ளது. இன்று அது 19-ஆம் நூற்றாண்டின் ஐரிஷ் கிராமத்தின் பெரிய தீம் பூங்காவால் சூழப்பட்டுள்ளது. இக் கோட்டை உறுதியாக நிறுவப்பட்ட மரப்படிகள், பழங்கால மரச்சாமான்கள், ஓவியங்கள், சிலைகள், அலங்கார தொங்கு சீலைகள் போன்றவற்றினால் நிரப்பப்பட்டுள்ளது.

ப்ளர்நீ கோட்டை கார்க்கிலிருந்து வட மேற்கில் 8 கி.மீட்டரிலும், பன்ராட்டி கோட்டை ஷன்னான் விமான தளத்தி லிருந்து, 8 கி.மீ. தூரத்திலும் உள்ளது.

7

கின்ஸேல்

'சமையற் கலையின் தலை நகரம்' என்றும் அழைக்கப்படும் இந்த இடம் அயர்லாந்தில் கார்க் என்னுமிடத்திலிருக் கிறது. உலகம் பூரா பரவி வரும் 'கின்ஸேல் அகில உலக உணவு விழா'வில் எல்லா வகை உணவுகளும் செய்து காண்பிக்கப் படும். இதில் இல்லத்தரசி முதல் 'சிப்பி'தோல் உரிப்பவர் வரை பங்கு பெறுவார்கள்.

கார்க்கிலிருந்து தென்மேற்கில் 29 கி.மீ. தள்ளி இருக்கிறது இவ்விடம். அக்டோபர் மாதத்தில் நான்கு நாட்கள் ஜாஸ் திருவிழா நடைபெறும். அந்த சமயம் அங்கு சுற்றுலா செல்பவர்கள் இவற்றை ரசித்து மகிழும் வாய்ப்பை பெறுவர்.

8

பவர்ஸ்கோர்ட் வீடும் தோட்டமும்

'அயர்லாந்தின் தோட்டம்' என்றழைக்கப்படும் இவை, உலகிலேயே மிகப் பெரியவைகளில் ஒன்று எனக் கருதப் படுகிறது. சீராக அமைக்கப்பட்ட மலைச் சாரலில் 45 ஏக்கர் பரப்பளவில், விக்லோ மலையின் அடிவாரத்திலிருக்கிறது. இதில் 200 வகையான மரங்களும், புதர்களும்

உள்ளன. இங்குள்ள நீர் வீழ்ச்சிகளில் மிக உயரமானது 398 அடி என்பது சிறப்பு.

இத் தோட்டம் டப்ளினிலிருந்து 19 கி.மீ. தொலைவில், எந்நிஸ்கெர்நி என்ற இடத்திற்கு அருகில் இருக்கிறது. இத் தோட்டம் கோடையில் காலை 9.30 முதல் மாலை 5.30 வரை திறந்திருக்கும். மழைக் காலத்தில் மூடப்பட்டிருக்கும்.

9

லாங்வில் ஹவுஸ்

இது 500 ஏக்கர் பரப்பளவுள்ள புராதன பண்ணைத் தோட்டத்தில், ஒக்கலஹன் என்பவரால், உருவாக்கப்பட்டது. லாங்வில்லின் தனித் தன்மையானது ஆடு, காய்கறிகள், மூலிகை, பழம் என எல்லாமே வீட்டு வளர்ப்பாக இருப்பது

தான். அயர்லாந்திலுள்ள ஒரே திராட்சைத் தோட்டமும் இங்குதான் உள்ளது.

இது மல்லோவிலிருந்து 5 கி.மீ. மேற்கேயும் கார்க் என்ற இடத்திலிருந்து வடமேற்கில் 34 கி.மீ. தொலைவில் இருக் கிறது. சுற்றுலா செல்ல சிறந்த காலம் ஏப்ரல், மே மற்றும் செப்டம்பர், அக்டோபர் மாதங்கள்.

10

பல்லிமாலோ ஹவுஸ்

ஐரீஷின் கிராமத்து வாழ்க்கையையும், நல்ல விருந்து உணவினையும்

அனுபவிக்க வேண்டும் என்றால் பல்லி மாலோ ஹவுஸிற்கு செல்ல வேண்டும். இது, அழிந்துபோன கோட்டையின் இடத்தில் கட்டப்பட்டுள்ளது. மைர்டில் ஆலன் என்பவர் இங்கு 1947 முதல் வசித்து, 6 குழந்தைகளுக்கு தாயானார். சமையற் கலை மீது கொண்ட ஆர்வத்தின் காரண மாக, அக்கலையில் சிறந்து விளங்கிய அவர், தேசிய மற்றும் சர்வதேச அளவில் புகழ் பெற்றார். அவர் எழுதிய சமையற் கலை புத்தகங்கள் மிகவும் பிரபலமானவை. இயல்பிலேயே அவரிடம் விருந்தோம்பல் பண்பும் இருந்தது அவரது சிறப்பு. பல்லிமாலோ ஹவுஸை சுற்றிலும் 400 ஏக்கர் பரப்பளவில் பண்ணையும் உள்ளது.

புராதன நுழைவு வீடும், குதிரை லாயமும் பெரிய வசதியான விருந்தினர் இல்லமாக மாற்றியமைக்கப்பட்டது. விருந்தினர்கள் தங்களுக்கு பொருத்த மான சிறந்த அறையை பதிவு செய்து கொள்ளலாம்.

இது கார்க் என்னுமிடத்திலிருந்து, 32 கி.மீ. கிழக்கேயும், டப்ளினிலிருந்து 262 கி.மீ. மேற்கிலும் இருக்கிறது.

11

தி ஷெல்போர்ன்

ஒரு காலத்தில் மந்தமாக இருந்த டப்ளின் தொடர்ந்து அதன் 'மறு

மலர்ச்சி'யை செய்கிறது. அதே போலவே அதனுடைய பழைய (Dowager) ஹோட்டல் லே மெரிடியன் ஷெல் பேர்னும் செய்து வருகிறது. 1824-இல் கட்டப்பட்ட இது, 19-ஆம் நூற்றாண்டின் சிறந்த ஹோட்ட லாக விளங்குகிறது.

12

ஆரன் தீவுகள்

இது கால்வேயில் இருக்கிறது. எப்போதும் குறைந்துகொண்டே வரும் ஜனத்தொகையோடு, அயர்லாந்தின் மேற்குக் கடற்கரையோரம், காற்றடித்துக் கொண்டிருக்கும் சிறிய தீவுகள், ஆனாலும் இவை **"ஐரோப்பாவுக்கு வெளியே**

மூன்று படிகள்" என்று கவிஞர் சீமஸ் ஹுனே எழுதியிருக்கும் - கால்வே சிடிக்கு 48 கி.மீ. தொலைவில் இருக்கிறது.

ஆரன் தீவுக் கூட்டத்திலுள்ள சிறிய தீவுகளான ஜனிஷ்மான், ஜனிஷீர் ஏறக் குறைய முழுமையான தனிமைக்கு உறுதி கூறுகின்றன. இங்கு பார்த்து ரசிப்பதற்கும் புராதன கோட்டைகள், தேவாலயங்கள், இரண்டு சாதாரண மியூஸியம் உள்ளன. தங்குவதற்கு வாடகைக்கு அறைகள் உள்ளன.

13

காஷெல் ஹவுஸ் ஹோட்டல்

அழகிய கன்னிமராவுக்கு செல்லுகிற பயணம் முழுமை பெறுவது காஷெல் ஹவுஸில்தான். டெர்மேட் மற்றும் கே மேக் ஈவெலி ஆகிய சொந்தக்காரர்கள் 1968-இல் வாங்கியதும், உடனே இந்த ஹோட்டல் பிரசித்தி பெற ஆரம்பித்தது. ஜனாதிபதி யும் மேடம் டி காலி இருவரும் வேலை நிமித்தம் தங்குவதற்கு இதையே தேர்ந் தெடுத்ததால் மேலும் பெருமை பெற்றது.

இது ஷான்னானுக்கு வடக்கில் 153 கி.மீ. தூரத்திலிருக்கிறது. பிப்ரவரி முதல் டிசம்பர் வரை திறந்திருக்கும். ஏப்ரல் முதல் அக்டோபர் வரை சுற்றுலா செல்ல சிறந்த காலம்.

14

கன்னிமரா

இது ஒரு நகரமோ அல்லது பள்ளத் தாக்கோ அல்ல. ஆனால் முரடான கால் வேயின் கவித்துவமான இடம். கன்னிமரா ஒரு காலத்தில் அயர்லாந்தில் தனிப்பட்ட ஒருவருக்கு சொந்தமாயிருந்த பெரிய பண்ணையின் பகுதியாக இருந்தது. தனிமையான அழகான இடமாக இது இருப்பதால் ஓவியர்கள், கவிஞர்களை

இங்கு வரும்படி தூண்டுகிறது. சுற்றுலா பயணிகளின் பார்க்க வேண்டிய இடங் களின் பட்டியலில் இடம் பெறக்கூடிய தகுதி கொண்டது. பாடி மற்றும் அந்நேபோயிலி -சகோதரன், சகோதரி களால் சொந்தமாக நடத்தப்பட்டுவரும், இரு அடுக்கு ரீஜென்ஸி பல பிரபலங் களை வரவழைத்துக் கொள்கிறது.

கிளிப்டன், இந்தப் பகுதியின் தலைமை இடம். இது கால்வேயிலிருந்து 80 கி.மீ. வடமேற்கில் உள்ளது. செப்டம்பர் மாத மத்தியில் கிளிப்டனில் கலைத் திரு விழா நடைபெறும். ஆகஸ்ட் மாதத்தின் மூன்றாவது வியாழனன்று கன்னிமரா 'போனிஷோ' நடைபெறும். அதுவே சுற்றுலா செல்ல சிறந்த காலம்.

15

கால்வே

ஐரோப்பாவின் விளிம்பில் உள்ளது. மேலும் அயர்லாந்தின் மிக அழகான

மாகாணங்களில் ஒன்றான, இந்த 'கால்வே' நகரமானது, 'ஐரீஷ் நகரங்களிலேயே அதிக ஐரீஷாக இருப்பதும்' தெரிகிறது. கோடை காலத்தில், நகரமே ஒரு பெரிய திருவிழாவாக தெரியவரும். நாட்டின் முக்கியமான 'இசை நகர' மாகவும் இது தோற்றமளிக்கிறது.

செப்டம்பர் மாதத்தில் 4 நாட்கள் சர்வதேச கால்வே சிப்பி திருவிழா நடைபெறும். அந்த சமயம் நகரமே வண்ணமயமாக விழாக்கோலம் பூண்டிருப்பது கண்கொள்ளாக் காட்சி. ஜூலையின் பிற்பகுதியில் கால்வே ஓவிய திருவிழா நடைபெறும். ஜூலை, ஆகஸ்ட் மாதங்களில் பந்தயங்கள் நடைபெறும். இந்த சமயமே இங்கு சுற்றுலா செல்வதற்கு சிறந்த காலமாகக் கருதப்படுகிறது.

நாட்டின் மிக சிறந்த இசை நகரமாக விளங்கும் கால்வே ஷான்னானுக்கு வடக்கே 97 கி.மீ-இல் இருக்கிறது. இசை ரசிகர்களுக்கு விருப்பமான இடம்.

16

பாலிபூனியன் கோல்ஃப் கிளப்

'டப்ளின்' முதல் 'டொனிகல்' வரை, அயர்லாந்தில் 250க்கும் மேற்பட்ட கிளப்புகள் இருக்கின்றன. அயர்லாந்தின் மிக முக்கியமான கிளப்பானது, போர்ட்மர்னாக் கோல்ப் கிளப்பே. இது டப்ளினிலிருந்து 6-மைல் தொலைவில் உள்ளது. கோல்ஃப் கிளப் பல இருந்தாலும் 'கெர்மி' மாகாணத்திலுள்ள பாலிபூனியன் கிளப்பே முதன்மையானது. இது லைம்ரிக்கிலிருந்து 86 கி.மீ. தொலைவில் இருக்கிறது. இந்த கோல்ஃப் கிளப்பிற்கு ஏப்ரல் முதல் அக்டோபர் வரை மட்டுமே பார்வையாளர்கள் அனுமதிக்கப்படுவர். நவம்பர் முதல் ஏப்ரல் வரை உள்ள காலம் அங்கத்தினர்களுக்கு மட்டும்தான் அனுமதி. மே முதல் செப்டம்பர் வரை சுற்றுலா செல்ல சிறந்த காலமாகும்.

17

தி ரிங் ஆஃப் கெர்ரி மற்றும் 'தி பார்க்' ஹோட்டல் கென்மாரே

அயர்லாந்தே ஒரு பெரிய இயற்கைக் காட்சியாகத் தோன்றினாலும், பின்பு பிரசித்திப் பெற்ற 'ரிங் ஆஃப் கெர்ரி'யின், தனிப்பட்ட அழகினால், அங்கு சுற்றுலா செல்பவர்கள் அதிகம்.

இங்கு சுற்றிப் பார்க்க வேண்டிய இடங்கள் நிறைய இருக்கின்றன. தங்குவதற்கு உகந்த இடம் 'பார்க் ஹோட்டல் கென்மாரே'. 1897-இல் கட்டப்பட்ட இந்த இடம் பல்வேறு தனித்தன்மைகளுக்காக பிரபலமானது. ரிங் ஆப் கெர்ரி ஷான்னானுக்கு தென்மேற்கே 192 மைலில் உள்ளது.

கனவு சவாரி மற்றும் விக்டோரியா ராணி காலத்து அழகான இந்த இடத்திற்கு சுற்றுலா செல்ல சிறந்த காலம் மே, செப்டம்பர் மாதங்கள்.

18

ஷீன் பால்ஸ் லாட்ஜ்

இந்த சிறிய, எளிய நகரமான கென்மாரே, மிகச்சிறந்த உயர்ந்த ரக இருப்பிடங்களையும், உணவு வகைகளையும்

கொடுத்து வருகிறது. இது ஷான்னானி லிருந்து 168 கி.மீ. தென்மேற்கிலிருக்கிறது.

கென்மாரேவின் புகழை நிலை நிறுத்த உதவுவது 'ஷீன் பால்ஸ் லாட்ஜ்' என்கிற கோடைவாசஸ்தல ஹோட்டல். கென்மாரே விரிகுடா உச்சியில் ஷீன் ஆறு மற்றும் அதன் நீர்வீழ்ச்சிக்கு இடையே அமைந்துள்ளது. இந்த ஹோட்டலில் விசாலமான, அழகான அறையில் தங்கி னோம் என்றால் இயற்கை அழகை அறையி லிருந்து கொண்டே ரசிக்கலாம்.

19

ஆஷ்ஃபோர்டு கோட்டை

உலகின் சிறந்த கோட்டையான ஆஷ்ஃபோர்டு கால்வே நகரத்திலிருந்து 43 கி.மீ. வடமேற்கில் உள்ளது.

ஆஷ்ஃபோர்டு கோட்டையை ஹோட்டல் என்று குறிப்பிடுவது அதை தாழ்த்தி எடை போடுவதாக அமையும். நேர்த்தியான ஜார்ஜ் V அறை, கன்னாட் அறைகளில் பாரம்பரிய உணவு வழங்கப் படுகிறது. 1952-இல் வெள்ளித்திரையின் முதல் தரமான 'The Quiet Man' படத்தின்

படப்பிடிப்பு இங்கும் இதைச் சுற்றியுள்ள இடங்களிலும் நடந்தது. படப்பிடிப்பின் போது ஆஷ்ஃபோர்டில் 10 வாரங்கள் தங்கி இருந்த ஜான்வெய்ன், மௌரீன் ஓஹாரா பற்றி ஏதோ அவர்கள் நேற்றுதான் தங்கி இருந்தது போல இன்றும் அந்த காலத்த வர்கள் பேசிக் கொண்டிருக்கின்றனர். எல்லோருக்கும் விருப்பமான வெஸ்ட் போர்ட் ஐரிஷ் நகரமானது இங்கிருந்து அரைமணி நேர சவாரியில் இருக்கிறது.

20

வாட்டர்ஃபோர்டு கோட்டை ஹோட்டல் மற்றும் கோல்ப் கிளப்

இது தனது சொந்தத் தீவிலேயே இருக்கிறது. இதன் பரப்பளவு 300 ஏக்கர் ஆகும். டப்ளினிலிருந்து தென்மேற்கில் 161 கி.மீ. தூரத்தில் உள்ளது.

'தீவுகளின் வசீகரம்' என்று இது அழைக்கப்படுகிறது. இத் தீவு காதலர்கள் அனுபவிக்க இடம் கொடுக்கும் ஒரே ஒரு அற்புதமான தேர்வு. புதுமையான ஹோட்டலாக மாறிய ஐரிஷ் கோட்டையில் மணமகள் பாதை, சைக்கிள் பாதை, 18 துறை கோல்ஃப் மைதானம் போன்றவை அனைவரையும் வசீகரிக்கும் தன்மை கொண்டவை.

21

வெக்ஸ்ஃபோர்டு ஒபேரா கொண்டாட்டம்

மந்த நிலை கொண்ட வெக்ஸ்ஃபோர்ட் செல்ல சிறந்த காலம் அக்டோபர் மாதம்.

அப்போதுதான், கீர்த்தி வாய்ந்த இசை நாடக விழாவை கொண்டாட நகரம் முழுவதிலும் முழு சுறுசுறுப்பு இருக்கும். கௌரவமான விழாவினை தொடர்ந்து நடத்தி வருவதற்காக வெக்ஸ்ஃபோர்ட் தன் நெஞ்சை நிமிர்த்திக் கொண்டு பெருமைப் படுகிறது.

தங்குவதற்கு சிறந்த இடம் மிக வசீகரமும் அழகும் நிறைந்த 'மார்ல் ஃபீல்ட் ஹவுஸ்'. இது 36 ஏக்கர் தோட்டம், பூங்காவனம் ஆகியவற்றின் மத்தியில் அழகான தோற்றத்தில் அமைந்திருக்கிறது.

22

டினகில்லி கன்ட்ரி ஹவுஸ்

கடற்கரைக்கு கடற்கரை, அழகை அள்ளித் தெளிக்கும் விக்லோவை 'அயர்லாந்தின் தோட்டம்' என்பார்கள். 7 ஏக்கர் காடுகள் சூழ்ந்த இடத்தில், டைடல் ஏரிக் கருகாமையிலும் இருக்கும் இந்த டினகில்லி ஒரு ரம்மியமான, நிசப்தமான இடம். டப்ளினுக்கு தெற்கே 48 கி.மீ. தொலைவிலுள்ளது. இளவேனிற் காலம், கோடை காலத்தின் ஆரம்பம், இலையுதிர்க் காலங்களில் ஹோட்டலின் தோட்டம் சிறப்பாக இருக்கும்.

23

ராயல் போர்ட்ரஷ்

1951-இல் பிரிட்டிஷ் ராயல் ஒப்பன் சாம்பியன்ஷிப்பை வரவேற்று, விருந்தளித்து வந்த இடங்களில், இது ஒரு முக்கியமான இடம். பெல்ஃபாஸ்ட் டுக்கு வடக்கில் 103 கி.மீ.-இல் உள்ளது இது.

வட அயர்லாந்தின் இரு குறிப்பிடத் தக்க கோல்ஃப் மைதானங்களில் ஒன்று ராயல் போர்ட்ரஷ். உலகின் சிறந்த 15 கோல்ஃப் மைதானங்களில் ஒன்றாக அந்தஸ்து பெற்றுள்ளது.

விருந்தினர்களுக்கு வருடம் முழு வதும் திங்கள், செவ்வாய், வியாழன், ஞாயிறுகளில் முழுநாளும், புதன், வெள்ளிக்கிழமைகளில் காலையில் மட்டும், சனிக்கிழமை மதியம் 3 மணிக்கு பிறகு மட்டும் திறந்து விடப்படும்.

24

மோர்னே மலைகள்

சமுத்திரத்தை நோக்கி சரிவாக இறங்கும் இடத்திலிருக்கிறது இந்த 'க்ரானைட்' மலை. 7 மைல்களின் குறுக்கே, ஐம்பதுக்கும் மேற்பட்ட 'உச்சி'களைக் கொண்ட, பார்ப்பதற்கு பூமியால் மூடப் பட்ட 'உருளைக்கிழங்கு' போல [C.S. லீவிஸ் எழுதியது.] காட்சியளிக்கும்.

கோல்ஃப் விளையாட்டு வீரர்கள் விரும்பி வருகின்ற இடம் இது. தங்குவதற்கு சிறப்பு மிக்க டொனார்ட் ஹோட்டலின் எல்லையில் ராயல் கவுன்டி கோல்ப் கோர்ஸ் அமைந்துள்ளது.

இங்கு சுற்றுலா செல்ல சிறந்த காலம் மே - செப்டம்பர். ஆகஸ்ட் மாதத்தின் முதல் வாரத்தில் இங்குள்ள பெரும் பாலான நகரங்களில் 'மோர்னே இசை, நடன திருவிழா' நடைபெறும். அது பார்த்து ரசிக்க வேண்டிய விழாவாகும்.

'பெல் ஃபாஸ்டி'லிருந்து தென் மேற்கில் 48 கி.மீ. தூரத்தில் உள்ளது.

■■■

5

பெல்ஜியம் - BELGIUM

1

கதீட்ரல் ஆஃப் அவர் லேடி

இது பெல்ஜியத்திலுள்ள ஆன்ட்வர்ப் என்னும் இடத்தில் உள்ளது. ப்ரூஸல்ஸ் மற்றும் ப்ரூஜெஸ் ஆகிய இவ்விரண்டும் சுற்றுலா பயணிகளை வசீகரித்து வரும்போது, ஆன்ட்வர்ப் தனது வழியில் பயணிகளை ஈர்த்து வருகிறது. இங்குச் செல்வதைத் தவற விட்டால் ஆன்ட்வர்ப்-ன் பொற்காலமான 16 மற்றும் 17-ஆம் நூற்றாண்டுகளில் அது விட்டுச் சென்ற மிக சிறந்த அதன் பெருமைகளை அறியாது போய் விடுவோம். அதாவது, ஆன்ட்வர்ப், அறிவானவற்றையும், செய்தி சாதனங்களையும், சிறிய நாடுகளின் கலைஞர்களின் வாழ்க்கையையும் ஆட்கொண்டிருந்த காலம் அது. ஆன்ட்வர்பின் கலாச்சார அடையாளமான 404 அடி உயரமும், பிரபலமான 47 மணிகளையும் கொண்ட 'கதீட்ரல் ஆஃப் அவர் லேடி' பார்ப்பதற்கு தவறவிடக்கூடாததாகும். கோடையில், திங்கட்கிழமைகளின் மாலை கச்சேரிகளை கேட்டு ரசிக்கவும் தவற விடக்கூடாது.

அந்த தேவாலயம், நகரிலேயே பெரிய பொது கட்டடம். மேலும் இதுவே

பெனிலெக்ஸ் தேசங்களிலுள்ள மிகப் பெரிய தேவாலயம். இதில் 7 உட்பக்கப் பகுதிகள் உள்ளன. மற்றும் 125 தூண்களும் உண்டு. மேலும் பீட்டர் பால் அவர்களின் அற்புதமான ஓவியங்கள் பலவும், குறுக்குப் பக்கங்களிலும், கோயிலின் உள் ஸ்தோத்திரம் சொல்பவர் மேடைகளிலும், மாட்டப்பட்டிருக்கும். இதுவே பைபிளின் பல நல்ல சொற்கள், செயல்கள் தீட்டப் பட்ட ஆர்வத்துடன் கூடியவையாகவும் இருக்கும். ஜெர்மனியில் பிறந்தாலும், ரூபனின் பெற்றோர் ஆன்ட்வர்பைச் சேர்ந்தவர்கள், மேலும் கலை இலக்கியர் களாகவும் இங்கு வந்தனர். கோனின்க் லிஜ்க் கலைக்கூடத்தைத் தொடர்ந்து ஷோனே குன்ஸ்டீன் (ராயல் மியூசியம் ஆஃப் பைன் ஆர்ட்ஸ்) கலைக்கூடத்தில் அவரது பெரும்பாலான ஓவியங்களை காணலாம். அடுத்து ரூபின்சுஸ் ஹால் மியூசியம் - பாட்ரீஷ்யன் பங்களாவான இதில்தான் அந்த கலைஞரும் 1610 முதல் 1640 வரை வாழ்ந்து பணிபுரிந்தார்.

ஆன்ட்வர்ப், பிரேஸல்ஸிலிருந்து 50 கி.மீ. வடக்கே உள்ளது.

உ

ப்ரூஜெஸ்

'ப்ளெமிஷ்' எனப்படும் வர்ண வரைகலைக்காக மிகவும் கவனமாகப் பாது

காக்கப்படும் இடம் இது. ஆன்ட்வர்பி லிருந்து மேற்கில் 92 கி.மீ - இல் உள்ளது.

வடக்கின் வெனிஸ் என்று இது அழைக்கப்படுகிறது. இந்த புதுமையான நகரம் அதன் செழுமையான வர்ண பூச்சு களுக்கு புகழ் பெற்றது.

'ரொமான்டிக் டை ஸ்வான்' ஹோட்டல் தங்குவதற்கு ஏற்ற இடம். குறிப்பிடத்தக்க மெம்ப்ளிங் மியூசியம் பார்க்க வேண்டியது. மார்க்கெட் சதுக் கத்தில் தினமும் இசைக் கச்சேரி நடை பெறும்.

சுற்றுலாவிற்கான சிறந்த காலம் - ஆகஸ்ட் மாதத்தின் இறுதி வாரத்தில் கால்வாய் திருவிழா நடைபெறும். மார்ச் - நவம்பர் வரை படகு சேவை இருக்கும். பொதுவாக செப்டம்பர் மாதத்தில் சீதோஷ்ணம் சிறப்பாக இருக்கும்.

௩

கோமி செஸ் ஸோய்

இதற்கு 'டாப் டிராயர் ரெஸ்டா ரண்ட்' எனவும் பெயருண்டு. இது 'ரௌப்பே' என்னுமிடத்திலிருந்து மிக அருகில் உள்ளது.

இந்த ஹோட்டலின் பெயருக்கு (வீட்டில் இருப்பது போல) தகுந்தாற் போல இங்கு தங்குவது, விருந்துண்பது என்பது விசேஷமான நிகழ்ச்சியாகும். ஆனால் மூன்று மாதங்களுக்கு முன்பே முன்பதிவு செய்து கொள்ள வேண்டும் என்பது கவனத்தில் கொள்ள வேண்டியது. ஜூலை மாதம் இந்த உணவகம் மூடி யிருக்கும்.

4
லா கிராண்ட் ப்ளேஸ்

14 - ஆம் லூயி (பிரான்சை சேர்ந் தவர்) 17 - ஆம் நூற்றாண்டில், முழு நகர மையத்தையும் தகர்த்தெறிந்தார். 5000-க்கும் மேற்பட்ட மரக்கட்டடங்களை அழித்தார். இன்று சுற்றுலா பயணிகள் பார்ப்பது பழுதடைந்தவை எல்லாம் வெற்றிகரமாக சீரமைக்கப்பட்ட நகர மையம்.

கண்டத்தின் தலைநகரின், மத்திய நாட்டுப்புறப் பகுதி ஆகும். இங்கு சிறந்த உணவகம் ‘லா மெய்சன் டூசைன்’ சமீபத்தில் புதுப்பிக்கப்பட்ட ஹோட்டல் அமிகோ (டவுன்ஹாலுக்கு பின்புறம்) பழைய உலக வரவேற்பு உபசரிப்புக்கு புகழ்பெற்றது. ஒவ்வொரு ஞாயிறும் பிற்பகல் 2 மணி வரை பறவை சந்தை நடைபெறுகிறது. திங்கள் தவிர பிற நாட்களில் மலர் சந்தை. ஏப்ரல் முதல் செப்டம்பர் வரை இரவில் நடைபெறும் ஒளி, ஒலி விருந்து மகிழ்விக்கக் கூடியது. அந்த காலகட்டம் சுற்றுலா செல்ல உகந்த இடம்.

5
லியான் டி ப்ரூக்ஸெல்ஸ்

100 வருடங்களுக்கு மேலாக தன் புகழை பலப்படுத்திக் கொண்டு, இப்போது வளர்ந்து எட்டு வீடுகளோடு சேர்ந்து சுற்றுலாப் பயணிகளை வளைத்துப்

போடுகிறது இந்த உணவு விடுதி. இங்கு பரிமாறப்படும் உணவு வகைகள் தேசிய ஆர்வமாகும்.

■■■

6

ஃப்ரான்ஸ் - FRANCE

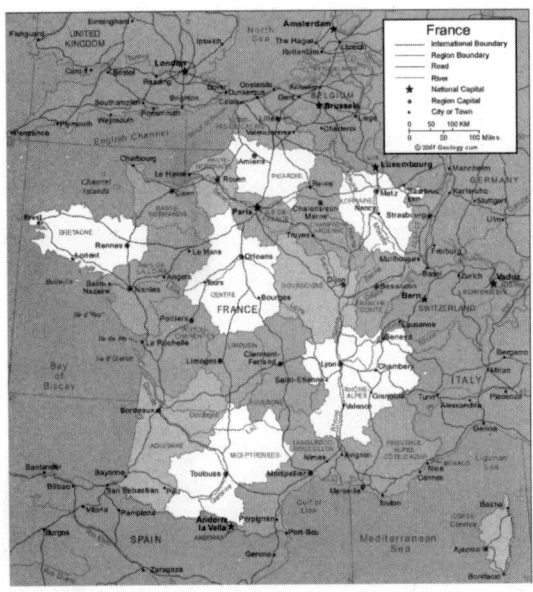

1

பர்கண்டி

'பர்கண்டி'யில் படகுவிடுவதும், பலூன் விடுவதும், புது அர்த்தத்தை அதாவது, 'உன் எதிரியை சிறந்த முறையில் பழி வாங்க, நன்றாக வாழ்ந்து காட்டு,' என்று சொல்கிறது. இங்கே அமைதியான மற்றும் நிதானமான இருவிதமான போக்குவரத்துக்கும், உத்தரவாதம் அளிக்கப்படுகிறது. இங்கே நூறாண்டு காலமாக இருக்கும் நதிகள் மற்றும் வாய்க்கால்கள், கரையோரமாக நகர்ந்து செல்வது, தனியார் நடத்தும் சுற்றிலும் காடுகளுடன் இருக்கும் கோட்டைகள் பார்ப்பதற்கு மிக ரம்மியமாக இருக்கும். தங்குவதற்கு வசதியான விடுதி ஹோட்டல் பெர்னார்ட்.

இது பர்கண்டியின் மத்தியில் பாரிஸுக்கும், லியானுக்கும் நடுவில், லியானுக்கு வட மேற்கில் 264 கி.மீ. தூரத்திலும், பாரீஸிலிருந்து 243 கி.மீட்டரிலும் இருக்கிறது.

மே-அக்டோபர் சுற்றுலா செல்ல சிறந்த காலகட்டம். மே மற்றும் செப்டம்பர் மாதங்கள் பலூன் விடும் பருவம். மே, ஜூன், செப்டம்பர் மாதங்கள் படகு பிரயாணத்திற்கு சிறந்த காலம்.

2

கதீட்ரல் நார்ட்ரிடேம் டி சார்ட்ரஸ்

எவற்றுடனும் ஒப்பிட்டுப் பார்க்க முடியாத அளவுக்கு சார்ட்ரஸ் கோதிக் தேவாலயம் உள்ளது. ரோமில் உள்ள செயின்ட் பீட்டர்ஸ், கேன்டர்பரியின்

(இங்கிலாந்தில் கென்ட்டில் உள்ளது) தேவாலயம் ஆகியவற்றிற்கு அடுத்து மூன்றாவதாகக் கருதப்படுவது, இந்தத் தேவாலயம்தான். 12-ஆம், 13-ஆம் நூற்றாண்டுகளில் கண்ணாடி விற்பன்னர்களால் அமைக்கப்பட்ட, இந்த ஜன்னல் கதவின் கண்ணாடிகள், இரண்டு உலகப் போர்களிலும் சேதமடையவில்லை. அப்போது அவை யாவும் கழற்றப்பட்டு பத்திரமாக பாதுகாக்கப்பட்டது. இந்தத் தேவாலயம், 'கோதிக்' கட்டடக் கலையை சிறப்பாக பிரதிபலிக்கிறது. நவீன காலப் பார்வையாளர்களையும் கவர்கிறது. ஆறாவதாகக் கட்டப்பட்ட இந்தத் தேவாலயம், 'வர்ஜின் மேரி' உபயோகித்து வந்த உடுப்புகளையும் பாதுகாத்து வருகிறது.

இது பாரிஸிலிருந்து தென்மேற்கில், 97 கி.மீ. தூரத்திலுள்ளது. ஜூன், ஜூலை மாதங்களில் இசை திருவிழா நடைபெறும். தேவாலயங்களில் இசைக்கச்சேரி நடைபெறும். மழை காலத்தில் கூடும் விடுமுறை சந்தை பிரபலமானது.

3

ப்ளேஸ் ஸ்டானிஸ்லாஸ்

இது லோரெய்னியில் உள்ள நான்ஸி என்னுமிடத்திலிருக்கிறது. குறையே இல்லாமல், கச்சிதமாக அமைந்திருக்கின்ற 'ஸிட்டி சென்டர்'.

ஐரோப்பாவிலுள்ள அனைத்து அழகும், கவர்ச்சியும் கொண்ட நகரங்களில் இதுவும் ஒன்று. இதையே சிலர், உலகின் மிக அழகான நகரத்திற்குரிய ஞாபகச் சின்னம் என்றும் கூறுகின்றனர். 'டச்சை'ச் சேர்ந்த லோரெய்னியின் நாட்களிலிருந்து அதாவது 12 முதல் 18-ஆம் நூற்றாண்டு வரை, 'நான்ஸி' அதன் தலைநகராக விளங்கியது. அப்போது நகரம் மேம்பாடு செய்யப்பட்டதுடன், மிக அழகாகவும் ஆக்கப்பட்டு வந்தது. சதுக்கம் மற்றும் அதை சுற்றியுள்ள பகுதி கடந்த ஆண்டுகளின் நேர்த்தியான காட்சிப் பொருளாக இருக்கிறது. இன்றும் நகரத்தின் இதயமாகவும், அதன் கடந்த கால செழுமையின் அடையாளமாகவும் இருக்கிறது.

இங்குள்ள 'கிராண்ட் ஹோட்டல் டிலா ரெய்ன்' ஒரு தனித்துவம் கொண்டதாகவும், சரித்திர பிரசித்திப் பெற்றதாக

வும் விளங்குகிறது. ஹோட்டலின் எந்த அறையிலிருந்தாலும், சதுக்கத்தை பார்க்கக் கூடிய ஈடு இணை இல்லாத ஆடம்பரத் துடன் கூடிய சந்தோஷத்தைத் தரும்.

இது பாரீஸுக்கு தென்கிழக்கில் 370 கி.மீ.-இல் உள்ளது. இங்கு ஜூலை மாதம் 14-ஆம் தேதி நடைபெறும் பாஸ்டில் தின அணிவகுப்பு பார்க்க வேண்டியது.

4

வியூக்ஸ் நைஸ்

1912-இல் கட்டப்பட்ட 'திருமண கேக் ஹோட்டல்' சமுத்திரக்கரை ஓரமாக, பெருத்த நாகரிக ஹோட்டலாகத் திகழ் கிறது. ஒரு முறை கால் பதித்து விட்டால் அங்கு செல்ல வேண்டுமென்ற ஆவலும் தொடர்ந்து கொண்டேயிருக்கும்.

ஸலோன் ராயலில் உள்ள, தொங்கும் சரவிளக்கு, ரஷ்யாவின் 'ஜார்' வம்சத் தினரால் ஒப்படைக்கப்பட்டது. சுவரில் உள்ள கோப்லின் அலங்காரத் தொங்குசீலை அசலானது போலத் தோன்றினாலும், அது நகல்தான். ஏன்ஜில்ஸ் வளைகுடாவை நோக்கி இருக்கும் அறைகள் அனைத்திலும் முன் மண்டபம் (Balcony) இருக்கின்றன. அவற்றி லிருந்து பார்க்கும்போது தோன்றும் மாலை வெளிச்சம், எல்லோராலும் சோட்அசூர் கடற்கரை விரும்பப்படுவதற் கான காரணத்தைச் சொல்லும்.

பிரான்சிலுள்ள 5-வது பெரிய நகரமான நைஸ் பாரீஸிலிருந்து, 191 கி.மீட்டரில் இருக்கிறது. இந்நகரில் - ஜூலை 2-வது வாரத்தில் நடைபெறும் ஜாஸ் திருவிழா; ஒவ்வொரு ஆண்டும் மழை காலத்தின் இறுதியில் கொண் டாடப்படும் கிருஸ்துவ திருவிழா ஆகியவை பார்த்து ரசிக்க வேண்டியவை.

5

பியாரிட்ஸ்

இது க்யுட்டெயின் என்னும் இடத் தில் உள்ளது. 'கோடை வாசஸ்தலங்களின் ராணி' எனவும் 'அரசர்களின் கோடை வாசஸ் தலம்' எனவும் அழைக்கப்படுகிறது. (Queen of Resorts and Resort of Kings.)

நகரத்தின் வசீகரம் மூர்க்கமான அழகு மிக்கது. 1830-இல் விக்டர் ஹியூகோ, 'பியாரிட்ஸ் எப்போதும் நாகரிகமான தாக கூடாது' என்று பிரார்த்தனை செய் தாராம். ஆனால் நெப்போலியன் III அவரது அரசியுடன் இங்கு வந்து உயர்ந்த வகையான ஊதா நிற மாளிகை ஒன்றினை கோடை இருப்பிடமாக கட்டியதால் விக்டர் ஹியூகோவின் பிரார்த்தனை தகர்ந்தது. பியாரிட்ஸ் பலராலும் விரும்பக் கூடிய இடமாக மாறியது. இது இன்று 'ஹோட்டல் சி பாலரியா' ஆக மாறிய பின்னும் பழைய கவர்ச்சியை இழக்க வில்லை. 1950-இல் அந்த கண்டத்தின் நீர் விளையாட்டிற்கு தலைமையிடமாக அமைந்தது.

இது போர்டியாக்ஸுக்கு தென் மேற்கே 190 கி.மீ.-இல் இருக்கிறது.

6

தி டோர்டாக்னோ மற்றும் தி லஸ்காக்ஸின் குகை

ஃபிரான்ஸின் புராதனமான தனிமையான இடம் இது.

ஹென்றி மில்லர் வளம் மிகுந்த பசுமையான டோர்டாக்னோவை நாட்டின் வசியம் என்று அழைத்தார். இங்கே உள்ள சந்தை நகரங்களான டோம், ப்ரான்டோம், சார்லட், ரோகமடர் ஆகியவை பிரான்ஸில் கண்ணுக்கினியவைகளில் குறிப்பிடத் தக்கவை. இந்த இடம் மலர் நிறைந்த பள்ளத்தாக்குகள், ரோமானியத் தேவாலயங்கள், மத்திய கால குக்கிராமங்கள் ஆகியவற்றைக் கொண்டவை.

1940-இல் நான்கு இளைஞர்களால் உலகின் மிக அற்புதமான சுவர் ஓவியங்கள் நிறைந்த லஸ்காக்ஸ் குகை கண்டுபிடிக்கப்பட்டது. இது 17,000 வருடங்களுக்கு முந்தைய கற்கால மனிதர்களால் உருவாக்கப்பட்டதாம். தரம் கெடுவதிலிருந்து பாதுகாக்க 1963-இல் பொதுமக்கள் பார்ப்பதற்கு அனுமதிக்கப்படாமல் நிரந்தரமாக மூடப்பட்டது. பின்னர் 200 கெஜ தூரத்தில் லஸ்காக்ஸ் II என்ற வடிவில் உருவாக்கப்பட்டது.

டோர் டாக்னோ, போர்டியாக்ஸுக்கு வடகிழக்கே 79 மைலில் இருக்கிறது. லஸ்காக்ஸ் மான்டிக்நக் அருகிலுள்ள பாரிஸிலிருந்து தென்மேற்கே 300 மைலில் உள்ளது.

7

இயூஜினை - லே - பெயின்ஸ்

ஃபிரான்சில் அக்யுடெயின் என்ற இடத்தில் உள்ள இந்த கிராமம் ஆரோக்கிய சமையல் கலையின் பிறப்பிடம்.

மிகச்சிறிய கடற்கழி கிராமமான இதில் இருந்த வெப்பமான நீரூற்று மற்றும் முல்லை நிலத்திற்குரிய அமைப்பு பேரரசி இயூஜினையை மகிழ்விக்கவே, அவர்

பெயரால் அழைக்கப்பட்டது. காலத்தாலும், சுற்றுலாத்துறையாலும் மறக்கப்பட்ட இந்த இடம் மீண்டும் மைக்கேல் க்வாரார்ட் என்பவரின் வருகையால் சுற்றுலாப் பயணிகளின் கவனத்திற்கு கொண்டுவரப்பட்டது. அதன் பிறகு பலர் இங்கு வர ஆரம்பிக்கவே பார்க்க வேண்டிய இடங்களில் ஒன்றாகி விட்டது.

போர்டியாக்ஸுக்கு தெற்கே 40கி.மீ.-லும்; பியாரிட்ஸுக்கு வடக்கே 121 கி.மீ-லும் இந்நகரம் இருக்கிறது. இங்கு சுற்றுலா செல்ல சிறந்த காலம், கோடை மற்றும் இலையுதிர்காலம்.

8

வீஸ்லே மற்றும் எஸ்பரான்ஸ்

பர்கண்டியில் உள்ள, ரோமானியக் கலைக்கூடம் மற்றும் உள்நாட்டு விருந்தோம்பலுக்கும் பிரசித்தமான இடம் இது.

பல நூற்றாண்டுகளாக செயின்ட் மட்லீனின் basilica பன்மடங்கு யாத்ரீகர்களை கவர்ந்து வருகிறது. வீஸ்லேவில் மத்திய காலத்திற்கு அழைத்து செல்லும் விதத்தில் 11-ஆம் நூற்றாண்டிலிருந்து ரோமானியத் தேவாலயம் ஒன்று இருக்கிறது. உலகத்தின் ஒயின் தயாரிப்பு பகுதிகளான ஒன்றின் செழிப்பான இதயப் பகுதியில் அமைந்திருக்கும் வீஸ்லே ஒரு பரிபூரணமான நகரம். பாரிஸிலிருந்து தென்கிழக்கே 135 மைலில் இருக்கிறது. இங்கு செல்ல சிறந்த கால கட்டமாக கருதப்படுவது இளவேனிற் காலம். ஜூலை 22 அன்று வருடாந்திர புண்ணிய ஸ்தல யாத்திரை நடைபெறும். செப்டம்பரிலிருந்து அக்டோபர் மகிழ்ச்சிகரமான ஒயின் அறுவடை நடைபெறும்.

9

லே காலான்செஸ்

அஜஷியாவிலுள்ள கடற்கரைப் பகுதியிலிருக்கும் இம் மலைக்கு 'சமுத்திரக் கரை வளைவு ஒட்டுதல்' எனவும் பெயர்.

மிகவும் அழகானது என்று கிரேக்கர்களால் அழைக்கப்பட்டது. இங்கு போக

இளவேனிற் காலத்தின் பிற்பகுதியான செப்டம்பர் - அக்டோபர் சிறந்த காலம். ஏப்ரல் - மே மாதங்களில் காட்டுப் பூச்சிகள் தீவில் தரை விரிப்பாய் பரந்து இருக்கும்.

10

கிவர்னே

ஹாண்டி - நார்மண்டீயில், கலை விரும்பிகளுக்கான மலர்ச்சியான இடம்.

வழக்கமான பிரெஞ்சு தோட்டங்கள் போல அல்லாமல் ஏராளமான வண்ண வண்ண பூக்கள் கப்பிப் பாதைகளில் சிதறிக் கிடக்கும். பிரபலமான வில்லியம் நீர்த் தோட்டம், ஜப்பான் பாலம், அலரி மரங்கள் இங்கு விஜயம் செய்ய வேண்டுமென அனைவரையும் தூண்டுகிறது. பாரிஸுக்கு வடமேற்கே 80 கி.மீ.-இல் இருக்கிறது. இங்கு சுற்றுலா செல்ல எல்லா நாட்களும் உகந்தது. ஒவ்வொரு மாதமும் அந்த நகரத்திற்கென்றே களி

யாட்டங்களுடன் மலர்ச்சியாக இருக்கும். ஜூன் மாத இறுதியில் நீர் லில்லிகள் மலர்ந்து இருக்கும்.

11

மோண்ட் - செயின்ட் மைக்கேல்

நார்மண்டீயிலிருக்கும் இந்த இடம் எம்பி வரும் அலைகளால் சூழப்பட்ட ஓர் 'அபூர்வ கோதிக்' தீவு.

மேற்கத்திய உலகின் அதிசயங்களில் ஒன்றாக பலப்படுத்தப்பட்ட தீவு கிராம மான மோண்ட் செயின்ட் மைக்கேல் பிரான்சில் பார்க்க வேண்டிய இடங்களில் ஒன்றாக உள்ளது. அடுத்து தனித்துவமான

அமைப்புடன் சுற்றுலாப் பயணிகளை கவருகின்ற ஒன்று கோதிக் கலையின் மிகச் சிறந்த சாதனையான 'The Marvel' என்றழைக்கப்படும் மடாலயம் இருக்கும் 13-ஆம் நூற்றாண்டின் கட்டடங்கள். பாரிஸிலிருந்து மேற்கே 322 கி.மீ.-இல் இருக்கிறது மோண்ட் செயின்ட் மைக்கேல்.

இளவேனிற் காலம் இங்கே சுற்றுலா செல்ல சிறந்த காலமாகும்.

12

நார்மண்டீயின் 'டி.'டே பீச்

இங்குதான் ஐரோப்பாவின் விடுதலை துவங்கியது.

பல மியூஸியங்கள் டி-டே படை யெடுப்பு விவரத்தை தருகின்றன. அவற்றில் முக்கியமானது மல்பெர்ரி நகருக்கு அருகில் இருக்கும் நார்மண்டி லேண்டிங்ஸ் மியூசியம். தெற்கே 30 மைல் தூரத்தில் உள்ள 'கேயன் மெமோரியல்' கூட தகவல் தரும் இடமாக இருக்கிறது. இரண்டாம் உலகப் போரின் காரணம் மற்றும் விளைவு பற்றிய காட்சிகளுக்காக இது அர்ப்பணிக் கப்பட்டுள்ளது. பாரிஸுக்கு வடமேற்கே 274-298 கி.மீ.-இல் இருக்கிறது.

13

பாரீஸ்

உலகிலேயே மிகவும் அழகு கொழிக்கும் நகரம் என்று பிரான்ஸ் நாட்டின் தலைநகரான பாரீஸை சொல்ல லாம். ஈஃபிள் டவர் இதன் தனி சிறப்பாகும். முற்றிலும் இரும்பினால் அமைக்கப்பட்ட இந்த கோபுரத்தின் உயரம் 784 அடி யாகும். இதன் உச்சியில் இருந்து பார்த் தால் பாரீஸ் நகரம் முழுவதும் மிகவும் நன்றாக தெரியும். ஈஃபிள் என்ற பிரெஞ்ச் என்ஜினியர் இந்த கோபுரத்தை கட்டி முடித்தார். இதனால் அவர் பெயரை கோபுரத்துக்கு வைத்து விட்டார்கள்.

இங்குள்ள சாலைகளில் சாம்ப்-டி-எலீஸில் என்ற சாலை மிகவும் முக்கிய மானது. இந்த சாலையில் ஒரே வரிசையாக

74 உலகில் பார்க்க வேண்டிய இடங்கள்

பத்து கார்கள் தாராளமாகச் செல்ல முடியும். அந்த அளவுக்கு விசாலமாக இருக்கிறது. இந்த சாலையின் நீளம் இரண்டு கிலோமீட்டர். சாலையின் இருமருங்கிலும் அழகிய பூங்காக்களும், கடைகளும் காட்சி தருகின்றன.

பாரீஸ் நகரில் இருந்து 16 கிலோ மீட்டர் தொலைவில் மார்செய்ல்ஸ் என்ற சிற்றூர் இருக்கிறது. அங்கே 14-ஆம் லூயி கட்டிய அழகான பெரிய அரண்மனை இருக்கிறது. பிரான்ஸ் நாட்டு மன்னர்கள் அனைவரும் இந்த அரண்மனையில் தான் வாழ்ந்து வந்தார்கள். இந்த அரண் மனையில்தான் பிரெஞ்சு புரட்சி ஏற் பட்டது.

1837-ஆம் ஆண்டுக்குப் பிறகு இதனை காட்சிக் கூடமாக மாற்றிவிட்டார்கள். வெர்சே அரண்மனை மிகவும் கலை நுணுக்கம் கொண்டது. இப்போது அந்த காட்சிக் கூடத்தில் 14-ஆம் லூயி மன்னன் பயன்படுத்திய போர்க் கருவிகளும், நாணயங்களும் இன்னும் பிற பொருள் களும் காட்சிப் பொருளாக வைக்கப் பட்டிருக்கின்றன. அரண்மனை முற்றத்தில் மட்டும் 16,000க்கும் மேற்பட்ட கார்களை நிறுத்த முடியும். அவ்வளவு பெரிய முற்றம்.

உலகிலேயே மிகப் பெரிய நாடக அரங்கு பாரீஸ் நகரத்தில்தான் இருக் கிறது. புகழ்பெற்ற கார்டன் புருவா என்னும் சமையல் கல்லூரியும் இங்குதான் உள்ளது.

14

டீ க்ரில்லோன்

இது பாரீஸில் உள்ள எல்லா உணவகங்களின் அரண்மனையாகக் கருதப் படுகிறது.

உலகிலேயே அவசியம் பார்க்க வேண்டிய நகரமான பாரீஸில் ஹோட்டல் -டி-கிரில்லோன் தனித்தன்மையுடன் இருக் கிறது. இது உண்மை என்பதை அங்கு சென்றவர்கள் உணர்வார்கள். பிரான்சி லுள்ள ஒரே ஒரு சொகுசான அரண்மனை ஹோட்டல் இதுவே. 18-ஆம் நூற்றாண்டின்

கட்டடமான இது முடி சூடியவர்கள், பிரபல பொழுதுபோக்காளர்கள், புகழ் பெற்ற பிரபலங்கள் தங்க விரும்பும் அளவு வசீகரமாகவும் நவீனமாகவும் இருக்கிறது.

15

டௌலூஸ் லாட்ரெக் பொருட்காட்சி

ஒரே ஒரு கலைஞரால் ஏற்படுத்தப் பட்டது. அல்பீயின் பிரசித்திப்பெற்ற

மகனால் ஏற்படுத்தப்பட்ட இது மிகப் பொலிவுடன் விளங்குகிறது. தனி ஒரு கலைஞனால் உருவான பொருட்காட்சி யான இது ஐரோப்பாவின் சிறந்த ஒன்று. பார்வையாளர்களுக்காக தினமும் திறக்கப் பட்டிருக்கும். அக்டோபரிலிருந்து மார்ச் வரை மட்டும் செவ்வாய் விடுமுறை.

16

தி வால்ஸ் ஆஃப் கார்கஸ்ஸோனே

மத்திய காலத்திய ராணுவத்தின் கலைப்பொக்கிஷமான இது, லான்குடோக் ரௌஸில்லானில் உள்ளது.

ஆரம்ப ராணுவ கட்டடக்கலைக்கு சிறப்பான உதாரணமாக இருப்பது கார்கஸ்ஸோனே. இது கற்பனை கட்டுக் கதையில் வரும் மத்தியகால நகரம் போலிருக்கும். இது ஐரோப்பாவின் மிக நீளமான சுவரினால் (கிட்டத்தட்ட 2 மைல்) சூழப்பட்டுள்ளது. புதுப்பிக்கப்

பட்ட பசுங்கொடி மூடிய உணவு விடுதியான 'ஹோட்டல் டிலசிட்' இந்த பகுதியின் சிறப்பான ஹோட்டல். பாரீஸுக்கு தென்மேற்கே 805 கி.மீ-இல் இருக்கிறது. டௌலௌஸுக்கு தென்கிழக்கே 88 கி.மீ-இல் இருக்கிறது. ஜூலை-14 'பாஸில் தினம்' கொண்டாடப்படுகிறது. ஜூலை மாதம் முழுவதும் கலாச்சார விளை யாட்டுகள் நடைபெறும்.

17

செயின்ட் லூர்துஸ்

இது ஐரோப்பாவின் முதன்மையான கோயில்.

பிரான்சில் பாரிஸுக்கு அடுத்த படியாக அதிகம் பேர் பார்க்க விரும்பும் இடம் லூர்துஸ். எவ்வளவு கூட்டம் வந்தாலும், இடம் கொடுத்து சமாளிப்பது இதன் முக்கிய அம்சம். உலகின் 140 நாடுகளி லிருந்து மக்கள் இங்கு வருகிறார்கள்.

அவர்கள் இங்கு வருவதற்கு காரணம் இங்கிருக்கும் தண்ணீருக்கு நோய்களை குணமாக்கும் அற்புத சக்தி இருப்பதாக நம்புவதுதான். தினமும் முன் மாலையில் மெழுகுவர்த்தி ஊர்வலம் நடைபெறும். மிகவும் பிரபலமான பருவம் ஈஸ்டர் (நவம்பரின் ஆரம்பம்)

18

லோய்ரே பள்ளத்தாக்கு மற்றும் டொமெய்னி டெஸ் ஹாட்ஸ் டி லோய்ரே

இது அரசர்களின் விளையாட்டுக் களமாகவும், பிரெஞ்சு கணக்கிடுதலின் வீடுமாகும்.

பல நூற்றாண்டுகளாக விண்டிங் லோய்ரே பள்ளத்தாக்கு சுற்றுலா பயணிகள் மனதை கொள்ளையடித்து வருகிறது. காரணம் பிரான்சின் ராயல் ஆற்றங்கரையில் கட்டப்பட்டுள்ள ஆயிரத்துக்கு மேற்பட்ட அவை ஒவ்வொன்றும் அழகு மிகுந்தவை. இது போன்ற கண்டிப்பாக பார்க்க வேண்டிய இடங்களில் ஒன்றாக இருக்கும் போது பார்க்காமல் விடுவது நியாயமானது அல்லதானே.

19

அவிக்நான் மற்றும் ஹோட்டல் லா மிரான்டே

இது பணக்காரர்கள் மற்றும் போப்பாண்டவருடைய வாழ்க்கை முறையைச் சொல்லும் இடமாக இருக்கிறது.

அவிக்நானின் புராதன போப்பாண்டவருடைய நகரம், 14-ஆம் நூற்றாண்டின் கொத்தளங்கள் அமைந்த சுவர்களின் பின் பல சரித்திர ரத்தினங்களை பாதுகாத்து வந்தது.

கோடை காலத்தின் மத்தியில் அவிக்நான் சென்றீர்கள் என்றால், ஐரோப்பாவின் மிக முக்கியமானதும் மகிழ்ச்சியுமான அவிக்நான் பண்டிகையை அனுபவிக்கலாம். நாட்டின் முதன்மையான நாடக, நடன பண்டிகையாக அங்கீகரிக்கப்பட்டுள்ளது அது.

தியேட்டர், தேவாலயம், மடம், சதுக்கம், தெருமுனை எல்லாமே தேசிய மற்றும் வெளி குழுக்கள் இசை, நாடகம், நடனம் போன்றவற்றை அரங்கேற்றும் மேடையாகிறது. தங்குவதற்கு சிறந்த இடம் அவிக்நானின் நவநாகரிக ஹோட்டல் நவரத்தினம் லாமிராண்டே. அது அமைந்துள்ள இடத்தை விவரிக்க வேண்டுமானால் மிக உயர்ந்த சொற்களை மட்டுமே பயன்படுத்தியாக வேண்டும். பாரிஸிலிருந்து 2½ மணி நேர ரெயில் பிரயாணத்தில் இருக்கிறது.

20

ஹோட்டல் கார்ல்டன்

இது பெல்லெயின் ஆடம்பர சகாப்தத்தின் சுருக்கம். திரைப்பட விழாக்களுக்கு பெயர் பெற்ற இடம்.

கேன் நகரம் சென்றவர்கள், ஹோட்டல் கார்ல்டன் போகாமல் தவறவிட்டால், அவர்கள் இந்த கோடை

வாசஸ்தல நகரத்தின் உற்சாகத்தை தவற விட்டதாக அர்த்தம். கௌரவமிக்க கேன் திரைப்பட விழாவிற்கு சிறப்பாக அறியப்பட்டது.

மே மாதத்தின் மத்தியில் 12 நாட்கள் கேன்ஸ் திரைப்பட விழா நடைபெறும் போது இங்கு செல்ல சிறந்த காலமாகும்.

21

ஈஸ்

1300 அடி உயரத்தில் இருக்கும் ஈஸ்-ஐ அடைந்தவுடன், மிகுந்த கவனத்துடன் புதுப்பிக்கப்பட்ட இந்த மத்திய காலத்திய நகரம், இராணுவ பாதுகாப்புக்காக வடிவமைக்கப்பட்டது போல தோன்றும்.

இது மாகாணத்தின் உயர்ந்த கிராமங்களில் உயரமானதும், பார்க்க வேண்டிய இடங்களில் ஒன்றுமாகும்.

மேலும் சுற்றுலா வியாபாரத்திற்கு தேவையான பொருட்களை வழங்கும் தொழில் நிபுணர்கள் மற்றும், பழம் பொருள் வியாபாரிகளின் வீடாகும். ஈஸ் போல தபால்தலை அளவே சிற்றூர் உள்ள இடத்தில் இரண்டாவது சிறப்பான செயல்முறை காண்பது ஆச்சரியம்தான். 1920-இல் ஸ்வீடனின் இளவரசர் வில்லியம் 400 வருட பழைய கட்டடங்களை சீரமைத்தார். இன்று அது சொகுசான ஹோட்டலாக உள்ளது.

நைஸிலிருந்து கிழக்கே 11 கி.மீ.-இல் உள்ளது.

22

லே பாக்ஸ் டி பிராவின்ஸ்

இது இடைகாலத்திய அற்புதமான கோட்டையாகும். இது அவிக்னானுக்கு தெற்கில், 29 கி.மீ. தூரத்திலும், மார்செய்ல்ஸுக்கு வடக்கே 80 கி.மீ. தூரத்திலும் இருக்கிறது.

கார்டினல் ரிச்லியூ ஒருமுறை லேபாக்ஸ்டி பிராவின்ஸை கழுகுகளின் முட்டை இடும் இடம் என்று அழைத்தார். தெற்கு பிரான்சின் சிறந்த ஒயின், ஆலிவ் எண்ணெய் தயாரிப்புக்கு புகழ்பெற்ற இடம்.16,17-ஆம் நூற்றாண்டின் கல்வீடுகள் இப்போது உள்ளூர் கைவினைப் பொருள் கள் தயாரிப்பாளர்கள் வீடுகளாக இருக் கின்றன. அவர்கள் தங்கள் பொருளை நிலையாக வந்துகொண்டிருக்கும் சுற்றுலாப் பயணிகளிடம் விற்கிறார்கள். சுற்றுலா செல்ல சிறந்த காலம் வசந்த காலம் மற்றும் இலையுதிர் காலம்.

23

லா பான்டேஷன் மெயிட்

இது ஓர் உலகத்தரம் வாய்ந்த, பெர்ச்சி என்ற கிராமத்திலிருக்கும் ஒரு கலைக் களஞ்சியம்.

தாழ்வாக அமைந்துள்ள இந்த காலரி 1964-இல் கண்டுபிடிக்கப்பட்டது. மேல்தள தோட்டத்தில் ஜியாகோமெட்டி, மிரோ, கால்டர், ப்ரேக், கேன்டிஸ்கி போன்றோ ருடைய உலகப்புகழ் பெற்ற ஓவியங்கள் அலங்காரம் செய்கின்றன. செயின்ட் - பால் - டி - வெனிஸில் வசித்த அல்லது தொடர்ந்து அங்கே விஜயம் செய்த 20-ஆம் நூற்றாண்டு ஓவியர்கள் வசீகரமான கொலம்பியாவில் உணவருந்தி விட்டு, பில்

தொகைக்கு பதிலாக தங்கள் ஓவியங்களை கொடுத்துவிட்டு சென்றார்களாம். அந்த மாதிரி சேகரிக்கப்பட்ட அவர்களின் ஓவியங்கள் உணவருந்தும் கூடத்தின் சுவற்றை அலங்கரிக்கின்றன.

24

அந்நெஸி மற்றும் டால்லொரீஸ்

இது 'சாவாய் ஆல்ப்ஸ்' மலையில், உள்ள 'ஏரிக்கரை நகை' ஆகும்.

ஆல்பைன் அமைப்பில் உள்ள இந்த சிறிய அளவிலுள்ள வெனிஸ் ஒரு பாழாக்

கப்படாத மத்திய கால மற்றும் மறு மலர்ச்சி பொக்கிஷம். அந்நெசி எண்ணற்ற கணவாய்களை உருவாக்கிய தியோ ஆற்றி னால் குறுக்காக வெட்டப்பட்டுள்ளது. மகிழ்ச்சிகரமான பழைய நகரத்தில் பாது காக்கப்பட்ட தேவாலயங்கள், மலர் அலங்கார மேடை, நகர வீடுகள் ஆகியவை ஆறு, கணவாய்களின் தெள்ள தெளிவான நீரில் பிரதிபலிக்கின்றன. வெது வெதுப் பான சீதோஷ்ணத்தில் படகு சுற்றுலா மூலம் பிரிஸ்டின் ஏரிக்கரைக்கு செல்ல லாம். இல்லாவிட்டால் உணவுக்கான சிறப்பு கடைகள், நேர்த்தியான பழங்கால கடைகள் நிறைந்த சுத்தமான நகர வீதி களில் உலா வரலாம்.

அந்நெஸி செல்லும் உணவுப் பிரியர்கள், ஆபர்ஜ் டி மார்க் வெய்ராட்டில் உணவு உண்ணாமல் திரும்புவது என்பது ஆக்ராசென்றவர்கள் தாஜ்மஹால் பார்க்காமல் தவறவிட்டு திரும்புவது போலவாம்.

இது பாரிஸுக்கு தென்கிழக்கே *537 கி.மீ.-இல் இருக்கிறது; லையான்ஸுக்கு 137 கி.மீ.-இல் இருக்கிறது.*

25

கோர்ச்வெல்

இது ட்ராய்ஸ் பள்ளத்தாக்கின், முக்கியமான உயிரோட்டமான இடத்தில் இருக்கிறது.

1992- மழைக்கால ஒலிம்பிக்கின் வரவேற்பாளர். உயர்ந்த, மிக வசீகரமானதும் மற்றும் பிரெஞ்ச் ஆல்ப்ஸில் வான இருப்பிடம். சிறப்பான சாதனங்களோடு கோர்ச்வெல் மூன்று ஆல்பைன் பள்ளத்தாக்கின் சங்கமத்தில் அமர்ந்திருக்கிறது. அதன் பல சரிவு வடக்கு நோக்கி உள்ளன. பல பயணிகள் கோர்ச் வெல்லுக்கு மட்டும் வருகிறார்கள். ஆனால் அது பிற கோடை வாசஸ்தலங்களுடன் நன்றாகவே இணைக்கப்பட்டுள்ளது. கோர்ச் வெல், அதனுடைய டீலக்ஸ், சொகுசான ஹோட்டல்களுக்காக அறியப்பட்டுள்ளது. பாரிஸுக்கு தென்கிழக்கே 632 கி.மீ-இல் உள்ளது.

26

வீயெக்ஸ் லியோன்ஸ்

இது இடைக்காலத்திலிருந்து புதுப்பிக்கப்பட்ட பழைய காலத்தை பறைசாற்றும் வியாபார ஸ்தலம் மற்றும் பணம் மாற்றும் இடம்.

குறுகலான தெருக்களின் தொடர், கண்ணுக்கினிய, அழகிய சுழன்று சுழன்று செல்லும் தடத்தின் வடிவம், 350 கட்டடங்கள்இவை கோதிக் காலத்தின் இறுதியிலிருந்து 17-ஆம் நூற்றாண்டு வரையான நகரத்தின் மிக விரிவான ஒரே இயல்பான வகையாக கருதப்படுகிறது. உணவகங்கள் நிறைய உள்ளன.

இது பாரிஸிலிருந்து தென்கிழக்கே 460 கி.மீ.-இல் இருக்கிறது.

27

மெகேவ்

ரோனே ஆல்ப்ஸில் உள்ள இந்த இடம், ஆல்பைன் பள்ளத்தாக்கில், காற்றில் பறந்தும் மேலிருந்து குதித்தும் விளையாடும் ஓர் இடம்.

பனிச்சறுக்கு விளையாட்டில் ஆர்வமுள்ளவர்கள் அழகிய கண்ணுக்கினிய ஆல்பைன் கிராமத்தைப் பற்றி நினைத்தார்கள் என்றால் அவர்கள் மெகேவைத் தான் நினைப்பார்கள். இயற்கைக் காட்சி, வசீகரம், பனிச்சறுக்கு இன்பம் வேண்டு

உலகில் பார்க்க வேண்டிய இடங்கள்

பவர்களுக்கு சிறிய மெகேவ் போதும். அழகான பரந்த பள்ளத்தாக்கில் அமைந் துள்ளது மெகேவ். இது 47 மைல் நகரத் திற்கிடையே ஆன பனிச்சறுக்கு மற்றும் ஐரோப்பாவின் முதன்மை பனிச்சறுக்கு பள்ளிக்காக அறியப்படுகிறது. தொடர்ந்து இங்கே வரும் பயணிகளும் உண்டு. ஆரோக்கியம் மற்றும் அழகு பண்ணை என்ற முழு இயற்கை ஆரோக்கிய நீரூற்று உள்ளது. கூடவே வாயில் நீர் ஊறவைக்கும் வீட்டுச்சுவை கொண்ட உணவு வகைகள் உண்டு. 'தஞ்சமளிக்கும் மலை' என்பதற்கு புது அர்த்தத்தை தருகிறது மெகேவ்.

இது ஜெனீவாவிலிருந்து 69 கி.மீ. தூரத்தில் உள்ளது.

28
பிக்

1891-இல் ஸோபி பிக் என்பவ ரால் தொடங்கப்பட்ட ஒரு சாதாரண கிராமத்து ஹோட்டல்.

100 வருடங்களுக்குபிறகும் ஸோபியின் பேரப் பிள்ளைகள் தொடர்ந்து இதனை நிர்வகித்து வருகின்றனர். 1992-இல் இறந்த ஜேக்ஸ் பிக்சின் மகள் அன்னேபிக்தான் சமையலறையின் தற்போதைய பொறுப் பாளர், தயாரிப்பாளர். வீட்டுச் சூழலில் அமைந்திருக்கிறது. பயண சாப்பாட்டுப் பிரியர்களுக்கு வழிப்பயணத்தில் வீட்டு உணவு தரும் சிறிய ஹோட்டல். இங்கு செல்ல சிறந்த காலம் ஏப்ரல் ஜூன் வரை.

7

ஜெர்மனி - GERMANY

ஜெர்மனி கி.மு. 500-இல் பழங்குடியினரால் உருவான நாடு. கி.பி. 7-ஆம் நூற்றாண்டில் கிறிஸ்தவ மத நாடானது. மாவீரன் நெப்போலியன் பிறந்தது ஜெர்மனியில்தான்.

இரண்டு உலகப் போர்களுக்கும் ஜெர்மனியே காரணமாக இருந்தது. உலகப் போர்களை முதலில் துவக்கியதும் ஜெர்மனிதான். இரண்டிலும் தோல்வியடைந்து பெரும் கஷ்டமும் நஷ்டமும் அடைந்தது.

இரண்டாம் உலகப் போருக்குப் பிறகு ஜெர்மனி இரண்டாக உடைந்தது. கிழக்கு ஜெர்மனிக்கும் மேற்கு ஜெர்மனிக்கும் அரசியல் பொருளாதார கருத்து வேறுபாடுகள் காரணமாக 1961 - இல் பெர்லின் சுவர் கட்டப்பட்டது. இதன் நீளம் 47 கி.மீட்டர்.

1989, நவம்பர் 9 - இல் பெர்லின் சுவர் இடிக்கப்பட்டு, இரு நாடுகளும் இணைந்தன. 1990, அக்டோபர் 3 - ஆம் தேதி அரசியல் ரீதியாகவும் இணைந்தது.

'மியூசியம்' என்றழைக்கப்படும் 'அருங்காட்சியகத்தில்' ஜெர்மானியர்களுக்கு தனி மோகம் உண்டு. நமது நாட்டில் அங்கொன்றும் இங்கொன்றுமாகத் தான் மியூசியம் அமைந்திருக்கும். ஆனால் ஜெர்மனியிலோ 500-க்கும் மேற்பட்ட அருங்காட்சியகங்கள் உண்டு. ஒவ்வொரு மாவட்டத்திலும் நூற்றுக்கும் மேற்பட்ட சிறு சிறு கண்காட்சிகளும் அமைந்திருக்கின்றன.

ஜெர்மனி நாட்டில் உள்ள மியூசியங்களைப் பார்த்து முடிக்க வேண்டும் என்றால், குறைந்த பட்சம் ஓராண்டுக்கு மேல் ஜெர்மனியில் தங்கி இருக்க வேண்டும். காட்சி சாலைகள் ஒவ்வொன்றும், ஒவ்வொரு விஷயத்தில் சிறப்புடையதாக

அமைந்திருக்கும். மியூசியங்கள் அமைந் திருக்கும் கட்டடங்களின் அழகே கண் கொள்ளாக் காட்சியாக இருக்கும்.

பெர்லினில் மியூசியத்திற்கென்றே அரும் பொருட்காட்சித் தீவு என்று ஒன்று இருக்கிறது. பரந்து விரிந்து இருக்கும் விசாலமான இடத்தில் வரலாறு, சிற்பம், இசை, ஓவியம், உயிரியல், சுகாதாரம் என்று எந்த துறையையும் விட்டு விடாமல், எல்லா அம்சங்களையும் அந்தக் காட்சி தீவில் அமைத்திருக்கிறார்கள்.

ஜெர்மானிய இலக்கிய உலகில் கொடிக் கட்டிப் பறந்த, மாபெரும் கவிஞர் களான கதே, ஷில்லர் என்ற இருவரும், கிழக்கு ஜெர்மனியில் வைமார் என்ற இடத்தில் வாழ்ந்து மறைந்தனர். அந்த மாபெரும் தேசியக் கவிஞர்களுக்காக சிறந்த முறையில் நினைவுச் சின்னத்தை அமைத்திருக்கிறார்கள். ஜெர்மானிய வரலாற்றில் முதல் குடியரசு உதயமான இடமும் இதுதான்.

கதே, ஷில்லர் வாழ்ந்த இடம், அவர்கள் பயன்படுத்திய பொருள்கள், அவர்கள் உலாவிய பூங்கா, அடக்கம் செய்யப்பட்ட கல்லறை ஆகியவற்றை அவர்கள் வாழ்ந்த காலத்தில் இருந்தது போலவே வைத்து நினைவுச் சின்னமாக பாதுகாத்து வைத்திருக்கிறார்கள். அந்த இரண்டு கவிஞர்களும் சேர்ந்தாற் போல் இருக்கும் அற்புதமான கலையழகு ததும் பும் சிலை ஒன்றையும் முக்கியமான இடத் தில் நிறுவி இருக்கிறார்கள்.

கோயில்களுக்கு வரும் பக்தர்கள் போல, உலகம் முழுவதிலும் இருந்து வரும் இலக்கிய அன்பர்கள், அந்த இரு கவிஞர் களின் சிலையையும், அவர்கள் தொடர் பான நினைவுச் சின்னங்களையும் பயபக்தி யுடன் கண்டு, மரியாதை செலுத்திச் செல் கிறார்கள். வைமாரில் இசைக் கல்லூரி, ஆசிரியர் பயிற்சிக்கல்லூரி, கட்டடக் கலைக் கல்லூரி போன்ற உலகப் பிரசித்தி பெற்ற கல்லூரிகள் உள்ளன.

1

டீயோட்செஸ் மியூஸியம்

பவேரியாவின் 'ம்யூனிச்'சில் இருக் கும் இந்த பொருட்காட்சி சாலை உலகத் தொழில் நுட்பத்தின் சாராம்சமாகும்..

இந்த அருங்காட்சியகம் மிகப் பெரியதும், பழமையானதுமாகும். முழுமையான இந்த அருங்காட்சியகத் தில் உலகிலேயே மிகச் சிறந்த முறை யில் அறிவியல், தொழில்நுட்பங்கள் பரிசோதனை முறையில் செய்து காண் பிக்கப்படுகிறது. இதற்காகவே மொத்தம் 55 வெவ்வேறு துறைகள் நிர்வகிக்கப் படுகிறது.

இதில் பாட்டு வாத்தியக் கருவி களும், ஆகாயவிமான சம்பந்தமானவை களும், புகைப்பட கலைப் பொருள்களும், பௌதீக சம்பந்தமானதும், துணி நெய்தல் உள்ளிட்டவையும் அடங்கும். சிறியவர் களாலும், பெரியவர்களாலும் கவரப் படும், எல்லாமே கைக்கெட்டிய தூரத்தி லிருக்கும் விநோத இலக்கியப் படைப்பு (Extravaganza) உடன் 'நீயே உடன் செய்' முறையும் பாராட்டப்படுகிறது.

இங்கிருந்து தற்கால விண்வெளி ஆராய்ச்சி மையத்தின் ஆய்வுக்கூடம் இருக்கும் இடத்துக்கு செல்வதற்கான நேர்வழியும் இருக்கிறது. இங்கு ஹிட்ல ருடைய V-2 போன்ற அவரது ஆரம்பகால முயற்சியும் 'A-4' என்ற சங்கேத மொழியில் இருக்கிறது.

இந்த இடம் அதிக முக்கியத்துவம் நிறைந்தது.

௨

பிரான்டன்பர்க் கேட்

ஜெர்மனியின் பிரான்டன் பர்க்கில் பெர்லின் என்ற இடத்திலிருக்கும் பிரான்டன்பர்க் கேட், அந்த நாட்டின் பிரிவையும், இணைப்பையும் காட்டும் ஓர் 'அடையாளம்'.

பெர்லின் நகரத்தினுள், தற்போது தகர்த்தெறியப்பட்டுள்ள அந்த பெர்லின் சுவர் எங்கிருந்தது என்று கண்டுபிடிக்க

முடியாத நிலையுள்ளது. ஆனாலும் இந்த 'பிரான்டன் பர்க் கேட்' மட்டும் இன்றும் அப்படியே இருக்கிறது.

ப்ருஷியன் வெற்றியைக் கொண்டாடும் நினைவுச்சின்னமாக 1791 - இல் திறக்கப்பட்டது.

௩

தி மியூஸியம் சீன்

ஜெர்மனியின் பிரான்டன்பர்க்கிலுள்ள, பெர்லின் நகரத்தில் இருக்கும் முக்கியமான கலை மற்றும் நாகரிகச் சின்னமாகும்.

ஒரு காலத்தில், பிரித்து வைக்கப் பட்டிருந்த பெர்லின், தற்போது திகைக்க வைக்குமளவுக்கு ஒருங்கிணைந்துவிட்டது. ஐரோப்பாவின் சரித்திரத்தில் முன்பு,

இல்லாத அளவுக்கு நகர முன்னேற்ற திட்டத்தின் கீழ் இது செய்யப்பட்டது. அதன் மதிப்பிட முடியாத அளவுக்குள்ள, மேன்மையான, அற்புதமான கல்விச் செல்வங்கள், அனைத்தையும், சீராக்கி, திரும்பவும் முறையாக வைத்து அழகுடன் கூடிய தரத்தையும் உயர்த்தினார்கள்.

ஜெர்மனிக்கு மட்டுமின்றி, ஐரோப்பா முழுமைக்குமே அதன் நீண்டகால கனவை, நனவாக்க முயற்சித்தது. அதாவது ஒரு 'கலை' தலைநகரமாக்க வேண்டுமென்பதே விருப்பம். தனிப்பட்டவர்களும், அரசாங்கமும், ஏராளமான செலவு செய்து, நல்ல, சிறந்த பணக்காரத்தனமான, டாம்பீகம் மிகுந்த ஹோட்டல்களையும், வியாபார ஸ்தலங்களையும், உருவாக்கினர். 1998 - இல் டாஹ்லம் மியூசியத்தையும், போடே மியூசியத்தையும், ஒருங்கிணைத்து, மேற்கையும் கிழக்கையும் சேர்த்து வைத்தார்கள். இப்போது ஒரே கூரைகீழ் செயலாற்றும்படி செய்தனர். அது இப்போது 'டியர்கார்டன்' ஜில்லாவிலிருக்கிறது.

௪

பாடன் - பாடன் மற்றும் பிரான்னர்ஸ் பார்க் முதலியன

பாடன், ஐரோப்பாவின் கோடை கால தலைநகரம். 'பாடன்-பாடன்', அடர்த்தியான 'கறுப்பு' காடு. இதுவே

அதன் கோடைக் கால தலைநகரமுமாகும். இது ஃபிராங்க் பர்ட்டிலிருந்து, 161 கி.மீ. கிழக்கே உள்ளது.

இன்று பாடன்பாடன் பெரும் பாலும் ஓய்வுக்காகவும், சந்தோஷத் திற்காகவும் நாடப்படுகிறது. கறுப்பு காட்டின் சுற்றளவு 300 மைல். நீள நடைபாதையும் உள்ளது. வளமான பண்ணை மாகாணம் வழியே சுற்றி வளைந்து செல்லும் 13 மைல் வண்டி பாதை உள்ளது.

ப்ரென்னர்ஸ் பார்க் ஹோட்டலில் ஆரோக்கியம் மற்றும் அழகுபடுத்திக் கொள்வதற்கான சேவை கிடைக்கிறது. எழுத்தாளர் மார்க் ட்வைன் இப்படி எழுதியுள்ளார் "பாடன் பாடனில் எனது வாயுப் பிடிப்பு முழுவதுமாக விட்டு விட்டதாக நம்புகிறேன். பாடன் பாடன் வரவேற்கக் கூடியது"

இது ஃப்ராங்ஃபர்ட்டிலிருந்து தெற்கே 161 கி.மீ.-இல் இருக்கிறது.

5

அல்பைன் சாலை மற்றும் ஸக்ஸ் பிட்ஸ்

இது 'பவேரியா' மாகாணத்தில், மிக அழகானதும் கூட. இது ஜெர்மனியின் மிக அழகானதும், பார்க்கப் பரவச மூட்டும் பல இடங்களையும் கொண்டது.

ஐரோப்பாவின் மிக புராதனமானதும் தெளிவானதுமான வழித்தடங்களும் கொண்டது ஜெர்மன் ஆல்பைன் சாலை.

பவாரியன் ஆல்ப்ஸ், நெடுக வளைந்து வளைந்து போகிற இந்த சாலை ஜெர்மனி-

ஆஸ்ட்ரியாவுக்கு இடையே அழகான இயற்கை எல்லையாக அமைந்துள்ளது. இங்கு பார்க்க பரவசமூட்டும் இடங்கள் பல இருக்கின்றன. கொனிஸீ ஏரி போல ஆல்பைன் சாலையில் பெரிய முடிவு இல்லை. செங்குத்தான வார்ட்மன் மலை ஏரியை முழுவதுமாக சுற்றி உள்ளது. படகு பயணம் மூலமாகத்தான் இந்த ஏரியின் அழகை பார்த்து மகிழ முடியும்.

பெர்ச் டெஸ்கேடன் தேசிய பூங்கா ஆஸ்ட்ரியாவிலுள்ள சால்ஸ்பர்க்கிற்கு தெற்கே உள்ளது.

இங்கே கோடை காலத்தின் ஆரம்பம் அல்லது செப்டம்பர் மாதத்தில் சுற்றுலா செல்லலாம். நடை பிரயாணத் திற்கு சிறந்த இடம் இது.

6

ரொமாண்டிக் ரோடு

இது பவேரியாவில் உள்ளது. உர்ஸ்பர்க்கிலிருந்து தெற்கே 180 மைல்

நீளத்துக்கு 'ப்யூசன்' வரை நீண்டு இருக்கிறது.

கூட்டம் நிறைந்த சுற்றுலா பேருந்துகளில் சென்று ஒரே நாளில் பார்த்து முடிக்கும் மக்கள் பரிதாபத்திற்குரியவர்கள். இந்த தனித்துவம் வாய்ந்த சாலைப் பயணத்தின் இன்பத்தை தவறவிட்டு விடுகிறார்கள். முத்துக்களால் ஆன விசித்திர சங்கிலி போல அமைந்த கையளவு நகரங்களை மெதுவாக ரசித்துக் கொண்டே செல்வது, சாலைப் பயணிகளின் சுவையான அனுபவம். ரொமான்டிக் சாலை

ஃபிராங்க்பர்ட்டிற்கு தென்கிழக்கே 116 கி.மீ. -இல் உள்ள உர்ஸ்பர்க்கில் தொடங்குகிறது.

7

பாம்பெர்க்

ஜெர்மனியின் பவேரா மாகாணத்தில், இருக்கும் ஒரு 'கலைப் பொக்கிஷம்' தான் பாம்பெர்க். இது நர்ன்பர்கிலிருந்து வடக்கில் 60 கி.மீ. தூரத்தில் உள்ளது.

கட்டட நிர்மாணக் கலையின் மையம் மற்றும் சரித்திரத்தின் வாழும் பகுதியின் பொக்கிஷம். ஏழு குன்றுகளில் ரோம் அமைந்தது போலவும் ஐரோப்பாவின் மிக அழகான சிறிய நகரங்களில் ஒன்றாகவும் அறியப்படுகிறது பாம் பெர்க்.

பாம்பெர்க் அதன் சரித்திரம், பழங் காலத்திய பொருட்களின் கடைகள்,

ஒன்பது சாராயம் காய்ச்சும் தொழிற்சாலை ஆகியவற்றிற்காக பார்த்து மகிழ வேண்டிய இடம். பரந்த, சாய்வான டாம்ப்லாட்ஸ் சதுக்கம் நகரத்தின் கட்டட நிர்மாணக் கலை வளர்ச்சியை விவரிக்கும் பாடப்புத்தகமாகும்.

நகரத்தில் நிறைய சொகுசான ஹோட்டல்கள் உள்ளன. ஆனால் தூய்மையான சுற்றுப்புறத்தில் அமைந்த ஹோட்டல் செயின்ட் நெபோமைக் முதலிடம் பெறுகிறது. 1410-இல் ஆறு மற்றும் சுற்றுப்புறம் பார்த்தவாறு இருக்குமாறு சௌகரியமான அறைகள் இதில் கட்டப்பட்டது.

8

ரெஸிடென்ஸ் ஹீன்ஸ் வின்க்ளர்

ஜெர்மனியின் சீம்ஸியில் உள்ளது. இது நகரத்தின் கதையை, மலை உச்சிக்கு

எடுத்துச் செல்கிறது. மியூனிச்சுக்கு தென் கிழக்கே 80 கி.மீ. -இல் இருக்கிறது.

உணவு அருந்துபவர்கள் அழகான திறந்தவெளி மாடி உணவு அறையை விட்டு நகராமலே அந்தப் பகுதி தருகின்ற ஆல்பைன் அழகை அனுபவிக்கலாம். ஆனால் சிறந்த அனுபவமாக கிடைப்பது உண்ணுவதுதான் என்பதில் சந்தேகம் இல்லை. சியம்ஸியிலிருந்து மிகக் குறைந்த நிமிடங்களில் சென்று விடும் தூரத்தில் இந்த ஹோட்டல் இருக்கிறது.

9

கோச்சிங் இன் பவேரியா

இது தீவிரமான லுட்விக்கின், கடைசி கற்பனைத்தனமெனப்படுகிறது. காலத்தை பின்னோக்கி தள்ளி ஜெர்மனியின் பல மையங்களை கொண்ட லுட்விக்-II வின் கிங்ஸ்ரோடு வழியாக குதிரை இழுக்கும் சாரட் வண்டியில் செல்வது ஆனந்தம். இது மாதிரியான வண்டிகளில் 9 பேர் பிரயாணம் செல்லலாம்.

நியூ ஸ்வான்ஸ்டெய்ன் கோட்டை லுட்விக் என்பவரால் உருவாக்கப்பட்ட மூன்று கோட்டைகளுள் ஒன்று. அவருடைய மிக பேராசையான திட்டங்கள் மற்றும் ஆடம்பரத்திற்காக அமைக்கப்பட்டுள்ளது. இயற்கைக் காட்சிக்கு நடுவே தனித்துள்ள பாறை விளிம்பில் அமைக்கப்பட்டது. அவனுடைய விருப்பம் மற்றும் மனம்போன பேச்சு, நிஜத்திற்கு கொண்டு

வரக்கூடிய திறமைசாலியாக, இந்த கோட்டையை நிர்மானிக்க ஒரு கட்டடக் கலை வல்லுனரை நியமிக்காமல் அரச அரண்மனை அமைப்பு வரைவாளரை நியமித்தார். இதை கட்டி முடிப்பதற்கு 17 ஆண்டுகள் ஆனதோடு முடிவே இல்லாமல் அரச நிதி செலவானது.

இது முடிந்தபின் தனது 40-வது வயதில் மர்மமான முறையில் இறந்தார் லுட்விக். அவர் இறப்பதற்கு முன் 170 நாட்கள் மட்டுமே இக்கோட்டையில் வாழ்ந்தார். இக்கோட்டையை பார்த்து வருவது நல்ல அனுபவம்.

10

அல்டி பினாகோதக்

இது மியுனிச்சில் உள்ள கலைப் பொக்கிஷத்தின் முக்கிய இடமும், அதன் சிறந்த சாதனையும் ஆகும். இதற்கு தேசத்தின் இரகசியத் தலைநகரமென்ற பெயருமுண்டு.

இந்த பழைய காலரியில் 14 முதல் 18-ஆம் நூற்றாண்டு வரை உள்ள கலைப் பொருட்களின் தொகுப்பு ஒவ்வொரு அறையிலும் உள்ளன. இந்த அல்டிபினா கோதக் இதனுடைய உயர்தர காட்சியமைப்பில் லௌரேவுக்கு போட்டியாக அமைந்துள்ளது. 17-ஆம் நூற்றாண்டை

சேர்ந்த ஓவியர் ரூபனின் உலகின் பெரிய படைப்புகள் இங்கு உள்ளன. அவருடைய 62 படைப்புகள் இங்கு உள்ளன. லுட்விக் I, தன்னுடைய கலைத் தொகுப்புகளை வைப்பதற்காகவே 19-ஆம் நூற்றாண்டில் இதனைக் கட்டினார். இந்த கட்டடத்தின் கட்டமைப்பே கட்டட நிர்மாணக் கலையின் பொக்கிஷம் எனலாம்.

தெருவின் மறுபக்கம் உள்ள புதிய காலரியில் (நியூபினா கோதக்) 19-ஆம் நூற்றாண்டின் வேலைப்பாடுகள் அலங்கரிக்கின்றன. மாறுதலான ஆனால் மகிழ்ச்சியளிக்கும் அடுத்தடுத்த நிலை அனுபவத்திற்காக காலை நேரத்தை இந்த இரண்டு ஓவியக் காட்சி சாலையில் செலவழிக்கலாம்.

11

கிறிஸ்ட் கின்டல் மார்க்கெட்

இதுவும் மியூனிச்சில் இருக்கிறது. அமெரிக்காவின் எழுத்தாளர் தாமஸ் உல்ப், மியூனிச்சைப் பற்றி சொல்லியிருப்பது, "ஜெர்மானியர்களின் கனவு, வாழ்க்கையாக மாற்றப்பட்டிருக்கிறது" என்பதே.

விடுமுறை பருவங்களில் ஜெர்மனியை சுற்றி எண்ணற்ற விடுமுறை சந்தைகள் முளைத்து விடும். கைவினை ஆபரணங்கள், மெழுகுவர்த்தி, மரத்தில் செதுக்கிய பொம்மைகள், மரபு வழியான பொருள்கள் என்று பலவித பொருள்கள் விற்கப்படும். இந்த கிறிஸ்ட் கின்டல் மார்க்கெட், ஜெர்மனியில் உள்ள பெரிய, பழைய, மிகவும் மகிழ்ச்சி தரக்கூடிய ஒரு இடமாகும். நவம்பர் மாதத்தின் பிற்பகுதியிலிருந்து டிசம்பர் 24 வரை இது இருக்கும்.

12

அக்டோபர் ஃபெஸ்ட்

1810 - இல் இளவரசர் 'லுட்விக்' அவர்களுக்கு இளவரசி 'தெரேசா'வை மணமுடிப்பதற்காக நிச்சயதார்த்தம் நடைபெற்ற இடமும் இதுவே. அதனாலேயே இதற்கு "தெரேஸனிவாஸ்" என்ற பெயருமுண்டு.

ஜெர்மனியின் பீர் தலைநகரத்தில் சாதாரண நாட்களிலேயே உள்ளூர்வாசிகள் மகிழ்ச்சியூட்டும் முறையில் ஜாலியாக மகிழ்வார்கள் என நீங்கள் நினைத்தீர்கள் என்றால், அவர்களை முனிச்சின் 16 நாள் கொண்டாட்டமான 'அக்டோபர் - ஃபெஸ்ட்' சமயத்தில் விருந்து வைபவத்தில் பார்க்கும் வரை காத்திருங்கள். உலகம் முழுவதிலிருந்தும் வருகின்ற நிறைய புயல்போன்ற அந்நியர்களுடன் பெவரியன் திருவிழாவில் கலந்து கொள்வது என்று விரும்பினால் இப்பொழுதே பதிவு செய்து கொள்ளுங்கள்.

7000 பேரைக் கொண்ட வண்ண மயமான அணிவகுப்புடன் முனிச்சின் பிரதான தெருக்கள் வழியாக கண்காட்சி மைதானத்திற்கு செல்வதிலிருந்து 'அக்டோபர் ஃபெஸ்ட்' துவங்கும்.

கண்காட்சி மைதானம் மிகப் பெரியது. ஆகவே ஒரு நகரம் போல இருக்கும். இந்த கண்காட்சியில் நம்மூர் கண்காட்சிகளில் உள்ளது போலவே சிற்றுண்டிச் சாலைகள், திறந்தவெளி கச்சேரிகள், துப்பாக்கி சுடும் கடைகள், மெர்ரிகோ ரவுண்ட், சாகச விளையாட்டுக்கள் இடம் பெற்றிருக்கும். என்ன வித்தியாசம், இங்குள்ளதுபோல் சிறிய இடமாக இல்லாமல், பெரிய இடம். அந்த கண்காட்சி நடக்கும் 16 நாட்கள் உலகம் முழுவதிலிருந்தும் பயணிகள் வந்து ரசிக்கின்றனர். கேளிக்கை, விருந்து எல்லாமும் உண்டு.

13

ஒபெராமெர்கவின் உணர்ச்சியான நாடகம்

பவேரியன் ஆல்ப்ஸில் இருக்கும் இந்த அமைதியான நகரம் 1633-ஆம் ஆண்டு எடுத்துக் கொள்ளப்பட்ட ஒரு உறுதிமொழியை கௌரவிக்கும் விதமாக ஒவ்வொரு பத்தாவது ஆண்டும்

உயிர்த்தெழுகிறது. 1633-இல் ப்ளேக் நோய் தாக்கி ஐரோப்பாவின் பெரும்பாலான இடங்களில் பசியையும் சோகத்தையும் விட்டுச் சென்றது.

ப்ளேக்கிலிருந்து தப்பிக்க அந்த நகரத்து மக்கள், ஒவ்வொரு பத்தாண்டுக்கும் ஒரு முறை '0'-வில் முடியும் ஆண்டில் கிறிஸ்துவின் வாழ்க்கையை நாடகமாக போடுவதாக உறுதி எடுத்தனராம்.

ப்ளேக் நீங்கியது. 1634-இல் விவசாயிகள் முதல் நாடகத்தை நடத்தினர். அன்றிலிருந்து இந்த உணர்ச்சிகரமான நாடகம், வளர்ச்சியடைந்தது. இதில் நிலையாக இருப்பது எதுவென்றால், நகரத்து மக்கள் அனைவரும் தூய்மையான உறுதிமொழியை காப்பாற்ற முழு மனதோடு கலந்துகொள்வதுதான். இந்த நகரம் மியூனிச்சிற்கு தெற்கே 80 கி.மீ. - இல் இருக்கிறது.

14

ரெஜின்ஸ் பார்க்

'மியூனிச்சு'க்கு முன்பாக பவேரியாவின் தலைநகரமாக இருந்தது தான் இந்த 'ரெஜின்ஸ்பர்க்'. இதற்கு டான்யூபின் இடைக்கால தலைநகரமெனவும் பெயருண்டு. ரெஜின்ஸ் பர்க் மற்றும் பவேரியாவின் கிழக்குப் பகுதி ஜெர்மானியருக்கே புரியாத புதிராக ஒரு காலத்தில் இருத்தாம்.

ஜெர்மனியின் மிக அழகான மத்திய காலத்திற்குரிய நகரங்களில் இது ஒன்று. கம்யூனிஸ்ட் ஆதிக்கத்தில் இருந்தபோது செக் எல்லைக்கு அருகில் இருந்த பகுதி 'மரணமுனை' எனக் கருதப்பட்டது. அதன் பெருமையான நாட்களான 13-16-ஆம் நூற்றாண்டு வரை தப்பி பிழைத்த கட்டடக் கலைகளில் பெரும்பாலானவை மாறாமல் இருக்கின்றன. இங்குள்ளவை எல்லாமே அசலானவை. ரெஜின்ஸ்பர்க் 'தேவாலயங்களின் நகரம்' எனவும் அறியப்படுகிறது. டன்யூப் ஆற்றின் வடக்குப்புறமான படகு போக்குவரத்துக்கேற்ற முனையில் அமைந்துள்ளது. சூரிய உதயத்தில் டன்யூப் ஆற்றை பதினாறு பெருமைமிகு வளைவு கொண்டு கட்டப்பட்ட பழைய கல்பாலத்திலிருந்து பார்வையிடுவது சிறப்பானதாகும். ரெஜின்ஸ்பர்க் ஏற்கனவே ரோமானியர்கள் 7-ஆம் நூற்றாண்டில் வந்தபோதே முக்கியமான ஆற்றங்கரை நகரமாக இருந்தது.

இது மியூனிச்சிலிருந்து வடகிழக்கே 122 கி.மீ.-இல் இருக்கிறது. நர்ன்பெர்க்கிலிருந்து தென்கிழக்கே100 கி.மீ.-இல் இருக்கிறது.

15

பெர்லின் பில்ஹார்மோனிக்

பல வருடங்கள் ஜெர்மனியில் சாஸ்திரிய இசைக் காட்சி என்றால் "ஒரு மனிதன், ஒரு வாத்தியகோஷ்டி, ஒரு நகரம்"

என்று அர்த்தம் இருந்தது. இங்கு மேடையைச் சுற்றி 9 அடுக்குகளில் உள்ள ஹாலில் 2,400 பேர் உட்கார்ந்து கச்சேரியை கேட்கலாம்.

1882-இல் வான்கரஜான் வருகையால் பில்ஹார்மோனிக் உலகத்தின் முதன்முதலாக அரங்கேறிய இசைக்குழுவாக விரிவுபடுத்தப்பட்டது.1989-இல் மாஸ்ட்ரோவின் மரணத்தை தொடர்ந்து க்ளாடியோ அப்பாடோ காலடி வைத்தார். 2002 செப்டம்பரில் சர்சைமன் ரேட்டில் கைக்கு மாறியது. செப்டம்பர் மாதத்தில் பெர்லின் விழாநடைபெறுகிறது.

16

ஸான்ஸ் ஸோஸி

ஜெர்மன் தலைநகரமான பெர்லினுக்கு வெளியே, தாராளமான மனதுள்ள அறிவுள்ள அரசர் 'ப்ரெட்ரிக்-II' என்பவர்

1745 - இல் ஓர் அரண்மனையைக் கட்டினார். இது மேலும், ஐரோப்பாவிலேயே, மெச்சத்தக்க கட்டடக் கலையுடன் விளங்குவதாகவும் கூறப்படுகிறது.

இது சரித்திரத்தில் இடம் பெற்றது. 1945-இல் ஜூலை 17 மற்றும் ஆகஸ்ட் 22-இல் சரித்திரத்தை மாற்றிய போட்ஸ்டாம் கருத்தரங்கு நடைபெற்றது இந்த இடத்தில் தான். இங்குதான் சர்ச்சில், ட்ரூமன், ஸ்டாலின் கலந்துகொண்டு உரையாடினார்கள். இது பெர்லினுக்கு தென்மேற்கில் 24 கி.மீ-இல் இருக்கிறது.

17

தி ஸ்விங்கர்

இது சாக்ஸோனி மாகாணத்தில் டிரெஸ்டன் என்னுமிடத்திலிருக்கிறது. 18-ஆம் நூற்றாண்டில் இது அழிக்கப்பட்டது. ஆனால் அவை திரும்பவும், 1950 - இல் புதுப்பிக்கப்பட்டுவிட்டது. இது பிரேக்கின் வடமேற்கில் 250 கி.மீ -இல் உள்ளது. பெர்லினுக்கு தெற்கே 198 கி.மீ.- தொலைவில் இருக்கிறது.

ஸ்விங்கர் அரண்மனை வளாகத்தில் காணப்பட்ட மியூஸியங்களில் தொங்கி கொண்டிருந்த நம்ப முடியாத கலைப் படைப்புகள் யுத்தத்தின் தொடக்கத்தின் போது, அழிவிலிருந்து காப்பாற்றப்படுவதற்காக அகற்றப்பட்டு, சோவியத் யூனியனில் மறைத்து வைக்கப்பட்டது. யுத்தத்திற்கு பிறகு மீண்டும் எடுத்து வரப்

பட்டது. ஸ்விங்கரின் காட்சிப்பொருள் மியூசியமானது அதனுடைய ஜெமால்டி காலரியில் பழம் பெரும் கலைஞர்களின் படைப்புகளால் ஆக்ரமிக்கப்பட்டது.

மே மாதத்தின் இறுதி இரண்டு வாரங்கள் ட்ரெஸ்டன் இசை விழா நடைபெறும். அதுவே இங்கு சுற்றுலா செல்ல சிறந்த காலம்.

18

கோடை இசை விழா

மியூனிச்சிலிருந்து 230கி.மீ. வடக்கே அமைந்துள்ளது பெய்ருத். இங்கு வாக்நெர் இசைவிழா பிரசித்தி பெற்றது. வாக்நர் அவர்கள் நிதி தந்து கட்டப்பட்ட இது

இசைக்கான உயர்ந்த கோவிலாகும். பெய்ருத் வாக்நர் விழாவிற்காக உலகம் முழுவதிலுமுள்ள வாக்நர் அபிமானிகள் கோடை காலத்தில் 5 வாரங்கள் இங்கு வருவார்கள். இசைக்கச்சேரிக்கான நுழைவுச் சீட்டுகளை சிரமப்பட்டுதான் வாங்க வேண்டியிருக்கும்.

பொதுவான இசை விரும்பிகளுக்கான பெரிய அளவிலான கோடை கலாச்சார விழா இங்கு நடைபெறும். இந்த கோடை இசை விழா ஆரம்பிக்கப்பட்டதிலிருந்து உலகப் புகழ்பெற்ற கலைஞர்கள் தங்கள் கோடைகால சுற்றுலாப் பயண அட்டவணையில் இங்கு வருவதற்கு குறித்து வைத்துக்கொண்டு விடுவார்கள். 40-க்கு மேற்பட்ட அரங்கங்களில் 125 நிகழ்ச்சிகள் வரை நடைபெறும். இசை விரும்பிகள் பார்த்தாக வேண்டிய இடம் இது.

19

கோலோன் தேவாலய வாசஸ்தலம்

2,000 ஆண்டுகளின் 'ஐரோப்பாவின்' கலை இது. கோலோன் ஜெர்மனியின் பிரதான பழைய நகரமாகும். இங்குள்ள இரட்டை கோபுர தேவாலய மண்டபம் உலகிலேயே சிறந்த ஒன்று.

அது கட்டப்பட்ட சமயம் இது மாதிரியான படைப்புகளில் மனிதனால் கட்டப்பட்டவைகளில் மிக உயரமானது இதுவே. குவிந்த கூரை முழுமையாக கட்டி

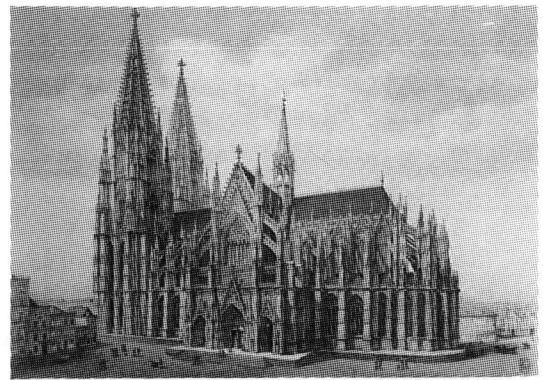

முடிக்க 600 வருடங்கள் ஆனது. ஒன்று வால்ரப் ரிச்சர்ட்ஸ் மியூஸியமாகவும், மற்றொன்று லுட்விக் மியூஸியமாகவும் உள்ளது. வால்ரப் ரிச்சர்ட்ஸ் 14-20-ஆம் நூற்றாண்டை சேர்ந்த ஓவியங்களுக்கும், லுட்விக் 20-ஆம் நூற்றாண்டு ஓவியங்களுக்காகவும் அர்ப்பணிக்கப்பட்டது. தேவாலயத்தின் சுவடு மாறாமல் 2000 வருடத்திய மேற்கத்திய கலை மற்றும் கட்டடக் கலைகளைப் பார்வையிடலாம்.

20

ஹீடல் பர்க்கின் ஸ்க்லாஸ்

மிகப் பழைய கலாசாலை இருக்கும் இடம் இது. ஃப்ராங்பர்ட்டுக்கு தெற்கே 88 கி.மீ. -இல் உள்ளது இது.

அற்புதமான மலை உச்சியில் வன அமைப்பிலும், மேல்மட்டத்தின் தோட்டங்களிலும் நாட்டின் மிக பிரபலமான

கோட்டையான ஹீடல்பர்க்கின் அற்புதமான ஸ்க்லாஸ் அமர்ந்திருக்கிறது. உலகில் உள்ள ஓவியர்களும், கவிஞர்களும் அதனை படத்திலும், கவிதையிலும் புகழ்கிறார்கள். இது ஒரு விசித்திரமான படிவம். இங்கு அற்புதமான வான வேடிக்கை ஜூன், செப்டம்பர் மாதங்களின் முதல் சனிக்கிழமையும், ஜூலை மாதங்களின் முதல் சனிக்கிழமையும் நடைபெறும். கோடையில் கோட்டையின் திறந்தவெளி மைதானத்தில் சாஸ்திரிய சங்கீத கச்சேரி நடைபெறும். அந்த கால கட்டங்களே சுற்றுலா செல்ல உகந்த காலம்.

21

லூபெக்

இதற்கு வடக்கு ஜெர்மனி எனவும் பெயர் உண்டு. இது பால்டிக் ஆற்றின் கரையில் உள்ள ஒரு துறைமுகம். ஹாம்பர்க்கிலிருந்து வடக்கில் 65 கி.மீ-இல் இருக்கிறது.

இந்த பால்டிக் ஆற்றின் துறைமுகத்திற்கு கவர்ச்சியான கடந்த காலம் உண்டு. மத்திய காலத்தில் வட ஐரோப்பாவின் சுயேச்சையான வணிக நகரங்களின் (ஹான்

சீடிக் லீக்) தலைநகரமாக இருந்தது. லூபெக் சரித்திரத்தில் முக்கியத்துவம் வாய்ந்த இடம். இரண்டாம் உலகப் போரின் போது இந்நகரில் சில இடங்கள் அழிவுக்குள் ளானது என்பதை எவராலும் ஊகிக்க முடியாது. காரணம் பின்னர் அது அவ் வளவு திறமையாக சீரமைக்கப்பட்டது. சீரமைக்க முடியாதவை நினைவுச் சின்னங் களாக உள்ளன. உதாரணத்திற்கு கோதிக் செயின்ட் மேரி தேவாலயத்தின் பணிகள்.

ஜூன், ஜூலை, ஆகஸ்ட் மாதங்களில் இசை விழா நடைபெற இடம் தருகிறது இந்நகரம். நவம்பர், டிசம்பர் மாதங்களில் கிறிஸ்துமஸ் கடைவீதி பிரபலம். அந்தக் காலக் கட்டம் சுற்றுலா செல்ல உகந்த நேரம்.

௨௨

ஸில்ட்

இது முன்பு திமிங்கிலத் தீவாக இருந்தது. இப்போது ஜெர்மனியின் விளை யாட்டு மைதானமாக கருதப்படுகிறது.

ஜெர்மனியின் வடக்கு விளிம்பில் உள்ள இந்த உற்சாகமான சிறிய தடை செய்யப்பட்ட தீவு டென்மார்க் துவங்கும் இடமாக இருக்கிறது. இது நாகரிகமான மற்றும் நேர்த்தியான ஹாம்பர்க் வாசிகளின் சமூக அந்தஸ்துக்கான இலக்கு ஆகும். இந்த மிக மெல்லிய மணல் வெளி தீவு, அதனுடைய மரபு வழியையும் நுட்ப மான அழகையும் மனதில் வைத்துப் போற்றத்தக்க வகையில் உள்ளது.

38 சதுரமைல் பரப்பளவில் 12 கிராமங்கள் உள்ளன. அவற்றில் பெரிய கிராமமான வெஸ்டர்லான்டில் 19-ஆம் நூற் றாண்டின் அழகான ஹோட்டல் உள்ளது.

வாழ்க்கையின் துக்கங்களை மறந்து மகிழ்ச்சியாக இருக்க விரும்புகிறவர்கள் பார்க்க வேண்டிய தீவு இது. இது ஹாம்பர்க்கிலிருந்து வடமேற்கே 240 கி.மீ.-இல் உள்ளது. ஜூலை, ஆகஸ்ட் மாதங்கள் இங்கு சென்றால் நீச்சல் விளையாட்டுக் களில் ஈடுபட்டு மகிழலாம்.

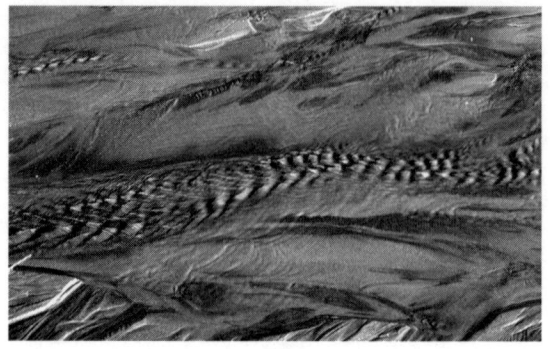

௨௩

த்ரில் பார்க்

ஒரு பக்கம் பார்த்தால் நம்மை ஒரு டைனோசர் விழுங்க வரும். இன்னொரு பக்கம் பார்த்தால் இன்னொரு டைனோசர் தண்ணீர் குடித்துக்கொண்டு இருக்கும். அப்படியே திரும்பிப் பார்த்தால் புதருக்கு உள்ளேயிருந்து எட்டிப் பார்க்கும் மற் றொரு டைனோசர். சிறிது தூரத்தில் டைனோசர்கள் ஒன்றுக்கொன்று சண்டை போட்டுக்கொண்டு இருக்கின்றன.

அட ஒன்றில்லை, இரண்டு, மூன்று அம்மாடியோவ் நான்கு டைனோசர்கள். இன்னொரு பகுதிக்குச் சென்றால் அங்கு ராட்சஸப் பல்லிகள். இப்படி நம்மைச் சுற்றி யும் டைனோசர்கள்தான். ஸ்பீல்பெர்க்கின் ஜுராசிக் பார்க் படத்தில் மிரட்டும் டைனோசர்கள் போலவே தத்ரூபமாக சிலையாக வடிவமைத்து இருக்கிறார்கள். இது டைனோசர் பார்க்.

ஜெர்மனியில் உள்ள பௌட்ஜன் நகரின் அருகேயுள்ள க்ளைன் வெல்கா என்ற பகுதியில் இந்த பார்க் அமைந்துள் ளது. இங்கு சுமார் 200க்கு மேல் டைனோசர் சிலைகள் உள்ளன. இந்த பார்க் உள்ளே சென்றதும் டைனோசர்கள் வாழ்ந்த காலத் துக்கே நாமும் போய்விட்டது போல த்ரில் லாக இருக்கிறது. இதனால் விடுமுறை நாட் களில் சிறுவர்களின் கூட்டம் அதிகமாக இருக்கிறது.

■■■

9

கிரீஸ் - GREECE

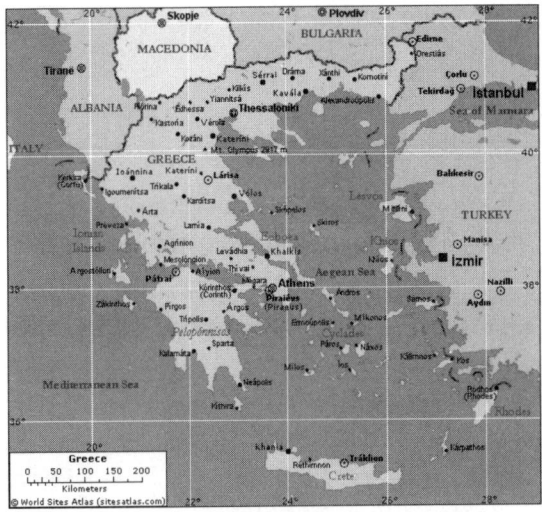

1

பாட்மோஸ்

'டொடிகேன்ஸி' என்ற இடத்தில் இருக்கும் பாட்மோஸ் கலைகளுக்கு பாரம் பரியம் மிக்கதாகவும் விளங்குகிறது. பரி சுத்தமான, தெய்வத்தன்மை வாய்ந்த செயின்ட் ஜான் அவர்கள் A.D. 95 - இல் பாட்மோஸுக்கு நாடு கடத்தப்பட்ட போது, "அறிந்த உண்மைகள்" என்ற புத்தகத்தை எழுத தூண்டப்பட்டார். செயின்ட் ஜான், கடவுளின் குரலைக் கேட்ட அந்த சின்ன குகை, அபோகாலிப் ஸின் மடாலயமாக விளங்கியது. ஆனால் உண்மையிலே அந்த உயர்ந்த ஆழ்ந்த ஆலோசனை செய்யத்தக்க தேவாலய மானது செயின்ட் ஜானின் தேவாலயமே ஆகும். இது 11 - ஆம் நூற்றாண்டின் அனைத்து தேவாலயங்களிலும் உயர்ந்தது, சிறந்தது எனவும் தெய்வ நம்பிக்கை உள்ள வர்களின் பொக்கிஷமாகவும் விளங்கு கிறது. ஆரம்பத்திலிருந்தே செயின்ட் ஜான் ஆலயம் மிகவும் அலங்கரிக்கப் பட்டதாக விளங்கியது. இவை யாவும் பார்வையைக் கவரும் வகையில், வர்ணச் சித்திரங்களாலும், செதுக்கிய சிலை களாலும், சிற்ப வேலைப்பாடுகளோடு கூடியதாக இருந்தது.

பாரம்பரிய பெருமதிப்பிற்குரிய கல்வியறிவு அதை ஒரு கீர்த்தி வாய்ந்த மடாலயமாக விளங்க வைத்தது. கிரேக்கத் தீவுகளில், கிரேக்கர்களின் ஆழ்ந்த புராதன நம்பிக்கையை, இன்றும் அனுபவித்து வருகிறது.

செயின்ட் ஜானின் மிகப் பெரிய புத்தக சாலையும், ஆவண காப்பகமும்,

கலைப் பொக்கிஷங்களாக, முக்கியத்துவம் வாய்ந்திருக்கின்றன. பாட்மோஸ் அகில உலக திருப்தியையும் அளிக்கிறது. மலைகளின் மத்தியில், மேலும் திகைப்பூட்டுகிற சமுத்திரக் கரைகளும், தெய்வ நம்பிக்கை சற்று குறைந்தவர்களையும் கூட ஈர்க்கிறது.

இது பிரதான பூமியிலிருந்து 240 கி.மீ -இல் இருக்கிறது. பாட்மோஸ் நகரில் ஏப்ரல் மாதத்தில் நடைபெறும் புனித வார கொண்டாட்டமும், கிரேக்க ஈஸ்டர் ஆன்மீக விழாவும் மறக்க முடியாதவையாக இருக்கும்.

௨

ஸிமி

இது கிரீஸ் நாட்டிலுள்ள, மிகவும் அழகான துறைமுக நகரமாகும். மிகவும் வசியப்படுத்தி கவர்ந்திழுக்கும் இந்நகரம் கிரீஸின் புதையல் என்றும் கூறுவர். மேலும் இது 19 - ஆம் நூற்றாண்டின் சிறந்த சாஸ்திரீய சம்பந்தமான கலைகளைக் கொண்டதும் கூட.

'ஸிமி' ஒரு மிகச் சிறந்த தீவு. எந்த விதமாகச் சென்றடைந்தாலும் இன்பத்தைத் தரும். மிக அழகு வாய்ந்த 'ஸிமி' நகரத்திலிருந்து, 6 மைல் தொலைவிலுள்ள மடாலயத்துக்குச் செல்லும்போது நடப்பது நீண்ட தூரமும் இல்லை. அனுபவிக்க முடியாததுமில்லை. எப்போது

சென்றாலும், அதன் வாயிற்கதவுகள் திறந்தேயிருக்கும்.

கெடுக்காமல் விடப்பட்டிருக்கும் கடற்கரையின் தண்ணீர் நிலைகளும், அங்கிருக்கும் பழைய வீடுகளின் மத்தியில் ஒரு வீட்டிலிருக்கும் அலிகி ஹோட்டலையும் கொண்ட அழகே தனி. இரண்டாவது மாடியிலுள்ள அறைகள், துறைமுகத்தை சுற்றிப் பார்க்கும் இன்பத்தைக் கொடுக்கிறது.

இந்த ஸிமி என்ற இடம், ரோடெஸுக்கு வடக்கில், 20 கி.மீ. தூரத்தில் இருக்கிறது.

௩

தேசிய 'தொல்பொருள்' பொருட்காட்சி மையம்

பழைய கால கிரேக்கக் கலை மேலும் கற்சிலைகளும், உலகிலுள்ள மற்ற எந்த பொருட்காட்சி மையத்திலும், இல்லாத அளவுக்கு, இந்த தேசிய 'தொல்பொருள்' காட்சியில் உள்ளன. தரைமட்டத்திலுள்ள கல்வெட்டுக்கள் கொண்ட அறைகள், மிகவும் சக்திவாய்ந்த அர்டிமிஷன், பொஸிடன் அவர்களின் வெண்கலச் சிலையானது, அந்த அறையின் நட்சத்திரமாக விளங்குகிறது.

மற்றொரு ஈர்ப்புச் சக்தி வாய்ந்தவைகளாக உள்ளவை பழைய கால பளபளக்கும்,

மிக பழைமை வாய்ந்த தங்க நகைகள். சுண்ணாம்பின் மேல் வரைந்த ஓவியங்களுக்கும், பெயர் பெற்றது இது. புதிதாக ஏற்படுத்தப்பட்ட ஸான்டோரினி கலைக் கூடத்துக்கு இவை மாற்றப்பட்டுவிட்டன.

இந்த பொருட்காட்சி மையம் 44 - ஆம் நெம்பர் பாட்டிசன் தெரு, டிஸிட்ஸாவில் உள்ளது.

4

எபிடௌரஸ்

கிரீஸ், பெலோபனஸில் இருக்கும் இது, வெகு சுத்தமாக, பாதுகாக்கப்பட்டு வரும், பழைய கால கிரேக்க - தியேட்டர். இது கி.மு. 4-ஆம் நூற்றாண்டில் கட்டப் பட்டது. இது ஒரு வித நாத ஒலியை எழுப்பி, நவீன கால வல்லுநர்களையும், பொறுப்பேற்றிருப்பவர்களையும், ஆச்சரியப்பட வைக்கிறது. அதனுடைய மிக அழகான அமைப்பும், அளவுகளின் ஒற்றுமையும், அதற்கு சரிசமமாக வேறு எதுவும் கிடையாதென்பதே.

இந்த அரங்கம், பழைய நாடக விழா நடத்துவதற்கு தகுந்ததாகவும் இருந்தது. மரியா கால்லாஸினுடைய விருப்பமான நாடக அரங்கேற்ற இடமாகவும் இது இருந்தது என புரிந்துகொள்ள முடிகிறது.

இந்த பெயர் பெற்ற தியேட்டர், உலகத்தின் முதல்தரமானவற்றோடு இணைத்து வைத்திருக்கிறது. இது நாப்லியானுக்கு, 40-கி.மீ தூரத்திலிருக்கிறது.

5

க்ரீட்

இது சரித்திரமும், நாகரிகமும் கலந்த அற்புதமான தீவு. "மிநோன்" நாகரிகம் பிறந்த இடம்.

இந்தப் பெரிய தீவு, மிகவும் வசீகரமானதும்கூட. மீண்டும் புதுப்பித்து கட்டப்பட்ட நோஸோஸின் அரண்மனை, ஒரு சமயம் மிநோஸ் அரசரின் இருப்பிடமாக இருந்திருக்கலாம் என கருதப்படுகிறது. க்ரீட்டின் மிக பிரமிக்கத் தக்க இந்த இயற்கை அற்புதமானது ஐரோப்பாவின் நீளமான கணவாய் சமாரியா கார்ஜில் உள்ளது.

6

மைகோநோஸ் & டெலோஸ்

கேளிக்கைகளுக்கும் உல்லாசத்துக்கும் பெயர் பெற்ற இடம்.

இந்த வறண்ட தீவில் கிரேக்க மரபு கொஞ்சமே மிஞ்சி இருக்கிறது. இங்குள்ள காஸ்மாபாலிடன் கிளப், உல்லாசமான பார்கள், அற்புதமான கடற்கரைகள் இங்கு கூட்டம் சேருவதற்கு காரணமாக இருக்கின்றன. இங்கு தேவாலயங்கள், தொழுகை இடம் போன்றவை உள்ளன. சிறிய காற்று வீசும் டெலோஸ் தீவானது, உண்மை

96 உலகில் பார்க்க வேண்டிய இடங்கள்

மற்றும் ஒளியின் கடவுளான அப்பல்லோவின் கற்பனை பிறப்பிடமாகும். இந்த தீவு தெய்வநம்பிக்கையுள்ள மையமாகும். 1.5 சதுர மைல் அளவே உள்ள இத்தீவில் திறந்தவெளி தொல்பொருள் ஆராய்ச்சி மியூஸியம் உள்ளது.

மைக்ரோநோஸ் செல்ல ஏதென்ஸிலிருந்து விமான சேவை உள்ளது. டெலோஸ் செல்வதானால் மைகோநோஸ்ஸிலிருந்து படகு மூலம்தான் செல்ல வேண்டும்.

7

ஸான்டோரினி

எல்லாருக்கும் பிடித்த தீவு. இத்தீவிற்கு, அதிகாரபூர்வமான பெயர் "தீரா".

அட்லாண்டிஸ் சாம்ராஜ்யம் இழந்த கற்பனையான மிச்சம் ஸான்டோரினி. இந்த வளமான எரிமலை மண்ணில் 36 ரக திராட்சை விளைகிறது. ஸான்டோரினி தயாரிக்கும் வெள்ளை ஒயின் அனைவரையும் சந்தோஷப்படுத்துகிறது.

ஸான்டோரினியில் நிறைய சொகுசான ஹோட்டல்கள் இருந்த போதிலும் பெரிவோலன் ஹோட்டலில் தங்குவது சிறப்பாம். அங்கு தங்குவதில் சூரிய உதயம், அஸ்தமனம் உட்பட பல காட்சிகளை கண்டு அனுபவிக்கலாம்.

இங்கு செல்ல ஏதென்ஸிலிருந்து விமானசேவை உண்டு.

8

ரோடெஸ்

இது ஐரோப்பாவுக்கும், கீழை நாடுகளுக்குமான, ஒரு பாலமாக கருதப்படுகிறது.

ரோடெஸ், பண்டைய வியாபார வழியில் முக்கியமான இடத்தில் இருப்பதால் அதன் பொருளாதாரம் எப்போதும் செழுமையாக இருக்கிறது. உலக அதிசயங்களில் ஒன்றான கொலோசியம் பார்க்க வேண்டிய ஒன்று. நில நடுக்கத்தினால் சிதிலமடைந்து விட்டாலும் பார்க்க கம்பீரமாகவே இருக்கிறது. 300 வருடத்திய துருக்கிய கலைகளின் அழகை ரசிக்கும் செல்வாக்கு பழைய நகரத்தில் இன்றும் இருப்பதை உணரலாம்.

ஸான்நிகோலஸில் தங்குவது மிகவும் மகிழ்ச்சிகரமான சூழ்நிலையை உணர வைக்கும். இங்கு செல்ல ஏதென்ஸிலிருந்து விமான சேவை உள்ளது.

9
அக்ரோபோலிஸ்

மேற்கத்திய நாட்டில் இது ஒரு முக்கியமான பழைய கால ஞாபகச் சின்னம்.

நாகரிகம், அறிவியல் கண்டுபிடிப்புகள், ஒலிம்பிக்ஸ் என கிரேக்கத்தைக் கொண்டாடுவதற்கு நிறைய காரணங்கள் உள்ளன. கிரேக்கத்துக்குப் பெருமை சேர்க்கும் இன்னொரு விஷயம் பார்த்தினன் கட்டடம். இந்த பார்த்தினன், அக்ரோபோலிஸ் என்ற குன்றின் மீது அமைந்திருக்கிறது. இங்குள்ள ஏதனா சிலை, யானைத் தந்தம் மற்றும் தங்கத்தால் செய்யப்பட்டிருக்கிறது. 13,400 சலவைக் கற்களைக் (மார்பிள்) கொண்டு இந்தப் பார்த்தினன் கட்டப்பட்டிருக்கிறது. டாக்ஸி அல்லது பேருந்து மூலமாக சுலபமாக அக்ரோபோலிஸ் சென்று விடலாம்.

10
டெல்ஃபி

பழங்காலத்திய மிகவும் பிரபலமான பேரறிவுடையவர்களின், அறிவு பிரபஞ்சத்தின் மையமாக இருந்தது. 1000 வருடங்களுக்கு மேலாக, டெல்ஃபிதான் பழங்கால கிரேக்கர்களின் ஞான இடமாக இருந்தது.

ஞானக் கடவுள் அப்பல்லோவின் வாய் பாகமாக இது இருந்தது என்றும் நம்பப் பட்டது. ஏதென்ஸுக்கு வடமேற்கில் 188 கிமீ.-இல் இருக்கிறது.

11
மொநெம்வாஸியா

தெற்கு பிலோபொனிஷியாவிலிருந்து துருத்தி நிற்கும் தீவு போன்றது.

மொநெம்வாஸியாவின் புனை பெயரான மவுண்ட் செயின்ட் மைக்கேல் என்பது இந்த சிறிய மத்திய கால நகரத்தின் வசீகரத்தை எடுத்துச் சொல்கிறது. மூன்று நூற்றாண்டு பழைய கட்டடங்கள்

ஹோட்டல் மோனம் வாஸியாக மாற்றப் பட்டுள்ளன. இது ஸ்பார்டாவிலிருந்து தென்கிழக்கே 97 கி.மீ.-இல் இருக்கிறது. ஏதென்ஸிலிருந்து விசைப்படகு அல்லது படகின் மூலம் சென்றால் இயற்கைக் காட்சிகளை ரசிக்கலாம்.

12

மௌண்ட் அதோஸ்

கிழக்கிந்திய உலகத்துக்கு, தெய்விக மண்டல மையம் இது.

140 சதுர மைல் கொண்ட மௌன்ட் அதோஸ் மடத்திற்கு உரிய மாநிலத் திற்குள் நுழைய பெண்கள் அனுமதிக்கப் படுவதில்லையாம். ஆண் பார்வையாளர் கள் கூட உரிய அனுமதி பெற்றுக் கொண்ட பின்னரே அங்கு செல்லமுடியும். முன்பு ஒரு சமயம் 40 மடாலயங்கள் இருந்தது. இப்போது 20 தான் இருக் கிறது. வெளியிலிருந்து பார்க்கும்போது பெரும்பாலானவை பலப்படுத்தப்பட்ட கோட்டை போல தோற்றமளிக்கும். விலை மதிப்பில்லாத கலை வேலைப்பாடுகள் மற்றும் கையெழுத்துப் பிரதிகள் ஆச்சரியப்படுத்தும். காலை, மதியம் பிரார்த்தனையில் கலந்து கொள்பவர்கள் புனித ஞாபகச் சின்னங்களின் குவியல் மற்றும் சிலைகளைப் பார்க்கலாம்.

சந்நியாசிகளுடன் சேர்ந்து உண வருந்த பார்வையாளர்கள் வரவேற்கப்படு கிறார்கள். சைவ உணவுதான் தரப்படு கிறது. அதோஸ் செல்ல சரியான வழி இல்லை. காட்டின் வழியே சென்றாக வேண்டும். அதோஸ் மலைக்கு கிரேக்கர் கள் எத்தனை பேர் வேண்டுமானாலும், செல்லலாம். ஆனால் பிற நாட்டினர் ஒரு நாளுக்கு 10 பேர் என்றுதான் அனுமதிக்கப் படுகின்றனர். கொடுக்கப்பட்டுள்ள மடாலயத்தில் ஒரு இரவுக்கு மேல் தங்க அனுமதிக்கப்படுவதில்லை.

ஏதென்ஸிலுள்ள அந்தந்த நாட்டின ரின் தூதரகத்தில் சிபாரிசு கடிதம் வாங்கி னால் குறிப்பிடுகின்ற நாளில் அதோஸ் செல்ல அனுமதி கிடைக்கும்.

13

ஹைட்ரா

நாகரிக நடை கொண்ட ஒரு தீவு இது.

ஹைட்ராவில் முதல் பார்வையில் தென்படுவது அழகான அரை வட்ட துறைமுக நகரமும், பல அழகான கடல் மாலுமி வீடுகளும்தான். மோட்டார் வாகனங்கள், இந்த மலைப் பாங்கான, வறண்ட தீவில் தடை செய்யப்பட்டிருக் கின்றன. இங்குள்ள மக்கள் தங்கள் வாழ்விற்கு கடலை நம்பியே இருக்கின் றனர். போக்குவரத்துக்கு குதிரை,

கழுதையால் இழுக்கப்படும் வண்டிகள் தான். நாட்டின் மிக நுட்பமான இடமாக ஹைட்ரா இருக்கிறது. ஏதென்ஸிலிருந்து 2 மணி நேர விசைப்படகு பயண தூரத்தில் இது இருக்கிறது.

14
மெடியோராவின் மடாலயங்கள்

இது ஒரு கற்பாறைகளின் காடு, முழுக்க முழுக்க பழங்குடியினர் வசிப்பவர்கள் உள்ள இடம்.

மெடியோரா என்பதற்கு சொல்லுக்கு சொல் சரியாக அர்த்தம் என்னவென்றால் "காற்றில்" என்பதாகும். புகைப்போக்கி மேல் நாரை கூடுகள் போல தோன்றும் அறுபதுக்கும் மேற்பட்ட கலசங்கள் இருக்கின்றன. 10-ஆம் நூற்றாண்டில் மத சமூகம்

துவக்கப்பட்டது. 16-ஆம் நூற்றாண்டில் 24 மடாலயங்கள், ஆசிரமம் இருந்தன. இப்போது நான்கு மியூசியமாகவும் 2 மத காவலிடமாகவும் எஞ்சி நிற்கிறது.

எல்லா மடாலயங்களும் பொது மக்களுக்கு திறந்து விடப்பட்டுள்ளது. பல நூற்றாண்டு கலைப் பொருள்கள் கொண்ட இவை எல்லாமே பார்க்க தகுதியானவை.

1920 வரை இங்கு செல்ல ஏணி அல்லது வலை மட்டுமே வழியாக இருந்தது. பின்னர் படிக்கட்டுகள் அமைக்கப்பட்டன.

15
ஏதென்ஸ்

பழைய நாகரிகத்துக்கும், நவீன உலகத்துக்குமான பாலம் என்று ஏதென்ஸ்

நகரை வர்ணிக்கிறார்கள். ஏதென்ஸின் வரலாறு இரண்டாயிரம் ஆண்டுகளுக்கும் முற்பட்டது. தத்துவமேதைகள் அரிஸ்டாட்டில், சாக்ரடீஸ், பிளேட்டோ போன்றவர்கள் வாழ்ந்த நகரம்.

கிரீஸ் நாட்டின் தலைநகரான ஏதென்ஸ் நகரின் சிறப்பே அங்குள்ள வரலாற்றுச் சின்னங்கள்தான். நகரின் மையத்திலேயே உள்ளது 'ஏதெனா' கடவுளின் ஆலயம். அதேபோல 'பார்த்தினான்' ஆலயத்தின் இடிந்த மிச்சங்களும் இந்த நகரில் உள்ளது. இன்னொரு புறம் மிக நவீனமான வீடுகள், தெருக்கள், கடை வீதிகள் என இன்றைய நாகரிகத்தின் அனைத்து அம்சங்களையும் காணலாம்.

ஏதென்ஸில் பார்த்து ரசிப்பதற்கும், உல்லாசமாய் அனுபவித்து மகிழவும் நிறைய விஷயங்கள் உள்ளன. அதிலும் கோடைக் காலத்தில் அங்கு செல்பவர்களுக்கு, 'ஏதெனா' கோயிலின் அடி வாரத்தில் அமைந்துள்ள பழங்கால திறந்தவெளி அரங்கில் நடக்கும் கலை நிகழ்ச்சிகள் நல்ல விருந்து. புகழ்பெற்ற பல கிரேக்க நாடகங்கள் அருமையான இசையமைப்புடன் அரங்கேற்றப்படும். ஏதென்ஸின் இன்னொரு சிறப்பு பேட்டிஸன் தெருவிலுள்ள 'தேசிய அருங்காட்சியகம்.' இந்நகரின் முழு வரலாற்றையும் அறிய விரும்புபவர்கள் அருங்காட்சியகத்தில் சில மணி நேரம் சுற்றி வந்தால் போதும்.

9

இத்தாலி - ITALY

1

தேசிய தொல்பொருள் காட்சி சாலை

இத்தாலியின் நேபிள்ஸ் நகரத்தி லிருக்கிறது. இதற்கு 'வீழ்ந்த அரசனின் கொள்ளை'யடித்தவை எனவும் பெயருண்டு.

பாம்பீ மற்றும் ஹெர்குலேனியம் இடங்களில் தோண்டி எடுக்கப்பட்ட மதிப்புமிக்க சிற்ப வேலைப்பாடுள்ளவை யும், கலைப்பொருள்களும், இந்த தொல்பொருள் காட்சி சாலையை சுற்றி பார்க்கும்போது, காணலாம். உலகில் கிரேக்க - ரோமானிய பழங்காலத்திய, மிகவும் விலையுயர்ந்த 'புதையல்' (Treasure - Grove)களையும் இங்கு காணலாம். இவை 16-ஆம் நூற்றாண்டில், தவிர குதிரை சிப்பாய்களின் படைவீடுகளும் இங்கே இருந்தது. போப் பால்-III, பர்னீஸ் குடும்பத்தைச் சேர்ந்த இவர் குவித்து வைத்த, மிக விலைமதிப்பற்ற பழைய காலப் பொருள்களும், ரோமானியர்களின் அழிவின்போது இருந்தவை அனைத்தும் தோண்டும்போது கிடைத்தவைகளாவன. இவை தரை மட்டத்திலிருந்த அறைகளில் கிடைத்தவை. பம்பெயில் தோண்டி எடுக்கப்பட்டவற்றைப் பார்க்கும் சுற்றுலா பயணிகள் பரவசம் அடைவார்கள். 1999-இல் காபிநெட்டோ ஸெக்ரோடோ கலைக்காட்சி மிக ஆடம்பரத்தோடு திறந்து வைக்கப் பட்டது. அங்கு இரண்டு அறைகளில் 200க்கும் மேற்பட்ட சுண்ணாம்புச் சித்திரங்கள், மொஸெய்க், மற்றும் சிலை கள், மிகுந்த வேலைப்பாடுகளோடு அமைந் துள்ளது. அவை யாவும் முதலிலேயே பொது மக்களின் பார்வைக்கு வைக்கப்படாதது ஏன் என்பதுதான் புரியவில்லை.

௨
பாயிஸ்டம்

புராதன ரோமானிய சாம்ராஜ்யம் வீழ்வதற்கு முன் 700 ஆண்டுகளாக மக்களின் இருப்பிடமாக இருந்த நகரம் பாயிஸ்டம். ரோமாபுரியோடு வீழ்ந்த அது 18-ஆம் நூற்றாண்டில் தற்செயலாகக் கண்டுபிடிக்கப்பட்டது. ஜுயஸ் கடவுளின் மனைவியான ஹீரா தெய்வத்துக்கு அர்ப் பணிக்கப்பட்ட கோயில் அங்கு உள்ளது. கி.மு. 6-ஆம் நூற்றாண்டை சேர்ந்த இது ஐரோப்பாவில் சிறப்பாக பாதுகாக்கப் பட்டு வரும் கோயிலாகும். அதற்கடுத்து புகழ்வாய்ந்தது நெப்ட்யூன் கோயில். இது பண்டைய காலத்தின் மிகப் பெரிய அழகான கோயிலாக கருதப்படுகிறது.

மாலை நேர, எரிச்சலில்லாத வெளிச்சத்தில் பாயிஸ்டம் நகரை பார்க்க வேண்டும். கோயிலின் தங்கக் கற்கள் மினு மினுப்பது அழகு.

அடுத்து பயணிகள் விவசாய சம்பந்தமான தோட்டத்தைக் காண வேண்டும். உடன் பரோனிஸா ஸெஸிலியா பெல்லிலி பராட்டாவின் விடுதியும் பார்க்க வேண்டியவை. இது நேப்பிள்ஸிலிருந்து 100 கி.மீ. தென் கிழக்கில் உள்ளது. சாலெர்னோவிற்கு தெற்கே 30 கி.மீ-இல் உள்ளது. மே, ஜுன், செப்டம்பர், அக்டோபர் சுற்றுலா செல்ல சிறந்த மாதங்கள்.

௩
ஸிஸ்டின் தொழுகையிடம்

இந்த தொழுகையிடத்தின் கூரை உலகிலேயே மிகவும் புகழ்பெற்றது. கூரையில் வசீகரிக்கக்கூடிய சித்திரங்கள் தீட்டப்பட்டிருக்கும். ஸிஸ்டின் தொழுகை இடத்தின் கூரைகளிலும், சுவர்களிலும், தீட்டப்பட்டிருக்கும் வசீகரிக்கக் கூடிய சித்திரங்கள், மேற்கத்திய வாழ்க்கை முறையின் மதிக்கத்தக்க சாதனைச் செயல் களாகும்.

சர்வதேச புனரமைப்புக் குழு தங்கள் வேலை முடிவடைந்த பிறகு, அதாவது பொலிவுடன் விளங்கும் விநோத இலக்கியப் படைப்பை முடித்த பிறகு, பீடத்துக்குப் பின் இருந்த சுவர்பக்கம் கவனத்தைச் செலுத்தினார்கள். அங்கும் பல வண்ண் ஓவியங்கள் உருவாகின. இந்த புனரமைப்பு வேலை 1541 - இல் முடிக்கப்

பட்ட இது, 'போப் பியஸ்-III'-யை இவை பெற்றன.

வாடிகன் நகரத்திலுள்ள, வாடிகன் மியூஸியத்தின் ஒரு பகுதியாகும் இது. மாதத்தின் முதல் மூன்று ஞாயிற்றுக் கிழமைகள் தவிர எல்லா நாட்களும் திறந்திருக்கும். எப்போதும் கூட்டம் இருந்து கொண்டே இருக்கும். கூட்டத்தை தவிர்க்க விரும்பும் பயணிகள் மியூஸியம் திறப்பதற்கு முன்பே காலை 8.45-க்கு சென்றுவிட வேண்டும்.

4

பெல்லாஜியோ

இது இத்தாலி, லம்பார்டியில் உள்ள சிறந்த ஏரி நகரம், 'கோமோ & லெக்கோ' இரண்டும் சேரும் இடத்திலுள்ள மிக நேர்த்தியான இடம். மற்ற எந்த ஏரி நகரத்தையும் விட மிகச் சிறந்ததான இடம் இது. வசதி மிகுந்தவர்களாக பிறந்த எவரும், கிராண்ட் ஓட்டல் வில்லா ஸெர்பிலோனியில், ஏரியை நோக்கி இருக்கும் அறைகளில் தங்கி, முதல் நூற்றாண்டின் ப்ளினை இளைஞனை, வசீகரித்த அதே அல்பைன் விளையாட்டின் சுகத்தை அனுபவிக்கலாம்.

ஒரு காலத்தில் முடிசூடிய மன்னர்களுக்கு விருந்தளித்த அதே ராயல் சூட்டில் தங்கி பார்த்து அனுபவம் பெற பெல்லே எபோக் ஹோட்டல், வசதி

செய்து தருகிறது. எந்த ஓர் இயற்கையான அழகு, கோதே, ஷெல்லே, பைரான் மேலும் பலரையும் கவர்ந்ததோ, அந்த கோமோ ஏரியின் கம்பீரமான தோற்றம் இன்றும் அவ்விதமே இன்பத்தை, சுகத்தை அளிக்கிறது. வோர்ட்ஸ்வொர்த் இந்த கோமோ ஏரியை, "பூமி தன்னிடத்தில் வைத்துக் கொண்டிருக்கும் ஒரு புதையல்" என எழுதினார்.

முன்பிருந்த அதே பணக்காரத்தன்மை இல்லையானாலும், பெல்லாஜியோ இன்றும் ஐரோப்பாவில் உள்ள ஒரு முக்கியத்துவம் வாய்ந்த ஒன்றாகக் கருதப்படுகிறது. முன்பு இது பணக்காரர்களுக்கு மட்டுமேவாக இருந்ததும் தெரிந்ததே. வாழ்க்கை பக்குவப்பட்டு விட்டாலும், நட்சத்திரங்களுக்கு கீழே காணும்படியான ஏரியானது, இன்றும் தனது வசீகரத் தன்மையை பெற்றிருக்கிறது. Dowager ஹோட்டலின் உண்மையான வசீகரத் தன்மையானது, அதன் தெளிவான கடந்த காலம் மற்றும் அதன் பழைய பார்க்லாண்டின் ஆடம்பரமுமே. இந்த ஏரியின் தோற்றம், வெர்டி, ரோஸினி, மற்றும் பெல்லினி ஆகியவர்களின் பாடல்களே. பார்த்தால்தான் புரியும் அது ஏன் என்று. இது 'கோமோ'வுக்கு வடகிழக்கில் 30-கி.மீ.இல் உள்ளது.

5

ஹோட்டல் வில்லா டி எஸ்டே

இது லம்பார்டி மாகாணத்தில், செர்நோபியா நகரத்தில் இருக்கிறது. மேலும் கோமோ ஏரிக் கரையிலுள்ள ஒரு படாடோபமான, பணக்காரத் தன்மையோடு விளங்கும் ஒரு ஹோட்டல். ஆதியில் இது ஒரு கத்தோலிக்க குருமார்களில் ஒருவரின், சொந்தமான சந்தோஷத்துக்கான அரண்மனை போன்ற பங்களாவாக இருந்தது. தற்போது அது பெரிய

ஹோட்டலாகவும், அதிலிருந்து மற்றவர்கள் அதன் அவசியத்தையும் உணர்ந்து கொள்ளவும் செய்கிறது.

அரசு மாளிகைபோல அலங்கரிக்கப் பட்டிருப்பதாலும், கோமோ ஏரிக்கரையின் பசுமையின் நடுவில் இருப்பதாலும், அழகுச் சுரங்கமாகவே இருக்கிறது. அங்குள்ள பளிங்கினாலான தொங்கும் கொத்து விளக்கும், ஈடு இல்லாத பட்டுத் திரை, மெத்தை முதலியன, ஆகிய அனைத்தும் பக்கத்து நகரத்திலிருந்து வந்தாலும், அவை கம்பீரமானதாகவும், வசீகரமானதாகவும், தன்னிகரில்லாமலும், ஆனால் எப்போதும் சென்று ரசிக்கும்படி இருக்கிறது. ஏரிக்கரை பக்க அறைகள், ஏரியில் பெரும் பனிக்கட்டிப்பாறைகளை பார்க்கும் வசதியுடன், மேலும் அழகூட்டுகிறது. அழகான, நேர்த்தியான 'வில்லா'க்களும் சேர்ந்து அழகூட்டுகிறது. (மார்பிள்) சலவைக்கல் சிலைகளுடன் கூடிய மாடிகளும் பூவால் மூழ்கடிக்கப்பட்ட தோட்டமும், இவையனைத்தும் தோணிகள் மூலமாக சென்று பார்ப்பதோ மிக மிக அழகு வாய்ந்தவை.

அங்கு 10 ஏக்கர் தோட்டமும், தண்ணீர் பக்கமுள்ள மாடி அறைகளும் பார்த்து சாப்பிடுவதும் இன்பமே. உணவு விடுதி, மிதந்து கொண்டிருக்கும் ஒரு 'சிவப்பு' நிற கப்பலின் மேல் தளத்தில் இருப்பதாலும், தண்ணீரில் சிறிது ஆட்டத்துடன் இருப்பதாலும் பிரமிக்க செய்கிறது. இது மிலான் நகரத்திலிருந்து 56 கி.மீ. தூரத்திலிருக்கிறது.

6

இல்டுவோமோ

இத்தாலி, லம்பார்டி மாகாணத்தில், மிலான் நகரத்திலிருக்கும் அந்த நாட்டின் ஐரோப்பிய கட்டடக் கலையின் கலப்பில் உருவான இல்டுவோமோ ஒரு சாதனை. ஒரு சாதாரண பரிமாணத்திற்காகவும், அதிர்ச்சி தரக்கூடிய மதிப்புக்காகவும், சில கட்டடங்கள், மிலானின்-இல்டுவோமோவை விட சிறந்தவையாக இருக்கின்றன. எந்தவித பாங்கிலும் உலகத்திலேயே பெரிய அளவிலான கத்தோலிக்க மாதா கோயில் ரோமிலுள்ள செயின்ட் பீட்டர் தான். 1386-இல் விஸ்காண்டிஸ் தலைமையில் ஆரம்பிக்கப்பட்ட இல்டுவோமோ, நூறு ஆண்டுகள் வரை முடிக்கப்படாமலிருந்தது.

135 கூர்மையான கலசங்களுடனும், 2245 - சலவைக்கல் சிலைகளும், நாட்கணக்கில் அவற்றையே பார்த்துக் கொண்டிருக்கும்படி செய்யும். பார்வையை ஈர்க்கும் வேறு பலவகை வேடிக்கைகளும், கேளிக்கைகளும் இருந்தாலும், பார்வையாளர் கவனம் அங்கெல்லாம் செல்லாது.

மேலே உள்ள கூரைக்குச் செல்ல தூக்கும் இயந்திரம் (Elevator) இருக்கிறது. மேலே சென்று வெள்ளை சலவைக் கற்களின் காட்டை பார்ப்பது ஒரு கண் கொள்ளாக் காட்சி.

7

போரோமியன் தீவுகள்

இந்த போரோமியன் தீவு ஒரு நல்ல, நேர்த்தியான, முழுமையான படத்தைப் போன்ற அமைப்பு கொண்ட சிறிய தீவுக் கூட்டங்கள்.

19-ஆம் நூற்றாண்டின் பெரிய ஹோட்டலான கிராண்ட் ஓட்டல் எட்டிஸ் இலஸ் போரமீஸ், ஒரு பரவசமூட்டும், ராஜபோகத்துடன் கூடிய பழைமை காலத்து இளமையான அமெரிக்க வீரன் போல, இன்றும் தாழ்வார உணவகத்தில் விருந்தினர் இன்பத்தில் ஆழ்ந்திருக்க உணவுகளை தந்து மகிழ்விக்கிறது.

நமது தலையில் சுமந்து இருக்கும் பாரத்தைக் குறைக்க, அந்த இணையில்லா தோற்றமே போதுமானது. பனி படர்ந்த ஸ்விஸ் ஆல்ப்ஸ் மலையை நோக்கி 40 மைல் வேகத்தில் தண்ணீரில் அடித்து செல்லும் போது அந்த நான்கு பொமேரியன் தீவுகளின் க்ஷண நேரக் காட்சியையும் காண்பது விலை மதிப்பில்லாதது. இதை காண்பதற்காக ஏரி பக்கமாகவுள்ள ஏதாவது ஒரு அறை கேட்டு பெற வேண்டும்.

மாக்கோய்ர் ஏரி மேலும் போரோமியன் தீவுகள் பற்றியும் ஸ்டென்தால் என்பவர் கூறும்போது, 'இதன்மேல் பைத்தியமாகாமல் இருக்கும் மக்கள் மீது பரிதாபப்படுகிறேன்' என்றாராம்.

இது மிலானுக்கு வடமேற்கு திசையில் 8 மைலிலிருப்பதாக கூறுகிறார்கள்.

மார்ச் மாதத்திலிருந்து மே மாத இறுதி வரை மலர்ச்சியான பருவம். ஆகஸ்ட் மாதத்தின் மத்தியில், செப்டம்பர் மாதத்தின் மத்தியில் சர்வதேச இசை விழா நடைபெறும். இந்த காலகட்டத்தில் இங்கு சுற்றுலா மேற்கொள்வது சிறப்பாகும்.

8

கோயில்களின் பள்ளத்தாக்கு

பழைய கால கிரேக்க தொல்பொருள் காட்சியின் 'பூகம்ப'மையம் எனவும் இதை கூறுவர். பழைய கால கிரேக்க கவிஞன் 'பின்டர்' கூறியது போல இதற்கு 'அழிந்து போகிற எல்லா நகரங்களிலும் சிறந்தது,' எனவும் பெயருண்டு. அர்த்தத்தைப் புரிந்து கொண்டு 'கோயில்களின் பள்ளத்தாக்கு' சென்றால், அபூர்வமான தங்கக் கற்களால் ஆன டோரிக் கோயில்கள், சமுத்திரத்தை நோக்கி உள்ள நீண்ட பாதையில் தொடர்ந்து வரும். முதல் தரம் வாய்ந்த தொல் பொருட்காட்சி சாலையையும் சென்று பார்ப்பதும் முக்கியமானதாகும்.

8 -ஆம் நூற்றாண்டில், ஸிஸிலியில் வந்து முதன் முதலாக இறங்கிய கிரேக்கர்கள், சுமார் 300 வருடங்களுக்கு பிறகு இந்த கோயில்களைக் கட்ட ஆரம்பித்தனர். இன்று ஸிஸிலியில் அவையே நிறைய போட்டோக்களில் காணப்படும் ஒரு விசேஷமாக ஆகிவிட்டது. மேலும் கிரீஸுக்கு வெளியே உள்ள கிரேக்க கலாச்சாரம் மிகுந்த இடமாகவும் ஆகி விட்டது.

டெம்பியோ டெல்லா கன்கார்டியா என்ற பொருத்தமான கோயில், கி.மு. 430-இல் கட்டப்பட்டது. இன்றும் இருக்கும்

34 - வெளிப்புற தூண்கள் கொண்ட இது, ஹெலினிக் உலகின் கண்காட்சிப் பொருளாகக் காணப்படுகிறது. இங்கிருக்கும் கிரேக்க கோயில்களிலேயே, மிகச் சிறந்ததாகக் காணப்படும் இரண்டில் ஒன்று எனக் கூறப்படுகிறது.

"கார்கான்தன் டெம்பியோ டி ஜியோவ்" என்ற ஜூபிடர் கோயில், முன்னதைப் போன்று 3 - மடங்கு பெரியது. இதற்கு ரோமானிய இணையான வார்த்தைபடி, ஜூபிடர் அல்லது ஜோவ் என்றும் பெயருண்டு. இதுவரை எங்கும் கட்டப்படாத மிகப்பெரிய ஒன்று இது. ரோமில் உள்ள செயின்ட் பீட்டர்ஸை விட பெரியது என்று, அறிந்த தொல்பொருள் ஆராய்ச்சியாளர்கள் கூறுகின்றனர். சூரிய உதயத்தின் போதும், அஸ்தமிக்கும் சமயத்திலும், இது குறிப்பிடத்தக்க வகையில், மிகவும் அதிகமாக மனதில் பதியவைக்கும் வகையில் இருக்கிறது. இதை ஹோட்டல் வில்லா அதினாவின் அறைகள் 205 மற்றும் 206-இலிருந்து சௌகரியமாகப் பார்க்கலாம்.

இது பலர்மோவுக்கு தெற்கில் 127-கி.மீ தூரத்தில் உள்ளது.

9

எட்னா மலை

இத்தாலியில், சிஸிலி என்னுமிடத்திலிருக்கும், இந்த எட்னா மலை, கடவுளின் எரிமலையாகவும், சொர்க்கத்தின் தூணாகவும் கருதப்படுகிறது.

பெரும்பாலானவர்கள் முதலில் தரிசிக்க விரும்பும், புராதன கிரேக்கர்கள் சொர்க்கத்தின் தூண் என்று அழைத்த, ஐரோப்பாவின் உயரமான, அதிக தீவிர சக்தி கொண்ட எரிமலை, டௌர்மினாவின் கோடை வாசஸ்தல நகரத்தில் உள்ள - பிரம்மாண்ட ஸ்தலமான கிரேக்க தியேட்டரிலிருந்து அருகில் இருக்கிறது.

எட்னா மலையின் (உறைபனிமூடிய) உச்சியானது, 150-மைல்களுக்கு அப்பால் இருந்து, உறைபனி மூடாத நேரத்தில், எல்லாம் உலகத்தோடு அமைதியாகவே இருக்கிறது. ஆனால் அது அடிக்கடி கறுப்பாக மாறி அதைச் சுற்றியுள்ள ஒரு மில்லியன் மக்களையும், பயத்தில் ஆழ்த்துகிறது. 3000 ஆண்டுகளுக்கு முன் பதிவு செய்தபடி, அன்றிலிருந்து 2001-ஆம் ஆண்டுவரை 300 முறை வெடித்து சிதறியிருக்கிறது இந்த எரிமலை. 1667-ஆம் ஆண்டு மிகவும் ஆக்ரோஷமாக வெடித்து சிதறிய சமயத்தில் எரிமலை குழம்பு ஆறு 19 மைலுக்கு அப்பாலுள்ள இடமான கடானியா வரை அழித்திருக்கிறது.

சிஸிலியில் உள்ள எந்தத் தோட்டத்திலும் இல்லாத அளவுக்கு திராட்சை தோட்டமும், எலுமிச்சை, ஆரஞ்சு, வாதாங்கொட்டை மரங்களும், மற்றும் ஆலிவ் மரங்களும், இன்று எரிமலைக்குச் செல்லும் இடங்கள் பூராவும் செழிப்புள்ள நிலையிலிருக்கிறது. ஆனால் பஸ் பிரயாணம், இந்த பசுமை நிறைந்த தோட்டங்களின் வழியாக, எரிமலை வாய்வரை, வேகமாக செல்வது, சந்திர மண்டலத்திற்கு செல்லும் பிரயாணம் போல ஆகிறது. அது அமைதியான நிலையிலிருப்பது போலவும், இருளடைந்தது போலவும், ஆனால் அதே நேரத்தில் வசீகரிக்கத்தக்க நிலையிலும் இருக்கும்.

ஒரு கேபிள் கார் மூலம் யாத்ரீகர்கள், உயர்ந்த எரிமலைக்குழம்பு மேடுகளின் மேலும், எரிமலை வாயின் மேலும், புகை வரும் ஓட்டைகள் மேலும் போகும்போது, மேலிருந்து பார்க்கும் தோற்றமானது, அவர்களை பிரமிப்பில் கல்லாக மாற்றி விடும். ஆனால் இதுவே அதாவது இந்த பிரமிக்கச் செய்யும் தோற்றமே, 11,000 அடி உயரத்திற்கு மேல் செல்லும்போது, இத்தாலியின் முக்கியமான அடிக்கடி சென்று வரும் பகல் பயணமாகி மகிழச் செய்கிறது.

இந்த எட்னா மலையானது, சிஸிலியின் கிழக்குக் கடற்கரையிலுள்ள கடானியாவிலிருந்து, வடக்கில் 30கி.மீ தூரத்திலிருக்கிறது.

10

இல் டுவோமோ

(ஒரே பெயரில் உள்ள இன்னொரு இடம்)

நம் நாட்டில் ஒரே பெயரில் இரண்டு ஊர் இருப்பது போல, இத்தாலியிலும் இருக்கும் போல. அது மாதிரி இன்னோர் இல்டுவோமா இது.

இது அம்பிரியா மாகாணத்தில் ஓர்வியடோ என்னுமிடத்திலிருக்கிறது. இது-ஆகாயத்தில் இருக்கும் ஒரு கவர்ந்திழுக்கும் நகை போல இருக்கிறது.

ஓர்வியடோ, இத்தாலியினுடைய மலைநகரங்களில் ஒன்று. சமுத்திர மட்டத்திலிருந்து 1,000 அடிகளுக்கு மேல், இலேசான, ஆனால் நுண்துளைகளுள்ள பாறைகளால் ஆன ஸ்தம்பங்களைக் கொண்டது. மேலும் அதுவே எல்லாரையும் காந்தம்போல இழுத்து, பார்ப்பவரை வியப்படையச் செய்யும்.

இந்த பழைய நகரத்தின் மத்தியப் பகுதியான டுவோமோ அது எந்த அளவுக்கு உள்பக்கத்தில் மிகுந்த கவர்ச்சியோடு இருக்கிறதோ, அதே அளவுக்கு வெளிப்புறத்திலும் அமைந்திருக்கிறது. 13-ஆம் நூற்றாண்டின் பிற்பகுதியில் ஆரம்பிக்கப்பட்டது. உலகத்தின் பல பாகங்களிலுமிருந்தும் வந்தக் கலைஞர்களும், கட்டடக் கலைஞர்களும், 300 வருடங்கள் எடுத்துக்கொண்டு பராமரித்தனர். அதனாலேயே இந்த வசீகரிக்கத்தக்க, விசித்திரமான, ஐரோப்பிய கட்டடக்கலையை நவீனமாக முடித்தனர். ஆனால் வோமோவினுடைய மறுக்கமுடியாத முக்கிய ஈர்ப்பு, அதன் உலகத்தின் கடைசி முனையை படமெடுத்துக் காட்டிக் கொண்டிருப்பதே. இது 1447 - இல் ஃப்ரா ஆன்ஜிலிகோவால் ஆரம்பிக்கப்பட்டு, 1499 - 1503 -இல் லூகா சிக்நொரெலியால் முடிக்கப்பட்டது.

இது பெருகியாவிலிருந்து தெற்கில் 85 கி.மீ., ரோமிலிருந்து வடமேற்கில் 97 கி.மீ -லும் இருக்கிறது.

11

வெனிஸ் சிம்ப்லோன்-ஓரியண்ட்-எக்ஸ்பிரஸ்

இந்த ரெயிலுக்கு, ‘அரசர்களின் ரெயில்’ எனவும் ‘ரெயில்களின் அரசன்’ என்றும் ஒரு பெயருண்டு. ஐரோப்பாவின் குறுக்கே, 1,700 மைலில் உள்ள இஸ்தான்புல்லை அடைய, 1883 - இல் பாரீஸிலிருந்து கிளம்பியது முதல் ஓரியண்ட் எக்ஸ்பிரஸ் ரெயில். 1977 - இல் நிறுத்தப்பட்டிருந்த இந்த ரெயில், மறுபடியும் வெனிஸ்-சிம்ப்லோன்-ஓரியண்ட் எக்ஸ்பிரஸ் (VSOE)

என்ற பெயரோடு இன்றும் ஒரு 'வாழ்நாள்' பிரயாணமாக இருக்கிறது.

அந்த சரித்திரப் பிரசித்திப் பெற்ற ஒரிஜினல் ரெயில் பெட்டிகள், பெரிய கூரையுடையதாகவும், பளபளப்புடன் கூடிய பித்தளையுடனும் கொண்டது. 19-ஆம் நூற்றாண்டில் மாசற்ற பிரகாசத்துடன், திரும்பவும் கொண்டு வரப்பட்டு, மறுபடியும், மிகுந்த முன்னேற்றமடைந்த சௌகரியங்களுடனும், ஆடம்பரத்துடனும் கூடிய ரெயில் பிரயாணம் தொடங்கியது. உலகத்தின் பிரசித்திப் பெற்ற ரெயில் பிரயாணமும், சக்கரங்களில் உலாவும் மிகப்பெரிய ஹோட்டல் சுவைகளும், மயங்க வைக்கும் வகையிலேயே இருந்தன. அந்த ரெயில் தற்போது குறுக்கும், நெடுக்குமாக ரோம், ப்ரேக், இஸ்தான்புல் போன்ற பல ஊர்களையும் சேர்த்து வைத்திருக்கிறது. ஆனால் பாரம்பரியமான 32-மணிநேர 'வெனிஸ்-லண்டன்' பயணம் இன்றும் பொதுவாக பதிவு செய்யப்படுகிறது. எப்போதுமே மாறிவரும் வழிநெடுகவுள்ள இயற்கைக் காட்சிகள் இருந்தாலும் அந்த 'ஓரியண்ட் எக்ஸ்பிரஸ்' என்பது அந்த ரெயிலின் சொகுசு பற்றியதே. சிறப்பு அதன் வேகமேயாகும். ரெயில்களின் பொற்காலம் என்பதுவும் இதுவே.

12

அல்பெரோபெல்லோ

அபூலியா பகுதியில் உள்ள அல்பெரோபெல்லோ பற்றி குறைவாக தெரிந்திருந்தாலும் கவர்ந்திழுக்கும் நகரம் இது. இத்தாலிய நாட்டு காலணியின் குதி பாகம் போன்றது இந்நகரம்.

அல்பெரோபெல்லோவில் இருக்கும் போது நாம் எந்த நாட்டில் இருக்கிறோம் அல்லது எந்த கிரகத்தில் இருக்கிறோம் என்பது ஞாபகத்தில் இருப்பது கடினம்.

இது பாரிக்கு தென்கிழக்கே 60 கி.மீ.-இல் இருக்கிறது.

13

காப்ரி

இது இத்தாலியில் கம்பானியாவிலுள்ள, 'ரோமன்' சக்கரவர்த்திகளின் கவர்ச்சிமிக்க சுற்றுப்புற காவல் நிலையம். நேபிளிலிருந்து 45-நிமிட பிரயாணத்திலிருக்கிறது.

ரோமாபுரி மன்னர்கள் காலத்திலிருந்தே இந்த மிதக்கும் இரத்தின தீவு, கோடைகால விளையாட்டு மைதானமாக இருந்து வருகிறது. இங்கு சுற்றுலா செல்ல உகந்ததாக இல்லாத உஷ்ணமும், கூட்டமும் நிறைந்த ஆகஸ்ட் மாதத்தைத் தவிர்க்கவும்.

14

ஸ்பாசாநாபொலி

நேபிள்ஸ் கலாச்சார பிரதிநிதி அந்தஸ்து அடைந்தது போல கலாசர மறுமலர்ச்சி பெற்ற நகரம் இது. இங்கே தனியாக சுற்றி வருவது அபாயமானது அல்ல.

நகரத்தின் புகழ்மிக்க 'சான் கார்லோ ஓபெரா ஹவுஸ்' ஐரோப்பாவின் பெரியது மட்டுமல்ல, மிகவும் அற்புதமானதும் கூட. ஆனால்ஸ்பாசாநாபெல்லிதெருக்களிலேயே தொடர்ந்து இன்னிசைக் கச்சேரிகள் நடைபெற்றுக் கொண்டிருக்கின்றன.

15

பாம்பேயி

இத்தாலி, காம்பானியாவிலுள்ள இதற்கு 'அழிந்துவிட்ட நாகரிகத்தின்

நிழல்' (Ghost) நகரமெனவும் பெயருண்டு. நேபிளிலிருந்து தென்கிழக்கில் 24 கி.மீ. தொலைவிலுள்ளது.

வருடந்தோறும் ஒரு மில்லியன் பயணிகள் வருகிறார்கள். இருப்பினும் பாம்பேயி எல்லோருக்கும் தருகிற இடம் அளவு பெரியது. வழிகாட்டி இல்லாவிடில் தவறாக புரிந்துகொள்ளும்படியான நகரம். இந்த நகரத்தின் முழுப் பகுதியும் வியக்கின்ற வகையில் மாசுபடாமல் இருக்கிறது.

வார இறுதி நாட்களிலும், கோடை காலத்தின் உஷ்ணம் மிகுந்த பிற்பகலிலும் இங்கு சுற்றுலா செல்வதை தவிர்க்கவும். சீசன் இல்லாத நாட்களில் பேருந்து சேவை குறைவாக இருக்கும்.

16

தி அமால்பி கடற்கரை

இது இத்தாலியின் ஒரு கனவு சவாரி. 30 மைல் தூரத்துக்கு வளைவுகள் பலவும் கொண்ட பாதையில் செல்ல வேண்டும்.

அமால்பி கடற்கரைக்கு வந்த எழுத்தாளர் ஒருவர் இப்படி எழுதியுள்ளார், 'இந்த உலகில் இதைவிட அழகான எதையும் காண முடியாது.' இந்த சிறிய கண்ணுக்கினிய அமால்பி ஒரு சமயம் இத்தாலியின் இதயமாக இருந்தது என்பதை நம்புவது கடினமாக இருக்கும்.

இது பொஸிடனோவிற்கு கிழக்கே 18 கி..மீ.-இல் இருக்கிறது. நேபிள்ஸிற்கு தென்கிழக்கே 61 கி.மீ.-இல் இருக்கிறது. ஸாலர்நோ, நேபிள்ஸ், அல்லது ரோம் நகரங்களிலிருந்து வாடகை காரில் செல்லலாம். இந்த இடங்களிலிருந்து பொஸிடனோவிற்கு பேருந்தும் இருக்கிறது.

17

பொஸிடானோ ஹோட்டல்

1953 - இல், ஜான் ஸ்டின்பெக் என்பவர் இதை 'ஹோட்டல்லீ ஸிரினியூஸ்', ஒரு 'கனவு இடம்' என வர்ணித்திருந்தார். நேபிள்ஸிலிருந்து தென்கிழக்கில் 56 கி.மீ - இல் இருக்கிறது.

இந்த ஹோட்டலின் கூரை வேய்ந்த மேல்தளத்தில் அமர்ந்து உணவருந்திகொண்டே, கடற்கரையைப் பார்க்கும் போது அதன் மேலும் கீழுமான தோற்றம் இதயத்தை வருடிச் செல்லும்.

18

ராவெல்லோ

கம்பானியா மாகாணத்திலுள்ள இந்த ராவெல்லோவை கவிஞர்கள் இறப்பதற்காக செல்லும் இடம் எனவும் கூறுவர். இது சலெர்னோவிலிருந்து மேற்கே 26 கி.மீ. தூரத்திலுள்ளது.

அமால்பி கடற்கரையிலிருந்து 5 கி.மீ தூரத்தில் உள்ள ராவெல்லோ கடலை விட சொர்க்கத்திற்கு அருகில் இருக்கிறது என்று விவரிக்கப்படுகிறது. இரண்டு விசித்திரமான தோட்டங்களான வில்லா ருபோலோ, வில்லா கிம்ப்ரோன் அதன் பெருமைகள் சரி என்று காட்டுகிறது. 12-ஆம் நூற்றாண்டில் கட்டப்பட்ட பாலஸோ, ஸலோ ஹோட்டலிருந்து பார்க்கும்போது கடலின் தோற்றம் பெருமூச்சுவிட வைக்கும் அனுபவத்தை தரும்.

19
தி பெஸ்ட் ஆஃப் ஸொரென்டோ

இதுவும் கம்பானியாவிலுள்ள ஒரு மிகப்பெரிய ஓட்டல். யாரும் மிஞ்ச முடியாத அளவுக்கு உள்ள ஒரு உணவு

விடுதியும்கூட. இது அமல்பீ தீபகற்பத்தில் உள்ள நேபிள்ஸ் நகரத்திலிருந்து தென்கிழக்கே 50 கி.மீ -இல் உள்ளது.

20
தி குவாட்ரிலேடெரோ

இதுவும் ஒரு ஹோட்டலே. இது மிலான் நகரத்திலிருந்து 210 கி.மீ தென் கிழக்கில் உள்ளது.

ஃப்ளாரென்ஸுக்கு வடக்கே 106 கி.மீ-இல் உள்ளது.

இந்த அழகான மத்திய காலத்திய நகருக்கு செல்லும் பல பிரயாணங்கள் அறுசுவை சுகங்களை தேடுதலில் அர்ப்பணிக்கப்படுகின்றன. மத்திய கால சுழன்று சுழன்று செல்லும் வழிக்குள் கிடக்கிறது நன்றாக அறிந்த இந்த உணவு மாவட்டம். குறுகிய தெருக்களில், குடும்பங்கள் நடத்தும் கடைகள் நகரத்தின் பழைமையை சிறப்பாக பாதுகாக்கின்றன. பசியோடு இருப்பவர்களுக்கு, தம்பூரினி உணவகம் சொர்க்கம். இது இத்தாலியின் மிகுந்த தாராளமான உணவு வர்த்தக சாலை. இங்குவிஜயம்செய்வதுபொருள்வாங்குவதை விட கலாச்சார உயர்வாக இருக்கும். ஆனால் பார்த்தல், நுகர்தல், சுவையறிதல் போன்ற உணர்வு வெறுங்கையோடு திரும்ப செய்யாது.

இங்குள்ள பெரும்பாலான உணவுக் கடைகள் வியாழன் பிற்பகலிலும், ஞாயிற்றுக் கிழமைகளிலும் மூடப்பட்டிருக்கும்.

21
பியாஸா டெல் டுவோமோ

இது பார்மாவிலுள்ள ஒரு நகரம். இதை நற்பண்புகள் கூடிய ஒரு மாபெரும் கலைப்பொக்கிஷ நகரம் எனவும் கூறுவர்.

பார்மா, இத்தாலியின் செழுமை யான நகரங்களில் ஒன்று. பார்மா செல்கிற வர்களுக்கு இத்தாலியின் இன்பமூட்டும் நகரமையங்களில் ஒன்றான பியாஸா டெல்டுவோமோவில் பார்த்து மகிழ நிறைய இடங்கள் இருக்கிறது. பார்மா மிலானுக்கு தென்கிழக்கே 121 கி.மீ.-இல் இருக்கிறது. பியாஸா டெல்டுவோமோ பார்மா நகரத்தின் மையத்தில் இருக்கிறது.

22

ரவின்னா

ஒரு காலத்தில் பைஸான்டைன் பேரரசின் மேற்கத்திய தலைநகரம் எனவும் சொல்லப்பட்டது. இது பொலக்னாவி லிருந்து 74 கி.மீ. கிழக்கே உள்ளது. வெனிஸிற்கு தெற்கே 149 கி.மீ-இல் இருக்கிறது.

மேற்கத்திய கலையில் மிகவும் புகழ் பெற்ற மொஸைக்குகளுக்கு ரவின்னாதான் வீடு. இன்று அது ஒரு மந்தமான நகரம்.

கலை விரும்பிகளுக்கு அனுபவிக்க சிறந்த இடம். இது நகரத்தின் சிவப்பு செங்கல் கட்டடங்கள் போலியானவை அல்ல. இவை உள் அலங்காரத்திற்கு புகழ், நற்பண்பு சேர்க்கும் மொஸைக்கின் சிறப்பை காட்டுகிறது. இது மாதிரி வேலைப்பாடு மிகுந்தவை ஆறு இருக்கின்றன. ஆனால் பெரும்பாலானபயணிகள் கலியா பிலே சிடியாவின் கல்லறை மற்றும் பாஸிலிகா டி சான்விடா மட்டும் பார்ப்பதோடு திருப்தி அடைகின்றனர்.

ஒவ்வொரு வருடம் ஜூன், ஜூலை மாத பிற்பகுதியில் வித்தியாசமான இசை நிகழ்ச்சி நடைபெறும். அந்த காலகட்டம் சுற்றுலா செல்ல சிறந்த காலம்.

23

லா போஸ்டா வெக்சியா

இது திரு. பால் கெட்டியின் பழைய சமுத்திரக்கரை ஹோட்டலாக இருந்தது. ரோமிலிருந்து 37 கி.மீ. தூரத்தில் உள்ளது.

உலகின் பணக்காரரான ஜான்பால் கெட்டி இப்போது இல்லை. ஆனாலும் ஒருமுறை அவரது அரண்மனை கடல் போன்ற ஓர் அற்புதமான வீடாக இருந்தது. லாபோஸ்டா வெக்சியா செல்பவர்கள், அவரது மிக செல்லமான விருந்தாளியாக இருப்பது போல உணர்வார்கள். இந்த கோடீஸ்வரர், 'வீடுபோல வேறு இடம் இல்லை' என்ற சொல்லுக்கு புது அர்த்தம் கொடுத்தார்.

இந்த வீட்டை தன் நண்பரான இளவரசர் ஒட சால்சியிடமிருந்து வாங்கி னார் கெட்டி. செல்வந்தரான அவர் கோடிக்கணக்கில் செலவு செய்து வியக்கத் தக்க பழம் பொருள்களை வாங்கி கிராம வீட்டை அலங்கரித்தார்.

சிறிய தகவல் மியூஸியம் வீட்டின் கீழ்ப்பகுதியில் அமைந்துள்ளது. மொசைக் தரை, புராதன ரோமன் நிலச்சுவான் தார்களின் செல்வம் செறிந்த நிலையை காட்டுகிறது.

இங்கு சுற்றுலா செல்ல சிறந்த காலம் மார்ச் - ஜூன், செப்டம்பர் மற்றும் அக்டோபர் மாதங்கள்.

24

ரோம்

இந்நகரைப் பற்றி பெட்ரிகோ ஃபெல்லினி என்பவர் கூறுகிறார்- "நீ வரும்போது உன்னை வரவேற்கும் இந்த 'ரோம்' நகரம், போகும்போது உன்னை முற்றிலும் மறந்துவிடும்."

கி.மு. 509-இல் ரோம் குடியரசாக பிரகடனப்படுத்தப்பட்டது. அன்றிலிருந்து எல்லா சாலைகளும் ரோமை நோக்கி

செல்கின்றன. ஓய்வான நகரவாசிகளின் பரபரப்பான நகரம் ரோம். பெரிய நகர வாழ்க்கையின் குலுக்கலையும், சிறிய டவுனின் வெதுவெதுப்பையும் தருகிறது ரோம்.

ரோமில் பார்க்க வேண்டிய உயர்ந்த பத்து இடங்கள் பற்றி தெரிந்து கொள்ளுங்கள்.

பேஸிலிகா ஆஃப் சாண்டா மரியா மகர்: *இது 5-ஆம் நூற்றாண்டில் கட்டப்பட்டது.*

12-ஆம் மற்றும் 18-ஆம் நூற்றாண்டுகளில் பழைய நிலைக்கு விரிவுபடுத்தப்பட்டது. அதன் விரிவு, 5-ஆம் நூற்றாண்டின் அற்புதமான மொசைக் நகரத்தின் பழையதும் மிகவும் அழகானதுமாகும். 15-ஆம் நூற்றாண்டின் கருவூலக் கூரை ஸ்பானிஷ் சாம்ராஜ்யத்தின் பரிசாக புது உலகத்திலிருந்து கொண்டு வரப்பட்ட முதல் தங்கத்தினால் முலாம் பூசப்பட்டது என சொல்லப்படுகிறது.

போர்கீஸ் காலரி: *17-ஆம் நூற்றாண்டில் கட்டப்பட்ட இதில் ஏகப்பட்ட கலைப்படைப்புகள் உள்ளன.*

கொலிஸியம்: *50,000 பேர் அமரக் கூடிய வகையில் கி.பி.72-இல் வெஸ்பாஸியன் என்பவரால் ஆரம்பிக்கப்பட்ட கொலிஸியம் கி.பி.80-இல் அவர் மகன் டைடஸ்-ஆல் திறந்து வைக்கப்பட்டது. வழக்கமான பொழுது போக்கு இருவரிடையே போர் நடத்திப் பார்ப்பது. மனிதர்களிடையே, மிருகங்களிடையே, மனிதர்-மிருகங்களிடையே, கப்பல்களுக்கிடையே கூட நடக்கும். பல நூற்றாண்டுகளாய் பராமரிக்கப்படாததால், இருக்கைகளும், தரைகளும் பழுதாகி, சுற்று சுவர் மட்டும் உள்ளது. சீரமைப்பு வேலைகள் இடைவிடாது நடக்கின்றன.*

எட்ருஸ்கன் மியூஸியம் ஆஃப் தி வில்லா: *இது 16-ஆம் நூற்றாண்டின் நேர்த்தியான நாட்டுப்புற வீடு. போப் ஜூலியஸ் III-க்காக கட்டப்பட்டது. இதில் 35 அறைகள் உள்ளன. அவற்றில் இத்தாலியின் பெரிய மற்றும் சிறந்த புராதன சிற்பங்கள், டெர்ரகோட்டா ஜாடி, நகைகள் போன்றவற்றின் சேகரிப்பு உள்ளன.*

பியாஸா கேம்பிடோக்லியோ அன்ட் தி கேபிடோலின் மியூஸியம்: *மைக்கேல் ஏஞ்சலோவால் 1550-இல் வடிவமைக்கப்பட்டது. 1734-இல் போப் கிளமென்டால் திறந்து வைக்கப்பட்டது. இந்த மியூஸியத்தில் ரோமன் சிற்பங்கள், மறுமலர்ச்சி ஓவியங்கள் உள்ளன. தத்ரூப சிலைகளும் உள்ளன.*

தி பாந்தியோன்: *கி.மு. 27-இல் மார்கஸ் அக்ரிப்பாவினால் கட்டப்பட்டு, பின்னர் கி.பி. 2-ஆம் நூற்றாண்டின் ஆரம்பத்தில் ஹாட்ரியனால் சீரமைத்து கட்டப்பட்டது. இன்று மிஞ்சியிருக்கும் முழுமையான ரோமன் கட்டடம் பாந்தியோன்தான். அது அந்நாட்டின் கட்டடக்கலையின் அதிசயங்களுள் ஒன்று. அதன் குவிந்த கூரையான கட்டடம் என்ன உயரமோ சரியாக அந்த அளவு பரந்து இருக்கிறது. தூண்கள் சுவற்றில் மறைந்து இருக்கின்றன.*

தி ரோமன் மற்றும் இம்பீரியல் பாரம்ஸ்: *19-ஆம் நூற்றாண்டின் அகழ்வாராய்ச்சி ஆரம்பமாகும் முன் ரோமன் பொது மன்றம் என்பது கல் சுரங்கம் மற்றும் பசு மேயுமிடம். சக்ரவர்த்திகளின் அதிகாரத்தைக் காட்ட ஜூலியஸ் சீசரால் துவக்கப்பட்டது இம்பீரியல் பொதுமன்றம்.*

ஸ்பானிஷ் ஸ்டெப்ஸ்: 1723-1725 வருடங்களில் பிரான்செஸ்கோ டி சாங்டிஸ் என்பவரால் வடிவமைக்கப்பட்டது. இது மூன்று அடுக்கு கொண்டது. பியாஸா விலுள்ள படகு வடிவ நீருற்று 16-ஆம் நூற்றாண்டின் பிற்பகுதியில் பெர்னினி (அ) அவரது தந்தையால் வடிவமைக்கப் பட்டதாகக் கூறப்படுகிறது.

த்ரேவி பவுண்டன்: நிகோலோ சார்வி என்பவரால் வடிவமைக்கப்பட்டு 1762-இல் முடிக்கப்பட்டது அழகான ப்ரோக் நீருற்று. சிறகுள்ள குதிரையால் இழுக்கப்படும் தேரில் நெப்ட்யூன் நிற்பது போன்ற சிலை விசேஷ அம்சம்.

வாடிகன் சிடி: உலகத்தின் சிறிய சுதந்திர நாடான வாடிகன் நகரம் செயின்ட் பீட்டர் சதுக்கம் செல்லும் வழியாக உள்ளது. பியாஸாவின் வடக்கே வாடிகன் மியூஸியம். இதில் பல ஓவியர்களின் சிறந்த படைப்புகள் உள்ளன.

25

தி ஹோட்டல் ஹஸ்லர்

ஸ்பானிய நாகரிகப் படியிலே, படியின் உச்சியிலே, 'ரோமானிய ஓய்வு நாடுகள்' என்றும் கூறுவர். ரோமில் உள்ள பிரசித்திப் பெற்ற ஒரு ஹோட்டல் இது. நுழைவாயிலில் 136-படிகள் கொண்டது இது.

26

ஸின்க்யுட் டெர்ரே

இத்தாலியில் லிங்குரியா என்ற இடத்தில் உள்ளது இது. ஒரு சின்ன மலை குகைக்குள் மறைந்திருக்கும் 5 இடங்கள் இவை. லெவெண்டோவிலிருந்து 90-கி.மீ - இல் உள்ளது. கடற்கரை ஓரம் ஊக்கம் தரும் நீண்ட பிரயாணம் செல்லக்கூடிய பகுதியாகும்.

சமீபத்தில்தான் இத்தாலி, பிற இடங்களுடன் சாலை மார்க்கமாக தொடர்பு ஏற்படுத்திக்கொண்டது. இது நாட்டின் தத்ரூபமான கடற்கரை அமைப்பு களில் ஒன்றாகும்.

27

போர்டோபினோ

இதற்கு இத்தாலிய ரிவியெராவின் தபால் அட்டை எனவும் பெயர் உண்டு. இதன் சிறிய துறைமுகம் சரித்திர பிரசித்திப் பெற்றது. இது 'மிலானி'லிருந்து தெற்கே 171-கி.மீ. தொலைவில் உள்ளது.

இத்தாலிய ரிவியெரா என அறியப் பட்ட பிறை சந்திர வடிவ பகுதியான லிகுரியாவில் நடைபெற்ற அழகு போட்டி யில் போர்டோ பினோ வென்றது. நகரத்தின் பரிபூரணமான சிறிய துறை

முகம் சரித்திர அடையாளமாக நியமிக்கப்பட்டது. உலகத்திலேயே அதிக போட்டோக்கள் எடுக்கப்பட்ட கிராமம் போர்டோபினோ. ஒரு காலத்தில் மீன்பிடி கிராமமாக இருந்தது. இப்போது மாறி விட்டது. கடற்கரையில் உள்ள சிறிய படகுகள், மீன்பிடிக்க பயன்படுவதில்லை. ஆனால் உல்லாச படகுகளாக பயன்படுகின்றன.

28
பலாஸோ டுகால்

கடந்த காலத்தில் வெளியுலகிற்கு தெரியாமல் இருந்த நகரமான மான்ட்வா கலை மற்றும் 400 வருட சரித்திர நினைவுகளால் வளமாக பேறு பெற்றிருக்கிறது. மான்ட்வா சென்ற கோன்ஸாகா குடும்பத்தினரால் அது ஆதரிக்கப்பட்டு, அவை அபிவிருத்தி அடைந்தன. 13, 18-ஆம் நூற்றாண்டுகளின் இடையே கட்டப்பட்ட பலாஸோ டுகால் 500 அறைகள், 15 முற்றம்

கொண்டது. அவை அதிக செலவு செய்து அலங்கரிக்கப்பட்டது.

பிற்பகலில் அங்கு விஜயம் செய்பவர்களுக்கு ஒரு அற்புதமான மயக்கத்தை தூண்டுகிறது. முலாமிடப்பட்ட கூடம் மற்றும் பெரிய காலரிகள் மறுமலர்ச்சி ஆசான்களின் படைப்புகளால் நிரப்பப்பட்டுள்ளது.

இது மிலானுக்கு தென்கிழக்கே 153 கி.மீ. வெனிஸிற்கு தென்மேற்கே 145 கி.மீ-இல் இருக்கிறது.

29
தி லாஸ்ட் சப்பர்

மிலான் நகரத்திலுள்ள வண்ண வேலைப்பாடுகொண்ட 'லியோனார்டோ டாவின்சி'யின் கலை பொக்கிஷங்களில் முதன்மையாக திகழ்கிறது.

ஓவியம் ஒன்றின் பெயரை நீங்கள் செல்லுமிடமாக டாக்ஸி டிரைவரிடம்

கூறி அங்கே போய் சேருவதை நீங்கள் எதிர்பார்ப்பது என்பது மிலானைத் தவிர வேறு எதை சொல்ல முடியும். ஒவ்வொரு சுயமரியாதை மிலான்வாசிக்கும் அவர் டாக்ஸி டிரைவரோ இல்லையோ, லியானார்டோ டாவின்ஸியின் 'லாஸ்ட் சப்பர்' ஓவியத்தின் இருப்பிடம் தெரியும். பொறுமைக்கும், திறமைசாலித்தனத் துக்கும் இது ஒரு மைல்கல் என்றே சொல்லப்படுகிறது. லியோனார்டோவின் சிறப்பான வேலைப்பாடுகளில் இது ஒன்று என்பதில் எந்த மாறு கருத்தும் இல்லை.

30

லா ஸ்காலா ஒபெரா ஹவுஸ்

இதுவும் மிலானில் உள்ள, உலகப் பிரசித்திப் பெற்ற ஒரு சங்கீத/நாடக சபா.

1778-இல் திறந்து வைக்கப்பட்டது லா ஸ்காலா. பலரின் ஆர்வம் மற்றும் இதயப் பூர்வமான ஒப்புதலால் புனரமைக் கப்பட்டு 2004-இல் மீண்டும் திறந்து வைக்கப்பட்டது. மேடையின் பின்புறம் 21-ஆம் நூற்றாண்டின் தொழில் நுட்பத் துடன் மாற்றியமைக்கப்பட்டது. வேறு எங்கும் பாடியதைவிட இங்கு அதிகமாக பாடியவர் மரியாகலாஸ். இசை, நாடக விரும்பிகள் கண்டிப்பாக பார்க்க வேண்டிய இடம்.

31

ரோகா ஸ்கலிகெரா

இதற்கு 'ஏரிக்கரை அழகு' என்ற பெயருண்டு.

13-ஆம் நூற்றாண்டின் கோட்டை யின் எல்லா கோபுரம், புதுமையான கொத்தளம், வெரோனா இளவரசர் ஸ்காலாவினால் கட்டப்பட்டது. இத்தாலி யிலேயே பெரிதான கார்டா ஏரி, மாநிலத்திலேயே மிக அழகானது என்று பலரால் கருதப்படுகிறது. பெல்லாசியோ கோமா ஏரியின் முத்து என்று அறியப்பட்டது போல, கார்டாவின் அபிமானிகள், சிர்மோய்னை 'ஏரியின் நகை' என்கிறார்கள்.

பழங்காலத்தில் ரோம் நகரின் முக்கிய பிரமுகர்களுக்கு கோடையின் குளிர் விக்கும் இடமாக ஏரி மாகாணம் இருந்தது.

மிலானிலிருந்து கிழக்கே 232 கி.மீ-இல் இருக்கும் கார்டா ஏரியின் தென் மேற்கு கரையில் இருக்கிறது. ஜூலை மற்றும் ஆகஸ்ட் சுறுசுறுப்பான மாதங்கள். அப்போது சுற்றுலா செல்வதற்கு சிலர் தேர்ந்தெடுப்பார்கள். சிலர் தவிர்த்து விடுவார்கள்.

32

உர்பினோ

ஆரம்பகால மறுமலர்ச்சிக்கான பொருத்தமுள்ள பெயர் இது. 15,000 மக்கள்

தொகைக் கொண்ட இந்த சிறு ஊரானது சுற்றுலாப் பிரயாணிகளுக்கு மிக விருப்ப மான இடம். ஃப்ளாரன்ஸ் நகரிலிருந்து கிழக்கே 191 கி.மீ. - இல் உள்ளது.

மெர்சி நகரத்திலிருக்கும் உர்பினோவின் தேசிய காலரி, ஃப்ளாரன்ஸ் போன்ற நகரத்தில் அமைந்திருக்குமானால் அதைக் காண கூட்டம் வழியும். இங்கு வரும் சிலர் இந்த ஊரைப் பற்றி அதன் சரித்திரம், ஓவியம், கட்டடக்கலை போன்றவற்றை பிறருடன் பகிர்ந்துகொள்ள ஆரம்பித்தால் இது புகழ் பெற்று விடும். ஜூலை மாதத்தின் 10 நாட்கள் இங்கு நடைபெறும் இசைவிழாவும், திருவிழாவும் காண்பதற்கு உகந்தவைகளாகும்.

33

லா கோஸ்டா ஸ்மிரால்டா

சார்டினியாவிலுள்ள இந்த தீவு ஒரு கரையோர வசீகரம் நிறைந்தது. மேலும் உட்புறம் புரிந்து கொள்ளமுடியாத மர்மம் நிறைந்தது.

சார்டினியாவின் வடகிழக்கு கரை யில் அமைந்துள்ளது புராதன கூழாங்கல் கரையின் 34 மைல் நிலப்பரப்பு.

இதனை சர்வதேச வியாபாரி ஒருவர் விலைக்கு வாங்கியபோது பயிரிடப்படாத பரிசுத்தமான இடமாக இருந்தது. அவர்

கள் உருவாக்கிய ஐந்து நட்சத்திர உணவு விடுதி விரிவாக்கம், தீவின் பாரம்பரிய பொருளாதாரமான ஆடு மேய்த்தல், விவசாயம் ஆகியவற்றை மாற்றியமைத்தது. இன்று சார்டினியா பணக்காரர்கள் மற்றும் உலக பிரபலங்களுக்கான மிக கவர்ச்சியான இடமாக கருதப்படுகிறது.

34

அயோலியன் தீவுகள்

சிஸிலியின் வடக்கு கடற்கரையோர 'எரிமலைத்தீவு' இது.

'காற்றின் கடவுள்' என்பதாக அர்த்தம் கொண்டதும், அதோடு, லிபாரி தீவுகள் என்றும் அறியப்பட்டதுமான சங்கிலித் தொடரான அயோலியன் தீவுகள் வடகிழக்கு பக்கம் மிதக்கிறது. கவர்ச்சியான

தலைமை தீவும், பெரியதுமான லிபாரியில் தொல்பொருள் ஆராய்ச்சி மியூஸியம் உள்ளது.

35

பலெர்மோவின் இரு நவரத்தினங்கள்

சிசிலியின் குறிப்பிடத்தக்க கலாச்சார வேற்றுமை என்பது 25 நூற்றாண்டு ஒழுங்கீன சரித்திரத்தின் விளைவு. பலெர்மோ போல ஐரோப்பாவின் வேறு எந்த நகரமும் இந்த அளவு மாறுபாடு ஆன நாகரிகம் மற்றும் வெற்றியாளர்களின் அலைகளை வரவேற்றதில்லை. வெற்றியாளர் வில்லியம் II அரசரால் தங்க சிசிலியன் கற்களால் கட்டப்பட்ட மாதா கோயில் மூரிஷ் மற்றும் நார்மன் இரண்டு பாணியும் இணைந்துள்ளதாகும்.

சுவரின் ஒவ்வொரு செ.மீ. இடத்தையும் அழகுபடுத்தும் ஈடு இணையில்லாத பல வண்ண மொசைக்காலும் புகழ் பெற்றுள்ளது. 216 மெல்லிய தூண்களில் எந்த இரண்டும் ஒன்று போல இருக்காது.

திங்கள் முதல் சனி வரை அனுமதி உண்டு. காலை நேரங்களில் மிகவும் சுறுசுறுப்பாக இருக்கும்.

பலெர்மோவிலிருந்து தென்மேற்கில் 8 கி.மீ. - இல் அமைந்துள்ளது.

36

டாவோர்மினா

மல்லிகை மணமுள்ள பாலைவனச் சோலை, கூடவே உயர்ந்த கிளைகளில்லாத மரங்களும், எலுமிச்சை மரங்களையும் உடைய ஒரு மிகப் பெரிய தோட்டமிது. கடானியாவிலிருந்து வடக்கில் 53 கி.மீ. -இல் இருக்கிறது.

23 நூற்றாண்டுகளுக்கு முன், மேக்னா க்ரேஸியாவின் பகுதியாக சிசிலி இருந்த

சமயம் இந்த சிறிய மலை நகரம் அதனுடைய விரிவான தோற்றத்திற்காக ஏற்கனவே புகழ்பெற்று இருந்தது. சிசிலியின் மிக நாகரிகமான மலைவாசஸ்தலமாக கருதப்பட்ட டாவோர்மினா பற்றி கய்-டி-மௌபாசன்ட் என்பவர் இப்படி விவரித்திருக்கிறார். 'இப் பூமியில் உருவான எதுவும் கண்கள், ஆத்மா மற்றும் கற்பனையை வசீகரிப்பதாக தோன்றுகிறது'. சுற்றுலா செல்வதற்கான சிறந்த காலம் ஏப்ரல் - மே; செப்டம்பர் - அக்டோபர். ஜுன் முதல் செப்டம்பர் வரை நடைபெறும் இசை, நடன விழாக்கள் பிரபலம்.

37

சர்ச் ஆஃப் சான் பிரான்ஸிஸ்கோ

மிகவும் நேர்த்தியான சுண்ணாம்புச் சுவரின் மேல் வரைந்த ஓவியங்களையுடைய பியரோடெல்லா பிரான்ஸிஸ்கா என்றும் கூறுவர். இது பிளாரன்ஸிலிருந்து 82 கி.மீ. தெற்கே உள்ளது.

பிரதி மாதமும் முதல் சனிக்கிழமை, பியாஸா கிராண்டில் நடைபெறும் இத்தாலியின் சிறந்த பயண புராதன பொருள் கண்காட்சி காணவேண்டிய ஒன்று.

38

ஃப்ளோரென்ஸ்

இதன் முக்கியத்துவம் பற்றி கீழே உள்ளவற்றைப் படித்தாலே புரியும் :

"ஃப்ளோரென்ஸைச் சுற்றி மலைகளை உண்டு பண்ணியது 'கடவுள்'. அவர் ஒரு கலைஞர் மட்டுமல்ல, அவர் ஒரு நகை வியாபாரி, ஒரு சித்திரம் வரைபவர், கல்லில் சித்திரம் செதுக்குபவர், வெண்கலம் கண்டு பிடிப்பவர் அவர் ஒரு 'ஃப்ளோரன்டைனும்' கூட." (ஆனடோல் பிரான்ஸ்).

ஃப்ளோரென்ஸ் நாட்டில் பார்க்க வேண்டிய முக்கியமான பத்து இடங்களாவன-

1. பார்கெல்லோ அருங்காட்சியகம்
2. சாண்டா க்ரோஸ் தேவாலயம்
3. சாண்டா மரியா நோவல்லா தேவாலயம்
4. டெல் அகாடெமியா கேலரி
5. இல் டுவாமோ
6. மெடிசி தொழுகை இடம்
7. மியூஸியோ ஸான் மார்கோ
8. பிஸா டெல்லா சிக்நோரியா மற்றும் பாலஸோ வெச்சியோ
9. மெர்கடோ நியூவோ
10. மெர்கடோ ஸான்லாரென்ஸோ

39

யுஃபிஸி காலரிகள்

இது மறுமலர்ச்சியின் மகிழ்ச்சிகரமான நாட்களின் கண்காட்சி. இவ்வகையான சித்திர வேலைப்பாடுகளைக் கொண்டவற்றில் இதுவே மிகப்பெரியது.

உலகத்தில் உள்ள முக்கியமான ஓவிய காலரிகளில் விசாலமான ஒன்று என கருதப்படுகிறது. எங்கும் உள்ள இம் மாதிரியான மறுமலர்ச்சி ஓவியங்கள் உள்ள காலரிகளில் இது பெரியது. இத்தாலியின் ஈடு இணையில்லாத வேலைப் பாடமைந்த பரம்பரை சொத்தை சேகரித்

திருக்கின்றனர். பார்வையாளர் கூட்டம் Bolticelli அறைகள் மிகவும் அற்புதமாக இருப்பதாக உறுதி அளிக்கின்றனர்.

40

வில்லா ஸான்மிச்செல் மற்றும் வில்லா லா மாஸ்ஸா

ஓர் ஆடம்பரமிக்க வீட்டின் வசதி களை அனுபவிக்க வேண்டுமானால், அதிசயிக்கத்தக்க, 'ஸான் மிச்செல்' தான்

சிறந்தது. இது, ஃப்ளோரென்ஸுக்கு மேலே 'ப்யஸோலே' குன்றின்மேல் இருக்கிறது.

உள்ளே உள்ள பொருள்கள் விலை யுயர்ந்தவை. சொகுசான நறுமணமிக்க உப்பரிகை தோட்டங்கள் வில்லாவை மறைத்துக் கொள்கிறது. இளவேனிற் கால தோட்டத்தில், குளிர் சீதோஷ்ணத்தில் சந்நியாசிகளால் சிப்ரஸ் மரங்கள் வைக்கப் பட்டன.

அதிக செலவில் சீரமைக்கப்பட்ட 16-ஆம் நூற்றாண்டின் சொத்தான கோமோ வில்லாட் எஸ்டேட் ஹோட்டலே வில்லா லாமாஸ்ஸா. இது அர்னே கரையில் அமைந்துள்ளது.ப்ளோரென்ஸின் மையத்தி லிருந்து 15 நிமிட பயண தூரத்தில் உள்ளது.

41

லூக்கா

லூக்கா மலை இல்லாத மலை நகரம். இது முழுவதும் சமதளமான இடம்.

சமதள வெளியான லூக்காவில் பைக் ஒன்று எடுத்துக் கொண்டு சுற்றுவது நல்லது. இங்குள்ள டஜனுக்கு மேற்பட்ட உள்ள மத்திய கால தேவாலயங்களில் மிக முக்கியமானவை சான்மைக்கேல், டுவோமா. ஓக் மர நிழலில் உள்ள சுவற்றின் மேலே உச்சியில் ஆலிவ் மரங்களின் கண்கொள்ளா காட்சி. இது ஃப்ளோரன்ஸுக்கு மேற்கே 72 கி.மீ. இல் இருக்கிறது.

42

மொன்டால்ஸினோ

ரோம் நகரையும், சாண்டியா கோவையும் இணைக்கும் சாலையில் இருக்கிறது இது. ரோமுக்கு வடக்கே 213 கி.மீ. -இல் இருக்கிறது.

பிற்பகலின் சூரிய ஒளியின் பள பளப்பில் ஆசிரமம் அழகாக இருக்கும். இத்தாலியின் சிறந்தவற்றில் ஒன்றான மத்திய கால ரோமானிய கட்டடக் கலைக்கு பிரகாசிக்கிற உதாரணம். அருகே உள்ள பண்ணை வீட்டில் வசிக்கும் ஏழு சந்நியாசிகள் குறிப்பிட்ட இடைவெளியில் தேவாலயத்தை பாட்டால் நிரப்புவார்கள். இது பார்வையாளர்களுக்கு மத்திய கால சரித்திரம், மர்மமான உணர்வுகளை வர வழைக்கும். இங்கிருந்து 10 நிமிட தூரத்தில் ஆலிவ் மற்றும் பழ மரங்கள் நிழலில் அமைந்திருக்கிறது 'இல்மோலினோ' ஹோட்டல்.

நகரத்தை சுற்றிப்0 பார்த்தபின் நேரமிருந்தால் கனவு இல்லம் போகியோ டிசோப்ரா-வில் ஒரு நாளாவது தங்குவது பற்றி முடிவு செய்யலாம்.

43

பிஎன்ஸா

புத்துணர்வுடன் கூடிய போப் பயஸ் II, மிகப் பொருத்தமான ஒரு நகரத்துக் குரிய வசதிகளுடன் கூடிய இதை பற்றி கனவு கண்டார். 1458 - இல் இது திறந்து வைக்கப்பட்டது. இதுவும் ஃப்ளோரன்ஸி லிருந்து தெற்கே 125 கி.மீ. -இல் இருக்கிறது.

இது போப்பாண்டவருடைய கோடை கால ஓய்வெடுக்கும் இடம். உயர்வான இலட்சியம், உயர்ந்த மறுமலர்ச்சி நகரமாகும். இயக்குனர் ப்ராங் கோ ஸெப்ரெல்லி 1968இல் தனது ரோமியோ-ஜுலியட் படப்பிடிப்பை நடத்த இந்த இடத்தை தேர்ந்தெடுத்தார்.

44

இல் பெல்லிகாநோ

ஆங்கில ஆண்மகனுக்கும், அமெரிக் கப் பெண்மணிக்கும் ஏற்பட்ட காதலில் பிறந்ததுதான், இந்த 'மெடிடெர்ரே நியனின்' அதிசயிக்கத்தக்க சமுத்திரக் கரையோரமுள்ள விடுதி. சார்லிசாப்ளின் உட்பட அனைவரும் பங்குகொண்ட இதன் திறப்புவிழா, 1965-இல் நடந்தது. ரோமிலிருந்து 161 கி.மீ. வடக்கில் உள்ளது.

இல் பெல்லிகாநோ உலகத்தரம் வாய்ந்த பெரிய ஹோட்டல்களின் தரத் திற்கு இணையாக உள்ளது. அங்கு தரப் படும் சேவை பிரமாதமானது. டின்னில் அடைக்கப்படாத புதிய உணவு, மேலும் மீனை கடலிலிருந்து எடுத்த கையோடு உணவாக்கி தருவார்கள். காற்றோட்ட மான அறைகள் இந்த ஹோட்டலின் சிறப்பு.

45

சியான்டி & ஸான்ஜிமிக்நானோ

இத்தாலியில் 'டஸ்கனி'யில் இது 'ஒயினு'க்கும், இயற்கையான காட்சி

களுக்கும் பெயர்பெற்றது. அதைப் பார்த்ததுமே, மயக்கமுற்று கீழே விழும் நிலைக்குத் தள்ளிவிடும் அதன் அழகு. ஃப்ளோரன்ஸிலிருந்து தெற்கில் 55 கி.மீ. - இல் இருக்கிறது.

சான் ஜிமிக் நானோவில் கோடை கால இசை நடன திருவிழா பார்த்து ரசிக்கக் கூடியது. சியோண்டியில் ஆகஸ்ட் 10லிருந்து நாள்தோறும் வாணவேடிக்கை திருவிழா நடைபெறும்.

46

பஸிலிகா ஆஃப் ஸான் ஃப்ரான்ஸிஸ்கோ

இதனை சொர்க்கத்தில் உள்ள தெய்வ பக்தி எனவும் கூறுவதுண்டு. ரோமிலிருந்து 177 கி.மீ. வட தெற்கிலிருக்கிறது.

செயின்ட் ஃபிரான்சிஸ்சின் அவர்களின் மனிதத்தன்மை, பணிவு, மற்றும் இயற்கையின் மீது இருந்த காதல் இந்த சிறிய ஊதா நிற மலை நகரத்தை வியாபார ஸ்தலமாக்கியது. அவரை கௌரவப்படுத்தும் விதமாக கட்டப்பட்டது மிகப்பெரிய Basilica. அது மத்திய கால கட்டடக் கலையில் ஆச்சரிய சொல். இன்றும் அந்த காலகட்டத்தின் பொறியியல் அதிசயங்

களில் ஒன்றாக கருதப்படுகிறது. 1997-இல் ஏற்பட்ட பூகம்பத்தினால் கட்டடம் மட்டும் சேதப்பட்டு விலை மதிப்பில்லாத கலைப் படைப்புகளும் வீணாயிற்று. குறிப்பிடத்தக்க சீரமைப்பு பணிகள் நேரத்தில் துவங்கப்பட்டு, பழுதுகள் சரி செய்யப்பட்டன. பெரும்பாலான சுற்றுலாப் பயணிகள் ஆஸிஸி வருவதற்கு பிற்பகலை தேர்ந்தெடுக்கின்றனர். இரவு தங்க சிறந்த இடம் ஹோட்டல் அம்ப்ரா.

47

குப்பியோ

எளிமையான, பெருமை மிகு மலை சுற்றுப்புற காவல் ஸ்தலம். சிறிய குப்பியோவின் கல் நகரம், அதன் மத்திய கால வசீகரம் மற்றும் நினைக்கத்தக்க சுவையின் கடற்கழி நிலையாக தொடர்ந்து இருக்கிறது. பெரிய அளவில் சுற்றுலா

பயணிகளை கவரும் விஷயம் குறை வாக இருப்பதாலோ, இருப்பிடம் தள்ளி இருப்பதாலோ பலருக்கு அதைப் பற்றி தெரியாமல் இருக்கிறது. அதனாலேயே அது தன் புனை பெயரான 'உம்ப்ரியா நகரத்தின் அமைதி' என்பதை தக்க வைத்துக் கொண்டிருக்கிறது. எல்லா சாலையும் பியாஸா கிரான்ட் என்ற மத்திய சதுக்கத்திற்கு அழைத்து செல்லும். அங்குள்ள படங்கள் மத்திய கால வாழ்க்கையின் கடுமையான சூழ்நிலையை சுலபமாக கற்பனைக்கு கொண்டு வருகின்றன. இது ஃப்ளோரன்ஸுக்கு தென் கிழக்கே 170 கி.மீ.-இல் இருக்கிறது.

48
லா பஸ்ஸக்கியாடா

இது ரோமுக்கு வடக்கே 180 கி.மீ.-இல் இருக்கிறது. ஃப்ளாரென்ஸுக்கு தென் கிழக்கே 154 கி.மீ.இல் இருக்கிறது.

49
ஸ்பொலெடோ பண்டிகை

இந்த ஸ்பொலெடோ பண்டிகை என்பது முன்பெல்லாம் இரு உலகங்களின் பண்டிகை எனக் கூறப்பட்டதைக் குறிக்கும்.

இது 'ஸ்பொலெடோ'வை 1957 - இல் வெளிச்சத்துக்குக் கொண்டுவந்தது.

ஜூன் மாத இறுதியில் துவங்கி மூன்று வாரம் நடைபெறும் இந்த விழா வில் உயர்தர நடனம், இசை, கலை மற்றும் நாடகம் போன்றவை உலகத்தின் திறமை யான கலைஞர்களால் நடத்தப்படுகிறது. உம்ப்ரியாவின் நட்சத்திரங்களுக்கு கீழே இன்னிசையாகும். மனிதனாக பிறந்த ஒவ்வொருவரும் பார்த்து ரசிக்க வேண்டிய திருவிழாவாகும் இது. திருவிழா நடை பெறும் ஸ்பொலெடோ ரோம் நகருக்கு வடக்கே 129 கி.மீ-இல் இருக்கிறது.

50
ஆஸோலோ

இதற்கு மற்றொரு பெயர் ஆயிரம் தொடுவானங்களைக் கொண்ட ஒரு நகர்.

இது வெனிஸிலிருந்து 64 கி.மீ. வட மேற்கிலிருக்கிறது.

ராபர்ட் ப்ரௌனிங் இந்த மறு மலர்ச்சி நகரம் ஆஸோலோ பற்றி, "நான் பார்ப்பதற்கு சிறப்புரிமை கொடுக்கும் மிக அழகான இடம்" என்று கூறியிருக்கிறார். தான் விரும்பிய இந்த நகரில் தன் பெரும் பாலான இறுதி நாட்களை கழித்தார். இனிய சுவையும், மணமும் கொண்ட ஆஸோலோ அருகிலுள்ள வெனிஸ் நகரத்தின் பிரபு, ரோமானிய உயர்குல குடும்பங்களுக்கு குளிர்ச்சியான பிரியமான தனிமையான இடம். கோடையில் தங்கள் ஊரின் வெப்பத்திலிருந்து தப்பிக்க இங்கு வருவார்கள்.

கலாச்சாரம், சமூக வாழ்க்கையின் மலைஉச்சி சோலை ஆகவும், வெளிநாட்டு எழுத்தாளர், ஓவியர்கள், அறிவாளிகளுக்கு மகிழ்விக்கும் புகலிடமாகவும் இருக்கிறது இந்த ஆஸோலோ. சைப்ரஸ் நாட்டு இளவரசியின் கலை ஆர்வ ஆதரவுதான் ஆஸோலோ இப்படி மாறுவதற்கு காரணம்.

ஆகஸ்ட் அல்லது செப்டம்பர் மாதம் நடைபெறும் உள்ளூர் இசைவிழா கண்டு ரசிக்க வேண்டிய ஒன்று. ஜூலை, ஆகஸ்ட் தவிர பிற மாதங்களில் இரண்டாம் வாரத்தில் ஆஸோலோவின் புகழ் மிக்க புராதன பொருட்காட்சி நடைபெறும்.

51

கோர்டினா டி. அம்பெஸ்ஸோ

ரம்பத்தின் பற்களைப் போன்ற கூரான உச்சிகளைக் கொண்டதும், ஆல்பைன் மலையின் அதாவது டோலோ

மைட் மலைகளின் 'ஊசி முனை' போன்றவையும் கொண்ட இவற்றில் பிரயாணிப்பது, மலையேறுபவர்களின் பெருத்த ஆசை. மிலானிலிருந்து 411 கி.மீ. -இல் உள்ளது இப்பகுதி.

52

ஸ்க்ரோவெக்னி தொழுகை இடம்

சுண்ணாம்புச் சுவரில் வரையப்பட்ட சித்திரங்களைக் கொண்ட இவை இடைக் காலத்தின் பிற்பகுதி மற்றும் மறுமலர்ச்சி

காலத்திய ஓவியக் கலையை, மாற்றியமைக்க காரணமாக இருந்தது. 1303 முதல் 1306 வரை 'க்ளிட்டோவும்' அவரது மாணாக்கர்களும், பணியாற்றி 38 காட்சிகளை வரைந்தனர். இது வெனிஸுக்கு மேற்கில் 42 கி.மீ. -இல் உள்ளது.

53

வெனிஸ்

நமது கனவு, காதலித்தல், சதி திட்டம், உற்சாகமூட்டுதல் போன்றவை யாவும், உலகத்தில் எந்த ஒரு தேசத்திலும் கிடைக்காத அளவுக்கு இந்த 'வெனிஸ்' நகரத்தில் கிடைக்கும்.

வெனிஸ் கிழக்கிற்கும் மேற்கிற்கும் மங்கலான மற்றும் மாயமான பாலமாக இருக்கிறது. வெனிஸிற்கு 1000 ஆண்டுகளுக்கு முன் ஆரம்பித்த சுற்றுலா பயணிகள் வருகை, முடிவில்லாத நீரோட்டம்

போல உள்ளது. வெனிஸ் பற்றிய பெருமைகளை கேள்விப்படும் போது அது பற்றி "வெனிஸிற்கு ஒரு முறை செல்வது, இடைவிடாத காதல் நிகழ்ச்சி ஆகிவிடும்" என்று ஹென்றி ஜேம்ஸ் சொன்னதில் வியப்பதற்கு ஒன்றுமில்லை.

காண்பதற்கு பல உல்லாச ஸ்தலங்களையும் தங்கி மகிழ்வதற்கு பல சிறப்பான விடுதிகளையும் கொண்டது வெனிஸ்.

54

கார்நெவாலே

1000 வருஷங்களாக இருந்த 'வெநீஷியன்' சாம்ராஜ்யம் 1797 - இல் நெப்போலியனிடம் வீழ்ச்சியடைந்தது. பின்பு அது இன்பப் பிரியராக உள்ளவர்களுக்கு ஆண்டுதோறும் நடைபெறும் களியாட்டங்களின் கொண்டாட்டத்தை அனுபவிக்கும் இடமாகவும் அமைந்தது.

வெனிஸில் நடைபெறும் இந்த கார்னிவலில் கலந்து கொள்ள முன்பதிவு செய்து கொள்வது நல்லது. Ash wednesday-க்கு முன் 10 நாட்கள் கார்னிவல் நடைபெறும். கார்னிவலின் போது வெனிஸில் இருப்பது கனவு உலகத்தில் இருப்பது போன்ற பிரமையைத் தரும்.

55

சிப்ரியானி ஹோட்டல்

வெனிஸின் மத்தியில் உள்ள ஒரு தனியார் பண்ணை அல்லது கிராமத்து கிளப் போல சுற்றுலாப் பயணிகளை கவனித்து வந்தது சிப்ரியாணி ஹோட்டல்.

இது ஒரு மிதக்கும் பாலைவனச் சோலை. பூந்தோட்டம், நீச்சல் குளம், பகட்டான அறைகள் போன்றவை சிப்ரியானியை ஒரு சரணாலயம் போல எண்ணச் செய்கிறது. சிப்ரியானி சாப்பாட்டு விடுதி நகரத்தின் சிறந்ததும், தரம் உயர்ந்ததும் ஆகும். இந்த ஹோட்டலின் பூரணத்துவம் சிறிய அளவில் மதிப்பிட்டு விட முடியாதது. ஹோட்டல் வெனிஸ் நகரத்தில் உள்ளது.

56

வெரோனா

இது ரோமியோ, ஜூலியட் மற்றும் ஐடா போன்றோர்களுக்கு சொந்த வீடுமாகும். நம்ப முடியாதவற்றை நிறுத்தி விட்டு, வெரோனாவின் சுகத்தில் மூழ்கி, ரோமியோவையும், ஜூலியட்டையும் இன்றும் உயிருடன் இருப்பதாக நினைத்துக் கொண்டு இதற்கு இப்பெயரிட்டார்கள்.

லட்சக்கணக்கானவர்கள், ஆர்வமான காதலால் கசிந்து உருகுபவர்கள் இங்கே வருவது, ஒரு சமயம் ஷேக்ஸ்பியர் காதல்

ஜோடி சுவாசித்த காற்றை சுவாசிப்பதற்கு தான். கோடைக்காலம் என்றால், பல நாட்டு யாத்ரிகர்களுடன் சேர்ந்து கொண்டு 2000 வருட பழைமையான ரோமன் தியேட்டரில் நடைபெறும் இசை நாடகத்தை ரசிக்கலாம்.

இது வெனிஸிலிருந்து மேற்கே 114 கி.மீ.-இல் இருக்கிறது. ■

11

நெதர்லாந்து - NETHERLANDS

1

ஓயுடே கெர்க்

இதற்கு 'மிகப் பழைய பாடும் கோபுரம்' எனவும் பெயருண்டு. பக்கத்து நாடு பெல்ஜியத்துடன் சேர்ந்து உலகுக்கு தன்னுடைய மிகப் பெரிய இசைக் கருவியையும் கொடுத்தது. காரிலான், வெண்கல கலச மணிகள் போன்ற நாத வாத்தியங்களும் அதில் அடங்கும். இவை யாவும் அங்கு உள்ள மாதா கோயில் கோபுரங்களில் உள்ளன.

சொல்லப்படுகின்ற 17 -ஆம் நூற்றாண்டின் பொற்காலத்தில், 'டச்சு' சாம்ராஜ்யம் விரிவடைந்தபோது, ஆம்ஸ்டர்

டாம், உலகத்திலேயே மிகப் பெரிய பணக்கார நாடாக மாறியது. வியாபாரிகள் உள்ளூர்களிலுள்ள மாதா கோவில்களுக்கு அதிகமாக உதவிகள் செய்தனர். இன்று 'டச்'சில் உள்ள ஒன்பது கோயில்களில் நான்கில் வாரா வாரம் தோத்திர பாட்டுக் கச்சேரிகள் நடத்தப்படுகின்றன.

மரங்களின் நிழலில், பல பாதைகள் சந்திக்கும் இடங்களிலும் இருந்தது அந்த ஓயுடே கெர்க்கின் மகிழ்ச்சிகரமான இடம். இதுவே ஆம்ஸ்டர்டாமின் மிகப் பழைய இசை கோபுரமாக விளங்கியது. நெதர்லாந்து இவ்விஷயங்களில் பிரசித்திப் பெற்ற ஒன்று.

மேலும் அந்த பழைய மாதா கோயில், அந்த தேசத்திலுள்ள மிகவும், நுணுக்க வேலைகளுடன் கூடிய ஒன்றாக விளங்குகிறது. அதனுடைய கோடை கால விழாக்கள் அந்த காலத்தின் மிகப் பெரிய சந்தோஷமாக இருந்தது. இந்த விழாக்கள் எதிர்பார்த்த சுகத்தைக் கொடுக்காவிட்டால், 230 அடி உயரமுள்ள கோபுரத்தில் ஏறி, இந்த வாய்க்கால்களின், ஆறுகளின் அழகைக் கண்டு மகிழலாம்.

வருடம் முழுவதும் சனிக்கிழமை தோறும் 4 மணிக்கு காரிலான் இசைக் கச்சேரி நடைபெறும்.

௨

ரிஜ்க்ஸ் மியூஸியம்

இதுவே ரெம்ப்ராண்ட் & டச்சு பொன் விழா பாட்டாகவும் கருதப்படுகிறது. இது நெதர்லாந்தின் மாபெரும் பொருட்காட்சி சாலையாக இருக்கிறது. அத்தேசத்தின் மிக அழகான வேலைப்பாடுகளுக்காக அதன் பாதுகாவலர் ஆக கருதப்படுபவர் 1606 முதல் 1669 வரை வாழ்ந்த, ரெம்ப்ரன்ட் வான் ரிஜ் என்பவர் அவரது கவனிப்பால் இந்த பொருட்காட்சி சாலை மிக அழகானதாகவே இருக்கிறது.

சுமார் 150 அறைகளுக்கு மேல் பார்த்து மகிழ வேண்டியதை குறைக்க விரும்பினால், ரெம்ப்ராண்ட்டின் பிரமாதமான தி நைட் வாட்ச்சை மேல் மாடியில் அறை எண் 224 - இல், அனைத்தையும் கண்டு திரும்பலாம். ஒரு பிரம்மாண்டமான ஹாலில், அதற்காகவே தயாரிக்கப்பட்டது போன்ற கான்வாஸ் மற்றும் அதில் வரையப்பட்டுள்ள அற்புத ஓவியங்களும் கண்கொள்ளாக் காட்சி. P.J. கைபர்ஸ் அவர்களால் 1885 - இல் திட்டமிடப்பட்டு, அந்த கூடத்தின் கூரையில் அரிதான ஐரோப்பிய கட்டடக் கலை பொருட்காட்சி சாலையே உள்ள தோற்றம் கிடைக்கும் வகையில் அமைக்கப்பட்டுள்ளது.

லூயி போனபார்ட் (நெப்போலியனின் சகோதரர்) டால் 1808 - இல் எழுதி வைக்கப்பட்ட ஒரு உத்தரவுப்படி 17-ஆம் நூற்றாண்டின் டச்சுக்காரர்களின் பொற்காலமானது. வெகுகாலம் வரை போட்டியாக எதுவும் வரவில்லை.

௩

வான் கோ கண்காட்சிசாலை

நெதர்லாந்திலிருக்கும் ஆம்ஸ்டர்டாம் நகரில் உள்ளது இந்த கண்காட்சி சாலை. 19-ஆம் நூற்றாண்டில் வாழ்ந்த அற்புதமான கலைஞன் வான்கோவுக்காக,

எழுப்பப்பட்ட கோயில் போன்றது இது. 'வான் கோ' கண்காட்சி சாலையின் முக்கிய கட்டடம் மற்றும் அதன் புதிய இணைப்பு கட்டடம் ஜப்பானின் கிஷோகுரோகாவாவால் வடிவமைக்கப் பட்டதுமான இது, 1999 - ஜூன் மாதத்தில் திறக்கப்பட்டது. நெதர்லாந்திலேயே, ஏன் உலகத்திலேயே நிலையான 'வின்ஸெண்ட்' தொழுகை இடம். 19-ஆம் நூற்றாண்டின் மிக முக்கியத்துவம் வாய்ந்த கலைஞர் டச்சு தேசத்தின் வின்ஸெண்ட் வான்கோ 1853 முதல் 1890 வரை வாழ்ந்தவர். இந்த கண் காட்சியில் ஆச்சரியப்படத்தக்க வகை யில் 200 வண்ண ஓவியங்களும், 500 சித்திரங் களும், மேலும் 700 கடிதங்களும் உள்ளன.

பழுப்பு கற்களாலும், கருத்த சாம்பல் பூத்த இரும்புகளாலும், உபயோகப் படுத்தப்பட்டதுமான இது மனதில் பதிய தக்கவையாகவும், வரவேற்கத்தக்கவை யாகவும் இருக்கிறது என பார்வையாளர் களும், கலைஞர்களும் கூறுகின்றனர். நல்ல வெளிச்சம் நிரம்பிய பக்கத்து அறைகளில் ஜப்பானியர்கள் மற்றும் ஐரோப்பியர் களின் விவேகமும், அறிவுகூர்மையும் கலந்தும் மற்றும் வான்கோவின் ஓவியங் களும் முதன் முறையாக பார்வைக்கு உள்ளன. இவற்றில் அவரால் 1881 - இல் நெதர்லாந்தில் வரையப்பட்டவையும், 37-ஆம் வயதில் பிரான்ஸில் அவர் தற்கொலை செய்து கொள்வதற்கு முன்னால் வரையப்பட்டவரை, உள்ள அனைத்தும் பார்வைக்கு இருக்கின்றன.

வான் கோவினுடைய வேதனைக் குரிய வாழ்க்கையை சுலபமாக கண்டு பிடிக்க முடியும். அவருக்கு திடீரென்று ஏற்பட்ட முடிவை, அவருடைய சில வரை படங்களில் பார்க்க முடியும். டஜன் கணக் கிலான கலைஞர்களின் வேலைகளில், அவர்களுடைய ஊக்குவிப்பும் அல்லது யாரை வான்கோ ஊக்குவித்தார் என் பதையும், யாவும் முறைப்படி பார்ப்பதற்கு வைக்கப்பட்டிருக்கின்றன.

4

க்ரோல்லர் - முல்லர் கண்காட்சி

நெதர்லாந்து, அபில்டூர்ன் என்னு மிடத்தில் இருக்கும் இந்த கண்காட்சி,

இயற்கையின் சேமிப்பின் இதயமாக விளங்குகிறது.

பொது மக்களின் உபயோகத்திற்காக விடப்பட்டிருக்கும் இலவச சைக்கிள் ஒன்றில் ஏறி, பரந்த ஹோகே வெலு வேடீயின் மையத்திற்கு செல்லவேண்டும். அங்கு இயற்கையான விளையாட்டுப் பகுதி, ஹாலந்தின் மிகப் பெரிய தேசிய பூங்கா, குறிப்பிடத்தக்க கலைசேகரிப்புகள் நிறைந்த க்ரோலர் - மில்லர் கண்காட்சி ஆகியவற்றை பார்க்கலாம். பூங்கா மற்றும் கலை சேகரிப்புகளும் தொழில் அதிபரான அந்டன் க்ரோல்லர், அவர்களால் 1938-இல் டச்சு தேசத்திற்கு கொடுக்கப்பட்டவை. அவருடைய மனைவி ஹெலன் தன் வாழ்நாளை வான்கோவின் படைப்புகளை கண்டு வியப்பதிலேயே செலவிட்டார்.

பகலில் அதிக நேரமிருந்தால், காரை வைத்துவிட்டு சைக்கிளை எடுத்துக் கொண்டு, சில மைல் தூரம் போய் அருகிலுள்ள ஹெட் லூ செல்லவேண்டும், இது சமீப காலத்தில் புதுப்பிக்கப்பட்ட அரண் மனையும் தோட்டங்களுமாகும். இது 17-ஆம் நூற்றாண்டில் ஆரன்ஜ் இளவரசர் மற்றும் இளவரசி ஆகியவர்களால் கட்டப்பட்டது.

பூங்கா தினமும் திறந்திருக்கும். திங்கள் தவிர மற்ற நாட்களில் கண்காட்சி திறந்திருக்கும்.

■■■

11

போர்ச்சுகல் - PORTUGAL

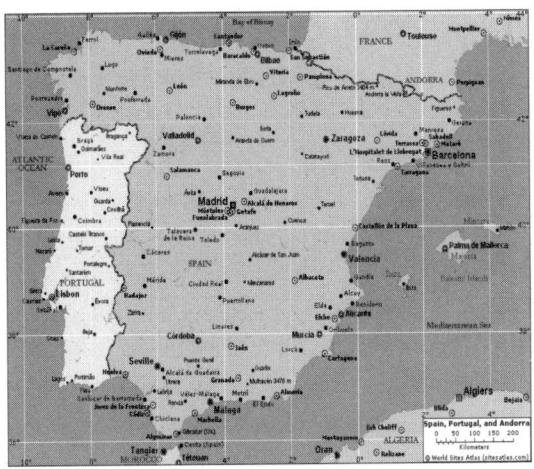

1

எவோரா

போர்ச்சுகலில், அலென்டெஜோவில் உள்ள இது ஒரு திறந்தவெளி போர்ச்சுக்கீசிய கலைக்கண்காட்சி சாலை. ஒவ்வொரு தலைமுறையும் அது அதனுடைய அடையாளத்தை எவோராவில் விட்டுச் சென்றிருக்கிறது. இன்று அது ஒரு தேசியப் பொக்கிஷமாக காப்பாற்றப்பட்டு வருகிறது.

பார்க்க உந்தப்படும் பல மாளிகைகளும், இடைக்காலம் தொடங்கி, உள்ளூர் கட்டடக்கலை வரை பல்வேறு கட்டட கலாச்சார நிலைகளில் மாற்றம் கண்டு வந்துள்ளது. எவோரா முக்கியமாக இரவின் அடர்த்தியான விளக்குகளின் ஒளியால் உணர்ச்சிகளை எழுப்பி விடும். “கோதிக்” ஆலயம் மற்றும் 16-ஆம் நூற்றாண்டின் டோஸ் லோயோஸ் கோயிலும், கையால் சிவப்பு வெள்ளை சாயம் தீட்டப்பட்ட போர்ச்சுகல் ஓடுகளுடனும் கூடியதுமான எவோரா, மிகவும் விரும்பிய இடமாக மாறியது.

அக்கோயிலுக்கு பக்கத்தில் உள்ள அழிந்து போன 2-ஆம் நூற்றாண்டின் டயானாவுக்கு அர்ப்பணிக்கப்பட்ட ரோமானியக் கோயிலும், அதே வகையில் சிறந்தது. உபசரிப்பில் சிறந்து விளங்கிய சந்நியாசிகளின் அடிச்சுவடுகளை தொடர்ந்து சென்றால் போர்ச்சுகல்லின் மிகவும் பணக்காரத்தன்மை வாய்ந்த விடுதிகளையும் காணலாம்.

இது லிஸ்பனிலிருந்து தென்கிழக்கில் 138-கி.மீ. தூரத்திலுள்ளது.

உ

காலொவ்ஸ்ட் குல்பென்கியான் கண்காட்சி

லிஸ்பனில் உள்ள இது, ஒரு பெரிய கோடீசுவரரின் சொந்த கண்காட்சியிலுள்ள ஒரு மாபெரும் கலைப் பொக்கிஷம். காலொவ்ஸ்டி குல்பென்கியான், ஒரு மாபெரும் பணக்காரர். அவர் 1955 - இல் இறந்தபோது இரண்டாம் உலகப்போர் காலத்திலிருந்து, அவருக்குச் சொந்தமான அவர் வீட்டில், சொந்தமாக சேர்த்து வைத்த எல்லா கலைப் பொருள்களையும், போர்ச்சுகல்லுக்கு உயில் மூலம் எழுதி வைத்தார்.

மிக மதிநுட்பமுடனும், ஆர்வத்துடனும் சேர்த்த, அதாவது 50 வருஷங்களில் 6,000 பொருள்களும், குல்பெகின்கியானின் தோழன் ரேனேலலிக்கின் செய்த நௌவெயூ ஆபரணங்கள், அந்த மொத்த 6,000 பொருள்களில், மிகவும் முக்கியம்

வாய்ந்தவை. பகட்டான இவற்றில் பலவும், செயின்ட் பீட்டர்பர்கில் உள்ள ஆசிரமத்திலிருந்து 1920 - இல் வாங்கப்பட்டவை.

௩

பௌஸடா ரெயின்ஹா, சாந்தா இஸபெல்

இது அலென்டெஜோ மாகாணத்தில், எஸ்ட்ரி மோஸ் என்ற இடத்திலுள்ளது. இதில் தங்குவோர் ஒவ்வொருவருக்கும், தான் ராஜாவா அல்லது ராணியா என்று எண்ணிக்கொள்ளும் அளவுக்கு ஆடம்பரமாக இருக்கும்.

போர்ச்சுகல் முழுவதும் சிதறலாக உள்ள, அரசாங்கத்திற்கு சொந்தமான 46 பிரயாணிகள் விடுதிகளில் எஸ்ட்ரிமோஸ் என்ற இடத்திலுள்ள ரெயின்ஹா சாந்தா இஸபெல் சரித்திர முக்கியத்துவம் வாய்ந்த மாளிகைகளில் சொகுசானது. மிகவும் உயர்ந்த கட்டணம் கொண்ட பௌஸடா ஒரு சமயம் அரசர் தினிஸ் மற்றும் அவரது மனைவியின் இருப்பிடமாக இருந்தது. இந்தியாவிற்கு வரும் முன்பாக வாஸ்கோடகாமா இங்கு வந்திருக்கிறார். கல்கத்தாவை ஆண்டு வந்தவருக்கான பரிசு பொருள்களை மேனுவல் I அரசரிடமிருந்து வாங்குவதற்காக வந்தார். பயணிகள் பழங்காலப் பொருள்கள், அலங்கார தொங்குசீலை, 22 அடி கூரை உள்ள

பொதுப்பகுதியான ஆடம்பரமான ஞாப கார்த்தமான படிக்கட்டுகள், சலவைக்கல் தாழ்வாரம், மிகப்பெரிய மரச்சாமான்கள் போன்றவற்றை காண்பார்கள்.

இது லிஸ்பனுக்கு கிழக்கே 149 கி.மீ.- இல் இருக்கிறது. சனிக்கிழமைகளில் கடை வீதிக்கு சென்றால் புகழ்பெற்ற மண் பாண்டங்களை வாங்கலாம்.

4

மார்வாவோ

அலென்டேஜோ நகரம் - போர்ச்சுகல்லின் முக்கிய இடம்.மார்வாவோ, தேசத்தின் மிக அழகான நகரங்களில் ஒன்று. இது லிஸ்பனிலிருந்து 224 கி.மீ. வடகிழக்கிலிருக்கிறது.

மலை உச்சி நகரமான மார்வாவோ விற்கு 3000 அடிக்கு கீழே பரவியுள்ளது போர்ச்சுகல்லின் இதய பூமியான அலென் டேஜோ. மார்வாவோ போர்ச்சுகல் தேசத்திலுள்ள மிக வசீகரமான கோட்டை நகரங்களில் ஒன்றாகும். இதன் மக்கள் தொகை 300 மட்டுமே. அதனுடைய பலமான மத்திய கால குணநலன் மற்றும் சிறிய நகரத்திற்கே உரிய கவர்ச்சியும் புதுமையும் கலந்து நின்ற நிலை தெரிந்து கொள்ள போதுமானது. தனிமையை

விரும்புகிறவர்களுக்கு உகந்த இடம். சுற்றுலா செல்ல உகந்த காலம் ஏப்ரல் - மே மற்றும் செப்டம்பர் - அக்டோபர் மாதங்கள்.

5

புஸாகோ காடு

நிறைய மரங்களடர்ந்த காடு போல உள்ள இடத்திலுள்ள இன்பமான அரண் மனையான இது தற்போது ஒரு ஹோட்ட லாகச் செயல்படுகிறது.

தனித்துள்ள புஸாகோ காடு இயற்கையான காடு இல்லை. ஆனால் நூற் றாண்டுகளாக உள்ளூர் சந்நியாசிகளால் கவனமாக கவனித்து வரப்படுகிறது. போர்ச்சுகல் அரசர் உலகத்தின் மூலைகளி லிருந்து வசீகரத்தன்மை வாய்ந்த மரங் களை கொண்டு வந்து இங்கே நட்டு காட்டினை உருவாக்கி வளர்த்தார்.

அரசர் கர்லோஸ் I இத்தாலியின் தியேட்டர் வடிவமைப்பாளரை நியமித்து 250 ஏக்கர் பரப்பளவுள்ள காட்டின் மத்தி

யில் கோடைக்கால சுகமான அரண்மனை உருவாக்கினார். இதுதான் போர்ச்சுகல் ஏகாதிபத்தியத்தில் கட்டப்பட்ட கடைசி கோடை குடியிருப்பு. இந்த அரண்மனை யின் சமீபத்திய அவதாரமே அரண்மனை ஹோட்டலாகும்.

இது லிஸ்பனுக்கு வடக்கே 220 கி.மீ.-இல் இருக்கிறது.

6

மாடீரா

'அட்லாண்டிக்கின் முத்து' என்று அழைக்கப்படுகிறது இந்த தீவு.

15-ஆம் நூற்றாண்டில் போர்ச்சுகல்லின் பொற்காலத்தை ஆரம்பித்த மாலுமி ஹென்றி இளவரசரால் மாடீரா கண்டுபிடிக்கப்பட்டது. இது 19-ஆம் நூற்றாண்டில் மாரி காலத்தில் விடுமுறையால் களைத்துப் போன பிரிட்டிஷ்காரரால் மீண்டும் கண்டு பிடிக்கப்பட்டது. இத்தீவின் 70 சதவீத இடம் தேசிய பூங்காவாகும். சர்ச்சில், பெர்னாட்ஷா பிற பெரிய மனிதர்கள், புகழ் பெற்றவர்கள்

இத்தீவில் உள்ள ஹோட்டலை விருப்பமான தங்குமிடமாக எடுத்துக் கொண்டனர். இத்தீவு லிஸ்பனுக்கு தெற்கே 644 கி.மீ.-இல் இருக்கிறது.

செப்டம்பர் மாத மத்தியில் திராட்சை அறுவடை உச்சத்தில் இருக்கும். அப்போது 3 நாட்கள் மாடீரா ஒயின் திருவிழா நடைபெறும். அது கண்டு ரசிக்கவேண்டிய ஒன்று. இத் தீவின் சுகமான சீதோஷ்ணம் விடுமுறையை அனுபவித்து கழிக்க உகந்தது.

■■■

12

ஸ்பெயின் - SPAIN

1

லா மெஸ்க்யுட்டா

இது ஐபீரியாவிலுள்ள பெரிய மசூதியாகும்.

மெஸ்க்யுட்டா என்பது மசூதியாக 8-வது பத்தாவது நூற்றாண்டுகளில் சந்ததியினரால் அமீர் கட்டப்பட்டது.

அப்போது கோர்டோபா, மேற்கத்திய நாட்டின் முஸ்லீம் தலைவர்களின் இருப்பிடமாகவும், ஐரோப்பாவின் மிகப் பெரிய நகரமாகவும் இருந்தது. பின்பு, அதில் சில பகுதிகள் இடிக்கப்பட்டன.1236 - இல், திரும்பவும் ஒரு தேவாலயமாக கட்டப்பட்டது. மசூதியின் மெல்லிய உயரமான ஸ்தூபியானது மாதா கோயிலின் கூரான கோபுரமாக, மாற்றி அமைத்த பிறகு, அரேபிய மற்றும் யூதர்கள் ஆகியோரின் கீழே உள்ள வீடுகளுக்கு ஒரு மிக நல்ல தோற்றத்தைக் கொடுத்து இதமளிக்கிறது. லாமெஸ்க்யுட்டா, முஸ்லீம்களின் கட்டடக்கலை சாதனைகளில் மகுடமாகத் திகழ்கிறது. இந்த கோர்டோபா மாட்ரிட்டிலிருந்து தென்மேற்கில் 418-கி.மீ-இல் உள்ளது.

௨

செவில்லே

வருடம் முழுவதும், எந்த நேரத்திலும், மிக அழகாக இருக்குமிடம் இந்த "செவில்லே." ஆனால் இங்கு ரம்மியமான வசந்த காலத்தில் இருக்க வேண்டுமானால், நாம் பிரயாணத்தில் மாறுதல் செய்து, வெகு நாட்களுக்கு முன்பாகவே பதிவு செய்து கொள்ள வேண்டும். செமனா சாந்தாஸ் என்ற பண்டிகையை, மெடிடேரேனியன் மற்றும் கிறிஸ்துவ உலகில் கொண்டாடும் விதத்தைவிட, இந்த செவில்லேவில் அதிக விசேஷமாகக்

கொண்டாடுகிறார்கள். மிகவும் முக்கியத் துவம் பெற்ற ஸ்பெயினில் உள்ள அல்போன்ஸோ XIII ஹோட்டலில் தங்கு வதற்கு முன் முயற்சி செய்தல் வேண்டும். 1929 - இல் உலக கண்காட்சியின்போது, ராஜபதவி வகிப்பவர்களின் வருகையின் போது தங்குவதற்காக கட்டப்பட்டது. உள்ளூர் முதேஜார் அழகுக் கலை - கட்டட நிர்மாண கலையிலிருந்து எடுத்துக் கொள்ளப்பட்ட ஆர்வம்தான் இது.

மூரிஷ் அஸுலெஜோ வகை ஓடு களுடன் கூடிய, குளுமையான மார்பிள் புதைத்த தரைகளும், மேலும் உட்புற தூண் களும், வளைவுகளும் கொண்டது. இவை அனைத்தும் சேர்ந்து உஷ்ணத்திலிருந்தும் போக்குவரத்து அதாவது அதனுடைய மத்திய இடத்துக்கும், அல்கஸாருக்கும், மாதா கோயிலுக்கும் நடுவிலிருந்து வரும் வெப்பத்துக்கும் ஒரு ‘பாலைவனச்சோலை யாக’ விளங்குகிறது.

ஸெவில்லேயிலிருந்து தான் முதலா வதாக தவங்கள் ஆரம்பமானது எனவும் நம்பப்படுகிறது. மேலும் வணிக ரீதியாக இல்லாததும், ஆன்ம ஞானத்தின் வெளிப் பாடுடைய மனப்பூர்வமான, தொன்று தொட்டுவரும் தவத்தின் வளர்ச்சி இங்கு அழுத்தமாக இருக்கிறது.

தவிர, பயணிகளின் பசியை போக்கி மன மகிழ்ச்சியுடன் இருக்க வேண்டு மென்பதற்கு கவனிப்பு உள்ளது. நகரத்தைச் சுற்றி கணக்கிலடங்காத அளவுக்கு இருக் கும் உணவகங்களுள் எங்கும், எவ்வளவும் உட்கொள்ளலாம் என்பதற்காகவே, சிறிதாகவும், சத்துள்ளதும் ஆன ‘ப்விள்கர் - புட்’ ஆகாரங்கள், சிறந்த முறையில் சேர்க்கப்பட்டுள்ளன. மேலும் அந்த பகுதியின் பிரசித்திபெற்ற ஒயின், ஷெர்ரீ வகைகளோடு உண்பது, ருசிகரமான தாகும். அதன் சேர்க்கை பண்டங்களுக் காக, ஒருவரும் மிகவும் ஆழ்ந்து யோசனை செய்யவேண்டியதில்லை. இது கார்டோபாவிலிருந்து தென்மேற்கில், 144-கி.மீ தொலைவில் உள்ளது.

3

குக்கென்ஹெய்ம் கண்காட்சி பில்பாவ்

இந்த குக்கென்ஹெய்ம் கண்காட்சி பில்பாவ் கண்கள் கூசுமளவுக்குப் பிரகாச மான டைடேனியம் பூசப்பட்டும், கற் களால் செதுக்கப்பட்டதுமான அழகு கமழும் மாளிகையாக உள்ளது. மேலும் கப்பல் கட்டுவதிலும், இரும்பு மையமாக விளங்குவதிலும், நாட்டின் மிகவும் பாராட்டி பேசப்படும் பொருட்காட்சியாக வும் விளங்குகிறது.

ஒரு விதமான நவீன உருவமைப்பால் வடிவமைக்கப்பட்ட இக்கட்டடம், இதை

அமைத்த அமெரிக்க கட்டடக் கலைஞர் ப்ரான்க் ஓ.கெஹ்ரியின் கூற்றுப்படி, அது 'நெர்வியோன் ஆற்றில் தரைதட்டிய ஒரு கப்பல் போல' என்பதே. இப்போது ஐரோப்பாவுக்கு வரும் சுற்றுலா பயணிகளின், பார்க்க வேண்டிய பட்டியலில் ஒரு முக்கிய இடமாக இடம் பெற்றுள்ளது பில்பாவ். அந்த அகன்ற, தடையற்ற தோட்டமான பில்பாவ் கண்காட்சிசாலை, ஏறக்குறைய நியூயார்க் ஸிப்லிங்கைப் போல இருமடங்கு பெரியது.

ஒரு பெரிய, பகட்டான, கட்டட வேலைப்பாடுகளைப் போலக் காணக், கூடிய இது, ஒரு பின்புலமில்லாத கண்காட்சி சாலை. இதனுடைய 18 - அடுக்குகளைக் கொண்ட அமைப்பு, கட்டட வேலைப்பாடு மற்றும் அதில் அடங்கிய பொருள்களுக்கு உறுதி தருகிறது. அக்கட்டடத்தில், தொடர்ந்து நடைபெறும் பார்வையாளர் காட்சி, கலை வேலைப்பாடுகளை எப்போதுமே ரசிக்காமல் இருந்ததில்லை.

இது சான்டான்டருக்கு கிழக்கில் 116 - கி.மீ தொலைவில் உள்ளது.

4

ஆவிலா

துறவி ஒருவரின் பிறந்த ஊரான ஆவிலா ஒரு தெளிவான கடந்த காலத்து ஞானம் கொண்டது. 11-ஆம் நூற்றாண்டின் அநேகமாக முற்றிலும் முதன்மையாக விளங்கும் ஆவிலாவின் சுவர்கள், தேசிய புதையலாக காப்பாற்றப்படுகிறது. 10 - அடி கனபரிமாணமும், 40 - அடி உயரமும், கொண்ட இவை. இவற்றை கட்டுவதற்கு 2000 பேர் தேவைப்பட்டனர். 10 - ஆண்டுகள் ஆயின. 1½ மைல் வரை, அவை இந்த 'மலை உச்சி' நகரைச் சுற்றி வருகின்றன. இதில் 90 அரைவட்ட வளைவுகளுடன் கூடிய காவல்காக்கும் கோபுரங்களும், 9- குறுகிய அரைவட்டமுள்ள கதவுகளும், 2300 கொத்தளங்களும் உள்ளன. இவற்றின் விளைவு, இன்னும் அதிசயிக்கத்தக்க வகையில் புதுமையாக இருக்கின்றன. அந்த உச்சிகளின் மேலே நடக்கும் போது, மூரின் சேனையை பார்ப்பதுபோலத் தோன்றும். நகரத்தின் சமவெளி போல உள்ள இடங்களும், கரடுமுரடானபாறைகள் நிறைந்த 12-ஆம் நூற்றாண்டின் தேவாலயமும், பாதி கோட்டைகளும், பாதி தேவாலயமும், சுவர்களின் பகுதிகளாக கட்டப்பட்டவையும், இராணுவம் செயல் புரிவதற்காக பயன்படுத்தப்பட்டது.

ஆவிலா, ஸ்பானியர்களின் மத சம்பந்தமானதும், தெய்விக ரீதியானதுமான, முக்கியமாக செயின்ட் தெரேஸா அவர்களின் பிறந்த நகரமானதும் கூட. இவர்கள் 1515 - இல் இங்கு பிறந்தார்.

ஹோட்டல் பலேஷியோவில் ஒரு நாள் தங்குவது, நம்மை தெய்வீகத் தன்மையிலும், ஆவிலாவின் பூகோளமையத்திலும் நிறுத்தும். சில அறைகளிலிருந்து நாம்

தேவாலயத்தை பார்க்கும் வண்ணம் அவை அமைந்து இருக்கும்.

1300-ஆம் ஆண்டின் ஆரம்பத்தில் மதபோதகரின் தங்கும் இடமாக இது கட்டப்பட்டதே அந்த மாதிரி அமைப்புக் கான காரணம்.

இது மாட்ரிட்டிலிருந்து வடமேற்கில் 110 கி.மீ தூரத்தில் உள்ளது.

மார்ச்சிலிருந்து அக்டோபர் வரை உள்ள காலம் சுற்றுலா செல்ல சிறந்தது. அக்டோபர் 15-ந் தேதி புனித தெரஸாவின் விருந்து நாள்.

5

கேடலான் தேசிய கலைக் கண்காட்சி

இது ஒரு மறக்கமுடியாத அளவுக்கு உள்ள ரோமானியர்களின் கலைப் பொருள் கள் சேர்க்கை நிலையமாக அமைந்துள்ளது. காடலோனியாவின் பார்ஸிலோனாவில் பாலாவ் நாஸியோனல் என்ற தேசிய அரண்மனையில் உள்ளது இந்த தேசிய கண்காட்சியகம். இதுவே உலகின் தலை சிறந்த ரோமானிய மற்றும் ஐரோப்பிய கட்டடக்கலை. ஓவியங்கள், கல் மற்றும்

உலோகத்தால் செய்யப்பட்டவை, அனைத் தையும் உள்ளடக்கிய ஒரு புதையல் இந்த கண்காட்சி எனவும் கூறுவர்.

நல்ல வேலைப்பாடுகள் அமைந்த சிலைகள் காடலோனியாவில் உள்ள மாதா கோயில்களிலிருந்தும், மடா லயங்களிலிருந்தும், இங்கு மாற்றப் பட்டன, அவை முதன்முதலில் இருந்த வாறே இங்கும் வைக்கப்பட்டன.

1929 - இல் உலக கண்காட்சிக்காக, கட்ட ஆரம்பித்து, 1995 - இல் முடிக்கப் பட்ட இது, மிலானைச் சார்ந்த ஒரு கலைஞரால் புதுப்பிக்கப்பட்டது. கேய் அவுலென்டி என்பவரின் மேற்பார்வை யில், முடிக்கப்பட்டது. மறுமலர்ச்சி யடைந்த பரோக் தேசிய அரண்மனை அவ்வப்போது ப்ராடோ ரோமானிய கலையின் நகல்போல எனவும் ஒப்பிடப் படுவதுண்டு.

இது ஸ்பெயினில் காடலோனியா மாகாணத்தில், பார்ஸிலோநா என்னு மிடத்திலிருக்கிறது.

6

லா ஸாக்ராடா ஃபேமிலியா

இது ஸ்பெயினில் பார்ஸிலோனா விலுள்ள மிகவும் வித்தியாசமான கட்டிடம்.

மிகப் பெரிய ஸாக்ராடா ஃபேமிலியா முழுவதும் கட்டி முடிக்கப் படாமல் நிற்கிறது. விநோதமான அறிவாளியான அந்தோணி கௌடியின் சாதனையான இது கூரையில்லாமல் நிற்கிறது. அவர் தன் படைப்புகளை முடிப்பதற்கு முன்பாகவே 1926 - இல் ஒரு ரெயில் விபத்தில் கால மானார்.

கௌடி, காடலானின் குண வழித் தடத்தில், பிகாஸோ, மிரோ, மற்றும் டால்ப் இவர்கள் வரைந்ததில் என்ன

பார்க்கிறார்களோ அதே போலவும், சற்று கூடுதலாகவும், வரைந்து அனைவரையும் கவரச் செய்தார். பார்க், குயில் வீடு மற்றும் சாஸா பாட்டெல்லோவின் ஆபீஸ் கட்டடங்கள், மற்றும் பல தனியார் வீடுகளையும் கட்டினார். ஆனால் "சக்ராடா ஃபேமிலியா" என்ற பிரபலமான ஓர் உருகிய மணல் கோட்டை, அதுவும் பாதி கட்டுகையிலேயே கெட்டிபட்டு விட்டது. பூமிக்கடியிலுள்ள நிலவறை, முகப்பு மட்டும், அவருடைய இறப்புக்கு முன் கட்டப்பட்டன. கௌடி இந்த நிலவறையில்தான் அடக்கம் செய்யப் பட்டார். இங்குதான் அந்த கண்காட்சி சாலையில்தான் அந்த தேவாலயம் எப்படி இருக்க எண்ணினாரோ, அப்படியே இருக் கிறது.

7

கடாக்யூ மற்றும் பிக்யூரெஸ்

இது கலைஞர்களுக்கும், நுண்ணிய அறிவு படைத்தவர்களுக்கும், விந்தை யானதும், வசீகரமானதாகவும் உள்ளதோடு, அடிக்கடி சென்று வரும் இடமாகவும் இருக்கிறது. சாதாரணமாக வெள்ளை யடிக்கப்பட்ட மீனவர்கள் கிராமமாகிய கடாக்யூவை உலகத்திலேயே அதிகமான வண்ணமயமான கிராமம் எனவும் கூறுவர். பிகாஸோ, டாலி, உட்ரில்லோ, மிரோ, மாக்ஸ் ஏர்னஸ்ட், மான்ரே, மற்றும் படத் தயாரிப்பாளர் லூயிஸ் பூநெல் ஆகியோர், இதன் படாடோப மற்ற எளிமையான நிலையைப் பார்த்து, ஆத்ம உணர்ச்சியடைந்தனர்.

ஃபிரென்ச் எல்லைக்கு முன், ஸ்பெயினின் சமுத்திரக் கரையிலுள்ள கடைசி தங்குமிட நகரம் இது. கடாக்யூவும், அதன் குதிரைக்கால் குளம்பு மாதிரி உள்ள கடல்வளைவும், கோஸ்டா ப்ராவாவை மலைகளும் அதன் வளைவுகளும் தூக்கி வைத்துக் கொண்டது போல தோன்றும். இந்த அகலக் குறைவான ரோடுகளில்

வருவோருக்கு தைரியத்தைக் கொடுத்தும், மக்களின் நன் மதிப்பைப் பெற்றும், ஸ்பெயினின் கிழக்குக்கோடி நகரம் அதிக மாற்றம் அடையவில்லை.

கடாக்யூ வாசிகள் கடல் சுரண்டலி லிருந்து தப்பித்தார்கள் என்றால் அதற்குக் காரணம், மணலோடு கூடிய கடற்கரை இல்லாததே. ஒரு போலி இல்லாத உண்மையான வேலை செய்யும் உணர்வு தொடர்ந்து இருப்பதால்தான் துறைமுகத்துக்கு வெளியிலுள்ள உணவு கடைகளும், அந்நகரின் கடைசி மீனவர் வரை கொண்டு வருவதை வைத்து நல்ல உணவுகள் படைப்பதாலும் கூட எனவும் கொள்ளலாம். உள்ளூர்வாசிகள், புதிதாக வரும் கலைஞர்களை பார்க்க ரொம்பவும் விரும்புகிறார்கள். வெளியூர்க்காரர்கள் சுற்றிப் பார்க்கின்றனர், அந்த சூழ்நிலையில் மகிழ்ந்து, நனைந்து போகிறார்கள். பிறகு அந்த இடங்களால் ரொம்பவும் பூரிப்படை கிறார்கள். அவர்கள் இபீஸா சென்றால் நல்லதாக இருக்கும்.

கடாக்யூவிலிருந்து, ஒருநாள் பிரயாணத்தில் பிக்யூரெஸ் அங்குள்ள கண்காட்சி கருத்தை கவரக்கூடியது. அந்த கண்காட்சி, கண்காட்சியாக கருதமுடியாத அளவுக்கு பிரம்மாண்டமானது.

இது பார்ஸிலோனாவிலிருந்து வடக்கில் 196-கி.மீ-இல் உள்ளது.

8

ஆர்கோஸ் டி லா ப்ரோந்டெரா

இது ஜெரெஸிலிருந்து கிழக்கில் 31 கி.மீ -இல் இருக்கிறது. பழைய அரேபிய நகரின் சரித்திர பிரசித்திப் பெற்றது மானதும், உச்சியில் தொங்கும் இடத்தி லிருந்து பார்த்தால், ஸ்பெயினுக்கே திரும்பிவிட்டது போல தோன்றும்.

9

அல்ஹம்ப்ரா & பாராடர் டி ஸான் ஃப்ரான்ஸிஸ்கோ

"கிரானடாவில் கண் தெரியாத . மனிதனாக இருப்பதைபோல வாழ்வில் வேறு எதுவும் மிகவும் கொடுமையானது அல்ல" - 'அல்ஹம்ப்ரா' சுவர்களில் உள்ள, கல்வெட்டு இதனை கூறுகிறது.

இந்த கலை மற்றும் கட்டட நிர்மாணக்கலை, ஸ்பானிஷ் முஸ்லீம் ஒருவரின் பெரிய வெளிப்பாடு. ஸ்பெயின் அரசாங்கம் நடத்தும் பிரயாணிகள் விடுதி களில் மிகப் புகழ்பெற்றதும், அழகானது மான பாராடோர் டி சான்பிரான் சிஸ்கோ, விருந்தாளிகளை அல்ஹம்ப்ரா வின் மகிழ்வித்தல் குணம் அவர்களை உள்ளே தூங்க அனுமதி கொடுத்தது. பாரடர், அல்ஹம்ப்ரா தோட்டம், நஸ்ரித் அரண்மனை போன்றவற்றின் சிறப்பு தோற் றத்தை தருகிறது. நீங்கள் கோடையின் ஆரம்பத்தில் இங்கு சென்றால், கிரானடா வின் வருடாந்திர 17 நாள் சர்வதேச இசை நடன திருவிழாவை அனுபவிக்கலாம். ஜூன் மாத இறுதியில் துவங்கும் இவ்விழா வில் முதல் தரமான இசையிலிருந்து வசீகரமான எல்லாமே விசேஷ அம்சம்.

10

ஸான் ஸபாஸ்டியன்

இந்த இன்பகரமான நகரத்தின் உள்ளுணர்வும், அதன் பிறை சந்திரன்

மாதிரி உள்ள லா கென்சா கடற்கரையும், ஸ்பெயினின் ராணி மார்பா கிறிஸ்டினா வுக்கு பிடித்ததால் 1866 - இல் கோடைக் கால ஸ்தலமாக எடுத்துக் கொண்டார். பிரெஞ்சு எல்லையிலிருந்து 21 - கி.மீ-இல் உள்ளது.

11

அல்டாமிராவின் குகைகளும், மற்றும் ஸான் டில்லானா டெல் மார்

இது நெகிழ்வைக் கொடுக்கக் கூடியதும் மேலும் விலைமதிப்பற்ற 'ஐஸ்' காலத்துக்கு ஒரு தொடர்பாகவும் இருக் கிறது. எல்லாருக்கும் மறுக்கப்பட்டு, ஆனால் தேர்ந்தெடுத்த சிலருக்கு மட்டும், அல்டாமிரா குகைகள், சரித்திர காலத்துக்கு முந்தைய ஸிஸ்டைன் தொழுகை இடமாக அனுமதிக்கப் பட்டு வந்தன. இவை ஸான்டில்லானா டெல் மார் கிராமத்திலிருந்து 2 கி.மீ நடந்து செல்லும் தூரத்தில் இருக்கிறது.

ஸான்டில்லானா டெல் மார் ஸான்டடன்ட ருக்கு மேற்கில் 34 கி.மீ-இல் இருக்கிறது.

12

லியோன்

மிகவும் வழக்கமில்லாத தொழுகை யிடமாகவும் போர் வீரர்களின் தங்குமிட மாகவும் இருக்கிறது. மாட்ரிட்டிலிருந்து, வடக்கில் 320 கி.மீ -இல் உள்ளது.

1205-இல் கட்ட ஆரம்பிக்கப்பட்ட லியோன் மாதா கோயிலின் சுவர்கள் கற்களை விட அதிகமாக கண்ணாடி கொண்டு கட்டப்பட்டன.125 சாயம் பூசிய கண்ணாடி ஜன்னல்கள், மிகப்பெரிய ரோஸ் மர ஜன்னல்கள், உயர்ந்த உட் புறத்தை பூர்த்தி செய்கிறது.

மத்திய கால மக்களிடம் இருந்த மாதா கோயிலின் மீது கொண்ட ஆர்வம் ஐரோப்பிய நகரங்கள் ஒன்றையொன்று மிஞ்சும் அளவு உயர்ந்த தேவாலயத்தை

கட்ட வைத்தது. லியோனின் கட்டிட அமைப்பு வியப்பளிக்கக் கூடியது.

தேவாலயத்தின் சில ஜன்னல்கள் 110 அடி உயரத்திற்கு இருப்பது பிரமிக்க வைக்கிறது.13-ஆம் நூற்றாண்டின் அசலான கண்ணாடி வேலைப்பாடுகள் கொண்டவைகளாக அமைந்துள்ளன. தேவாலயத்தின் மியூசியத்தில் நாட்டின் மிக முக்கியமான சுவாரஸ்யமான, தூய்மையான கலைப்படைப்புகளை காண முடிகிறது.

ஒரு காலகட்டத்தில் சாண்டியாகோ செல்லும் யாத்திரிகர்களின் சரித்திர சாலையில் ஒரு முக்கிய நிறுத்தம் ஆக இது இருந்தது. இன்று மத்திய கால கட்டடக் கலையில் ஆர்வம் உள்ளவர்களுக்கு கட்டாயமான நிறுத்தம் இது.

13

ஸலாமான்காவின் ப்ளாஸா மேயர்

இது ஸ்பெயினின் அதிக அழகான நகரம். மாட்ரிட்டிலிருந்து 204 - கி.மீ -இல் உள்ளது.

ஸ்பெயின் நாட்டில் உள்ளது போல உலக பரம்பரை சொத்து நகரங்கள் எந்த நாட்டிலும் இல்லை. யுனெஸ்கோவால் நியமனம் செய்யப்பட்ட ஆறு நகராட்சிகளில் ஸலாமான்கா மிகவும் மகிழ்ச்சி தரக்கூடியது. இயற்கையாகவே நகரத்தின் இதயப் பகுதியான பரோக் பிளாஸா மேயர், பயணிகளை ஆகர்ஷண சக்தியாய்

இழுக்கும். இந்த புராதன நகரத்தின் எல்லா ஈர்ப்பான இடமும் நடந்து போகும் தூரத்தில் இருக்கின்றன. ஐரோப்பாவின் மிக முக்கிய பல்கலைக் கழகம் 1218-இல் இங்கு நிறுவப்பட்டது.

14

மேஸான் டி காண்டிடோ

இது ஸ்பெயின் நாட்டிலே உள்ள அத்தனை சமையலறைகளுக்கும், மடப்பள்ளி ரத்தினங்களுக்கும் அரசர் எனக் கருதப்படுகிறது. இதுவும் மாட்ரிட்டிலிருந்து மேற்கில் 91 - கி.மீ -இல் உள்ளது.

காண்டிடோ குடும்பத்தினர் பல தலைமுறையாக இங்கு வரும் ஒவ்வொருவரையும் சந்தோஷப்படுத்துகின்றனர். அவர்களுடைய சாப்பாட்டு விடுதி அரச குடும்பத்தை சேர்ந்தவர், அரசியல்வாதிகள், ஜல்லிக்கட்டு வீரர்கள், ஓவியர்கள் ஆகியோருக்கு சமையலறை சம்பந்தமான ஸ்தல யாத்திரையாக அமைகிறது.

சுற்றுலாவுக்கான சிறந்த காலம் இளவேனிற் காலம், மற்றும் ஜுன் மாதம் 21-29. ஜுன் மாதம் உள்ளூர் சந்நியாசிகளான ஜான் பீட்டர் ஆகியோாரின் விருந்து நாட்கள்.

15

லா கதீட்ரல் டி டொலெடோ

இது கவர்ச்சிகரமான மூன்று நாகரிகங்களின் சங்கமம். இதுவும் மாட்ரிட்டிலிருந்து 89 - கி.மீ தெற்கே உள்ளது.

ஓய்வு பயணமோ குறுகியகால பயணமோ எந்த விதமான பயணம் என்றாலும் அது டோலெடோவின் புகழ்மிக்க மாதாகோயிலிலிருந்து துவங்கப்பட வேண்டும். உலகத்தின் பெரிய கோதிக் கட்டடக் கலைகளில் ஒன்றாக மதிப்பீடு செய்யப்பட்ட அது 13-15ஆம் நூற்றாண்டுகளில் கட்டப்பட்டது. கத்தோலிக், மூரிஷ், யூதர் இனத்தவர்களின் கட்டடக் கலைத் திறன் கலந்து கட்டப்பட்டு பார்க்கிறவர்களை வியப்பில் ஆழ்த்துகிறது.

பெரும்பாலும் ஜுன் மாதத்தில் நடைபெறும் விழா காணவேண்டிய ஒன்று. அப்போது கொலம்பஸ்-ஆல் திரும்ப கொண்டு வரப்பட்டதாக கருதப்படும் தங்கத்தால் செய்யப்பட்ட 500 பவுண்ட் எடையுள்ள தங்கப் பேழை தெருக்களில் ஊர்வலமாக எடுத்து வரப்படும்.

16

பிகாஸோ கண்காட்சி

ஸ்பெயினில் 13, 19-ஆம் நூற்றாண்டுகளின் அரண்மனைகள் வழங்கிய பெருமைக்குரிய மிக அழகான பொருட்காட்சிசாலை. பிகாஸோ ரசிகர்கள் பார்க்க வேண்டிய இடம்.

சிறுவயதில் வரைந்த ஓவியங்களிலிருந்து அவருடைய சேகரிப்புகள் உள்ளன. ஓவியராக பிகாஸோவின் வளர்ச்சியை அறியும்

அரிய சந்தர்ப்பம் இந்த மியூஸியத்தின் மூலம் கிடைக்கிறது. திங்கட்கிழமை தவிர மற்ற நாட்களில் இந்த மியூஸியத்தில் பார்வையிட அனுமதி உண்டு. பர்செலோனோவில் இருக்கிறது பிகாஸோ மியூஸியம்.

17

ஸெயின்ட் ஜேம்ஸ் & ஸான்டியாகோ மடாலயம்

இது ஐரோப்பாவிலுள்ள பழைமை வாய்ந்த யாத்ரீகர்களின் பாதை. 1,000 வருஷ பழைமையானது இது. ஸாண்டியாகோ செல்லும் பாதை என்றும் அழைக்கப்படுகிறது.

ரோம் மற்றும் புனித பூமி போல ஸான்டியாகோ டி கம்போஸ்டிலாவும் கிறிஸ்துவர்களின் புண்ணிய தல யாத்திரை போக வேண்டிய இடமாகும். 9-ஆம் நூற்றாண்டிலிருந்து இந்த மாதா கோயிலுக்கு ஐரோப்பிய, பிரிட்டிஷ்

தீவுகளிலிருந்து லட்சக்கணக்கானவர்கள் வந்து கொண்டிருக்கின்றனர். மத்திய காலத்தைச் சேர்ந்த முன்னோர்களிலிருந்து இங்கு வருவதன் நோக்கம் 'மன்னிப்பிற்கான பாதை' யாக இது இருப்பதுதான். இன்று ஆன்மீகமோ இல்லையோ, எல்லோரும் சொல்வது இங்கு மேற்கொள்ளும் பயணம் வாழ்நாள் பூராவும் தங்கள் நினைவில் இருக்கும் என்பது.

இந்தஸான்டியாகோ டி கம்போஸ்டிலா தேவாலயமும் பிற ஆலயங்கள் போலவே பலவிதத்திலும் சரித்திரப் புகழ் பெற்றது.

ஜூலை 25-ந் தேதி செயின்ட் ஜேம்ஸின் விருந்து தினம். அந்த தினம் வாணவேடிக்கை, இசை, ஊர்வலங்களோடு கொண்டாடப்படும்.

18

மாட்ரிட்

இன்றைய தினத்தில் மாட்ரிட் ஐரோப்பாவின் மகிழ்ச்சியான தலைநகரம்.

மாட்ரிட் பற்றி 'எர்னஸ்ட் ஹெமிங்வே' கூறியதாவது: "மாட்ரிடில், ஒருவரும் போவதில்லை படுக்கைக்கு - அவர்கள் அந்த இரவை கொல்லும் வரை" என்றார். இங்கு பார்க்க வேண்டிய முக்கியமான பத்து இடங்கள்.

1. லா ப்ளாஸா டி லாஸ் வென்டாஸில் நடைபெறும் காளை சண்டை
2. சென்ட்ரோ டி ஆர் டி ரெய்னா சோஃபியா
3. ஃப்ளேமெங்கோ
4. எல் ராஸ்ட்ரோ ப்ளீ மார்க்கெட்
5. மியூஸியோ சரோலா
6. ப்ளோஸியோ ரியல்
7. தி ப்ராடோ
8. எல் ரெடிரோ பூங்காவில் ஞாயிறு
9. தி ட பஸ் க்ரால்
10. தைஸன் போர்னிமிஸா மியூஸியம்

19

லா ரெஸிடென்ஷியா

இதற்கு, 'தன்னுள் அனைத்தையும் அடக்கிய தீவின் சொர்க்கம்', - எனவும் பெயருண்டு. பின்புறம் பூராவும் ஒரே மலை

களானவை. 30 ஏக்கர் பூந்தோட்டமும், 4000 அடி மலைச்சரிவும் கொண்டது. பால்மாவிலிருந்து வடமேற்கில் 27 கி.மீ. - இல் உள்ளது. பால்மா/மலார்கா விமான நிலையத்திலிருந்து 40 நிமிட பயண தூரத்தில் உள்ளது.

இங்குள்ள அமைதி மற்றும் பாழாக்கப்படாத அழகு போன்றவற்றிற்காக ஓவியர்கள், எழுத்தாளர்கள் தொடர்ந்து இங்கு வந்து கொண்டிருக்கிறார்கள். இது சுற்றுலா பேருந்துகளிடமிருந்தும், பிற போலெரிக் தீவுகளில் உள்ளது போல அளவு கடந்த நெருக்கமான கட்டடங்களிலிருந்தும் தப்பித்து இருக்கிறது.

இளவேனிற் காலத்தில் சுற்றுலா சென்றால் நீண்ட நடைப்பயணம், நடை பயிற்சி, சைக்கிள் ஓட்டுதலுக்கு சிறந்த காலங்களாக இருக்கும். ஜூன்-ஆகஸ்ட், நீச்சலுக்கு சிறந்த காலம்.

13

ஸ்விட்ஸர்லாந்து - SWITZERLAND

நம் எல்லாருக்குமே 'ஸ்விட்சர் லாந்து' பற்றி நினைத்ததுமே நம் மனக்கண் முன்னே ஓடுவது திரைப்படப் பாடல் களின் பின்புலத்தில் வரும் ஸ்விஸ்ஸின் ஆல்ப்ஸ் சிகர பனிக்குவியல் நிறைந்த அழகு நகரம் தான். ஸ்விஸ்ஸின் கலைநயம் மிக்க, நுணுக்கமான கடிகாரங்கள், கைக்கடி காரங்கள், சிறப்புக் காவல்படை, வங்கி அனைத்துமே 'ஸ்விஸ்' நாட்டின் பட்டப் பெயரோடு இணைத்தே அழைக்கப்படும் சிறப்புப் பெற்றவை.

மத்திய ஐரோப்பாவில், நிலப்பரப்பு களால் மட்டுமே சூழப்பட்டது ஸ்விட்சர் லாந்து. ஸ்விஸ்ஸின் தலைநகர் பெர்ன். பெரிய நகரம் ஜுரிச். 75 சதவிகித பகுதிகள்

ஆல்ப்ஸ் மலைச் சிகரங்களாலேயே அமைக்கப்பட்டுள்ளன. ஐரோப்பாவின் மிக உயர்ந்த மலைத் தொடர்களும், சிகரங் களும் ஆழமான பள்ளத்தாக்குகளும் நிறைந்துள்ளது. ஸ்விஸ், ஆல்ப்ஸ், ஜுரா மலைப்பகுதிகளுக்கு இடையே 'ஸ்கையிங்' என்னும் பனி நடை நடைபெறும். உலகப் புகழ்பெற்ற ஸ்விஸ் கடிகாரங்கள் உரு வாவது ஜுரா மலைப் பகுதிகளிலேதான்.

ஸ்விட்சர்லாந்து நாட்டில் ஏரிகளுக் கும், அருவிகளுக்கும் பஞ்சமே இல்லை. எங்கு பார்த்தாலும் தண்ணீர்தான்.

உலகச் சுற்றுலா தலங்களின் வரிசை யில் முதலிடத்தைப் பெற்றிருப்பது ஸ்விஸ் நாட்டின் பயணம்தான். புகைவண்டிகள் மலையைக் குடைந்து, குகை வழிப்பாதை யிலும் செல்கின்றன. உலகின் மிக நீளமான ரெயில் குகைப் பாதை ஆல்ப்ஸ் மலையைக் குடைந்து 16.5 கி.மீ நீளத்திற்கு உள்ளது.

ஸ்விட்சர்லாந்து நாட்டில் பார்க்க வேண்டிய இடங்களில் ஒன்று ரீன் அருவி. சுவிஸ்ஸின் மிகப்பெரிய அகலமான ரீன் அருவி, 'ஹோ' வென்று சத்தத்துடன் பயங்கர வேகத்துடன் வந்து விழுவது கண்கொள்ளாக் காட்சி. அருவியை மிக அருகில் சென்று ரசிக்க பாதுகாப்பாக வழி செய்திருக்கிறார்கள். எந்த அருவியிலும் யாரும் குளிப்பதற்கு நம் நாடு போல அனுமதிப்பதில்லை. அதனாலேயே அருவி யில் வந்து ஆறாக ஓடும் நீர் படுசுத்தமாக

பளிங்கு போல் உள்ளது. இந்நாட்டில் பார்க்க வேண்டிய இடங்கள் மேலும் சில.

1
கான்டெர்ஸ்டெக்

ஸ்விட்ஸர்லாந்தின் எல்லா சாயல்களிலும், ரொம்பவும் அதிகமாக நிலைத்திருக்கிற பனிமூடிய மழைக்கால சொர்க்கமே இது. ஆனால் 19-ஆம் நூற்றாண்டின் தொடக்கத்தில், வந்த பார்வையாளர்கள், "இது பணக்கார கோடைக் கால இடம்" என்றே அதனுடைய உற்சாக மூட்டும் தன்மையையும், ஆல்பைன் மலைக் காற்றின் அணைப்பையும் கொண்டு கூறினர். உடலை மிகுந்த நிலையில் உற்சாக மூட்டவும், ஆத்மாவை நல்ல முறையில் போஷிக்கவும், ஆல்ப்ஸ் மலைச்சாரல், உலகத்திலேயே மிகவும் அழகானதாகக் கருதினார்கள். மலைகளின் உச்சியில் நடக்க வசதியான நடைபாதைகள் நிறைந்த இடமாக இருப்பது கோடைகால பயணிகளை மகிழ்விக்கிறது..

பிரமிக்கத் தக்க வகையில் உள்ள மலைகளின் காட்சிகள் அனைத்தும் நிறைய அளவில் இருப்பதால், எங்கிருந்து ஆரம்பிப்பது என்பது சங்கடமான விஷயம். ஸ்விஸ் ஆல்பைன் மலையின் வழிகாட்டி முறை ரொம்பவும் சிறந்தது. குறுகிய பயணங்களிலும் பலதரப்பட்ட பயணங்களிலும், அந்த வழிகாட்டி, தகுதிக்கேற்ற முறையிலும், நமது சக்திக்கு ஏற்ற

வகையிலும், பரந்த பள்ளத்தாக்குகளையும், பாட்டும் ஆட்டமும் நிறைந்த கூத்துக்கும், சுண்ணாம்பு கற்கள் நிறைந்ததை போல உள்ள உயர்ந்த கோபுரத்திற்கு மேலும் அதிக செங்குத்தான பக்கங்களைக் கொண்ட இடங்களுக்கும், மற்றும் பார்வையை கவர்ந்திழுக்கும் பல இடங்களுக்கு சென்று களிக்க உதவுவார்.

வசதியான, அமைதியான கான்டெர்ஸ்டெக் என்ற கிராமத்தில், வரும் பிரயாணிகளுக்கு, எந்த நடைப்பயணத்துக்கும், பிக்னிக் வசதிகளை அளிப்பதற்கு ஒப்புதல்களையும், எல்லா சாப்பாட்டு வசதிகளுக்கும் ஏற்பாடு செய்வர். முத்து/வைரக்கற்கள் போன்ற தோற்றமுடையது ஓஸ்சிநென் ஏரி. இதுவே ஸ்விட்ஸர்லாந்தின் அதிகமாக கவரும் இயற்கையான ஆச்சரியம். அயலக பிரயாணிகள் இங்கு தங்கி, மலைகளின் இடுக்குகளில் இருந்து வரும் சுகமான காற்றை சுவாசித்தும், காடுபோல கண்டுகளிக்கக்கூடிய வாசனை செடிகளின் காற்றையும் சுவாசித்து, சுகம் பெறுவார்கள்.

இது இன்டர் லேகனிலிருந்து தென் மேற்கில் 45 - கி.மீ -இல் இருக்கிறது.

ஜூன் - ஜூலை மாதங்களில் ஆல்பைன் மலர்களின் அழகு கண்களை கவரும். செப்டம்பர், அக்டோபர் மாதங்களில் குளிர்ந்த சீதோஷ்ணம்.

2
ஸ்க்லாஸ் ஹோட்டல் சேஸ்ட்

இதற்கு ஸ்விஸ் தேசத்தின் மறைந்திருக்கும் இடம் எனவும் பெயருண்டு. ஸ்விட்ஸர்லாந்தின் கிழக்கே மிகவும் அழகான, நிசப்தமான நெரிசலில்லாத இடத்திலுள்ள, இந்த 'ஸ்விஸ் விடுதி,' பழைய கலாச்சாரங்கள் இன்றும் பிரபலமாக இருக்கும் இடமாக உள்ளது. "அல்லேக்ரா" என்று சொல்லியபடி, வரவேற்கும்போது அதில் அடங்கியிருக்கும் மரியாதை போற்றத்தக்கது. இது

பாஸ்லெர் குடும்பத்தாரால் 1480 முதல் நடத்தப்படுகிறது. ஆஸ்ட்ரியாவின் எல்லையிலிருந்து, சிறிது நேரப் பயணத்தில் உள்ள இந்த பண்ணைவீடு அந்த சிறிய குக் கிராமத்தின் மத்தியில் இருக்கிறது. எண்ணற்ற நடைபாதைகளும், உயர்ந்த மலைகளும், ஊடே செல்லும் காடுகளும், மற்றவையும் சேர்ந்து, இதைப் பெருமைப்படச் செய்கிறது. இந்நாட்டின் ஒரே தேசியப் பூங்காவான, 'பார்க் நஸியுனால் ஸிவிஸ்ஸர்' 13 - மைல் தள்ளி இருக்கிறது. 16 - நடைபாதைகளும் 65 - சதுரமைல்களைக் கொண்ட ஒரு புராதன சரணாலயம் இருக்கிறது. இது குவார் டாவிலிருந்து தென்கிழக்கே 210 - கி.மீ. - இல் இருக்கிறது.

3

லுகாநோவின் அற்புதமான வீடு

லுகாநோவின் முதல் சிறப்பு என்னவென்றால், நிழல்களுடன் கூடிய ஏரிக்கரையில் நடப்பதுதான். 17 -ஆம் நூற்றாண்டின் வீடான பவோரிடா நோக்கி 'உல்லாச நடை' போவதன் சுகமே அலாதி. ப்ருஷியாவின் இளவரசர், 'லியோ போல்டு' அவர்களால் கட்டப்பட்டது இது. தற்போது பெருமதிப்பிற்குரிய "தைஸின் போர்னிமிஸ்ஸா பொருட்காட்சி"யாக விளங்குகிறது.

இந்த வீட்டின், வசீகரிக்கும் ஏரிக்கரை தோற்றம், அதன் தோட்டங்களால் பெரிதாக்கப்பட்டன. அதுவே ஒரு தீவிர கவனம் செலுத்துகிற ஒரு முக்கியமானவையாகவும் ஆகியது. செயற்கையாக அழகு படுத்தப்பட்ட செயலானது, அவ்விடத்தை சேர்ந்த 100 - பூவகைச் செடிகளும், மற்றும் மரங்களும் விட்டு, விட்டு, நட்டு ஒரு முதல் தரமான தகுதியை அளித்தது. அதனை தோட்டக்கலையின் பாரம்பரிய வழியாக கடைப்பிடித்து வந்த தைஸன் போர் நெமிஸா குடும்பத்தினர் அவர்கள் இங்கு வசிக்கின்றனர்.

இப்பொழுது நமக்கென்றே ஒரு தனிவீடு வேண்டுமென்ற ஆசையும் வரும். இங்கிருந்து பார்ப்பதற்கு 'லுகாநோ' என்ற ஏரி அழகாகவும், எந்த அறையிலிருந்து பார்த்தாலும் அதே உணர்வை ஏற்படுத்தியும் வருகிறது. சாப்பாட்டுக்குப்பின், அது ஒரு 1 - மணி நேர நடைப்பயணத்தில், அதாவது ஹோட்டலிலிருந்து, இந்த ஆச்சரியமிக்க ஏரிக்கரை நகரமான கன்ட்ரியா வந்து சேருவதற்கு ஆகும் நேரம் ஒருமணி. பிறகு கயிற்றினால் வேலை செய்யும் லிஃப்ட் மூலம், 3,000 அடி உயரமுள்ள மலையின் சிகரத்துக்கு நம்மை அழைத்துச் செல்லும். இந்த இடங்களின் தனிப்பட்ட அழகை கண்டு ரசிக்க, 5,581 அடி உயர மகா உச்சிக்கு நடந்து சென்று பார்த்தால் பொருத்தமான பெயருடைய மௌண்ட் ஜெனரஸோ உச்சியின்

அழகையும் கீழே நோக்கினால் பள்ளத் தாக்கின் இன்பத்தையும் அனுபவிக்கலாம். இது ஸூரிச்சிலிருந்து 230-கி.மீ தெற்கே உள்ளது.

சுற்றுலா செல்ல சிறந்த காலம் மே-ஜூன்; செப்டம்பர்-ஆகஸ்ட். செப்டம்பரில் பாப் இசைத் திருவிழாவும், உலக இசைத் திருவிழாவும் நடைபெறும்.

4
ஸாஸ் - ஃபீ

இதை 'ஆல்ப்ஸின் முத்து' என்றும் அழைப்பார்கள். இதைச் சுற்றிலும் 13 - கோபுர உச்சிகள் 13 அடி உயரம் வரை இருக்கின்றன. இதன் ஒவ்வொரு பாகமும் பெரிய அளவில் உள்ளது. ஸ்விஸ் மண்ணில் மிக அதிக உயரமான குவிந்த மண்டபம் 14,908 - அடி. இவை இனிய அதிர்ச்சி தரும் இயற்கைக் காட்சிகள். ஸாஸ் - ஃபீ இருப்பதிலேயே வெகு நல்ல 'பனி' நிலைமையைத் தந்து ஐரோப்பாவிலேயே முதல் இடத்தைப் பெற்றிருக்கிறது.

வருபவர்கள் தங்களது வாகனங்களை, ஊருக்கு வெளியிலேயே விட்டு விட்டு வரவேண்டுமென்பதில், மிகப் புதுமையான/விந்தையான சூழ்நிலை. மற்ற பொருத்தமற்ற நிலையும் இங்கு சில இடங்களில் காணப்படும். நகரத்துக்கு வெளியே, மலைப்பிரதேச குடிசையில் உள்ள ஹோட்டலில் என்ன தயாரிக்கிறார்களோ, அதை அப்படியே, காட்டு மலை உச்சியிலிருக்கும் இடங்களிலும், அப்படியே செய்வார்கள். ஸ்விட்ஸர்லாந்தில், பெண் சமையல்காரிகள் பொதுவாக இருப்பதில்லை. ஆனால் ஒருகாலத்தில் அகில உலகத்திலுமுள்ள சமையலை பின்பற்றி செய்பவர்கள். மிகவும் விசுவாசமுள்ள அவர்களை ஆல்ப்ஸின் முத்து எனவும் கூப்பிடுவார்கள். இது 'ஜெனிவா'வுக்கு கிழக்கில் 255.கி.மீ -இல் உள்ளது.

5
ரெஸ்டொரென்ட் ப்ரூடர் ஹோால்ஸ்

சிரமம் பார்க்காமல் இதன் உள்ளே சென்றால், திரும்பும் போது, சமையலறைக்குத் தேவையான அனைத்தையும் எடுத்துத் திரும்பலாம். ஸ்விட்ஸர்லாந்தின் சமையல் கலையில் வல்லுனர் அனைவரிலும் பிரசித்த மானவர் ஹான்ஸ் ஸ்டுக்கி என்பவர். அவர் இறக்கும் வரை அவரே அங்கு பிரபலமாக இருந்தார்.

6

க்ஸ்டாட்

இது மேகங்களுக்கு மேலே உள்ள ஓர் அரச விளையாட்டு மைதானம். நான்கு ஆல்பைன் பள்ளத்தாக்குகளின் கூடுமிடத்தில் ஓர் அற்புதமான விளையாடு

மிடம்தான் பெர்நீஸ் ஓபர்லாண்டின் க்ஸ்டாட்.

7

ஜன்க்ப்ராயுஜோக்

இது உலகத்திலேயே மிக உயரமான ரெயில்பாதை. இதில் வலம் வருவது பற்றி பல்வேறு எண்ணங்கள் உண்டு. இங்கு 11,400 அடி உயரத்தில் இருக்கும் இதுதான் மிக அதிக உயரமானது. பெர்னிலிருந்து 58 கி.மீ. தென்மேற்கிலிருக்கிறது.

ஸ்விட்சர்லாந்தின் மிக பிரபலமான சுற்றுலாக்களில் இந்த ரெயில் பாதையில் செல்வதும் ஒன்று. கூட்டம் மிகுந்த நாட்களில் இந்த ரெயில்வே ஸ்டேஷன் கிராண்ட் சென்ட்ரல் ஸ்டேஷன் போல இருக்கும். சீசனுக்கு முன்போ, பின்போ வந்தால் கூட்டத்தைத் தவிர்க்கலாம். அதனால் உலகத்தில் எங்கும் காண முடியாத மலையின் இயற்கைக் காட்சியினை தடுமாற்றம் இன்றி நிதானமாக ரசித்து அனுபவிக்கலாம். இன்டர்லேகனிலிருந்து தினமும் ரெயில் பயண சேவை உண்டு.

8

முர்ரென்

இது சுழலும் சிற்றுண்டிச்சாலை. இங்கு வருஷம் முழுவதும், பயணிகள் வந்துகொண்டேயிருப்பார்கள். இங்குள்ள கேபிள்கார் பிரபலமானது. இன்டர்லேகன் என்னுமிடத்திலிருந்து 31 - கி.மீ., தெற்கில் உள்ளது.

போக்குவரத்து நெரிசல் அதிகம் இல்லாத மலை கிராமம் முர்ரென். மலை சரிவு ரேஸ்-இன் பிறப்பிடமாகக் கருதப்படுகிறது முர்ரென்.

ஜனவரி, பிப்ரவரி மாதங்கள் பனிச்சறுக்குக்கு சிறந்த காலம். ஜுன்-ஆகஸ்ட் மாதங்கள் காட்டுப் பூக்களால் மூடப்பட்டிருக்கும். அந்த கால கட்டம் சுற்றுலா செல்வதற்கு சிறப்பாக இருக்கும்.

9

செயின்ட் மோரிட்ஸ் & தி க்ளேஸியர் எக்ஸ்பிரஸ்

இதற்கு 'சுற்றுலா ஸ்தலங்களின் ராணி' என்று பெயர். ஆல்ப்ஸின் மிகவும் பிரசித்திப்பெற்ற உல்லாசப் பிரயாண ஸ்தலமாகவும் விளங்குகிறது. இது ஸுரிச்சிலிருந்து தென்கிழக்கில் 201 - கி.மீ - இல் உள்ளது.

பொதுவாக இந்த இடம் விளையாட்டுகளுக்கு உகந்த இடமாகவும் இருக்கிறது. பனிச்சறுக்கு மற்றும் ஓட்டங்கள் இங்கு பிரசித்தி பெற்றவை. ஓட்டங்கள் மிகவும் துணிவு தேவைப்படுபவை என்பதால் பெண்கள் அவற்றில் கலந்து கொள்ள அனுமதிக்கப்படுவதில்லை. கோடை விடுமுறையை இன்பமாக கழித்து மகிழ இந்த இடத்தை தேர்ந்தெடுக்க தீர்மானிக்கலாம்.

10

டாவோஸ் - க்லோஸ்டர்ஸ்

ஆகாயத்தில் போய் உயரத்தில் தங்குமிடங்கள், எங்கிருந்தாலும் அவற்றில்

இதுவும் சில. 5120 கி.மீ உயரத்திலிருப்பதிலும் சிறப்புடையது. ஸுரிச்சுக்கு தென்கிழக்கில் 161 - கி.மீ -இல் உள்ளது.

11

லூஸர்ன் உற்சவம்

தேவையான சூழ்நிலையில், அற்புதமான பாட்டுக்கள் இசையுமிடம். ஆடம்

பரம், சபையில் கூடியிருப்பவர்களின் எண்ணிக்கை நீங்கலாக, அதன் தரத்தை மட்டுமே வைத்துப்பார்த்தாலும் லூஸர்ன் உற்சவம் மிகச்சிறந்தது. அதை தோற்கடிக் கவும் முடியாது.

12

பார்க் ஹோட்டல் விட்ஸ் நாவ்

இந்த ஹோட்டலில் மேல்தளத்தில் ஓர் அறையைப் பிடித்துக்கொண்டு, ஏரியை பார்க்கும் பகுதி சிறப்பான

துடன், குதூகலத்துக்குத் தேவையானதும் கூட. 5,896 அடி ஆல்ப்ஸ் மலை உச்சியி லிருந்து சூரிய உதயத்தைப் பார்ப்பது, ஒரு சுகமான அனுபவம்.

13

ரெய்ன் ஹோட்டல் பிஸ் செர்ஸுண்ட்

ஏரிக்கரையின் ஓரமாக நிழலில் நடந்து செல்வது ஒரு நல்ல அனுபவம். இது 'சூரிச்'க்கு வடக்கே 47 - கி.மீ -இல் உள்ளது.

14

வெர்பியர்

ஐரோப்பிய, மிக உயர்ந்த, மேலும் சிறந்த இரவு வாழ்க்கைக்கும், பெயர் பெற்றது இது. ஜெனிவாவிலிருந்து கிழக்கே, 161 - கி.மீ -இல் உள்ளது.

இளைஞர்கள், துணிவான பனிச் சறுக்கு ஆர்வலர்கள் போன்றோருக்கு இந்த இடம் கவர்ந்திழுக்கும் காந்தமாக இருக்கிறது. இந்த பகட்டான ஆனால் தளர்வான நகரத்தை, சொர்க்கத்திற்கு அருகில் உள்ளது என்று சொல்வதுதான் சரியானது என்று கருதுகிறார்கள் இங்கு சென்று வந்த சுற்றுலாப் பயணிகள்.

ஜனவரி, ஜூலை, செப்டம்பர் மாதங்களில் சுற்றுலா செல்லலாம்.

15

ஸெர்மாட்

இதனுடைய மலையுச்சி பகுதி யானது 9,600 அடிக்கு மேல் உள்ளது. கேபிள் கார் வசதியும் உண்டு. ஆங்கிலேய மலையேறும் எட்வர்டு விம்பர் தான் முதன்முதலாக 14,658 அடி மேட்டர்

ஹார்னில் ஏறி 1865-இல் சாதனை செய்தார். ஜெனிவாவிலிருந்து 241 - கி.மீ-இல் உள்ளது.

16

ஆல்பைன் கார் கால பலூன் திருவிழா

இதற்கு மெஜெஸ்டி மலையின், ஒரு பறவைக் கண்ணோட்டம் எனவும் பெயருண்டு. வருடாந்திர ஆல்பைன் பலூன் திருவிழாவின்போது 15 - தேசங்களிலிருந்து கொண்டு வரப்பட்ட 65 - உஷ்ணக் காற்று ஏற்றப்பட்ட பலூன்கள் பறக்க விடப்படுகின்றன. அதனைக் காண்பது மனநிறைவை தருவதோடு பார்வைக்கு ரம்மியமாகவும் இருக்கும். ஜனவரி

மாதத்தின்போது இத்திருவிழா நடைபெறுகிறது. லௌஸானே என்ற இடத்திலிருந்து கிழக்கே 64 - கி.மீ -இல் இருக்கிறது.

17

ரெஸ்டௌரன்ட் டி எல் ஹோட்டல் டி வில்லே

இதுவும் மற்ற எல்லா இடங்களையும் போலவே சிறந்தது. இதுவும் லௌஸானேயிலிருந்து மேற்கில் 7-கி.மீ-இல் இருக்கிறது.

இந்த ஹோட்டலின் தலைமை சமையல்காரர் ப்ரெடி ஜிரார்டெட் ஸ்விட்சர்லாந்தின் சிறந்த தலைமை சமையல்காரர் என்பதோடு, ஒரு சமயம் உலகிலேயே சிறந்தவர் என்று கருதப்பட்டார். அதோடு 1989-ஆம் ஆண்டில் 'நூற்றாண்டின் சிறந்த தலைமை சமையல்காரர்' என்றே அழைக்கப்பட்டார். இவர் திறமையால், தங்கி செல்வதற்கு சிறந்த ஹோட்டலாக கருதப்பட்டது.

18

மான்ட்ரிக்ஸ் ஜாஸ் ஃபெஸ்டிவல்

இந்த மாதிரியான திருவிழாக்களினால் தான் மலைகள் உயிரோடு இருக்கின்றன. கூடவே இனிய இசையோடு பலதரப்பட்ட பாட்டுக்களையும் கேட்க முடிகிறது.

ஜெனிவாவிலிருந்து கிழக்கே 100 கி. மீ -இல் மான்ட் ரிக்ஸ் உள்ளது.

1967-லிருந்து ஐரோப்பாவின் முன்னணி ஜாஸ் நிகழ்ச்சியாக விளங்கி வருவது மான்ட்ரிக்ஸ் ஜாஸ் திருவிழா. இது வழக்கமான பாணியில் தன்னைக் கட்டுப்படுத்திக் கொள்ளாமல் புதிய பாணிகளை வரவேற்கிறது. ஆரம்பத்தில் வெறும் 3 நாள் கொண்டாட்டமாக இருந்த இத்திருவிழா இப்போது 16 நாள் கொண்டாடப்படும் அளவு வளர்ந்துள்ளது.

மான்ட்ரிக்ஸ் கோடை கால வாசஸ் தலமானது, 19-ஆம் நூற்றாண்டிலிருந்து கலைஞர்கள், எழுத்தாளர்கள், இசைக் கலைஞர்கள் என அனைவரையும் கவர்ந்து வருகிறது.

19

பீட்டர் மான்னுடைய குன்ஸ்ட் ஸ்டூபன்

ஜூரிச்சிலிருந்து தெற்கில் 10-கி.மீ. தூரத்தில், ஏரியின் கிழக்கு கரையில் இருக்கிறது இந்த ஹோட்டல்.

பீட்டர்மான், சர்வதேச வாடிக்கையாளர்களை வைத்திருக்கிறது. ஜூரிச்சின் வெளிப்புறத்தில் ஏரிக்கரை ஓரத்தில்

அழகான சூழ்நிலையில் அமைந்துள்ளது. இங்கு உணவுகள் கூடியவரை புதிதாகவும், இயற்கையான மணத்துடனும் தரப்படுகின்றன.

20

டோல்டர் கிராண்ட் ஹோட்டல் க்ரோநென்ஹால்லே

உள்ளூர் போட்டியாளர்கள் அனைவரையும் தள்ளிவிட்டு உச்சத்திலிருக்கிறது இது.

தூய்மையான ஸ்விஸ் சௌகரியம். ஜூரிச்சின் எல்லாவற்றிலும் பாரம்பரியம் இருக்கிறது. இந்த ஹோட்டலில் பாரம்பரிய ஸ்விஸ், பிரெஞ்சு சமையல் மிகவும் நன்றாக இருக்கும். முக்கிய பகுதியாக நல்ல தோற்றத்தின் பாரம்பரியம் மாறாத இந்த ஹோட்டல் ஜூரிச் நகரில் இருக்கிறது.

21

லூசர்ன்

ஸ்விஸ்ஸின் மிக அழகான, பழைமையும் பாரம்பரியமும் இன்றைய நாகரிகமும் கலந்த மிக அழகிய நகரம். இங்குள்ள மிகப்பெரிய ஏரியும், அதில் அமைந்துள்ள வாட்டர் டவர் மற்றும் சேப்பல் பிரிட்ஜ் ஆகியவை ஐரோப்பிய புகழ்பெற்ற பழங்காலச் சின்னங்கள். இந்தப் பாலம் முழுவதும் மரத்தால் செய்யப் பட்டது. இங்கு 17-ஆம் நூற்றாண்டில் உருவாக்கப்பட்ட வண்ண ஓவியங்கள் இப்பாலத்தின் மேல்பகுதியில் இன்றும் புது மெருகழியாமல் காணப்படுகின்றன.

இந்நகரிலுள்ள மியூஸெக் சுவர் 1400 - ஆம் ஆண்டு கட்டப்பட்டது. முறையாகப் பராமரிக்கப்படும் இச்சுவர் மிக நீளமான சீன, பெர்லின் சுவர்களுக்கு இணையான புகழ்பெற்றது. இந்நகருக்கு மேலும் சிறப்பு சேர்ப்பது 1792 - இல் உருவாக்கப்பட்ட 'தி டையிங் லயன் மோனுமென்ட்' (Dying Lion Monument). பிரெஞ்சு முடியாட்சியைக் காப்பாற்றப் போராடி படுகொலையான ஸ்விஸ் வீரர்களின் நினைவாக தோர் வால்ட்சன் என்ற சிற்பியால் பல மில்லியன் ஆண்டுகளுக்கு முந்தைய கடல் மணலால் உருவாக்கப்பட்டது.

ஸ்விஸ்ஸில் மிகப் பிரபலமான ஸ்விஸ் வாட்சுகளும், நாவில் கரையும் விதவிதமான சாக்லெட்டுகளும் வாங்க, லூசர்ன் சிறந்த இடமாக உள்ளது.

லூசர்ன் ஒரு பாரம்பரிய மிக்க நகரம் என்பதால், அந்த நகரத்தை முழுக்க நடந்தே சுற்றி வந்து ரசிப்பதற்கு வசதி யாக 'சிட்டி வாக்'னு சாலையை உருவாக்கியிருக்கிறார்கள். எங்கிருந்து புறப் பட்டு எந்த வழியாக போய், எப்படி வர்ற துன்னு முழுக்க லேண்ட்லைன் போட்ட மேப்கள் அநேகமாக எல்லாக் கடை களிலும் கிடைக்கின்றன.

22

ஏஞ்சல் பார்க்

லூசர்ன் நகரத்திலிருந்து ஒன்றரை மணி நேரப் பிரயாண தூரத்திலிருக்கிறது ஏஞ்சல் பார்க். எங்கே பார்த்தாலும் வெள்ளியில் சேலை உடுத்தியது போல் பனி மலை. பச்சை பசேலென்ற புல்வெளி கள், அடர்த்தியான மரங்கள், பழைமை யான மேம்பாலங்கள் என வழி நெடுகிலும் பார்க்கின்றவர்கள் கண்களுக்கு புத்துணர்ச்சி தரும்.

அங்கிருந்து பத்தாயிரம் அடி உயரத்திலுள்ள டிக்ளஸ் மௌன்ட் என்கிற பனிமலைக்கு பற்சக்கர ரெயிலில் (காக்வீல் ரயில்) பயணமாகலாம்.

உலகிலேயே மிக உயரமான, அழகான மலைத்தொடர் டிக்ளஸ் மௌன்ட்தான். சுற்றுலாத் தலமான இந்த இடத்திற்குப் போவதற்கு இரண்டு இடங்களில் ரெயிலில் மாறிச் செல்ல வேண்டும். அப்புறம் அங்கி ருந்து கேபிள் கார் மூலமாக மலை உச்சியை அடையவேண்டும். அந்த கேபிள் கார் முந்நூற்று அறுபது டிகிரி கோணத்தில் சுற்றிக் கொண்டே மேலே ஏறும்போது சுவிட்சர்லாந்தின் முழு அழகையும் பிரமிப் புடன் ரசித்துக்கொண்டே செல்லலாம். தங்குவதற்கு ஐந்து நட்சத்திர ஓட்டல் அம் மலை உச்சியில் இருக்கிறது.

23

ஜங் ஃப்ராஜாக்

சுவிட்சர்லாந்தில் பார்க்க வேண்டிய இடங்களில் முக்கியமான இடம் ஜங்ஃப் ராஜாக். இங்கே போக வேண்டுமானால் நான்கு ரெயில் மாறவேண்டியிருக்கும். ஆனால் எந்தக் கஷ்டமும் இல்லாமல் மாறிவிடலாம். ஒரு ரெயிலில் போய் நின்றால் அடுத்த ரெயில் தயாராக

இருக்கும். யாருடைய உதவியும் இல்லாமல் சுலபமாக நாம் மாறிடலாம்.

பத்து கிலோமீட்டர் தூரத்திற்கு மலையைக் குடைந்து ரெயில் பாதை போட்டு இருக்கிறார்கள். இருட்டு, பனியால் காது அடைப்பு இது போன்ற பிரச்சினை எதுவும் நமக்குத் தெரியாத அளவுக்கு ரெயில் நம்மைக் கொண்டு போகும். ரெயிலில் ஹீட்டர் வசதி இருப்பதால் நம்ம ஊர் சீதோஷ்ண நிலையில் இருக்கின்ற உணர்வோடு அந்த மலைகளையும், மலைக்குகைகளையும் நாம் ரசித்துக் கொண்டே போகலாம்.

முழுக்க முழுக்க ஐஸால் உருவான ஒரு மாளிகையை ஜங்ஃப்ராஜாக் மலை முகட்டில் நிர்மாணித்திருக்கிறார்கள். கரடி, நாய், மனிதர்கள் என்று எங்கு பார்த்தாலும் ஐஸ் சிற்பங்கள். குளிரில் நடுங்கிக் கொண்டே அவற்றை ரசிப்பது நல்ல அனுபவம்.

24

பெர்னிஸ் ஓபர் லான்ட்

சுவிட்சர்லாந்தின் 23 மாகாணங்களில் ஒன்று பெர்னிஸ் ஓபர்லான்ட். இதன் சிறப்புகளை ஒரே வரியில் சொல்லி முடியாது. இந்த நகரில் கிடைக்காத இன்பங்களே கிடையாது.

ஐரோப்பாவின் அனைத்துப் பகுதிகளும் இதனுடன் ரெயில் மூலம் இணைக்கப்பட்டுள்ளன. சுவிஸ் பாஸ் மூலம் ஒரு மாதம் முழுக்க ரெயில், டிராம் அல்லது பேருந்தில் எந்த வரையறையும் இல்லாமல் பயணிக்கலாம்.

1848 முதல் சுவிட்சர்லாந்தின் தலைநகரமாக இருந்து வரும் பெர்ன், ஒரு சர்வதேச சுற்றுலா நகரம். பெருநகரங்கள் எதிலும் கிடைக்காத மாசுபடாத காற்றை இங்கு மட்டுமே சுவாசிக்க முடியும். நவீன வசதிகள் பெருகிவிட்ட நிலையிலும் தன் புராதனச் சிறப்பை இழக்காமல் உள்ளது பெர்னிஸ்.

ஆல்ப்ஸ்டாட் மற்றும் அதைச் சுற்றி இருக்கும் ஆஹ்ரே போன்ற பகுதிகள் உயிரோட்டமுள்ள இடமாகும். உருண்டைக் கற்கள் பதித்த தெருக்கள், நடனமாடும் செயற்கை நீரூற்றுகள், பிரபலங்களின் வண்ணமயமானச் சிற்பங்கள், (சிங்கத்துடன் சாம்சன் மல்யுத்தம் செய்யும் சிற்பம் மிகவும் புகழ் பெற்றது) என கண்டு ரசிக்க பல விஷயங்கள் இங்குள்ளன.

இந்த நீரூற்றுகளின் அருகே இரு நீண்ட கால்வாய்கள் உள்ளன. முற்காலத்தில் வசித்து வந்தவர்களின் தண்ணீர் தேவையை இக்கால்வாய்கள் தான் பூர்த்தி செய்து வந்தன. மேல் கால்வாயில் பாயும் நீரைக் குடிக்கவும், சமையலுக்கும் பயன்படுத்தினர். கீழ் கால்வாய் நீர் குளிப்பதற்கும், துணி துவைப்பதற்கு மட்டுமே பயன்படுத்தப்பட்டது.

பல அடுக்கு மாளிகைகளில் பணக்காரர்களும், குடிசை வீடுகளில் ஏழைகளும் வசித்து வந்தனர்.

4 மைல் நீளத்தில் 'ஷாப்பிங் ஆர்கேட்கள்' அமைந்துள்ளன. இந்த நகரை பாதசாரிகளின் சொர்க்கபுரி என்கிறார்கள்.

ரத்ஹாஸ்கேஸியில் மார்க்ஸமேன் நீருற்று உள்ளது. அதன் அருகில் முதலாம் நூற்றாண்டைச் சேர்ந்த மணிக் கூண்டு உள்ளது. இக்கடிகாரத்தில் ஒவ்வொரு மணி நேரத்துக்கும் 4 நிமிடங்கள் முன்பு சிறு கரடிகள் (பொம்மைகள்தான்) நடனமாடும். கூடவே கோமாளி உருவங்கள் முரசு கொட்டும். ஒரு மணி நேரம் ஆனதும் சேவல் கூவி நேரத்தை அறிவிக்கும். இந்த ஓசையைக் கேட்டதும்தான் தனது மணற் கடிகாரத்தை தலைகீழாக கவிழ்த்து வைப்பாராம் அரசர்.

தலைநகரில் சொல்லும்படியான அளவு பரபரப்பு கிடையாது. 23 சுய அதிகாரமுள்ள மாகாணங்கள் ஒருங்கிணைந்ததுதான் சுவிட்சர்லாந்து அரசாங்கம்.

25

சுவிட்சர்லாந்து பாராளுமன்றம்

பச்சை நிற மாடங்கள் உள்ள மிகப் பெரிய அரண்மனைதான் சுவிட்சர்லாந்து பாராளுமன்றம். எந்த இடத்திலிருந்து பார்த்தாலும் இந்த மாடங்கள் தெரியும் என்பதுதான் இந்த இடத்தின் தனிச் சிறப்பு. சுவிட்சர்லாந்தில் இலவசமாக சுற்றிப் பார்க்க அனுமதிக்கப்படும் பல இடங்களில் இதுவும் ஒன்று.

இந்த அரண்மனை ஓர் அழகிய கலைக் கூடம் போன்று நுணுக்கமான சிற்பங்கள் மற்றும் ஓவியங்களால் அலங்கரிக்கப்பட்டுள்ளது. நாட்டின் முக்கிய நிகழ்வுகள் மற்றும் வரலாற்று உண்மைகளை இவை பிரதிபலிக்கின்றன.

பாராளுமன்ற அவை, தேசிய கவுன்சில் மற்றும் மாநில கவுன்சில்களை உள்ளடக்கியது. இரண்டு அவைக்குமே சமமான அதிகாரம் உள்ளது. இதன் உறுப்பினர்கள் வெளி நிறுவனங்களில் பணிசெய்துவருபவர்கள். கூட்டத்தொடரின் போது, அவையில் பங்கேற்க வசதியாக இவர்களுக்கு விடுமுறை தரப்படுகிறது.

அவையில் எந்த அமைச்சகம் பற்றி கேள்வி எழுப்பப்பட்டாலும், சம்பந்தப்பட்ட அமைச்சர், தவறாமல் கலந்து கொண்டு பதில் அளிக்கிறார். அவையில் ஜெர்மனி, பிரெஞ்ச், மற்றும் இத்தாலிய மொழிகள் பேசப்படுகின்றன.

49, கிராம்கேஸி என்ற இடத்தில் ஆல்பர்ட் ஐன்ஸ்டீன் வீடு உள்ளது. இந்த வீட்டில் அந்த மாபெரும் விஞ்ஞானியின் புகைப்படங்கள் மற்றும் அவரது கடிதங்கள் பார்வைக்கு வைக்கப்பட்டுள்ளன.

15-ஆம் நூற்றாண்டைச் சேர்ந்த ‘மிடிவல் மாஸ்டர்’ தேவாலயம் பயணிகள் பார்க்க வேண்டிய இடமாகும். பெர்னிஸில் உள்ள தேவாலயங்களிலேயே இதுதான் அதிக உயரமுடையது.

26

இண்டர் லோகன்

ஆஷ்ரே ஆற்றின் குறுக்கே 11 பாலங்கள் உள்ளன. இவற்றில், 1498 - ஆம் ஆண்டு கட்டப்பட்ட அண்டர்டார்புரூக் பாலம்தான் மிகவும் பழைமையானது. இப்பாலங்களில் ஒன்று பேரன் கிராபேனை (கரடி பள்ளம்) இணைக்கிறது. இங்கு சுற்றுலாப் பயணிகள் கேரட்டுகளை வீசியபடி, கறுப்பு மற்றும் பழுப்பு நிறக் கரடிகளைப் பார்த்து ரசிக்கிறார்கள். ஈஸ்டர் தினத்தன்று, புதியதாய் பிறந்த கரடிக் குட்டிகள் இங்கு பார்வைக்கு வைக்கப்படுகின்றன.

ரோசன் கார்டென் செல்ல செங்குத்தான மலை ஏற வேண்டும். சிரமம் பார்க்காமல் செல்பவர்களுக்கு இரண்டு அனுகூலம். பழைய மற்றும் புதிய நகரங்களின் அருமையான காட்சி. மற்றும் மலிவான, ஆனால் சுவை மிகுந்த உணவு.

ஓபர்லேண்டில் பிரையன்ஸ், துன் என்ற மிகப்பெரிய ஏரிகள் உள்ளன. இந்த ஏரிகள் சந்திக்கும் இடம் இண்டர் லோகன். 1770 அடி உயரத்தில் அமைந்துள்ள இந்த சிறு நகரம் மிகவும் அழகானது. ஒரு சீசன் முழுவதும் தங்கியிருந்தால் மட்டுமே இங்கு நடைபெறும் விளையாட்டுகள் மற்றும் இதர கேளிக்கைகள் அனைத்தையும் ரசிக்க முடியும்.

2970 மீட்டர் உயரமுள்ள ஷித்தோம் மலை பார்வையாளர்களைக் கவரும். இண்டர் லோகனுக்கு கிழக்கிலிருந்து

ஏய்கர் (3970மீ.) மொங்கி (4,099மீ.) மற்றும் ஜுங்ஃப்ராவ் (4,158மீ.) சிகரங்களைப் பார்ப்பது கண்கொள்ளாக்காட்சி.

29

ஸ்டிஷெல்பெர்க் பள்ளத்தாக்கு

இண்டர்லோகனில் இருந்து ரெயில் மூலம் லாட்டெர்ப்ரூனென் செல்ல வேண்டும். இங்கிருந்து 876 மீ. உயரத்தில் இருக்கும் ஸ்டிஷெல்பெர்க் போகும் பாதை மிகவும் ரம்மியமானக் காட்சி களைக் கொண்டது.

மலைகளும், நீர்வீழ்ச்சிகளும் சூழ்ந்த அற்புதமான இடம் ஸ்டிஷெல் பெர்க் பள்ளத்தாக்கு. செங்குத்தான பனிமலைச் சிகரங்களிலிருந்து அசுர வேகத்தில் பாயும் நீர்வீழ்ச்சிகள், சம தளத்தில் பாய்ந்து ஆஹ்ரே ஆறுடன் கலக்கின்றன. ‘ஹோ’ வென்ற இரைச்சலுடன் விழும் இந்த நீர்வீழ்ச்சிகளின் சாரலில் நனைவது ஒரு சுகமான அனுபவம். சாகச விளையாட்டு களுக்கும் இங்கு பஞ்சமில்லை. நூறு சுவிஸ் பிராங்குகள் கொடுத்து ஹெலிகாப்டர் மூலம் மலை உச்சிக்குப் போய், அங்கிருந்து ‘பாராகிளைடர்’ மூலம் வானில் வட்ட மடித்து, கீழே வரலாம். அது மட்டுமின்றி காலில் நீண்ட கயிறு கட்டிக் கொண்டு தலைகீழாய் குதிப்பது, நீர் சாகசங்கள், கட்டு மரப் பயணம் போன்றவற்றிலும் ஈடுபட்டு புத்துணர்ச்சி பெறலாம்.

பேருந்து மூலம் லாட்டெர்ப் ரூனனுக்கு திரும்பும் வழிகளில் ட்ரூமெல் பேக் நீர்வீழ்ச்சி அமைந்துள்ளது. அடுக் கடுக்கான 10 பனிமலைச் சிகரங்களிலிருந்து நொடிக்கு 20,000 லிட்டர் தண்ணீர் நீர் வீழ்ச்சியாகப் பாய்கிறது. இப்பள்ளத் தாக்கில் பல சிறப்பம்சங்கள் உண்டு.

இங்கு ப்ளூயெம்லிசாகாப், லாட்ச் பெர்க் என்ற இரண்டு ஸ்டீமர்கள் ஆறு களைக் கடக்க பயன்படுகின்றன. ஒன்று சுற்றுலாப் பயணிகளுக்கென்றே பிரத்தி யேகமாக இயங்குகிறது. வரலாற்றுச் சிறப்பு மிக்க துன்கோட்டை 1429 - ஆம் ஆண்டில் கட்டப்பட்டதாகும். இங்கு புராதன நாணயங்கள், வீட்டுச் சாமான்கள், விவ சாயக் கருவிகள், பொம்மைகள் போன்ற அருங்காட்சியகம் ஒன்றும் உள்ளது. இக்கோட்டையிலிருந்து ஆல்ப்ஸ் மலை யைப் பார்ப்பதே மிகவும் வித்தியாசமான அனுபவம்.

■■■

14

*செக் ரிபப்ளிக் - CZEC & SLOVAKIA

1

ஸெஸ்கி க்ரும்லோவ்

ஸெஸ்கி க்ரும்லோவ், மனதில் பதியத்தக்க ஒரு சரித்திரத்தை அடைந்திருக்கிறது. ஆனால் அது ஒரு துடிப்புடன் வாழும் நகரம். மேலும், அது உண்மையான 'பொஹிமியன்' கிராமப்புற வாழ்க்கையை பிரதிபலிக்கிறது. முக்கியமாக சீஸனில்லாத நேரங்களில், அதுவும் தொடர்ந்து கொண்டே இருக்கும் உல்லாசப் பிரயாணிகளின் வருகை குறைந்து கொண்டு வரும்போது.

செக் கோட்டைகள் ஒரு டஜனுக்குக் குறைவாக இருக்கும். ஆனால் 300-அறைகளைக் கொண்ட இது 'ப்ரேக்'குக்குப் பிறகு செக் ஜனநாயகத்தில், இரண்டாவது பெரிய இடமாக இருக்கிறது. 300 வருஷங்களுக்கு, இது ரோஸென்பெர்க் சாம்ராஜ்யத்திற்கு அதிகாரப்பூர்வ வாசஸ்தலமாக இருந்தது. இந்த சக்திவாய்ந்த குடும்பம் 1316 - முதல் 16-ஆம் நூற்றாண்டு வரை தெற்கு பொஹிமியாவை ஆண்டு வந்தது. அதில் உள்ள ஒவ்வொரு மூலை முடுக்குகளிலும், புராதனங்களை, அதில் தங்கினால் பார்க்கலாம். வளைந்தும், சுற்றிச் சுற்றியும் வரும் நதிகளின் இடையே இருக்கும் மிக பிரபலமான இடமும் கூட.

செக் ஜனநாயகம் பீர் உற்பத்திக்கு பெயர் போனது. 'ஸெஸ்கி க்ரும் லோவ்' சொந்தமாகவும் ஒரு மதுபான உற்பத்தி நிலையத்தையும் வைத்திருக்கிறது. அது தான் எக்கன் பெர்க்.

இது ப்ரேகிலிருந்து தெற்கே 180 கி.மீ. -இல் உள்ளது.

* 'செக்கோஸ்வேக்கியா' தற்போது 'செக்' 'ஸ்லோவேக்கியா' என இரு நாடுகளாகிவிட்டது

சுற்றுலாவுக்கான சிறந்த காலம் இளவேனிற் காலம்.

ஆகஸ்ட் மாதத்தில் ஒரு வாரம் சர்வதேச இசைத் திருவிழாவும்; ஜூலை மாதத்தின் கடைசி வாரத்தில் அதிகாலை இசையின் திருவிழாவும் நடைபெறும்.

உ

கோட்டைகள் மாகாணம்

இது ஒரு 'தெய்விக' தன்மையோடு இருப்பதோடு நல்ல வலிமைக்கும், புகழுக் கும் ஓர் அரசியல் சின்னமாகவும் விளங்கு கிறது. இந்த பொன் நகரின் மேற்கு பக்கத்தில் உயர்ந்த உச்சியில், ஐரோப்பாவி லுள்ள, மிக அழகான இடங்கள் இருக் கின்றன. ப்ரேக் கோட்டை வளைந்து ஓடும் வல்டாவா ஆற்றின் கரையில் இருக்கிறது. இதற்குப் பின்னால், செயின்ட் வைடஸ் மடாலயமும் இருக்கிறது. மலை உச்சியில், நகரத்தினுள் ஒரு நகரமாக விளங்கும் இங்கு நிதானமாக நடந்து சென்றால், அந்த நதியின் ஈர்ப்பையும் ஐரோப்பிய கட்டடக்கலை பாங்கில் உள்ள சார்லஸ் பாலத்தையும் பார்க்கலாம்.

அந்த கோபுரத்தின் உச்சியும், தளங் களின் கற்பனைக் கோடுகளும், செயற்கை யாக எண்ணிப் பார்த்தால், அவை யாவும் ஆகாயத்தின் தொடுவானத்திற்கு மிக அதிக உயரத்திலிருப்பதைப் போல காண் பிக்கும். இது வலது, இடது இருபக்கங் களிலும் அதே போலவே இருக்கும். ப்ரேக் கோட்டையானது ஞாபகார்த்தமான ஓர் அரண் போலவும், 10 முதல் 20-ஆம் நூற்றாண்டுவரை வியாபித்திருந்ததாகவும் விளங்குகிறது.

பக்கத்தில், க்ராவ்லோஸ்கி அரண் மனை என்றழைக்கப்பட்டது பொஹிமியா வின் தலைவர்களின் வீடுகளாக இருந்தது.

சார்லஸ் பாலத்திலிருந்து, சுமார் 100 - கெஜ தூரத்தில் இருக்கிறது அந்த நான்கு காலங்களிலும் சோபிக்கும் ப்ரேகின் உண்மையான ஆடம்பர ஹோட்டல். இந்த ஹோட்டலின் பெரும்பாலான இடங்களி லிருந்து, இன்பகரமான நதியோட்டங் களையும், மலை உச்சிக்கோட்டைகளை யும், பார்க்க மிகவும் ரம்மியமாக இருக்கும்.

௩

சார்லஸ் பாலம்

இது ஐரோப்பாவின் நீண்டதும், மற்றும் அதிக அழகுமுடைய ஒரு பாலம். புனித ரோமன் சக்கரவர்த்தியாகவும், பொஹிமியா, மொராவியா இவற்றுக்கு

அரசராகவும், இருந்த சார்லஸ் - IV, ஆட்சி செய்து வந்த நாட்கள், 14-ஆம் நூற்றாண்டின் மகிழ்ச்சிகரமான நாட்கள். அந்த நகரத்தில் சார்லஸ் ஒரு பல்கலைக் கழகத்தை ஏற்படுத்தினார். மேலும் அவர் பேரில் உள்ள சார்லஸ் பாலத்தையும் திறந்து வைத்தார். அங்கு மேலும் 14-பாலங்களும் இருக்கின்றன. இவை சுழன்று செல்லும் தண்ணீருடைய வல்டாவா ஆற்றின் மேல் உள்ளன.

இந்த பிரசித்திப் பெற்ற பாலத்தை ஒரு நாளின் வெவ்வேறு நேரங்களில் மாறி, மாறி பார்க்க வேண்டியது அவசியம். அதிகாலை நேரங்களில், ஒவ்வொரு நாளும், அந்த வாத்துகள் ஓட்டத்தில் வல்டாவாவை பார்க்கும் போது, அந்த பாலமே நம்முடையது போலவும், அதைச் சுற்றியிருக்கும் இலைகள் பறந்து செல்லும் பிசாசுகள் போலவும், அந்த பனியில் மறைவதும் கண் கொள்ளாக் காட்சி. நடுப்பகல், அங்கு வசிப்பவர்கள் அனைவருக்கும், யாத்ரீகர்களுக்கும், ஏனைய தெருக்களில் வித்தை காண்பிப்பவர்களுக்கும், டி- சட்டை வியாபாரிகளுக்கும், அதை போல இன்பத்தையும், மகிழ்ச்சியையும் கொடுக்கிறது. இரவில், கூட்டம், கூட்டமாக இருந்து, அருந்தும் விருந்து முதலியவற்றுக்கு, அந்த பாலம் ஒரு மாயாஜாலமாக இருந்து எல்லாரையும் நிசப்தத்தில் ஆழ்த்துகிறது.

அந்த பாலத்திலிருந்து, நீட்டிய கையளவு தூரத்தில் உள்ளது அந்த இன்பம் தரக்கூடிய விடுதி யூ ட்ரி ப்ஸ்ட்ரோ. அது செந்தூர மரத்தின் கிளைபோல விருந்தினர் அறைகளையும், நேர்த்தியான இரவு உணவையும் கொடுக்கிறது.

4

பழைய நகர சதுக்கம்

இது சிகரங்களின் நகரத்தின் இதயமும், ஆத்மாவும் எனவும் கூறப்படு

கிறது. மிகப் பழைமை வாய்ந்த ப்ரேக் நகரத்தின் போற்றத்தக்க கலை நுணுக்கங்களுடன் கூடிய ஒரு பகுதி. இது சார்லஸ் பிரிட்ஜுக்கு அருகில் வல்டாவா ஆற்றின் கிழக்குக் கரையில் இருக்கிறது. இங்கு வருத்தத்தின் ஒரு சிறு சாயல்கூட கிடையாது. இன்று இந்த சதுக்கம் ஓர் உண்மையான மேடையாக, வெளிப்புற குடைகளோடு சிற்றுண்டிச்சாலைகளாக, சிறந்து விளங்குகின்றன. 200 அடி உயர கோபுரத்தில் ஏறுவது (இது முந்தைய டவுன் ஹாலாக இருந்தது), அங்கிருந்து, கண் கூசக்கூடிய பிரகாசமாகவும், மாறி மாறிவரும் 100-கோபுரத்தின் கூரிய கும்பங்களாலும், கவரப்படுகிறார்கள். இது அடையாளம் காணக்கூடிய ஒரு சிறந்த இடம்.

டிசம்பர், ஜனவரிகளில் வருடாந்திர கிறிஸ்துமஸ் சந்தை நடைபெறும். பிரம்மாண்டமான கிறிஸ்துமஸ் மரத்தை சுற்றி திறந்தவெளி இசை நிகழ்ச்சிகள் நடைபெறும். ஈஸ்டர் மார்க்கெட்டும் உண்டு.

5

கார்ல்ஸ்பாத்

கோதே என்பவர், இங்கு 16-வருஷக் கோடைகாலங்கள் இருந்து அனுபவித்து எழுதினார், "நான் ஏதோ ஒரு சொர்க்க லோகத்திலிருந்ததைப் போல, அதாவது தீங்கற்றதும், தன்னிச்சையாயும் இருக்குமிடத்தில் இருந்தது போலவும், உணர்கிறேன்" என்று. அந்த அளவு பிரபலம் இது.

செக் ரிபப்ளிக்கிலுள்ள இன்னும் செயல்பாட்டில் இருக்கிற 30 ஆரோக்கிய மருந்து நீருற்று நகரங்களில் பெரியதும் மிகவும் கீர்த்தி வாய்ந்ததும் கார்ல்ஸ்பாத். இங்குள்ள இயற்கையான நீருற்று மூலிகை நீரை உற்பத்தி செய்வதால் குணமளிக்கக் கூடியதாகவும் உள்ளது. அழகான, காடு நிறைந்த பள்ளத்தாக்கில் அமைந்துள்ள கார்ல்ஸ்பாத் நேர்த்தியை தன்னிடம் நிறுத்தி வைத்துள்ளது. 19-ஆம் நூற்றாண்டின் கட்டடக்கலை ஆதிக்கம் செலுத்துகிறது.

இது ப்ரேக்கின் மேற்கே 120 கி.மீ-இல் இருக்கிறது. ஜூலை மாத ஆரம்பத்தில் சர்வதேச திரைப்பட விழா நடைபெறும்.

6

எஸ்டேட்ஸ் தியேட்டர்

ப்ரேக் - இசையின் நகரம் என்று அழைக்கப்படுகிறது. அங்கு அமைந்துள்ளது எஸ்டேட்ஸ் தியேட்டர். செப் - ஜூன் கால கட்டடத்தில் அங்கு இசைக்கச்சேரி இசை நாடகம் நடைபெறும் சீசன். 'ஸிடி ஆஃப் மியூஸிக்'கில் மொஸாரட் வாழ்கிறார் என்றும் சொல்லுவர். ப்ரேக் - இணையற்ற நற்பண்புகளின் மறுமலர்ச்சியானதாகும்.

நாற்பது ஆண்டுகால கம்யூனிஸ்ட் ஆட்சி முறை முடிவுக்கு வந்ததிலிருந்து ப்ரேக் இணையில்லாத கலாச்சார மறுமலர்ச்சியை அனுபவித்து வருகிறது. கௌரவமான சர்வதேச விழாக்களினால் மீண்டும் இசை விரும்பிகளின் கனவாகவும், முதல் தரமான இசைக் கலைஞர்களுக்கு ஈர்க்கும் காந்தமாகவும் உள்ளது. மே மாத ஆரம்பத்திலிருந்து 3 வாரத்திற்கு ப்ரேக்கில் வசந்தகால இசை விழா கச்சேரிகள் நடைபெறும்.

7
யுப்ளெக்கு

"எங்கெல்லாம் 'பீர்' காய்ச்சப்படு கிறதோ, அங்கெல்லாம் நன்றாகவே இருக் கிறது" என்பது இங்குள்ள ஒரு கூற்று. "எப்போதெல்லாம் 'பீர்' குடிக்கிறார் களோ, அப்போது வாழ்க்கை நல்லதாக இருக்கிறது." என்பது ஒரு 'செக்கோஸ்லோகி யாவின்' பழமொழி. ஆனால் நடைமுறை யில் இது வேறு என்பதன் எடுத்துக்காட்டு ப்ரேக் நகரில் உள்ள இந்த 'யுப்ளெக்கு.'

யுப்ளெக்கு தனது பிரபலமான காட்டமான சாராயத்தை ஏற்றுமதியும் செய்வதில்லை, பாட்டிலிலும் அடைப்ப தில்லை. முழு உலகமும் இங்கு வருவதால் அதற்கு தேவை இல்லை. ஆறு அறைகள், வெளிப்புற தோட்டம் கொண்ட இந்த

சாப்பாட்டு விடுதி இங்கு வரும் கூட்டத் திற்கு போதுமான இடமாக இருக்கிறது. குளிர் மற்றும் இருண்ட மாரிக்கால மாலை களில் சுகமான சூழ்நிலையை உணரலாம். பெரும்பாலான கோடைக்கால வார இறுதியில் பாரம்பரிய இசையை ரசிக் கலாம். அதற்காகவே இங்கு வரும் சுற்றுலாப் பயணிகளும் உண்டு.

■■■

15

ஹங்கேரி - HUNGARY

1

மலைக்கோட்டை

இங்குதான் சரித்திரமும், இயற்கைக் காட்சியும் மக்களின் கவனத்தை கவர்வதற்காக போட்டியிடுகின்றன. டான்யூப் ஆற்றின் இடது பக்கக்கரையில், இந்த மலையாகவுள்ள, புதாபெஸ்ட்டின் பழைய பகுதியானது இருக்கிறது. அதனுடைய உயரமான இடத்தில், ஆசையோடு கட்டப்பட்ட புடா கோட்டை/அரசர்களின் அரண்மனை இருக்கிறது. டான்யூப் நதித் தோற்றமும், பெஸ்ட்டின் ஞாபகார்த்தமான கட்டடங்களும் ஏராளம். அங்கு சென்றடைவதும், ஒருவகை நாடகம் போலவே இருக்கும். தொந்தரவு கொடுக்கும் பிராணிகளிடமிருந்து, டான்யூப் நதியை கடந்து, புடாபெஸ்டின் நன்றிக்கடனுடன், அடையாளம் காட்டும் செயின் பிரிட்ஜ் (சங்கிலி பாலம்)ஐயும் கடந்து சென்றால்,மலைக்கோட்டையை அடையலாம்.

அந்த மாபெரும் புடா கோட்டை, அந்த நகரத்திலேயே உள்ள ஓர் யுத்த தந்திரமிக்க இடத்தில் கம்பீரமாக இருக்கிறது. ஏழு நூற்றாண்டுகளுக்கு முன் ஒரு குடியிருப்புக்கேற்ற, கவர்ச்சிகரமான, வீடானது அது. இப்போது நான்கு கண்காட்சிகளை உள்ளடக்கியதாக விளங்குகிறது. இதில் ஹங்கேரியன் தேசிய காலரியும் இருப்பதில் பெருமையடைகிறது. மேலும், முதலாம் உலகப் போரில் உபயோகித்த 9-மைல் நீளம் கொண்ட சுரங்கப் பாதைகளும் உள்ளன. 7-மாடி கொண்ட மீனவர் தளத்திலிருந்து பார்த்தால், அதிலும் முக்கியமாக மாலை வேளைகளில் ஊக்கமளிப்பவையாக இருக்கும்.

பக்கத்திலிருக்கும் மிக பிரசித்திப் பெற்றதும், முக்கியமானதுமான விடுதி ஹில்டன் என்பது. ஒரு டஜனுக்கு மேலுள்ள விடுதிகளில் சிறந்ததான இந்த ஹோட்டலின் சிறிய கேளிக்கைக் கூடம்

மிகவும் இன்பகரமானது. இங்கு கோடை காலத்தில் நடைபெறும் சாஸ்த்ரிய சங்கீதக் கச்சேரிகள், மிகவும் கவரக்கூடியதாகவும், மகிழ்ச்சி தரக்கூடியதாகவும் இருக்கும்.

உ

தி டான்யூப் வளைவு

பெஸ்ட்டிலிருந்து புதா எங்கு பிரிகிறதோ, அதற்கு வடக்கில், அகன்ற டான்யூப் நதி, ஒரு குறுகிய பள்ளத்தாக்கில் திரும்பித் திரும்பி சென்று வருவதை, பலரும், ரொம்பவும் வசீகரமாக இருக்கிறது என்கின்றனர். இதுதான் அந்த புகழ்பெற்ற டான்யூப் வளைவு என்கின்றனர். டான்யூப் வளைவிற்கு புடாபெஸ்டிலிருந்து ஏப்ரல்-அக், படகு போக்குவரத்து உள்ளது.

ஆற்றோரமுள்ள நகரங்களில், மிகவும் பிரசித்திப்பெற்ற ஸென்டென்டேர் 1920 - இலிருந்து அனைவரும் விரும்பும் கலைஞர்களின் காலனியாக இருந்து வருகிறது. அந்த எல்லைக்குள் இன்றும் ஒரு டஜன் ஆசாரமான சர்ச்சுகள் இருக்கின்றன. சுற்றுலாப் பயணிகள் கைவினைப் பொருள்களை கடைகளிலிருந்து நிறைய வாங்கிக் கொள்கிறார்கள். காபிக் கடைகளில் வீண்பொழுது போக்குகிறார்கள்.

மற்றும் பல வழிகளிலும் பல இடங்களிலும் நேரத்தைச் செலவு செய்கிறார்கள்.

இன்னும் கொஞ்சம் வடக்கில் எஸ்டர்காம் இருக்கிறது. இது 12 முதல் 13-ஆம் நூற்றாண்டு வரை மாக்யார் ராஜ்யமாக இருந்தது. ஹங்கேரியன் கத்தோலிக்க மாதாகோவிலாக, அது தேசத்தின் முக்கிய புண்ணிய ஸ்தலமாக இருக்கிறது. 19-ஆம் நூற்றாண்டில் கட்டப்பட்ட இது ஹங்கேரியின் மிகப் பெரிய மடாலயம்.

ஸென்டென்டேர் புடாபெஸ்டுக்கு வடக்கில் 21-கி.மீ. தூரத்தில் உள்ளது. 1½ மணி நேர படகு சவாரி தூரத்தில் உள்ளது. எஸ்டர்காம் புடாபெஸ்டுக்கு வடக்கே 64 கி.மீ.-இல், 4 மணி நேர படகு சவாரி தூரத்தில் உள்ளது.

௩

கெர்பியாடு

கிழக்கே கடைசியாக இருப்பது, இந்த புடாபெஸ்ட்டின் புகழ்பெற்ற கெர்பியாடு காபிக்கடை. இது ஒரு ஹோட்டல்.

வேகத்தில் சென்று கொண்டிருக்கும் நகரத்தில் ஓய்வெடுக்க ஒரு பாலைவனச் சோலை கெர்பியாடு. உலகில் வேகமாக வளர்ந்து கொண்டிருந்த நகரங்களில் புடாபெஸ்டும் ஒன்றாக இருந்தது. எழுத்தாளர்கள், கலைஞர்கள், அரசியல் வாதிகள், பத்திரிகையாளர்கள் போன்றோருக்கு இங்குள்ள காபிக் கடைகள்தான் இரண்டாவது வீடாக இருந்தன. அவர்களின் தேவைகளை மனதில் கொண்டு 1858-இல் திறக்கப்பட்டது கெர்பியாடு.

சாக்லேட் விரும்பிகளுக்கு ஏற்ற இடம் கெர்பியாடு. தினமும் அங்கு டஜன் கணக்கில் வெவ்வேறு விதமான சாக்லேட்டுகள் தயாரித்து வழங்கப்பட்டு வாடிக்கை

யாளர்களை, எதை தேர்ந்தெடுப்பது என்பது புரியாமல் செய்து திணற அடிக்கிறது.

4
குன்டெல்

புடாபெஸ்ட்டிலுள்ள அலங்காரமான, மிக பிரசித்திப் பெற்றதுமான ரெஸ்டாரன்ட் இது.

இந்த குன்டெல் சாப்பாட்டு விடுதி புடாபெஸ்டின் புதுமையான, மிக பிரபலமான ஒன்றாகும். நாட்டின், ஏன் கிழக்கு ஐரோப்பாவிலேயே சிறந்தது என பரவலாக கருதப்படுகிறது. பழைய பாணியில் அமைந்த சாப்பாடு வகைகள் மகிழ்ச்சி தருகிறது. குன்டெல்லின் வசீகரமான நாட்களில் இருந்தது போன்ற முதல் தரமான உணவுகள் தயாரித்து தரப்படும்.

குன்டெல்லுக்கு அருகிலுள்ள அதன் சகோதர நிறுவனமான பகோலி வாரில் உணவுகள் நிறைவாகவும், குறைந்த விலையிலும், வீட்டு பாணியிலும் கிடைக்கும்.

5
நீர் ஊற்று

ஹங்கேரியில் 1000க்கு மேல் பூமிக்கடியில் சுடுநீர் ஊற்றுகள் இருப்பதாக சொல்லப்படுகிறது. இதில் புடாபெஸ்ட்டுக்கு அடியில் மட்டும் 80 ஊற்றுகள் இருப்பதாக சொல்கிறார்கள்.

■■■

16

போலந்து - POLAND

1

வாவெல் மலை

இதுவே போலந்து நாட்டின் தன்மைக்கு அடையாளமாகவும் அமைகிறது. அரசர் அரண்மனை மற்றும் தேவாலயம் ஆகியவற்றை அடக்கிய வாவெல் மலை, விஸ்துலா நதிக்குமேல் கடும் பாறையில் அமைந்திருக்கிறது. இது 500 வருடங்களுக்கு மேலாக, போலந்து அரசர்களின் அரண்மனையாக இருந்தது. இது 16 -ஆம் நூற்றாண்டின் இறுதி வரை அரண்மனையாகவே இருந்தது. அதாவது வார்ஸா போலந்தின் தலைநகரமாகும் வரை. 'வாவெல்' போலந்து அரசின் சின்னமாக விளங்குகிறது. 'நாஸி'க்களால் இது சூறையாடப்பட்ட நிலைக்குப் பின்பும் வளர்ந்தது. அப்போது இது, இரண்டாம் உலகப் போரின் போது, உள்ளூர் தலைநகரமாக இருந்தது. மேற்கூரையில் வண்ண ஓவியங்களும், மேலும் ஆடம்பரமான மரமேஜை, நாற்காலிகளும் ஆகியவற்றுக்காக பணத்தை அள்ளி செலவு செய்திருந்தது. அங்கு சென்றால், ஆர்வமிக்க போலந்து குழந்தைகள் நம்மை சூழ்ந்துகொண்டு அவர்களின் பழைய கால முன்னோர்கள் சரித்திரத்தை பற்றி தெரிந்து கொள்ள ஆசைப்படுவார்கள். ஆக க்ராகோ மிக போற்றப்படுகிற போலந்து நகரமென்றும், அதுவே ஐரோப்பாவின் பொறாமை மாதிரியும் பார்க்கப்பட்டது.

மிகப் பிரசித்திப் பெற்ற 1364 தேவாலயம், தேசத்தின் புனிதமான இடம் என்றழைக்கப்படுகிறது. மேலும் இந்த இடம் 1963 முதல், மதகுரு கரோல் வோஜ்ட்ய்லா, அவர் போப் ஜான் பால் - II ஆக தேர்ந்தெடுக்கப்படும் வரையில் அவருடைய இடமாக இருந்தது. பல நூற்றாண்டுகள், போலந்து அரசர்கள் அங்கு முடிசூட்டப்பட்டார்கள். பிறகு

அங்கே புதைக்கவும் பட்டார்கள். வீரர் களும் தியாகிகளும், ஒருங்கே புதைக்கப் பட்டதும் இங்கேதான்.

வார்ஸா போல் இல்லாமல், க்ராகோ இரண்டாம் உலக யுத்தத்தின் அழிவிலிருந்து காப்பாற்றப்பட்டிருக்கிறது. அதனுடைய பெரிய சரித்திரமும், மேலும் கலை வேலைப்பாடுகளின் சேர்க்கையும், எங்குமே கண்கூடாகக் காணப்படுகிறது. கோட்டையிலிருந்து முக்கியமாக கோட்டையின் கோபுரத்திலிருந்து, பழைய நகரமாகிய ஸ்டாரே மியாஸ்டோவை முற்றிலும் பார்க்க முடிகிறது. இந்த நகர மானது நான்கு சதுர மைல்களுடன், பாது காப்பான தெருக்கள், நூற்றாண்டுகளைக் கண்ட கட்டடங்களுடனும், ஐரோப்பா வின் மிகச்சிறந்ததும், அதிகாரபூர்வமானது மான நகரமாகவும் விளங்குகிறது.

௨

ரைநெக் க்ளோநை

ஐரோப்பாவின் மிகப் பெரிய மத்திய கால வியாபார ஸ்தலமாக விளங்கும் இது போலந்து நாட்டின் க்ராகோ நகரில் அமைந்துள்ளது. இது ரிப் வான் வின்கிளின் கனவில் உதித்தது.1990-இன் முந்தைய பகுதியில், விழித்தெழுந்து ஒரு புத்துணர்வு பெற்று பின்பு வியாபார ஸ்தலமாக மாறியது.

இங்குள்ள எல்லா சாலைகளும் இந்த கண்டத்தின் பெரிய, மிகவும் நம்பத்தகுந்த மத்திய கால மார்க்கெட் சதுக்கம் என நகரின் எல்லா சதுக்கத்திற்கும் கொண்டு விடும்.

ஐரோப்பாவின் கோதிக் தேவாலயங் களில் மிகப் பெரியவற்றில் ஒன்றான செயின்ட் மேரி தேவாலயம் சதுக்கத்தின் வடகிழக்கு மூலையில் உள்ளது. ஒவ்வொரு சனிக்கிழமைகளிலும் இந்த சதுக்கத்தில் வழக்கமான மார்க்கெட் நடைபெறும். ஈஸ்டர், கிறிஸ்துமஸ் காலங்களில் இந்த சதுக்கத்தின் குறுக்கே வருடாந்திர ஆன்மிக சந்தை நடைபெறும்.

௩

'சோஃபின்'னின் பர்த் ப்ளேஸ்

ஒரு பிரெஞ்ச் தந்தைக்கும், போலந்து தாய்க்கும் பிறந்தவர் ஃப்ரெட்ரிக் சோஃபின். வார்ஸாவுக்கு மேற்கில் உள்ள ஸெலஸோவா வோலா என்ற சின்ன கிராமத்தில் 1810-ஆம் ஆண்டு பிறந்தார். முதல் 20 வருடங்கள் போலந்தில் இருந்து, பியானோ கற்றுக்கொண்டு பிரபலமானார். பின்பு பாரீஸ் சென்று பிரபலமானார்.

'வார்ஸா'விலிருந்து 53-கி.மீ மேற்கே இருக்கிறது. சோஃபின் பிறந்த இந்த ஊர் அந்த இசைமேதைக்கு இந்த ஊர் ஸெலஸோவா வோலா அர்ப்பணிக்கப் பட்டது.

மே மாதம் துவங்கும் ஞாயிற்றுக் கிழமை வார்ஸாவிலிருந்து இங்கு போகும் படியாக திட்டமிட்டுக் கொள்ளுங்கள். சோஃபின் தன் ஆரம்ப கால இசையை உருவாக்கிய இந்த இடத்தில் இசைக் கச்சேரி கேட்டு ரசிக்கலாம்.

■■■

17

ரஷ்யா - RUSSIA

உலகில் மிகப்பெரிய நிலப்பரப்புள்ள நாடு ரஷ்யாதான். 1991 - க்கு முன் இதனை சோவியத் யூனியன் என்று அழைத்தனர். இப்போது ரஷ்யா என்ற தனி நாடாகிவிட்டது. ரஷ்யாவின் நிலப்பகுதி ஆசியா, ஐரோப்பா ஆகிய இரு கண்டங்களிலும் பரவிக் கிடக்கிறது என்றால், அது எவ்வளவு பெரிய நாடு என்று கற்பனை செய்து பாருங்கள். உலக உருண்டையைக் கையிலெடுத்து, ரஷ்யாவைப் பார்த்தால், உருண்டையை ஒரு சுற்று சுற்றாமல், ரஷ்யாவைக்

காணமுடியாது. அவ்வளவு பெரியது. உலகின் ஒட்டு மொத்த நிலப்பரப்பில் 1/6 பகுதியை ரஷ்யா பெற்றிருக்கிறது. இது வடக்கே ஆர்ட்டிக் பெருங் கடலிலிருந்து, தெற்கே காகேசியன் மலை வரை, கிட்டத் தட்ட 4,000 கி.மீ. நீளத்திற்கு பரவியுள்ளது. ரஷ்யாவின் பரப்பில் 11 நேர மண்டலங்கள் அமைந்துள்ளன. நம் இந்தியா போல, ரஷ்யா முழுமைக்கும் ஒரே நேரம் கிடையாது. 11 இடங்களில் நேரம் மாறுபடும்.

ரஷ்யாவின் நிலப்பரப்பு பலவிதமான அமைப்புகளை உடைய தட்டையான நிலப்பகுதியுள் பரந்துபட்ட சமவெளி மேற்கிலும் வடக்கிலும் உள்ளது. பீட பூமியை ஒட்டி மலைத்தொடர்கள் விட்டு, விட்டு தெற்கிலும் கிழக்கிலும் காணப் படுகின்றன. கிழக்கிலிருந்து மேற்காக பெரிய ஐரோப்பிய சமவெளி உள்ளது. யூரல் மலைதான் ரஷ்யாவின் தெற்குப் பகுதியாகும். மேற்கு சைபீரியா சமவெளி யாகவும், மத்திய சைபீரியா பீடபூமி யாகவும், தென்கிழக்கு சைபீரியா மலைத் தொடர்களாலும் அமைந்து, ரஷ்யாவை பல அமைப்புகளில் அலங்கரிக்கின்றன. பெரும்பகுதியிலான ரஷ்யப் பகுதிகள் படிவப் பாறைகளால் ஆனவை. இங்கே முன்பு பனி யுகம் (Ice Age) இருந்த தற்கான தடயங்கள் காணப்படுகின்றன. மாஸ்கோவிற்கும் செயின்ட் பீட்டர்ஸ்பர்க் கிற்கும் இடையில் பழைய பனி யுகம் சுமார்

10,000 - 12,000 ஆண்டுகளுக்கு முன் இருந்தது தெரிய வந்துள்ளது. ரஷ்யாவில் பார்க்க வேண்டிய பல இடங்களில் சிலவற்றைப் பற்றித் தெரிந்து கொள்ளுங்கள்.

1
மாஸ்கோ

சரித்திரம் அவ்வளவு சுலபமாக மறக்க முடியாத பெயர் மாஸ்கோ. மனிதர் ஓரளவு நாகரிகத்திற்கு திரும்பிய புதிய கற்காலத்திலேயே உருவாகிவிட்டது மாஸ்கோ நகரம். இதற்கான பல சான்றுகள் ரஷ்ய அருங்காட்சியகத்தில் இப்போதும் உள்ளன. 1147 - ஆம் ஆண்டிலிருந்து ரஷ்யாவின் தலைநகராகத் திகழ்கிறது மாஸ்கோ. அப்போது மாஸ்கோவின் மன்னர் விளாடிமிர் - கஸ்டஸ். அவருக்கு பின் டிமிட்ரி டான்ஸ்கோய் காலத்தில் இப்போதுள்ள க்ரெம்ளின் மாளிகை உருவாக்கப்பட்டது. மாஸ்கோவின் அமைவிடம் வரலாற்றில் மிக முக்கியப் பங்காற்றியிருக்கிறது. உலகின் முக்கியமான தரைவழித்தடங்கள் சந்திக்கிற மையப் பகுதியில் இந்த நகரம் உள்ளதால் வணிக ரீதியாக பண்டைய நாட்களிலேயே பெரிய முக்கியத்துவம் பெற்றது. பதினைந்தாம் நூற்றாண்டிலேயே மாஸ்கோ, மெட்ரோபலிடன் நகரம் என்ற அந்தஸ்தைப் பெற்றுவிட்டது.

இங்குள்ள மிகப் பெரிய சர்ச்சில் தான் மாஸ்கோவின் பெரிய மணி உள்ளது. மாஸ்கோவைக் கைப்பற்ற முயன்று மகுடத்தையே இழந்தவர்கள் இரண்டு பேர். ஒருவர் மாவீரன் நெப்போலியன். 1812 - ஆம் ஆண்டு நெப்போலியனின் மாபெரும் படையிடம் வீழ்ந்தது மாஸ்கோ. ஆனால் மாஸ்கோவின் குளிர் நெப்போலியன் படைகளை நாசம் செய்தது. கிட்டத்தட்ட 6 லட்சத்துக்கும் அதிகமான வீரர்களை குளிருக்குப் பலி கொடுத்துவிட்டு பாரீசுக்குத் திரும்பினார் நெப்போலியன். மாஸ்கோவிடம் தோற்ற இன்னொருவர் ஹிட்லர்.

மாஸ்கோவில் பார்ப்பதற்கு நிறைய ரம்மியமான இடங்கள் உள்ளன. செஞ்சதுக்கத்தில் உள்ள ரஷ்ய தலைவர் லெனின் உடல், கிரம்ளின் மாளிகை, மிகப் பெரிய சர்ச், புத்தம் புதியதாய் கழுவிவிட்ட மாதிரி உள்ள சாலைகள்.

மாஸ்கோவின் மையத்திலுள்ள செஞ்சதுக்கத்தில்தான் மனதைக் கவரும் பல்வேறு ரஷ்ய நினைவகங்கள் உள்ளன. இவை வரலாற்றுச் சிறப்பு வாய்ந்தவை. ரஷ்யாவின் அரசு மையமான 'கிரெம்ளின்' மாளிகையும் இங்குதான் உள்ளது. மாஸ்கோவுக்கு அடுத்த பெரிய நகரம் செயின்ட் பீட்டர்ஸ் பர்க். இது துறைமுகமாகவும் பெரிய தொழில் மையமாகவும் உள்ளது.

ரஷ்யர்களின் அருங்காட்சியகம், நூலகம், திரையரங்குகள், கலைப்பொருள்கள் எல்லாம் கலை உணர்வு மிக்கவையாகவே உள்ளன. செயின்ட் பீட்டர்ஸ் பர்க்கில் உள்ள 'ஸ்டேட் ஹெர்மிட் டெஜ் அருங்காட்சியகம்' உலகப்புகழ் பெற்றது. மிகப் பெரியதும் கூட. உலகின் பெரிய நூலகமான 'லெனின் நூலகம்' எனப்பட்ட தேசிய நூலகம் மாஸ்கோவில் உள்ளது. இங்கே 250 மொழிகளில் சுமார் 3,00,00,000 புத்தகங்கள் உள்ளன.

2
தி டிரான்ஸ் சைபீரியன் எக்ஸ்பிரஸ்

இது உலகத்திலேயே நீளமான தொடர்ச்சியான ரயில் பாதையைக் கொண்டதும் நீண்ட ரயில் பயணங்களில் ஒன்று எனவும் கருதப்படுகிறது. டிரான்ஸ் சைபீரியன் எக்ஸ்பிரஸ் அநேகமாக 6,000

மைல் ஓடி, உலக சுற்றளவில் மூன்றில் ஒரு பங்கு தூரத்தைக் கடக்கிறது. பசிபிக் கடற்கரை ஓரமாக இருக்கிற மாஸ்கோ விற்கும் விளாடிவோஸ்டாக்குக்கும் இடையே 8 நேர எல்லைகளையும் கடக்கிறது. இந்த பகுதி சோவியத் சகாப்தத்தின்போது எல்லா வெளிநாட்டினருக்கும் பெரும் பாலான ரஷ்யர்களுக்கும் மூடப்பட்டி ருந்தது. கடந்த 100 ஆண்டுகளில் நடந்த பொறியியல் விசேஷம் என்னவென்றால் இந்தப் பாதைகளின் சேர்க்கை, சமவெளி, பாலைவனம், மலைகள் ஆகிய இடங்களை கடந்து செல்கிறது. ஒரு காலத்தில் இது மிகவும் கடினமான பயணமாக இருந்தது. அதாவது சில மாதங்களை எடுத்துக் கொண்டது. ஆனால் இப்போது இந்த வரலாற்று மிக்க ரெயில் பிரயாணம், மிக்க ஆடம்பரத்துடன், வசதிகளுடன் கூடிய தாக ஆகிவிட்டது. தற்போது 2-வாரப் பிரயாணமே.

மேற்குப்புற ரஷ்யாவின் குறுக்கே, சைபீரியா முதல் தூரகிழக்கு வரை, அதாவது மாஸ்கோ முதல், செயின்ட் பீட்டர்ஸ்பர்க் வரை, இரு பக்கங்களி லிருந்தும், பிரயாணம் செய்ய, சிறு மாற்றங் களுடன் பல வழிகள் உள்ளன. தேவை யெனில், மங்கோலியாவையும் சேர்த்து, பீஜிங்வரை சேர்த்துக் கொள்ளவும் வசதி உண்டு. ஒவ்வொரு பிரயாணத்தின் போதும், அந்தந்தப் பகுதி தலைநகரங் களையும், வெகுதூரத்திலிருக்கும் நகரங் களையும், கிராமங்களையும் பார்த்து மகிழ வாய்ப்புண்டு. மே மாத இறுதியில், செப்டம்பர் மாத மத்தியில் என குறைந்த அளவு புறப்பாடுகளே உண்டு.

3

இராணுவ கண்காட்சியும், செஞ்சதுக்கமும்

க்ரெம்ளின் கோட்டைச் சுவருக்குள் இருப்பதை சற்றே மறந்து, உள்ளே போர்த் தளவாடங்களின் பொருட்காட்சி சாலை யில் உள்ளவைப் பற்றி முழு விவரமும் அறிய ஓர் அதிரடி பாடத்தைப் படித்தால்/ கேட்டால், பணக்கார மிக பிரபலமான ‘ஜார்’களைப் பற்றியும், அவர்களுடைய வாழ்க்கைமுறையும் அறியும்போது அதிர்ச்சியாயிருக்கும்.

இதில் 12-ஆம் நூற்றாண்டு முதல் 1917 வரையிலான, 4,000 பொருள்கள் வைக்கப் பட்டிருக்கின்றன. அதிர்ஷ்டவசமாக, மிக மிக முக்கியமான சிலவற்றைப் பார்ப்பதற்கு முதலாவதாக வைத்திருக்கிறார்கள். ஆகை யால் இவையனைத்தையும் வெகுசுலபமாக பார்க்க முடியும். வியப்பூட்டும் சேகரிப்பு களான ‘பத்து பாபெர்ஜ் முட்டைகள்’ முதலியவற்றைப் பார்க்கும் போது, ‘ஜார்’ மன்னர்களுக்கு அளித்த அஞ்சலி போல தோன்றும். அவை பிரசித்திப் பெற்ற நகை வியாபாரி பீட்டர் கார்ல் பாபெர்ஜ்

அவர்களால் அவை யாவும் செய்யப் பட்டவை. 'ட்ரான்ஸ்-ஸைபீரியன் ரெயில் ரோடு' படத்துடன் உள்ள வெள்ளியால் செய்யப்பட்ட முட்டையும், கவரக்கூடிய விதத்தில் இருக்கும். சிவப்பு ரூபியை வைத்து செய்யப்பட்ட முன் விளக்குடனும் படிகங்களான ஜன்னல்களையும் உடை யதும், தங்கத்தால் செய்யப்பட்ட சுவர் கடிகாரச்சாயலில் உள்ள கடிகாரத்தில் காட்டப்பட்ட அந்த ரெயில் பாதையும், பார்ப்பவர்கள் அனைவரையும் மெய் மறக்கச் செய்யும்.

பளபளக்கும் கிரீடத்திலுள்ள நகை களைப் பார்க்க தனி அனுமதிச் சீட்டு வாங்கவேண்டும். அங்கு எழுதிவைக்கப் பட்ட விவரங்கள் யாவும் இல்லை. ஆனால் இராணி காதெரேன் ஆர்லோ வைர நகை மூலம் உயர்ந்த கீர்த்தியுடன் இருக்கிறார். இவருடைய ஆர்லோ வைரம் அவருடைய காதலரால் கொடுக்கப்பட்ட ஒரு வெகு மதி. அவரது கிரீடத்தின் விலை உயர்ந்த வைரக்கற்களும், மெய்மறக்கச் செய்யும் பொருள்களே. இதில் இன்னும் மறக்க முடியாததும், அவசியம் பார்க்க வேண்டி யதுமான மற்றொன்று 'ஷா வைரம்.' இது ஈரான் தேசத்து 'ஷா'வால் "ஜார் நிகோலாஸ் - I" க்குக் கொடுக்கப் பட்டது.

பிரசித்தி பெற்ற செஞ்சதுக்கத்தின் மத்தியில் நின்று அந்த உணர்வைப் புரிந்து கொள்ள எந்த ஃபோட்டோவும், 'கைடு' புத்தகமும் தேவையில்லை. அந்த அனு பவம் அலாதியானது.

ரஷ்யமொழியில் 'க்ராஸ் நயா' (சிவப்பு) என்பது க்ரஸிவயா (அழகு என்பதற்கான வார்த்தை) என்பதோடு நெருங்கிய தொடர்புடையது. ஆனால், பல வருஷங்களானாலும், செஞ்சதுக்கம் என்பது கம்யூனிஸத்துடன் தொடர்பு கொண்டதாகவே கருதப்படுவதும், சோவியத் இராணுவத்தின் அணி வகுப்பும் மேலும் அதைச் சார்ந்தவை களும், தொடர்ந்து நடந்து கொண்டே யிருக்கின்றன. அது மேற்கில் கிரம்ளினில் இருந்தாலும், அதனுடைய நிழலின் கீழ் இருக்கிறது அந்த 'லெனின் மியூஸியம்.' லெனினின் உடல் பாதுகாப்புடன், அவர் இறந்த 1924-இலிருந்து தொடர்ந்து வைக்கப்பட்டிருக்கிறது. அந்த சதுக்கத்தின் கோடியில், பல நிறங்களின் சேர்க்கை யோடு கூர்மையான கோபுரம், வெங்காய வடிவத்தில் அதன் உச்சியில் இருக்கும் குவிந்த மண்டபம் ஆகியவை மாஸ்கோவின் நன்கறிந்த அடையாளச் சின்னமாகவு மிருக்கிறது. இது 1500களில் திறந்து வைக்கப்பட்டது. லண்டன், பாரீஸ் போன்ற வகையில், கிரம்ளினுக்கு எதிரே, மிகப் பெரிய இரும்புக் கம்பிகளால் ஆன 'ஃப்ரேம்' மற்றும் கண்ணாடியைக் கொண்டும் கட்டப்பட்டுள்ளவை முந்திய காலத்தை ஞாபகப்படுத்துகின்றன.

ஆனால் இந்த நவீன காலத்தில், மேற்கத்திய பொருள்களுடன் ஏராளமான கடைகளும், மற்றவையும், வந்தபின் சோவியத் கலாசாரமும், ஏனைய மற்ற நாடுகளைப் போல, சிறுத்து, குறைந்து கொண்டே போகிறது.

4

மாஸ்கோ சுரங்கப்பாதை

இது ஸ்டாலின் ஏற்படுத்தியது. மிக மலிவான 30-சென்ட் டிக்கெட் வாங்கி அங்குள்ள சுரங்கப் பாதைகளைப் பார்க்காமல் வர விருப்பமிருக்காது. 140-ரெயில் நிலையங்களை கொண்ட இவற்றில் முதலாக வரும் நிலையம் 1935-இல் கட்டப்பட்டது. இதன் மிகப்பழைய நிலையமானது, வல்லுனர்களை வரவழைத்து, அழகு செய்யப்பட்டது. அழகு விளக்குகள், தங்க நிற இலைகள், மொஸாய்க் முதலிய அனைத்தும் ரோமானிய அந்தஸ்தை அள்ளி வீசுகிறது. மிகவும் அழகானதும், விறுவிறுப்பும் கொண்ட நிலையங்கள் - மாயா கோவ்ஸ்கயா, கீல்ஸ்கியா, மேலும் சோம்ஸோமோல்ஸ்கியா ஆகியவை. இங்குள்ள தானியங்கி படிக்கட்டு (Escalator) களில், சிலவற்றில் மிகவும் செங்குத்தாக கீழே இறங்கி செல்லும்போது, நமது உணர்வானது, பூமியின் மையத்துக்கே செல்கிறோமோ என்று தோன்றச் செய்யும். நமக்கு அதிக உபயோகமில்லாவிட்டாலும், எல்லா நிலையங்களின் பெயர்களும் தெரிவிக்கப்படும். கொஞ்சம் இருட்டைக் கண்டு பயப்படுபவர்கள் இதில் செல்வதைத் தவிர்க்கலாம்.

5

தி போல்ஷாய்

மாஸ்கோவிலுள்ள 'தி போல்ஷாய்' ரஷ்யாவின் மிகப் பிரசித்திப் பெற்ற செல்வாக்குள்ள கலாச்சாரம் சம்பந்தமான ஸ்தாபனம். இது வெகுகாலத்திற்கு ஒரு புனிதமான கலையம்சம் பொருந்திய ஸ்தாபனமாகவும் இருந்தது.

மாஸ்கோவிலுள்ள போல்ஷாய் தியேட்டரில் பாலே நடனமும் இசை நாடகமும் நடைபெறும். ரஷ்ய நாட்டு முதல் தர ரசிப்பு இது. எல்லா நிகழ்ச்சிகளுக்கும் டிக்கெட் விற்று விடுவதில்லை. அதற்காக டிக்கெட் சுலபமாக கிடைத்து

விடும் என்று நினைத்துவிட முடியாது.

6

டிரெட்யாகோவ் காலரி

இது ரஷ்ய கலையின் மிகவும் முக்கியமான களஞ்சியம். சொந்த நாட்டில் உள்ளதோடு, பிற நாடுகளிலிருந்து கொண்டு வந்த மிக முக்கியமான

கலைப் பொருள்கள் கொண்டது இது. 19ஆம் 20-ஆம் நூற்றாண்டின் கலைப் பொக்கிஷம்.

செவ்வாய்கிழமையிலிருந்து ஞாயிறு வரை திறந்திருக்கும் இந்த காலரி க்ரெம்ளினுக்கு தெற்கே 1 கி.மீ.-இல் உள்ளது.

7

வாட்டர் வேஸ் ஆஃப் தி ஜார்ஸ்

இங்கு மாஸ்கோவிலிருந்து செயின்ட் பீட்டர்ஸ்பெர்க் வரை படகில் செல்லலாம். வோல்கா மற்றும் ஸ்விர் நதிகளில் செல்லலாம். செல்லும் வழியில் காணப்

படும் கிராமங்கள் அனைத்தும் இணைந்து மாஸ்கோவின் 'தங்க மோதிரம்' எனச் சொல்லப்படும் வகையிலிருக்கும்.

8

நோபிள்மேன்ஸ் நெஸ்ட்

ஒரு சமயம் ரஷ்யாவிலிருந்த பணக்காரக் குடும்பங்களில் ஒன்றானவர்களாக இருந்தவர்களுக்கு சொந்தமான வியக்கத்தக்க யூசுபோப் அரண்மனைக்கு விஜயம் செய்வதில் பாதி வசீகரம், நோபிள்

மேன் நெஸ்ட், என்ற அர்த்தம் தரும் நேர்த்தியான ரெஸ்டாரண்டில் உண வருந்துவதுதான். அரண்மனை தோட்டத்தில் ஒரு மூலையில் கண்ணாடி கூடாரம் அமைந்துள்ளது. ஐரோப்பிய முறையில் ரஷ்ய உணவு பரிமாறப்படுகிறது.

அரண்மனையை சென்று கண்டு மகிழ்வதற்கும் நேரம் ஒதுக்க வேண்டும். மிகவும் அபூர்வமான தனியார் அரங்கம் ஒன்று பல சுற்றுலாப் பயணிகளிடம் பிரபலமாகவே இருக்கிறது.

இந்த உணவு விடுதி செயின்ட் பீட்டர்ஸ்பர்க் நகரில் அமைந்துள்ளது.

9

வெள்ளை இரவு திருவிழா

ரஷ்ய கலாச்சாரத்தில் சூரியன் எப்போதும் மறைவதில்லை. வெள்ளை இரவு சங்கீதம், பார்வையாளர்களை மெய் மறக்க செய்யும். ஒரு மாத கால கொண்டாட்டம். அகில உலக பாட்டுக்கள் அனைத்தும் பாடப்படும். பொதுவாக இது ஓர் இனிமையான, இன்பகரமான இடமாகக் கருதப்படுகிறது. செயின்ட் பீட்டர்ஸ் பர்க் அரங்குகளில் ஜூன் மாதத்தின் கடைசி இரு வாரங்களில் இத் திருவிழா நடைபெறும்.

10

தி ஹெர்மிடேஜ் (ஆசிரமம்)

இதை கொள்ளையடித்த பொருள் களின் வீடு எனவும் கூறுவர். இதை முற்றிலும்

சுற்றிப் பார்த்து ஒவ்வொன்றை பற்றியும் பூரணமாக அறிந்துகொள்ள ஒன்பது வருஷங்கள் ஆனாலும் ஆகலாம். 1,50,000 வேலைப்பாடுகள் பார்வைக்காக வைக்கப் பட்டிருக்கின்றன.

இதன் இரண்டாவது தளத்தில் இத்தாலிய மறுமலர்ச்சி ஓவியங்களில் உலகத்தின் சிறந்த சேகரிப்புகள் வைக்கப் பட்டுள்ளன. மேல்தளத்தில் பிகாஸோ, மாடிசி ஆகியோரின் குறிப்பிடத்தக்க வேலைப்பாடுகள் வைக்கப்பட்டுள்ளன. மைக்கேல் ஆஞ்சலோவின் 'Crounching youth', லியானார்டோ டாவின்ஸியின் படைப்புகள் உள்ளன. யூரல் மலையி லிருந்து தோண்டி எடுக்கப்பட்ட வளமான பச்சைக் கற்கள், என ஏராளமான கலைப் படைப்புகள் உள்ளன. ஹெர்மிடேஜ் செயின்ட் பீட்டர்ஸ்பர்க் நகரில் உள்ளது. திங்கட் கிழமை தவிர மற்ற நாட்களில் திறந்து இருக்கும்.

11

பாவ் லோஸ்க்

காதரின் என்ற மகாராணியால் தனது மகனுக்காக கட்டப்பட்ட 'தங்கம் மற்றும் வெள்ளி' நிற அரண்மனை மிக்க சிரமங்களுடன் பாதுகாக்கப்பட்டு 1700-ஆம் ஆண்டின் இறுதியில் இருந்தது போல இன்றும் இருக்கச் செய்து மகிழ்கின்றனர். இது 'புஷ்கின்'னுக்கு வெளியே செயின்ட் பீட்டர்ஸ் பர்க்குக்குத் தெற்கில் 26-கி.மீ-இல் உள்ளது.

அந்த காலகட்டத்தின் பெரும் பாலான அரண்மனைகள், பண்ணைகள் ரஷ்யாவின் சாம்ராஜ்ய வல்லமையின் அடையாளமாகவே கட்டப்பட்டன. மாநிலத்தின் நிகழ்ச்சிகள், அரசர்க்குரிய விழா, பொழுதுபோக்கு நிகழ்ச்சிகள் போன்றவை நடைபெறும் இடமாக அமைக்கப்பட்டன. ஆனால் பாவ்லோஸ்க் இருப்பிடமாக திட்டமிடப்பட்டு அரண் மனை தரத்தின்படி, அதன் அறைகள் (கிட்ட தட்ட 45) அமைக்கப்பட்டன. அவற்றில் இருந்தவை விலையுயர்ந்தவை அதோடு தனி சிறப்பு மிக்கவை.

சரித்திரத்தின் அழிவுகளிலிருந்து, ஆச்சரியகரமாக எதிர்பாராத வகையில் பாவ்லோஸ்க் தொடப்படாமல் இருந்த போதிலும் உண்மையில் இது சிறப்பான பிரதிபிம்பம். ஹிட்லரின் படைகள் 1944 - இல் இந்த இடத்திற்கும், தோட்டத்திற்கும் தீ வைக்கும்முன், இந்த இடத்தை தலைமை யிடமாக பயன்படுத்தின. வெள்ளிக்கிழமை

தவிர பிற தினங்களில் பார்வையாளர்கள் அனுமதிக்கப் படுகின்றனர்.

12

பெட்ரோட்வோரெட்ஸ்

'வெர்ஸெயில்ஸ்'க்கு போட்டியாக இருந்தது, 'ஜார்'-ஐச் சேர்ந்த கோடை கால அரண்மனை. கிழக்கு மற்றும் மேற்கு, இரண்டின் கலப்பாக செயின்ட் பீட்டர்ஸ் பர்க் போல கட்டப்பட்டது. 300 ஏக்கர் தோட்டங்களும், 60 தண்ணீர் ஊற்றுகளும் 39 மின்னும் சிலைகளும், 12 மைல் நீளத்துக்கு வாய்க்கால்களும் கொண்டது. இது - செயின்ட் பீட்டர்ஸ் பர்க்கிலிருந்து தெற்கில் 32. கி.மீ. தூரத்தில் உள்ளது.

செயின்ட்பீட்டர்ஸ்பர்க் சாம்ராஜ்யத்தின் மனதை மயக்கும் செல்வத்தின் சுவையை பெற வேண்டுமென்றால் பெட்ரோட்வோரெட்ஸுக்கு வின்டர் பேலஸ் படகுத் துறையிலிருந்து படகு சர்வீஸ் மற்றும் பின்லாந்து வளைகுடா நேவா ஆற்றில் மோட்டார் படகு எடுக்கவும். செயின்ட் பீட்டர்ஸ்பர்க்கின் 'ஐரோப்பாவிலுள்ள ஜன்னல்' ஆக இருந்தது பெட்ரோட்வோரெட்ஸ்.

திங்கட் கிழமையும், பிரதி மாதம் கடைசி செவ்வாய்க் கிழமையும் தவிர பிற நாட்கள் பார்வையாளர்களுக்காக திறந்து இருக்கும்.

■■■

18

டென்மார்க் - DENMARK

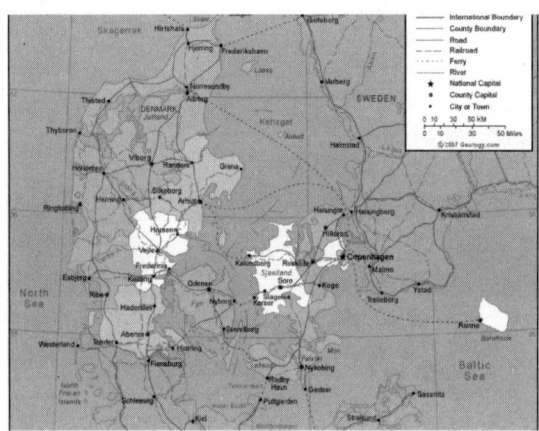

1

லௌஸியானா மியூஸியம் ஆஃப் மாடர்ன் ஆர்ட்

கலைக்காக மட்டுமின்றி, இது ஒரு குறிப்பிடத்தக்க பகல்நேர பயணம். கோபன் ஹேகனுக்கு வடக்கில் இருக்கும் இந்த அசாதாரணமான மியூஸியம் டேனிஷ் ஆற்றின் வியப்பூட்டும் ஒரு இடத்தில் அமைந்துள்ளது. இது ஒரு பிரமிக்கச் செய்யும்படியான டேனிஷ் ஆற்றின் கரையிலிருக்கிறது. 1958 - இல் இது ஆரம்பித்ததிலிருந்து, லௌஸியானா கண்காட்சியானது கலை, இயற்கை, கட்டட நிர்மாணக்கலை எல்லாமே முற்றிலும் ஒருங்கிணைந்து இருக்கின்றன. இதன் வெகு மதிப்பிற்குரிய கலைபொருள்கள், அதாவது இரண்டாம் உலக யுத்தத்திற்கு பிறகு, அதன் மிக மிக முக்கியமானவையாக கருதப்படும் அனைத்தும், இயற்கை வெளிச்சத்தின் வெள்ளத்தில், டேனிஷின் நவீன காலத்தை தெளிவாகக் காட்டுகின்றன. அதனுடைய நிரந்தர சேர்க்கைகளும், மற்றும் நுட்பமானதும், மிக நீளமாகவும், மெல்லியதாகவுமுள்ள சிற்பவேலைகளும், அதாவது அல்பர்டோ கியாகோமிட்டி மற்றும் பாஸிலிட்ஸ் ஆகியோருடையதுமான எல்லாமே கவர்ந்திழுக்கும் சக்தி கொண்டவை.

கூடவே ஓர்ஸன்ட் நதியின் மின்னுகிற தண்ணீரினாலும் மேலும் கவரப்பட்டு, ஆக இதைக் காண்பதையும் தவிர்க்க முடியாத ஒன்றாக்கி விடுகிறது. அலெக்ஸாண்டர் கால்டெர், ஹென்றி மூரே, மற்றும் ஜீன் ஆர்ப் போன்ற கலைஞர்களால் அமைக்கப்பட்ட கட்டடக்கலைகளையும், மற்றவற்றையும் சென்று பார்க்காமல் இருக்க இயலாது. இந்த கண்காட்சி

யின் சிருஷ்டிகர்த்தாவுக்கு மூன்று மனைவிகள் இருந்தனர். மூவரின் பெயரும் லூயி என்பதே. இந்த லௌஸியானா மியூஸியம் கோபன்ஹேகனுக்கு வடக்கே 33 கி.மீ-இல் இருக்கிறது.

ஜூலை-ஆகஸ்ட் மாதங்களில் இசை நிகழ்ச்சிகள் நடைபெறும்.

உ

ஸ்காஜென்

இது டென்மார்க்கின் தரைபரப்பின் முடிவு. 'ஜட்லாண்டு' தீபகற்பத்திற்கும்,

ஐரோப்பாவின் மெயின் லாண்டுக்கும் வடகோடியிலே, வடக்கு கடலை நோக்கி, சில சீதோஷ்ணத்துக்கு ஒத்துப்போன மீனவர்கள் இனத்தைச் சார்ந்தவர்கள் இருக்குமிடங்களும் கூட. ஒரு செம்மை யான கலைப்பொருள் காலனியாகவும் விளங்குகிறது. ஸ்காஜென்னின் சாதாரண வாழ்க்கை மற்றும் சமுத்திரக்கரையோரத்தி லிருக்கும் மண்மேடுகளும், அனைவரையும் ஈர்த்து, இழுக்கிறது.

சிறியதாக இருந்தாலும் மிக நேர்த்தி யாக உள்ள ஸ்காஜென் பொருட்காட்சி யானது, உள்ளூர்வாசிகளின் வேலைப் பாடுகள் அனைத்தையும் கொண்டுள்ளன. எழுத்தாளர்களும் அதே அளவு கவனத் தோடு, ஈர்க்கப்பட்டார்கள். ஐஸாக் டினிஸன் என்ற எழுத்தாளர், 'ஆப்பிரிக்கா வுக்கு வெளியே' என்ற தலைப்பில் நிறைய எழுதினார். அவர் மிக அழகான தன் படைப்புகளை ப்ரான்டம்ஸ் ஹோட்டலி லிருந்து அவற்றை எழுதினார். 'கிரீச்' என்ற சப்தத்துடனுள்ள தரையும், பழங்காலத் திய மேஜை, நாற்காலிகளும் உள்ள அறையும், அது அவருடைய சொந்த வீடாகவே கருத செய்தது. 150 வருட பழைய சாப்பாட்டு அறையும், அதில் பரிமாறப்படும் நேர்த்தியான சாப்பாட்டு பொருள்களும், அசாதாரணமான புதிய தும், மற்றும் ருசிகரமான சாப்பாடும், அங்கு கிடைக்கப் பெற்றன. ஒவ்வொரு காலையிலும், சூரிய உதயத்தின் போது, உலகப் பிரசித்தி பெற்ற மீன்வகைகளை வாங்கிக் கொள்வார்கள் உள்ளூர்வாசிகள்.

இது கோபன்ஹேகனிலிருந்து வட மேற்கில், 482 - கி.மீ தொலைவிலுள்ளது. ஜூன்-செப்டம்பர் சுற்றுலா செல்ல சிறந்த காலம்.

௩

ஏரோஸ்கோபிங்

அதிக படபடப்பின்றி இருக்கும் 'கோபன்ஹேகன்' ஆதிவாசிகள், ப்யூநனுக்கு சென்று ஓய்வெடுக்கிறார்கள். உண்மை யிலேயே அவை அனைத்திலிருந்தும் விடு பட அவர்கள் திரும்பவும் ஏரோ தீவுக்கு செல்கிறார்கள். இது 'ஓடென்சி'யிலிருந்து தெற்கே 74 கி.மீ -இல் இருக்கிறது.

4

ஹோட்டல் டி ஆங்கிள்டெர்ரே

கோபன்ஹேகன் நகரிலுள்ள இந்த மாபெரும் ஹோட்டலுக்குத்தான் பெரும் விருந்தினரும், பழக்கப்பட்டவர்களும் எப்போதுமே நேராக வருவார்கள். சிறிது காலத்திற்கு முன்பாக செய்யப்பட்ட மாற்றியமைப்பு வேலை அதற்கு மேலும் அழகூட்டி 1775 - இல் திறக்கப்பட்டது. இது

இருந்த இடத்தின் தரம், தன்மை, மற்றும் ஏனைய தேவைகள் அனைத்தையும் பெற்று இதை உயர்ந்தது, உயர்ந்ததைத் தவிர வேறெதுவுமில்லை என்று எண்ணவும் செய்கிறது. பிற்பகலில் ஹோட்டலின் கண்ணாடி கூரை முற்றத்தில் தேநீர் அருந்தி மகிழலாம். இரவு சிறந்த உணவிற்காக நீங்கள் நீண்ட தூரம் போக வேண்டிய தில்லை.

கொம்பன் டேன்டன், கோபன் ஹேகனிலேயே, ஏன் டென்மார்க்கிலேயே சிறந்த உணவை தரும் ஹோட்டல் இது. ஆண்டி வர்ஹோலின் ராணி மார்க்ரெத் தின் ஓவியம் இங்குள்ளது. அது அந்த இடத்தின் சூழ்நிலையை ரம்மியமாக்குகிறது.

5

நை கார்ல்ஸ்பெர்கு க்ளைப்டோடெக்

கோபன்ஹேகன் நகரில் டிவோலி தோட்டத்தின் எதிர்ப்புறமுள்ள தெருவில் இருக்கும் க்ளிப்போடெக் வட ஐரோப்பா வில் பெரிய மற்றும் மிக முக்கியமான

புராதன, சிற்பங்களின் தொகுதி, மொசைக் மற்றும் கலை நுணுக்க களஞ்சியமாக வளர்ந்துள்ளது. பால் காகினுடைய போட்டியில்லாத 35 சேகரிப்புகளை சொந்தமாக்கி கொண்டுள்ளது. இந்த மியூஸியத்தில் சிற்பங்களின் பெரிய சேகரிப்புகளும் உள்ளன.

இதன் விசேஷமானது, அது தன் வசம் கொண்டுள்ள, பிரசித்திப் பெற்ற டேனிஷ் இளைஞர்களால் அதாவது "மானெட், மோனெ, மற்றும் ஸிஸானே" ஆகியவர்களால் படைக்கப்பட்ட கலைக் களஞ்சியங்களைக் கொண்டுள்ளது. இது 'வோலி' தோட்டத்திற்கு எதிர்ப்புறத்தில் இருக்கிறது. அரிய கலைப்படைப்புக்களை பார்க்க விரும்புகிறவர்கள் தவறவிடக் கூடாத இடம் இது.

திங்கட் கிழமை தவிர பிற நாட்களில் திறந்திருக்கும். இதற்கான நுழைவுக் கட்டணம் $4. புதன் மற்றும் ஞாயிற்றுக் கிழமைகளில் அனுமதி இலவசம்.

6

ரெஸ்டாரண்ட் இடா டேவிட்ஸன்

இந்த உணவகம் டென்மார்க்கி லுள்ள, கோபன்ஹேகனில் இருக்கிறது. இங்கு மிக்க ருசியுள்ள ரொட்டி (Sandwich) பிரசித்தமான உணவுப் பண்டம். இங்கு தயாரிக்கப்படும் அனைத்து உணவு வகை

களும், ரொட்டி உட்பட, எல்லாமே மிகவும் அக்கறையுடனும், கலை நுணுக்கங்களுடனும் தயாரிக்கப்படுகின்றன.

7

டிவோலி தோட்டம்

மிகமிக ஆச்சரியகரமான கோபன் ஹேகனைப் பார்க்க வேண்டுமானால், அந்த விருப்பத்தை உத்தரவாதத்துடன், தலைநகரின் டிவோலி பூந்தோட்டம் தருகிறது. 1843 - இல் திறந்து வைக்கப்பட்ட இது பொழுதுபோக்கு மற்றும் ஸ்காண்டிநேவியாவிலேயே வேறெங்கும் இல்லாத அளவுக்கு 178 - வகையான உணவு பட்டியலைக் கொண்ட உணவு விடுதியும் கூட. கிறிஸ்துமஸ் நாட்களில் 1,00,000க்கு மேற்பட்ட 'மினுக்கி - மினுக்கி' எரியும் விளக்குகளும், 4,00,000 பூக்களும், மிகவும் விரும்பும் சந்தோஷத்தைக் கொடுக்கக் கூடியது.

இரவு நேரங்களில் டிவோலி மிகவும் மாயஜால தோற்றத்தில் இருக்கும். மே - ஜுன் மாதங்களில் இங்கு செல்லவும். 1,00,000 டுலிப் மலர்கள் மலரும் அழகை கண்டு ரசிக்கலாம். புதன், வெள்ளி, சனிக் கிழமைகளில் நடு இரவுக்கு சற்று முன் நடைபெறும் வாணவேடிக்கை கண்கொள்ளாக் காட்சி.

8

க்ரோன்போர்க் ஸ்லாட்

ஸோ எல்ஸிநோர் கோட்டையின் உண்மையான பெயர் க்ரோன்போர்க் ஸ்லாட். 1420 - இல் முதன்முறையாக கட்டப்பட்டு, பின்பு 1574 - இல் விரிவாக்கப்பட்ட 'க்ரோன்போர்க்' மறுமலர்ச்சிக்கான எல்லா அம்சங்களையும் பெற்றிருக்கிறது. இது 'கோபன் ஹேகன்-க்கு வடக்கில் 45.கி.மீ-இல் இருக்கிறது.

9
எகெஸ்கோவ் கோட்டை

கற்பனை கதைகள் நிஜமாகும் என்பதற்கு உதாரணம் எகெஸ்கோவ் கோட்டை. டென்மார்க்கின் மாநிலத்தில் உபயோகமற்றதாக ஏதாவது இருக்கிறதா என்றால் அது கண்டிப்பாக ப்யூனனின் தோட்டத் தீவு கிடையாது. எகெஸ்கோவ் கோட்டை ஐரோப்பாவின் சிறந்த பாது காக்கப்பட்ட மறுமலர்ச்சி தீவுக் கோட்டை. 1554-ஆம் ஆண்டு இது கட்டப்பட்டு, இப்போதைய சொந்தக்காரர்களின் முன்னோர்களிடம் 1784-இல் ஒப்படைக் கப்பட்டது.

இதன் விசேஷம் கூடவே இருக்கும் ஒரு தொங்குபாலம். தள்ளிப் பார்த்தால் 1500 ஏக்கர் பண்ணை நிலமும் தென்படும்.

10
ரோஸ்கில்டே

1455 வரை இது டென்மார்க்கின் தலைநகரமாக இருந்தது. மேலும் இது 38 டேனிஷ் அரசர்கள் - அடக்கம் செய்யப் பட்ட இடமாகவும் இருக்கிறது. இது கோபன்ஹேகனுக்கு மேற்கில் 32-கி.மீ-இல் இருக்கிறது.

ரோஸ்கில்டே நகரத்தின் தரத்தைக் குறிக்கும் அடையாளமான மாளிகை 13-ஆம் நூற்றாண்டின் டென்மார்க்கின் பெரிய மாதா கோயில் ஆசிரமம் வகையான கோதிக் தேவாலயம். பல நூற்றாண்டு களாக வியாபார மையமாக வர்த்தக முக்கியத்துவத்தை அனுபவித்து வந்த ரோஸ்கில்டே எப்போதும் தன் அடை யாளத்தை, தனித் தன்மையை இழந்தும் விடவில்லை. தேசத்தின் சிறந்த வைகிங் ஷிப் மியூஸியம் பார்க்க தகுதியானது. அது 1957-இல் கண்டுபிடிக்கப்பட்டு சீரமைக் கப்பட்டது.

ஜூன் மாத இறுதி, ஜூலை மாத ஆரம்பத்தில் 4 நாட்கள் ஐரோப்பாவில் மிகப் பெரிய இசைத் திருவிழா நடைபெறும். அந்த சமயம் புராதன டவுனைச் சுற்றி ஏழு இடங்களில் 100க்கு மேற்பட்ட குழுக்கள் இசை நிகழ்ச்சி தருவார்கள். அந்த காலகட்டத்தில் இங்கே சுற்றுலா செல்வது சிறப்பானது.

19

ஃபின்லாந்து - FINLAND

ரஷ்யாவை ஒட்டிய நாடான ஃபின்லாந்து விசித்திரமான அற்புதங்கள் அடங்கிய ஒரு நாடு. 1809 - ஆம் ஆண்டு வரை ஸ்வீடன் நாட்டுக்குக் கீழேயும் அதற்குப் பின் நூறு வருட காலம் இம்பீரியல் ரஷ்யாவின் ஆதிக்கத்திலும் இருந்த பின், முதலாம் உலகப் போரின் முடிவில் ஃபின்லாந்து தன் சுதந்திரத்தைப் பிரகடனப்படுத்தியது. 1939-40-இல் நடந்த போரின் அழிவுகள், போருக்குப் பின் வந்த அமைதியில் இயற்கையின் புதுப்பிக்கும் அற்புதத்தால், அடர்ந்த காடு வளர்த்தல்,

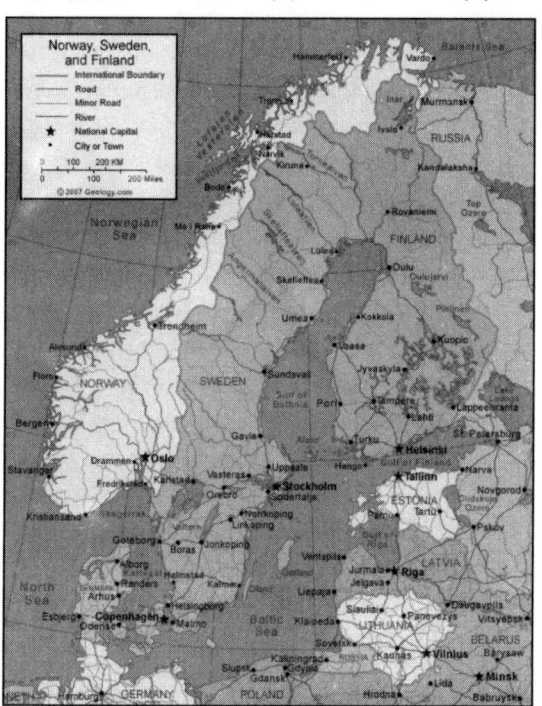

இப்படி இந்த தேசம் உயிர்ப்பிக்கப் பெற்றது.

ஃபின்லாந்து வட துருவத்திற்கு மிக அருகில் உள்ளதால் கோடையில் சூரியன் நம்மைச் சுற்றி நேர்க் கோட்டில் வலம் வரும். ஓரிரண்டு மணிநேரம் மட்டுமே அஸ்தமனமாகும். கோடை என்பது இரு மாதங்கள் தான்.

குளிர்காலத்தில் நேர்மாறாக சூரியன் சில மணி நேரமே உதயமாகும். மற்றபடி இருள்தான். குளிர்தான். மைனஸுக்கு கீழே சர்வசாதாரணமாக 30° C கீழே பற்கள் கிட்டும் குளிர். மூட மூட மேலும் குளிர்.

பாருக்குள்ளே நல்ல நாடு பாரத நாடு என்பதற்கு அடுத்தபடியாக ஃபின் லாந்தை கூறலாம். ஃபின்லாந்தில் கோடை, வஸந்தம் அழகாக இருந்தாலும், இந் நாட்டின் தனித்தன்மையை அனுபவிக்கக் குளிர் காலத்தில் செல்ல வேண்டும்.

1

ஸாவோன்லின்னா ஓப்ரா பண்டிகை

இது ஒரு ‘தீவுக் கோட்டை’. ஓப்ரா சங்கீத நடனம், இரவில் நட்சத்திரங்களின் கீழும், மற்றும் நடு இரவு ‘சூரியனி’ன் கீழும் நடக்கும். ஃபின்லாந்து, ‘ஏரிகளின் நாடு’ என்பதற்கு தகுந்தவாறே, நிறைய ஏரிகளைக் கொண்டது. இவை சற்றேறக் குறைய 1,88,000 இருக்கும். சமுத்திரக் கரையிலிருந்து தண்ணீர் ஓடைகளும்

மற்றும் ஆறுகளும் - ரஷ்யாவின் எல்லை அருகில் உள்ள ஸெய்மா ஏரி மாகாணத்தில் போதிமா வளைகுடா (மேற்கிலிருப்பது)வரை இருப்பவை.

பூமியில், நிறைய மரக்காடுகளோடு கூடிய இடங்களையும் உள்ளடக்கியது இது. காடும், ஆறுகளும் அடுத்தடுத்து வருவது இன்பகரமான ஒரு சேர்க்கை. எங்குமே பார்த்திருக்க முடியாத அளவிற்கு, மிக அழகான படம் பிடித்தாற் போன்ற காட்சியைக் காணலாம்.

அழகான இயற்கையுடன் கூடிய நகரம் ஸாவோன்லின்னா மூன்று தீவுகளைக் கொண்டது. யாவும் ஸெய்மா ஏரியில் இருக்கின்றன. அதுவும் அந்த ஜில்லாவின் கீழ் கோடியில் உள்ளன. ரஷ்ய ‘ஜார்’ குடும்பத்தினர்கள் வருகைகளினால், 1912 முதல் இந்நகரம் ‘ஓப்ரா’ (திறந்த வெளி நடனம்) கொண்டாட்டத்திற்கு சிறந்ததாக ஆயிற்று. மேலும் இது வடக்கு ஐரோப்பாவில் பிரபல்யமானதாக ஆயிற்று. இது வருஷந்தோறும் 15 -ஆம் நூற்றாண்டின் ஓலாவின்லின்னா கோட்டையில் நடக்கும். கிழக்கிலிருந்து வரும் சண்டைகளை திருப்பிவிட இது மிக நேர்த்தியாக பராமரிக்கப்பட்டு வருகிறது. இப்போது இது மெயின் லாண்டோடு ஒரு பாலத்தின் மூலம் இணைக்கப்பட்டிருக்கிறது. கூடவே எந்த ஒரு திறந்தவெளியில் நடத்தப்படும் பாட்டு விழாவுக்கும் ஏற்றதாகவும் இருக்கிறது. மாலை திறந்தவெளி செயல்பாடுகளை பார்க்க விரும்புகிறவர்களுக்கு ஏற்ற இடமாக விளங்குகிறது ஹோட்டல் ராவு ஹாலினா. இது 1897 - இல் கட்டப்பட்டது. ‘ஜார்’ சேனையிலிருந்த ஒரு ஜெனரலால் பிற்பாடு இதுவே மூரிஷ்/விக்டோரிய ஆடம்பரத்தில், அவருடைய மனைவிக்கு வெகுமதியாகக் கொடுக்கப்பட்டது. ஹெல்ஸின்கியிலிருந்து வடகிழக்கில் 340 கி.மீ -இல் இருக்கிறது.

உ

ஸான்டாவின் கிராமம்

இது ஓர் உண்மையான மழைக்கால ஆச்சரியமான இடம். ‘வர்ஜீனியா’ - வில்தான் ‘ஸாந்தாகிளாஸ்’ வசிக்கிறார். ரோவானிமின் ‘லாப்லான்டு’க்கு ஒரு முக்கிய மார்க்கமாகக் கருதப்படுகிறது. ஆர்க்டிக் சர்க்கிளின் இரு பக்கங்களிலும் கால்களை வைத்துக் கொண்டு, புகைப் படம் எடுத்துக் கொள்ளலாம் என்பது, உண்மையான சொல். ஒவ்வொரு குழந்தையும் எப்போதும் கற்பனை செய்து பார்க்கிறது அது “ஸாந்தா”வின் வீடு என. அவருடைய சுறுசுறுப்பான தொழில் கூடமும், உதவியாளர்களும், அவர் எப்படி வைத்திருக்கிறார் என்பதை காண்பிக்கிறது. அங்குள்ள அஞ்சலகம் மூலம் உலகமனைத்திலிருந்தும் வருஷம்தோறும் வரும் 6,00,000 கடிதங்களில், மூன்றில் ஒரு பாகம் கடிதங்களுக்கு பதிலும் போடப்படுகிறது. தவிர்க்க

முடியாத சில பரிசுப்பொருள் கடைகள் கணக்கிலடங்கா. திருவிழாப் பரிசுகளை சாதாரண விலைக்கு வாங்கி வரலாம். இது குழந்தைகளுக்கு ஸாந்தாவிடமிருந்து வந்ததாகவும் கொள்ளலாம்.

1944 - இல் ஜெர்மானியர்களால் ரோவானிமி அழிக்கப்பட்டது. திரும்பவும் புனரமைக்கப்பட்டது. இதன் வரை படத்தை புகழ்பெற்ற பினிஷ் தேச கலைஞர் அல்வார் ஆல்டோ தெளிவான வகையில் வரைந்து கொடுத்திருந்தார். 6,500 சாமி இனம் மட்டுமே இப்போது பின்லாந்தின் வடக்கில் வசித்து வந்தாலும் மற்றவை தொடர்ந்து அழிந்து கொண்டு வருகிறது. ஒப்பிபோகா உணவகம் நல்ல பலவகை உணவுகளைத் தந்து எளிமையாக நடந்து கொள்கிறது. ஆர்க்டிக் வட்டத்தில் இந்த நல்லதோர் உணவு கிடைக்குமென்பது யாருக்குத்தான் தெரியாது.

இது ஹெல்ஸின்கியிலிருந்து வடக்கில் 850-கி.மீ-இல் இருக்கிறது.

சுற்றுலா செல்ல சிறந்த காலமான கிறிஸ்துமஸ் காலங்களில் சிறப்பான நிகழ்ச்சிகள் நடைபெறும். அதனால் சுற்றுலாப் பயணிகள் கூட்டமும் அதிக மாக இருக்கும். ஆனால் அந்த நேரம் அங்கு கிடைக்கும் மகிழ்ச்சியின் காரணமாக அதை எவரும் பொருட்படுத்துவதில்லை.

3

தி ரிங் ரோடு - ஐஸ்லாந்து

இதற்கு, நீரும், நெருப்புமான தீவு என்ற மற்றொரு பெயரும் உள்ளது. அமெரிக்காவின் நெருங்கிய பக்கத்து தேசம். ஒரு பெரிய எரிமலை உள்ள இதற்கு 'ஐஸ்பூமி' என்ற பெயர் தவறுதலாகச் சூட்டப்பட்டிருக்கிறது. உண்மையாக இதில் 89 சதவிகிதம் 'ஐஸ்' இல்லாத இடம். நம்ப முடியாத அளவுக்கு நிலத்தோற்றமும்,

நிறைய வேறுபாடுகளும் கொண்டது இத்தீவு.

மத்திய கால ஐரோப்பியர்கள் இதனை பாதாள உலகத்தின் தலைவாசல் என்றே நம்பினர். இங்குள்ள எரிமலையை பூமியின் மையத்திற்கு செல்லுகின்ற தனது பயணத்திற்கான நுழைவு வாயிலாக தேர்ந் தெடுத்தார் ஜுல்ஸ் வெர்ன். இந்த தீவின் பீச்சுகின்ற வெந்நீர் ஊற்றுகளில் ஒன்றான கெய்ஸிர் என்ற பெயரிலிருந்துதான் கெய்ஸர் என்ற வார்த்தை தோன்றியது.

நகரத்தின் வெளியே 3 நிமிட தூரத்தில் உள்ள 12 பொது வெப்பமான நீச்சல் குளங்களில் ஒன்றான ப்ளூ லாகூன் ஐஸ்லாந்தின் ஆரோக்கியம் மற்றும் அழகின் ரகசியம்.

உலகின் வட எல்லையின் தலை நகரமான ரெய்க்ஜாவிக், வாஷிங்டன், பாஸ்டன் (அ) நியூயார்க்கிலிருந்து 5 மணி நேர விமானப் பயணத்தில் உள்ளது. ரிங்ரோடு ஆரம்பித்து முடிவது ரெய்க் ஜாவிக்கில்.

இங்கு சுற்றுலா செல்ல சிறந்த காலம், சீதோஷ்ணம் 50 டிகிரி பாரன்ஹீட்டில் இருக்கும் கோடைக்காலமாகும். ஜூலை யில் சூரிய அஸ்தமனம் இரவு 1 மணிக்கு.

20

நார்வே - NORWAY

நார்வே என்றால் நமக்கெல்லாம் நள்ளிரவில் சூரியன் உதிப்பது குறித்த ஞாபகம் வரும். இந்த நாடு ஐரோப்பா கண்டத்தின் வடக்கு எல்லையில் உள்ளது.

பச்சை பசேல் என்ற பசுமையும் சிலிர்க்க வைக்கும் நீர் நிலைகளும், சுத்தம், சுகாதாரம், அரசு பாதுகாப்பு என்று அனைத்திலும் அசத்துகிறது நார்வே. ஆரோக்கியமாக இருப்பதில் 9 -ஆம் இடத்தைப் பிடித்துள்ளது.

உலகிலேயே வளர்ந்த பத்து நாடுகளில் நார்வேயும் ஒன்று. இங்கு மக்களுக்கு பிரச்சினை, நோய் என்று எந்த சிக்கல் வந்தாலும் அரசே அனைத்தையும் கவனித்து பாதுகாப்பு கொடுக்கிறது. மொத்த வருவாயில் 10 சதவிகிதத்தை இங்குள்ளவர்கள் ஆரோக்கியத்துக்காக ஒதுக்கி செலவழிக்கின்றனர். இங்குள்ள மருத்துவமனைகளில் சிகிச்சையும், மருந்துகள் அனைத்துமே இலவசமாக வழங்கப்படுகிறது.

இப்படி அரசு, நிதி, நிர்வாகம், படிப்பு, மருத்துவம் என அனைத்திலும் வளர்ந்த நாடாக திகழ்கிறது நார்வே.

1

ஜயிரான்ஜெர்போர்டு

ஒப்பிட்டு பார்க்கமுடியாத கிராமத்துப்புறம், மயிர்க்கூச்செரியும் அளவுக்கு இருக்கும். 1800களில் நார்வேயின் மீன் வளமிக்க இடங்களை ஐரோப்பியர்கள், முக்கியமாக இங்கிலாந்தைச் சேர்ந்தவர்கள் கண்டுபிடித்தார்கள். 10-மைல் நீளமுள்ள செங்குத்தானதாகவும், மிக உயரமானதாகவும் உள்ள சுவரைக் கொண்டது ஜயிரான் ஜெர்போர்டு, இதுவே நார்வேயின் தெளிவான தன்மையைக் காண்பிக்கிறது.

பிரசித்திப் பெற்ற ஓர்னவேகெனிலிருந்து (கழுகுகளின் சாலை) பார்க்கும் போதும், அதாவது அன்டல்ஸ்னெஸ் முதல் ஜயிரான்ஜெர் வரை பார்த்தால், அதனுடைய பதினொன்று அழகிய வளைவுகளைக் கொண்டதாகவும், மயிர் கூச்செரிய செய்யும் வளைவுகளும் ஆச்சரியமூட்டும். இது 1952-இல் கட்டி முடிக்கப் பட்டது. அது இன்னும் திகைப்பூட்டுகிற இயந்திரக் கலையாக இருக்கிறது. 'ஈகிள்'

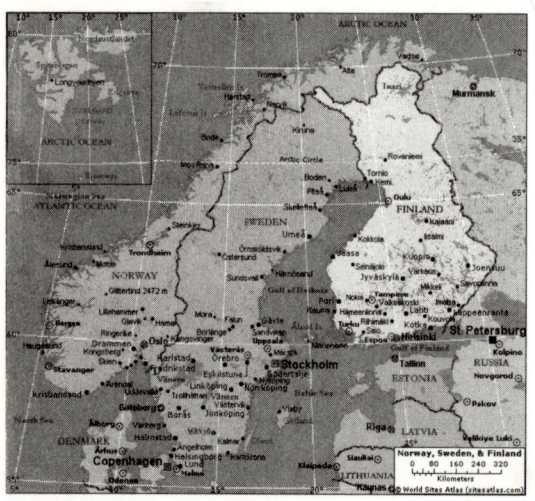

திருப்பத்தில் நின்று, மறக்கமுடியாத அற்புதங்களையும் பார்க்கலாம். அன்டல்ஸ்நெஸ் முதல் வல்டால் வரையுள்ள ரோடு, நார்வேயின் மற்றுமொரு பாம்பு வளைவுகளைக் கொண்ட, ஒரு சாலை. இது நார்வேயில் தனித்து விடப்பட்ட பாதைகளில் ஒன்று.

சென்றடையமுடியாத நிலையிலுள்ள சாலைகளானாலும் மிகவும் பிரசித்திப் பெற்ற இடம் இது. சுற்றுலாப் பயணிகள், அரை நாள் படகோட்டம், பிரமாதமான ஸால்மோன் மீன் பிடிப்பு, நடைப்பயணம், சைக்கிள் சவாரி சாலை போன்ற எண்ணற்ற உல்லாசங்களில் ஒன்றை தேர்ந்தெடுக்கலாம். தனித்து விடப்பட்ட தோட்டத்து வீடுகளைச் சென்று பார்க்கலாம். இவற்றுக்கு சாலை வசதியில்லை. அதோடு ஜோஸ்டே டால்ஸ் ப்ரின் - ஐரோப்பாவின் மிகப் பெரிய பனி மூடிய இடம், மற்றும் அதிசயமான நீர் வீழ்ச்சிகள் அதாவது, ஸெவன் ஸிஸ்டர்ஸ் மற்றும் ப்ரைடல் வெய்ல் ஆகியவற்றையும் காணலாம்.

19-ஆம் நூற்றாண்டில் பிரசித்திப் பெற்றிருந்த யூனியன் ஹோட்டல் மற்றொரு குறிப்பிடத்தக்க பார்க்க வேண்டிய இடம். அது இப்போது நன்றாகப் புதுப்பிக்கப்பட்டு, கவரும் தோற்றத்திலிருக்கிறது. நார்வேயின் அரசர் ஹரால்டும் அவரது மனைவி ராணி ஸோன்ஜாவும் அவர்களுடைய வெள்ளிவிழா மணநாளை 1993 - இல் இங்கு கொண்டாடினார்கள்.

இது ஆஸ்லோவிலிருந்து பாம்பு வளைவுகளைக் கொண்ட ஸர்பன்டைன் சாலையில், 7 - மணி நேரத்தில் சென்று அடையும் தூரத்தில் உள்ளது. மே - செப்டம்பர் சுற்றுலா செல்ல சிறந்த காலம் .

உ

வடதுருவம்

இது உலகத்தின் உச்சிக்கு ஒரு பயணமாகும். ஒரு நூற்றாண்டுக்கு முன், 90 டிகிரி அட்சரேகைக்கு வடக்கில் யாரும் போனது கூட இல்லை. இன்றோ, 'வடதுருவம்' ஆர்வமுள்ள கண்டுபிடிப்பாளர்களுக்கு, ஒரு யாத்ரீக ஸ்தலமாகிவிட்டது. இருந்தபோதிலும் அரிதான ஓர் இடமாகி, நார்வேயின் அதிகாரபூர்வ பாகமாகி விட்டது.

மிக அதிகமாக பனிப்பாறைகளால் மூடப்பட்டிருக்கும் மலைப்பிரதேசங்களிலிருந்தோ அல்லது, ரஷ்யாவின் வடகோடியிலுள்ள முர்மான்ஸ்க் துறைமுகத்திலிருந்து பிரத்யேகமாக அணுசக்தி மூலம் இயங்கும் பனிப்பாறைகளை உடைக்கும் இயந்திரத்தின் மூலம் சரிசெய்து, எப்போதுமே மாறிவரும் பனிப்பாறைகளின் மேல் '20-நாட்' வேகத்தில் செல்லலாம். கப்பலில், அதில் கூட வரும் திறமைவாய்ந்தவர்கள், கொடுக்கும் சொற்பொழிவுகளைக் கேட்டு, அவர்கள் என்று சூரியன் மறைவதேயில்லையோ, அன்று பிரயாணம் செய்பவர்கள் எப்போதும் தயார்நிலையில் இருந்து கொண்டு, போலார் கரடி, நீர் நாய், மேலும் ஆர்க்டிக் பறவைகள் ஆகியவற்றை காண ஆவலுடன் இருப்பார்கள். பனிகட்டி உடைப்பு இயந்திரங்களை சரியான திசையில் இயக்க நிபுணர்கள் தேவை. மற்றவர்களும், இந்த சூழ்நிலையில் இருந்து கண்டு அனுபவிக்கவும் இவர்கள் தேவை.

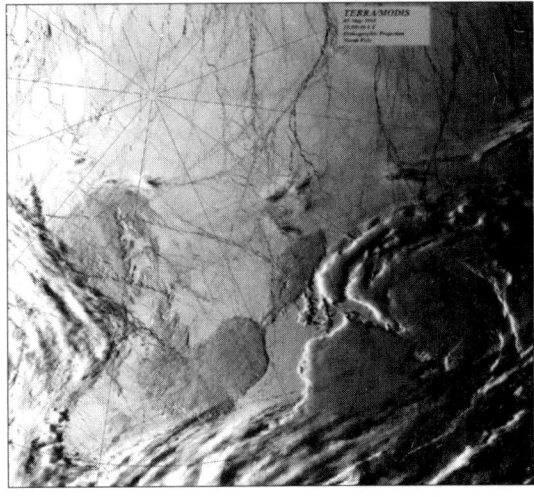

அந்த கப்பல் 90 டிகிரி வடக்கை அடைந்ததும், பொருத்தமான நிறுத்தும் இடமும் அறிந்து, படிக்கட்டுகளை இறக்கி, பயணிகளை இறக்கி, அவர்களை நடந்து செல்ல தயார் செய்வார்கள். தேவையான உபகரணங்களை உபயோகித்து, உடனடியாக ஆர்க்டிக் கடலில் இறக்கிவிடவும் செய்வர். வெட்டவெளியான ஐஸ்கட்டி மூடிய நிலப்பரப்பின் மேல், டான்ஸ் ஆடி, அதைக் கொண்டாடி வரும்போது, ஒரு கப்பல் மாலுமி இருசக்கர சைக்கிள் வண்டியை ஐஸ் மேல் விட்டுச் செல்வார். அடுத்த ஆட்டமான கோல்ஃபும் விளையாடப்படும். அனைவரும் கடைசியாக மேல் முனைக்கு வந்து விட்டோம் என பாட்டு பாடி, ஒவ்வொருவரும் இந்த இடத்துக்கு வந்த முந்தையவர்களை நினைத்தும் ஆடுவார்கள். ராபர்ட் E. பியரி என்பவர் 6-4-1909-இல் "3 - ஆம் நூற்றாண்டுகளின் பரிசு, எனது கனவும் மேலும் 23-வருட ஆசையும்" என்று இணைப்பையும் வெளியிட்டிருக்கிறார்.

அந்த கப்பல் கிளம்பும் இடம் ஸ்பிட்ஸ் பர்கென், சுமார் 2012 - கி.மீ ஆஸ்லோவிலிருந்திருக்கிறது. மேலும் தெற்கில் 966 - கி.மீ வட துருவத்திலிருந்தும் இருக்கிறது. சுற்றுலா செல்ல ஜூன் மாதம் உகந்தது.

3

க்விக்நீ ஹோட்டல்

ஸோக் நெஜோர்டின் அழகில் மூழ்கியிருக்கும் இடம் இது. 1752 -இலிருந்து, இந்த ஹோட்டல், கவிஞர்களுக்கும், மற்றும் பேரரசர்களுக்கும் விரும்பி தங்குமிடமாக இருந்தது.

ஹோட்டலில் நவீன பகுதி சேர்க்கப்பட்டிருக்கிறது. ஆனாலும் ஆரம்ப வீட்டிலேயே அறை எடுத்து தங்குவது சிறப்பு. சில அறைகளில் உள்ள பால்கனி மூலம் மறக்க முடியாத காட்சிகளை காணலாம். இங்கிருந்து அற்புதமான பகல் நேர பயணங்களை மேற்கொள்ளலாம்.

பெர்ஜென் என்னுமிடத்திலிருந்து 4-மணிநேர 'ஸ்டீம்' போட் பிரயாண தூரத்திலிருக்கிறது. இந்தஹோட்டல்.

4

பெர்ஜென் & ட்ரோல் டௌஜென்

இங்கு இயற்கை, வணிகம் மற்றும் நாகரிகம் அனைத்தும் சங்கமமாகிறது. 1070 - இல் கண்டுபிடிக்கப்பட்டு, நார்வே

யின் ராஜ்யமாகியது. பெர்ஜெனைச் சுற்றி ஏழு மலைகள் வட்டமாக இருக்கின்றன. ஆஸ்லோவிலிருந்து மேற்கில் 558 கி.மீ-இல் உள்ளது.

இந்த சுற்றுலாத் தலத்திற்கு தினசரி புறப்பாடு இருக்கிறது. கோடைக்கால மாதங்களில் மட்டும் முன்னதாக பதிவு செய்துகொள்ள வேண்டும் என ஆலோசனை தரப்படுகிறது.

5

நார்வஜியன் சமுத்திரக்கரை பிரயாணம் & வடக்கு முனை

இந்த இடத்தின் விஜயத்தை 'எங்கு நடு இரவு சூரியன் இருக்கிறதோ, அந்த சந்தோஷம் 'ஒட்டுவார் ஒட்டி' போல தொடர்ந்து கொண்டேயிருக்கும்' எனவும் கூறுவர். நீர்வழி போக்குவரத்து மட்டுமே உண்டு. 12-நாள் பிரயாணமானது, 1,500 மைல்களைக் கடந்து செல்லும். சுற்றுலா செல்ல ஜூன்-ஆகஸ்ட் உகந்தது. அது பரபரப்பான மாதங்களாக இருந்தாலும் இனிமை தரும்.

6

லோபோடன் தீவுகள்

தனித்து வைக்கப்பட்டிருக்கும் தெளிவான தீவுக்கூட்டங்கள், இவை கரடு முரடானதும் கூட. இயற்கை, நார்வேயில் மிகவும் சக்திவாய்ந்தவையாக இருக்கிறது. 118-மைல் நீளம் கொண்ட இத்தீவுக் கூட்டம் சிறு மீனவர் இனத்தவரையே உள்ளடக்கியது. பெர்ஜெனிலிருந்து வடக்கில் 1432 கி.மீட்டரும், ட்ரான்டியமிலிருந்து வடக்கில் 750 கி.மீட்டரும் உள்ளது.

இயற்கை நார்வே நாட்டில் சக்தி வாய்ந்தது என்று கூறினோம் அல்லவா! அது ஆர்க்டிக் வட்டத்திற்கு வடக்கே 123 மைலிலுள்ள லோப்டான் தீவை தவிர வேறு எங்கும் இல்லை. இந்த செங்குத்தான தீவின் முக்கிய நகரமான ஸ்வோல்வர் செழிப்பான கோடைகால ஓவிய காலரி ஒன்றை வைத்துள்ளது.

7

முன்ச் மியூஸியம் & ஹோட்டல் காண்டிநென்டல்

தரம் மற்றும் இயற்கை பண்பு ஆகிய செல்வத்தின் மத்தியில் ஒரு வீடு போல உணர்வை ஏற்படுத்துமிடம். 1863 முதல் 1944 வரை இருந்த எட்வர்ட் முன்ச் என்ற ஒரே 'நோர்டிக்' ஓவியர், இன்றும் பிரசித்திப் பெற்றவராயிருக்கிறார். அகில உலகத்திலும் அவரது செல்வாக்கு பரவியுள்ளது. அவருடைய படைப்புகள் 22,000 -உம் இந்த மியூசியத்தில் இருக்கின்றன. இந்த மியூஸியம் ஓஸ்லோ நகரில் உள்ளது.

8

வைகிங்ஸ்கிபுசெட்

பிரசித்திப்பெற்ற 1000 வருஷ பழைய புனிதமான பண்டைய பொருள்கள்

அடங்கிய இடம். வைகிங் வயது எவ்வளவு எனில், 'நார்ஸ்மென்' ஐரோப்பிய கடற் கரையை படு பயங்கரமாக ஆட்டிப் படைத் திருந்தபோது, சற்றேறக்குறைய 800 முதல் 1050 இருக்கும். 1936 - இல் இந்த வைகிங் கண்காட்சிசாலை கட்டப்பட்டது. இது ஓஸ்லோவில், பைக்டாயிலிருக்கிறது.

9

வடக்கத்திய விளக்குகள்

ட்ராம்ஸோ, ஆர்க்டிக் வட்டத்திற்கு வடக்கே உள்ள நார்வேயின் பெரிய நகரமாகும். இங்கிருந்து வானவீதியில் காணக்கூடிய அதிசயம் தான் வடக்கத்திய விளக்குகள் வெளிச்சம்.

மழைக்காலத்தின் வெகு நல்ல வெளிச்சத்தின் அதிசயம் இது. அங்கு உச்ச கலர் பச்சை ஆனாலும் அதிகபட்ச இரவுகளில் ஓரங்களில் வெளிர் சிவப்பும் சாம்பல் நிறமும் மாறி மாறி வருவது கண்கொள்ளாக் காட்சி. ட்ராம்ஸோ ஆஸ்லோவிலிருந்து, வடக்கே, 1,744-கி.மீ-இல் உள்ளது. இங்கு சுற்றுலா செல்ல சிறந்த காலம் ஜனவரி அல்லது பிப்ரவரி மாதங்களில் நள்ளிரவு. ஜனவரி மாதத்தின்

மத்தியில் நான்கு நாட்கள் வருடாந்திர வடக்கு விளக்கு திருவிழாவினை ட்ராம்ஸோ நடத்துகிறது.

10

ஹார்டேஞ்ஜர் போர்ட்

அதன் பழத்தோட்டங்கள், மாடிக் கட்டடங்களைப் போல 113-மைல் நீள முள்ள அந்த தீவை கரையோரத்தில் அலங் கரிக்கிறது. அருகிலேயே ஹார் டேஞ்ஜர் பாரம்பரிய பொருட்காட்சி சாலை உள்ளது. இது, அந்த நகரத்தின் பிரசித்திப் பெற்ற திறந்தவெளி கலாச்சார ஈர்ப்புடன் இருக்கும். இது ஆஸ்லோவிலிருந்து 370 கி.மீ -இல் இருக்கிறது.

ஏப்ரல் முதல் டிசம்பர் வரை திறந்திருக்கும். மே முதல் செப்டம்பர் வரை சுற்றுலா செல்ல சிறந்த காலமாகும். பொருட்காட்சி சாலை பார்வையிட அனுமதிக் கட்டணம் உண்டு.

11
ஆஸ்லோ

கடற்கரையோரம் உள்ள நார்வேயின் முக்கிய துறைமுகம் ஆஸ்லோ. இது நாட்டின் தலைநகரம். ஒரு அழகிய நகரம். உலகம் முழுவதிலுமிருந்து விமான சேவை உள்ளது. ஆஸ்லோவுக்கு என்று தனி வரலாறு உள்ளது. இந்த நகர் 1050-இல் மன்னர் ஹெரால்டு ஹார்டரேவால் அமைக்கப்பட்டது. 1624-இல் ஏற்பட்ட பயங்கரமான தீயினால் அழிந்து போனதால் அதற்கடுத்த சக்கரவர்த்தி கிறிஸ்டியன் ஃபோர்த்தினால் மறுபடியும் நிர்மாணிக்கப்பட்டது. அதனால் இதன் பெயர் 'கிறிஸ்டியானா' என்று வைக்கப் பட்டது. 1925-இல் மறுபடியும் இதன் பழையபெயர் 'ஆஸ்லோ' என்றே மாற்றப் பட்டது.

விமான நிலையத்திலிருந்து நகருக்குச் செல்ல 'கார்ல் ஜோஹான்ஸ் கேட்' வழியாக செல்லவேண்டும். இந்தப் பாதை ரயில் நிலையத்திலிருந்து அரண்மனை வரை செல்கிறது. வழியின் மேற்கே அமைந்துள்ளது கார்ல் ஜோஹான்ஸின் சிலை. மலை மேல் அமர்ந்திருக்கும் அரண் மனையின் பரந்த முற்றத்தில் விழாக்கள் மற்றும் ஊர்வலங்கள் நடக்கின்றன. இது சுற்றுலாப் பயணிகளைக் கவரும் இடமாகும்.

கார்ல் ஜோஹான்ஸ் பாதையில் வெறும் துரித உணவு ரெஸ்டாரண்டுகள், பெரிய ஹோட்டல்கள் மட்டுமல்ல, காணவேண்டிய பல இடங்கள் உள்ளன. நேஷனல் தியேட்டர், பல்கலைக்கழகம், நாடாளுமன்றம், வங்கி மற்றும் பல முக்கிய தொழில் ஸ்தாபனங்களும் இதன் அருகே உள்ளன. இதற்கு வெளியே பிரசித்தி பெற்ற நாடகக் கலைஞர் இப்சன் சிலை உள்ளது. அரங்கத்துக்குள் கேஃபே யும் உள்ளது.

நியூயார்க் டைம்ஸ் செய்தித்தாளின் கருத்து கணிப்புப்படி இந்த கேஃபேதான் உலகில் அதிக விலை உயர்ந்த மற்றும் சிறந்த கேஃபே ஆகும். பல்கலைக் கழகத் தின் அமைதியான, அழகான, இலக்கியப் பூர்வமான சூழ்நிலையும் மனதை பரவசப் படுத்துகிறது.

இதே பாதையில்தான் தேசிய கலைக்கூடத்தின் வரலாற்று சிறப்புமிக்க அருங்காட்சியகமும் உள்ளது. ஆஸ்லோ செல்லும் சுற்றுலாப் பயணிகள் இந்த அருங்காட்சியகத்தைப் பார்க்க தவறுவதே இல்லை. இது வெளியே இருந்து பார்க்க மட்டும் அழகு இல்லை. உள்ளே உள்ள ஓவியங்கள், சிற்பங்கள், வரைபடங்கள் பார்க்க அழகானவை. விலை மதிப்பற்ற கலைப்பொருட்கள், எல்க்ரேகோவின் படைப்பு கண்டிப்பாக காண வேண்டி யவைகள்.

'திரிவிடென்ட் பீட்டர்' வரலாற்று சிறப்பு மிக்க அருங்காட்சியகம் மூன்று பகுதிகளாகப் பிரிக்கப்பட்டுள்ளது. முதல் பிரிவில் பழமையான பொருட்களும், இரண்டாம் பிரிவில் மனித மேம்பாட்டிற் கான பயணங்களும், மூன்றாம் பிரிவில் உபயோகமற்ற காசுகளும், மாடல்களும் வைக்கப்பட்டுள்ளன.

சர்வதேச கலைப்பொருட்களின் விசாலமான குவியல்களும், அருங்காட்சிய கமும் உள்ளது. முதலில் இது வரலாற்று சிறப்பு மிக்க அருங்காட்சியகத்தின் ஒரு அங்கமாக இருந்தது. 1990-இல் இதனை தனி அமைப்பாக அறிவித்துவிட்டார்கள். இங்கு பார்க்கத்தக்க படைப்புகள் - ரிச்சர் செராவின் 'ஹைஃப்ட்' மற்றும் லயா கேபேபோப்பின் 'திராபிஷ் மேன்'.

'சிட்டி ஹால்' என்பது ஒவ்வொரு வருடமும் டிசம்பர் 10-ஆம் நாளன்று உலகம் முழுவதும் இருந்து புகழ்பெற்ற விஞ்ஞானிகள், இலக்கியவாதிகள், சமூக சேவகர்கள் மற்றும் பலர் ஒன்றாகத்

திரளும் இடமாகும். இங்குதான் உலகின் புகழ் வாய்ந்த உன்னத விருதான 'நோபல் விருது' வழங்கப்படுகிறது.

12

அருங்காட்சியகம் மற்றும் பூங்கா

இது ஜோன்ஸ் தீபகற்பத்தில் உள்ளது. வரலாற்று சிறப்புமிக்க 'நார்ஸ்ஃபாக் அருங்காட்சியகம்', 'பைக்கில் கப்பல் அருங்காட்சியகம்' உள்ளது. இங்கு பைக்கில் மக்களால் அமைக்கப்பட்ட பழம்பெரும் கப்பல் உள்ளது. இங்கு புகழ்பெற்ற கப்பலான 'ப்ரேஸ்' வைக்கப்பட்டுள்ளது. 'அன்பேடிக் ப்ரிஜோக் நைன்சால்' பயணத்துக்காக அமைத்தது ஆகும். இங்கு 1947-இல் தோப்ஷேர்குதின் என்பவர் தனது நண்பர்களுடன் தெற்கு பாகத்தின் மகா சமுத்திரத்தின் பெருனையிலிருந்து ரோராயியா வரை பயணம் செய்துள்ளார்.

13

விக்லேண்ட் பார்கன்

ஆஸ்லோவின் புகழ்பெற்ற தோட்டம் தான், விக்லேண்ட்பார்கன். சிற்பக் கலைஞ ரான குஸ்தால் அலங்கரித்துள்ளார். 17 அடி உயர தூண் மீது வடிவமைக்கப்பட்ட 212 சிலைகளைப் பார்க்கும்போது சுற்றுலாப் பயணிகள் ஆச்சரியம் அடைவார்கள்.

நார்வே 'ஸ்கியிங்கின் வளர்ப்பு' எனப்படுகிறது. இங்கு ஸ்கியிங் (பனிச் சறுக்கு விளையாட்டு) வரும் சுற்றுலாப் பயணிகள் பெரும் எண்ணிக்கையில் வருகின்றனர். ட்ரான்டெம் நகரின் ரயில் நிலையத்திற்கு எதிரே ஒரு பெரிய கால்வாய் உள்ளது. அதில் கப்பலும் செல்கிறது. இங்கு இரவில் தங்கி நடு ராத்திரி சூரியனை பார்க்க முடியும்.

இரவு 12.30 மணியளவில் சில நொடி களுக்கு நம் கண்ணிலிருந்து மறைந்து மறுபடியும் உதிக்கும். இதைப் பார்க்கும் பொழுது மூழ்கிய சூரியன் திடீரென்று வெளியே எழும்பியது போல் தோன்றும்.

இரயில் வழி ப்யூட்ஸிலிருந்து மிடர லுக்கு சிறப்பு ரயில்பாதை அமைக்கப் பட்டுள்ளது. மேலும் - கீழும் அடர்ந்த காடுகளுக்கு நடுவிலே செல்லும் இந்த இரயில் பாதை நவீன விஞ்ஞானத்தின் வரமாகும். இந்த அடர்ந்த காடுகளிடையே செல்லும்பொழுது காண்கின்ற இயற்கை அழகுக்கும், மனதை கவரும் காட்சி களுக்கும் ஈடு இணையே கிடையாது.

■■■

21

ஸ்வீடன் - SWEDEN

1

தி ஐஸ் ஹோட்டல்

இது உலகிலேயே மிகப் பெரியதான ஐஸ்கட்டி வீடு. இது மிக அதிகமான குளிரான பிரதேசமா என்றும் கேட்கப் படுவதுண்டு. இந்த ஐஸ் ஹோட்டல் மாஜிக்போல சிறிதளவு ஒளி ஊடுருவல் உள்ள, விருந்தினர் அறைகளுடன் ஓர் அரண்மனை போல் இருக்கிறது. இங்கு ஒரு 'தேன் நிலவு' அறையும், ஒரு சினிமா அரங்கமும், 45-அடி ஐஸிலிருந்து செதுக்கிய கண்ணாடிகளும், காலரிகளும் உள்ளன. நேர்த்தியான ஒரு வருங்கால தேவை போல, தூண்களைக் கொண்ட வரவேற்புக் கூடமும் இருக்கிறது. அதில் உள்ள தொங்கும் ஐஸ் சரவிளக்குகள், கண்ணாடி இழையால் ஏற்றி வைக்கப் படுகிறது. 1990-இலிருந்து, ஒவ்வொரு நவம்பர் மாதங்களிலும் கட்டப்பட்டது. 4000 டன் ஐஸ்கட்டிகள் அடர்த்தியாக சுற்றிலும் இருப்பதால் அந்த ஹோட்டல், டோர்னே ஆறு உருகி ஓடும்போது, மறைந்துவிடுகிறது. காரணம் இது அந்த ஆற்றின் கரையிலிருப்பதால். இந்த நம்ப இயலாத ஐஸ் வீடானது, ஓர் ஆச்சரிய மானது. ஆனால் அதில் உள்ள அலங்கார இலைகள் முதலியன இன்றும் கூட கொஞ்சம் திகைக்க செய்திருக்கலாம். உள்ளிருக்கும் மேஜைகள், நாற்காலிகள் மற்றும் ஏனைய யாவும் பொறியியல் வல்லுநர்களால் கட்டப்பட்டவை. கொஞ்சம் மிகைப்படுத்தி கூறப்படுவது போலிருந்தாலும், அந்த ஐஸ் படுக்கைகள் படாடோபமாக தோல்களில் போர்த்தப் பட்டு, உயர்ந்த தொழில்நுட்ப வேலைப் பாடுகளுடன் செய்யப்பட்டிருக்கும். உணவு வகைகளை நன்றாக சூடாக சாப்பிட்டு பின் நாள் பூராவும் சிரித்து, சுகமாக இருப்பர். குளிர்பெட்டிக்குள் 25ºF -இல்

இருந்ததைப் போல இதை அனுப வித்தவர்கள், அருகிலேயே தேவையான அளவுக்கு உஷ்ணமும், வசதியும் உடைய இடத்தில் ஏற்படுத்தப்பட்ட அறையில் நிலையை மாற்றி சுகத்தைச் சுவைப் பார்கள்.

இங்கு செல்ல ஸ்டாக்ஹோமிலிருந்து 90 நிமிடம் பறந்து செல்ல வேண்டும்.

வடக்கு விளக்குகளை காண ஜனவரி யில் செல்லலாம். பிப்ரவரி முதல் வாரத் தில் 200 கி.மீ. தொலைவில் உள்ள ஜோக் மாக்கில் நடைபெறும் முக்கியமான சாமி திருவிழா மற்றும் கடைவீதி காண வேண்டியதாகும்.

உ

கோடா கால்வாய்

1,00,000 ஏரிகளில், அதாவது ஸ்வீடனின் ஏரிகள் ஜில்லாவில், 4-நாட்கள் பயணமானது, தோணி சவாரிகளுக்கு ஏற்ற இடம். மிகுந்த இன்பத்தையும் தரக் கூடியது. கோடா வாய்க்காலையும், ப்ளூ ரிப்பன் வாய்க்காலையும் (கோட்பர்கையும், ஸ்டாக் ஹோமையும் சேர்ப்பவை) 60,000 வீரர் வெட்டி, 200 மில்லியன் க்யூபிக் மண்ணையும் பாறைகளையும் எடுத்து விட்டு, இவற்றை கொண்டு வந்தார்கள்.

விடுதிகளில் ஆரோக்கிய நீருற்று சேவை இப்போதும் தரப்படுகிறது. நோய்களை குணப்படுத்தக் கூடிய நீரூற்று கள் இருக்கின்றன. ஜுன்-ஆகஸ்ட் சுற்றுலா செல்ல சிறந்த காலம்.

௩

விஸ்பி

ஸ்டாக் ஹோமிற்கு தென்கிழக்கு கடற்கரையில் உள்ளது இந்த 'விஸ்பி' தீவு. இது 1679 - இல் ஸ்வீடனின் கட்டுப் பாட்டில் வந்தாலும், கண்டிப்பாக இது ஸ்வீடனின் அடையாளமல்ல. 78 - மைல் நீளம் கொண்ட இத்தீவு ஸ்வீடனில் உள்ள தீவுகளிலேயே பெரியது. மத்திய காலச் சரித்திரத்தில், இது ஒரு பொழுது போக்குக்குச் சென்று பார்க்க வேண்டிய முக்கிய இடமாக இருக்கிறது.

சுற்றுலா செல்ல கோடை காலம் மிகவும் சிறந்த காலம். மே மற்றும் செப்டம்பரில் செல்வது இனிமை தரும்.

௪

ட்ராட்டின் ஹாம் அரண்மனையும், கோர்ட் தியேட்டரும்

மலாரன் ஏரியில் இயற்கையான மரங்களுடன் இருக்கும் ராணித் தீவில் உள்ளது ட்ராட்டின்ஹாம் அரண்மனை. ட்ராட்டின்ஹாம் என்பதற்கு ராணித் தீவு என்று அர்த்தம். அரசர் கார்ல் - XVI உம்

அவரது ராணி சில்வியாவும், வருடம் பூராவும் இங்கேயே இருக்க விரும்புவார்கள். அரச பரம்பரையைச் சார்ந்தவர்கள் உள்ளிருந்தாலும், பொதுமக்கள் சென்று பார்ப்பதற்கு அனுமதி உண்டு.

1622-ஆம் ஆண்டில் ஸ்வீடன் அரசி எலியாநோராவிற்காக கட்டப்பட்டது இந்த அரண்மனை. 17, 19-ஆம் நூற்றாண்டின் ஓவியம், மரச்சாமான்கள், பொன் முலாம் பூசிய கூரைகள், பிரம்மாண்டமான சரவிளக்குகள் போன்ற தொகுப்புகளால் வடிவமைக்கப்பட்ட அதன் உள் அலங்காரம் இன்னமும் பிரகாசிக்கின்றன. செயற்கை நீருற்று மற்றும் வழக்கமான தோட்டங்கள் முதன்மையானவற்றுடன் ஒப்பிட்டுப் பார்த்து ரசிக்க வைக்கின்றன.

முழுமையாக பராமரிக்கப்பட்டு வரும் ட்ராட்டின்ஹாம் அரண்மனை தியேட்டரை பார்த்தாக வேண்டும். இந்த தியேட்டர் 1766-ஆம் ஆண்டில் மூன்றாம் குஸ்டவ் அரசரின் அன்னையால், அரசரின் நண்பர்கள் மற்றும் அரசவை உறுப்பினர்களுக்காக கட்டப்பட்டது. முன்பு 400 மெழுகுவர்த்தி ஏற்றி வைக்கப்பட்டிருந்த இத்தியேட்டரில் இன்று மினுக் தீச்சுடர் வடிவ மின்சார பல்புகள் பிரகாசிக்கின்றன. இன்று இந்த அரங்கில் இசை நாடகம் நடத்தப்படுகிறது.

இந்த தியேட்டர் விஜயம் மறக்க முடியாத அனுபவத்தை தரும்.

இது ஸ்டாக்ஹோமிற்கு மேற்கே 11 கி.மீ.இல் உள்ளது. ஸ்டாக்ஹோமிலுள்ள ஸ்டாட்ஷஸ்பர்னிலிருந்து மணிக்கு ஒருமுறை நீராவி படகு சேவை உண்டு.

ஜூன் - ஆகஸ்ட் மாதங்களில் ட்ராட்டின் ஹாம் திருவிழாவின்போது இந்த தியேட்டரில் நிகழ்ச்சிகள் நடைபெறும். சுற்றுலா செல்ல அது சிறந்த காலமாக கருதப்படுகிறது.

5
கிரிப்ஷோலம் கோட்டை

இது ஒரு கோட்டை, ஒரு முக்கிய விடுதி, கண்காட்சியைப் போன்ற ஒரு நகரம். இந்த நினைவில் நிலைத்து நிற்கும் ஏரிக்கரை கிராமமானது அதனுடைய பிரதான கவர்ச்சியான கிரிப்ஹோலம் கோட்டையால் ஸ்டாக் ஹோம் செல்ல ஒரு முழுமையான பகல் விஜயமாகிறது. இக் கோட்டையானது 1864 வரையிலும் , மேலும் இப்போதும் கூட அரச அரண்மனையாக, ஸ்வீடனிலிருக்கும் ஐந்து அரண்மனையில் ஒன்றாகவும் கருதப்படுகிறது. ஏரியின் பக்கமுள்ள க்ரிப்ஷோலம் வார்ட்ஷஸ் ஹோட்டலின் கண்ணாடி மூடிய வராந்தாவில் அற்புதமான மதிய உணவுக்காக ஒரு மேஜையை முன் பதிவு செய்யலாம். இங்கு சுற்றுலா செல்ல உகந்த காலம் ஜூன்-ஆகஸ்ட்.

ஜூன் மாத முதல் சனிக்கிழமை நடைபெறும் உள்ளூர் திருவிழா கண்டு ரசிக்க வேண்டியது. இது ஸ்டாக்ஹோமிலிருந்து தென்மேற்கில் 64. கி. மீ -இல் உள்ளது.

6

உல்ரிக்டால்ஸ் வார்ட்ஷஸ்

சிறந்த கலை வேலைப்பாடுகளுடன் சோல்னா நகரில் அமைந்துள்ள முக்கியத்

துவம் வாய்ந்த உணவகம். ஸ்வீடனின் சமையலறை கலாச்சாரப்படியான கட்டடக் கலையை உபயோகித்து கட்டப்பட்டது. இதற்கு ஈடு இணை இல்லை என்கின்றனர். இதுவும் ஸ்டாக் ஹோமிலிருந்து வடக்கில் 8 கி.மீ -இல் உள்ளது.

7

கிராண்ட் ஹோட்டல் மற்றும் ஓபராகாலரன்

டிசம்பர் மாதம் இரண்டாம் வாரத்தில், இந்த மாபெரும் ஹோட்டல்,

நோபல் பரிசு பெற்றவர்களை கௌரவித்து உபசாரம் செய்து, மேலும் அவர்களை ஊக்கப்படுத்துகிறது. ஓபராகாலரன் கூட அத்தேசத்தின் சிறந்த சிற்றுண்டிச் சாலைகளில் ஒன்றாகக் கருதப்படுகிறது.

8

ஸ்டாக்ஹோம் ஆர்ச்சிபிலாகோ

ஸ்வீடனின் இந்த தீவுகள் கூட்டத்தைப் பார்க்க, பலவழிகள் உள்ளன. குறுக்

கும் நெடுக்குமாக, தட்டிகள்போல, இந்த 24000 தீவுகளை பார்க்கவும் முடியும். படகுகள் மூலமாகவோ அல்லது நீராவிக் கப்பல், பாய்மரக்கப்பல், தனியார் தோணிகள், அல்லது உல்லாசப் படகுகள் மூலமாகவோ சென்று பார்க்கலாம். மிக முக்கிய விஷயம் என்னவென்றால் எக்காரணம் கொண்டும் இத்தீவுகளை பார்க்க தவற விட்டு விடக்கூடாது. அவை நாட்டின் மிக முக்கியமான இயற்கை கவர்ச்சிகளில் ஒன்றாகும். 1000 தீவுகளில் 6000 மக்கள் மட்டுமே வசிக்கின்றனர். எஞ்சியவற்றில் மனிதர்கள் இல்லை. ஸ்வீடனில் கோடைக் காலத்தை கழிப்பது அழகானது. இத்தீவுகள் அதனைக் கொண்டாட சிறந்த இடம். ஆகஸ்ட் மாதம் cray மீன் சீசனாகும்.

9
வாஸாமுஸீட்

1628, ஆகஸ்டு 10 - ஆம் தேதி, அற்புதமான வாஸா என்ற போர்க்கப்பல்

மூழ்கிய அதே இடத்தில் 226-அடி 64 பீரங்கி கொண்ட போர் வீரன் என்ற பெரியதொரு கப்பல், தற்போது கிராண்ட் ஹோட்டல் இருக்குமிடத்தில் கட்டப்பட்டது. உலகிலேயே இது மாதிரியான கடலுக்கருகிலுள்ள மியூஸியம் வாஸா மியூஸியம்தான். அதிக பொருட்செலவில் 1990-இல் முடிக்கப்பட்ட இதுவே உலகிலேயே மிகப் பழைய முழுமையாக பாதுகாக்கப்பட்ட போர்க் கப்பலாகும். நேர்த்தியான மரச்சித்திர வேலைப்பாடு கப்பலின் வெளிப்புறத்தில் அமைந்துள்ளது. 700 சிற்பங்களில் 400 உருவ சிற்பங்கள். 4000 நாணயங்கள், மருத்துவ உபகரணங்கள், சொக்கட்டான் வரிசை அடங்கிய கப்பலின் சரக்கு ஏற்றும் பாகம் மிகவும் சுவாரஸ்யமானது.

1961-இல் கண்டுபிடிக்கப்பட்ட பிறகு 5 ஆண்டுகளின் பணிகளை தொடர்ந்து வீடியோ படமாக காட்டுகிறார்கள். 'வாஸா' என்பது ஸ்காண்டிநோவியாவில் உள்ள நிறைய சுற்றுலாப் பயணிகளையும் பார்த்தவுடன் கவரப்பட்டுவிடும் இடமாக இருக்கிறது.

■■■

உலகில் பார்க்க வேண்டிய இடங்கள்

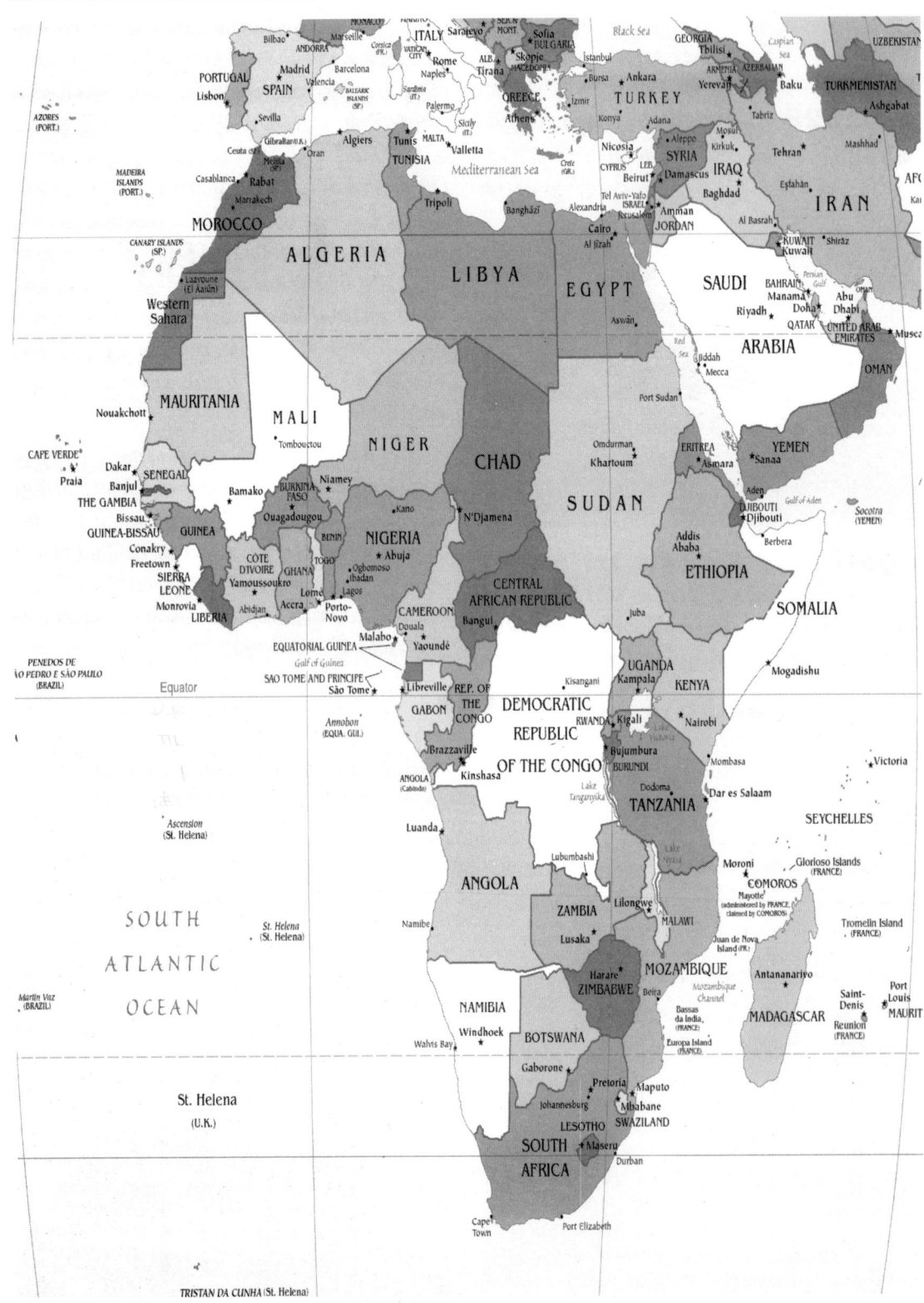

22

ஆஃப்ரிக்கா - எகிப்து - AFRICA - EGYPT

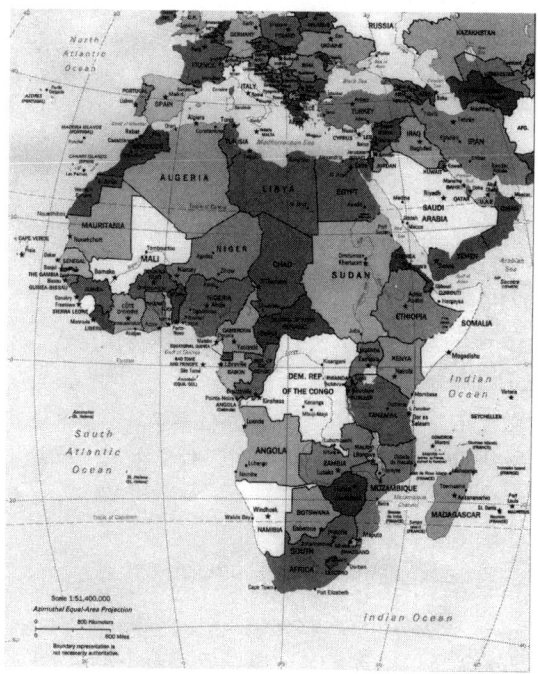

1

தி கிரேட் பிரமிட்ஸ் ஆஃப் கிஸா

எகிப்தின் தலைநகர் கெய்ரோவில் இருக்கிறது கிரேட் பிரமிட் ஆஃப் கிஸா. வெயில் சுட்டெரிக்கும் பாலைவனத்தில் பல்லாயிரக்கணக்கான ஆண்டுகளாகத் தலைநிமிர்ந்து நின்று கொண்டிருக்கிறது. பழைய ஏழு உலக அதிசயங்களில் பிரமிடும் ஒன்று.

கி.மு. 2560-ஆம் ஆண்டில் நான்காம் பாரோ மன்னர் குஃபு என்பவரால் கட்டப்பட்டது. பெரிய பிரமிடுக்குள் குஃபு மன்னரின் கல்லறை இருக்கிறது. அருகில் இருக்கும் மூன்று சிறிய கல்லறைகள் மன்னரின் மனைவியருடையது.

இந்தக் கல்லறைக்குள் பாரோ மன்னரின் உடலை மம்மியாகச் செய்து வைத்திருந்தனர். பாரோ மன்னர்கள் இறந்ததும் அவர்களின் உடலை, பாடம் செய்து கல்லறையில் வைப்பதை மம்மி என்று அழைக்கிறார்கள். இறந்த பின் உடலைத் துணியில் சுற்றி, கட்டுப்போடுவார்கள். உடலை அப்படியே வைத்தால் சதை, தோல் எல்லாம் பாக்டீரியாவால் அரிக்கப்பட்டு, எலும்பு மட்டுமே மீதி இருக்கும். உடலைப் பக்குவப்படுத்தி, ரசாயனங்கள் ஊற்றி, பாடம் செய்வதால் இந்த உடல் பாதுகாப்பாக இருக்கும்.

மம்மி செய்வது என்பது மிகவும் செலவு பிடித்த விஷயம். அதனால் சாதாரண மக்களுக்கு மம்மி செய்வது என்பது முடியாத காரியம். அரசர்கள்,

அரச குடும்பத்தைச் சேர்ந்தவர்கள், உயர் அதிகாரிகள், செல்வச் சீமான்கள் போன்றோருக்கு மம்மி செய்வது என்பது முக்கியமாகக் கருதப்பட்டது.

கிட்டத்தட்ட 3 ஆயிரம் ஆண்டுகளுக்கு மம்மி செய்யும் வழக்கம் இருந்திருக்கிறது. மொத்தம் 70 லட்சம் மம்மிகள் செய்யப்பட்டிருக்கின்றன. இதில் நிறைய மம்மிகள் நகைகள் பணத்துக்காக திருடர்களால் தோண்டப்பட்டு பாழாகி விட்டன. இயற்கையிலேயே ஏராளமான மம்மிகள் அழிந்து போய்விட்டன. பாரோ மன்னர்கள் மூன்று பேரின் மம்மிகள்தான் முழுமையாகக் கிடைத்தன.

சுமார் 5 ஆயிரம் ஆண்டுகளுக்கு மேல் ஆகியும் இன்றும் கம்பீரமாக நிமிர்ந்து நின்று கொண்டிருக்கிறது இந்த பிரமிடு. இன்றைய விஞ்ஞான வளர்ச்சியில் இது போன்ற ஒரு பிரமிடை உருவாக்க முடியுமா என்றால் சந்தேகம்தான். எகிப்தியர்களின் கட்டட நுணுக்கம் இன்றைய கட்டட வல்லுனர்களுக்குச் சவாலாகவே இருக்கிறது.

23 லட்சம் கற்களைப் பயன்படுத்தி இந்த பிரமிடு கட்டப்பட்டிருக்கிறது. ஒவ்வொரு கல்லும் 2 முதல் 30 டன் எடை கொண்டது. சில கற்கள் 70 டன் எடை கொண்டவை. பெரிய பிரமிடுகள் நைல் நதிக்கு அருகில்தான் கட்டப்பட்டிருக்கின்றன. பெரிய பெரிய கற்களைப் படகில் ஏற்றிக் கொண்டு வருவதற்கு வசதியாக நதிக்கு அருகில் கட்டியிருக்கின்றனர்.

ஒரு லட்சம் மனிதர்கள் கிஸா பிரமிடை கட்டும் பணியில் ஈடுபட்டிருந்தனராம். பிரமாண்டமான இந்த பிரமிடு கட்டி முடிக்க 20 ஆண்டுகள் ஆனது.

பிரமிடின் அடிப்பகுதி சதுரமானது. ஒவ்வொரு பகுதியும் 751 அடி கொண்டது. மேற்புறம் முக்கோண வடிவில் காணப்படும். பிரமிடுக்கு உள்ளே நிறைய காரிடார்கள், கேலரிகள், அரசனின் கல்லறை, வெளியேறும் வழி போன்றவை இருக்கின்றன.

விஞ்ஞான ஆராய்ச்சிக்கும் சரி, சுற்றுலாப் பயணிகளுக்கும் சரி, எல்லையில்லாத் தகவல்களை உள்ளடக்கி உலகில் பார்க்க வேண்டிய இடங்களில் முக்கியமான ஒன்றாக இருக்கிறது எகிப்தின் கிஸா பிரமிட்.

19-ஆம் நூற்றாண்டின் நேர்த்தியான கட்டடமான மேனா ஹவுஸ் கிஸா பிரமிடிலிருந்து கல்லெறி தூரத்தில் உள்ளது. சஹாராவின் விளிம்பில் 40 ஏக்கர் பரப்பளவில் அமைந்துள்ளது. இது ஒரு சமயம் கேதிவ் இஸ்மாயில் அவர்களுடைய ஓய்வெடுக்கும் வீடாக இருந்தது. இப்போது சுற்றுலாப் பயணிகள் தங்குவதற்கான சிறந்த இடமாக இருக்கிறது.

கிஸா பிரமிடு மத்திய கெய்ரோவுக்கு தென்மேற்கே 18 கி.மீ.-இல் இருக்கிறது. இங்கு சுற்றுலா செல்ல உகந்த காலம் நவம்பர் முதல் மார்ச் வரை.

உ
இஸ்லாமிக் கெய்ரோ

இடைக்காலத்திய வாழ்க்கையில், ஒரு கண்ணோட்டப் பார்வையில், மத்திய கிழக்குப் பிரதேசங்களில், ஜனத்தொகை

யின் நெருக்கத்தைப் பார்க்கும்போது, அது 'கெய்ரோ' மூலமாக 6-7 நூற்றாண்டு களுக்கு முன், ஒரு பெரிய குறிப்பிடத்தக்க வகையிலிருந்தது. இந்த பழைய கால கெய்ரோவின், நான்கில் ஒரு பங்கு அறிவு, ஞானம், திகைக்க செய்கிறது. தூசியும், தூள்களும் சேர்ந்து அந்த நகரத்தின் அதாவது ஒரு காலத்தின் கலைப் பொக்கி ஷத்தையும் அறிவாளிகளையும், மழுங்கச் செய்து வந்தன.

பயமுறுத்திக்கொண்டிருக்கும் இடங்களின் எண்ணிக்கையானது, 12-ஆம் நூற்றாண்டில் 'அலாவுதீன்' அவர்களின் கோட்டையாக இருந்த காலத்திலிருந்து ஆரம்பமாகிறது. தார்க்குச்சியின் உச்சத்தி லிருப்பது போல, அதிக பாதுகாப்புடன் கூடிய பால்கனியானது அங்கிருந்து பார்க்கும்போது ஆகாயத்தில் அள்ளித் தெளித்த தாதுப் பொருள்கள் போல விட்டுவிட்டு தெரிவது கண்கொள்ளாக் காட்சி. அந்த புண்ணியத்துவம் வாய்ந்த மற்றும், நகரத்தின் இறைவனை வணங்கும் இடமுமான, 9-ஆம் நூற்றாண்டின் மசூதி அதிக கம்பீரமான பார்வையோடு இருந் தாலும், மிகவும் எளிமையானதும் கூட. இஸ்லாமியர் கலைக் கண்காட்சியானது அதன் தரத்தில் மிக உயர்ந்த ஸ்தானத்தில் எகிப்தில் 7 முதல் 19-ஆம் நூற்றாண்டுகள் வரை இருந்து வந்தது. 'கான்.எல்.கலிலி'யின் வரிசையாக உள்ள கடைத்தெருக்கள், மற்றோர் அதிசயமாகும். அங்கு அதன் அளவே மிகப் பெரிய ஒன்று. பணக்கார அலங்காரங்களுடன் விளங்கும் குலாவன் எல் நாஸிர் இடமானது மதராஸா பள்ளி மற்றும் கல்லறையும் கூட. கெய்ரோவின் இஸ்லாமிய முக்கியத்துவங்கள் ஏராளம். ஆனால் நாகரிக பண்பு, பார்க்க வருபவர் களை திடுக்கிடச் செய்யும். இது ஸலாடின் சதுக்கத்துக்கு அருகில் இருந்து ஆரம்ப மாகிறது.

3

கான் எல்-கலிலி

கூச்சல், அதிசயம், ஒழுங்கற்ற, மேலும் அபூர்வ வாசனைப் பொருள்களின் வாசனை இவை எல்லாமும் கலந்த கலவைதான் கான் எல்.கலிலி. இது உலகத்தின் பெரிய கடைவீதிகளில் ஒன்றாகும். இது சட்ட மற்ற, குழப்புகிற, நகரத்துக்குள் நகரமாக, முதலில் 1382 - இல் பிரயாணிகள் வந்து தங்குமிடமாகக் கட்டப்பட்டது. இங்குள்ள ஒவ்வொருவரும் வருபவரிடம் வியாபாரம் செய்யவே விரும்புகின்றனர். நமது பணமும், நேரமும் தயாரிக்கப்பட்ட ஒரு கிளாஸ் டீயில் போகும். நாம் வியாபாரம் செய்கி றோமோ இல்லையோ, இக்கடைக்காரர் களைத் தாண்டிச் சென்று, ஒர்க்ஷாப்பு களையும் கடந்து, தடையாக இருக்கும் நடைபாதைகளைக் கடந்து செல்ல வேண்டும். பலவற்றை வாங்கவைத்து கெய்ரோக்காரர்கள் பணம் சம்பாதிப்ப தில் குறியாக இருப்பர். இது நமது பேரம் பேசும் கலையை நடைமுறைப்படுத்த சிறந்த இடம். ஆனால் ஆயிரக்கணக்கான வருஷங்களில் இரத்தத்தோடு ஊறிய அவர்களின் பழக்கவழக்கங்களை மாற்ற முடியுமென எண்ணவும் கூடாது.

கடைத்தெருக்களிலுள்ள முக்கிய கடைகளில், தச்சு வேலைப்பொருள்கள்,

தங்கம், துணிமணிகள், வாசனைத் திரவியங்கள் மேலும் அழகுப் பொருள்கள் முதலியன, மிகுந்த கைவேலைப்பாட்டுடன் செய்யப்படுகின்றன. பகலிரவு பாராமல் 24 மணி நேரமும் திறந்து இருக்கும். 'எல்.பிஷாவி' இப்போதும் கானின் முக்கிய பிரசித்தமான காபி மற்றும் டீ சாப்பிடும் இடமாக விளங்குகிறது. இது லாரென்ஸ் டூரெல் என்பவரால் சாகாவரம் பெற்றது. 19-ஆம் நூற்றாண்டின் ஐரோப்பாவின் முலாம் பூசிய கண்ணாடிகள், தட்டி செய்யப்பட்ட பித்தளை, நொறுக்கிய மார்பிள் கூடிய மேஜைகள், தண்ணீர் குழாய் ஆகியவை பிரசித்தம். தினமும் கடைகள் திறந்திருக்கும். ஆனால் ஞாயிற்றுக்கிழமை பெரும்பாலான கடைகள் மூடியிருக்கும்.

4
எகிப்தின் பழம்பொருள் காட்சி சாலை

இதனை பெரிய கலை, நாகரிகம் ஆகியவற்றின் பண்டக சாலை எனவும் கூறுவதுமுண்டு. பல சுற்றுலாப் பயண குழுக்களும், நேராக மேல் மாடிக்குச் சென்று, அரச சிறுவன் டுடான்சாமெனின் பிரமாதமான பொருட்களடங்கிய ஹாலைச் சென்று பார்க்கவே விரும்புவர். மற்றவர்கள் இடைவெளியில் வரிசையாக நின்று, 'மம்மி' அறைக்குச் சென்று பார்க்கவே விரும்புவார்கள். இந்த அறையானது 15 ஆண்டுகளுக்குப் பின் சிறிது காலத்திற்கு முன்புதான் திறந்துவிடப்பட்டது.

நாம் பார்க்கும் நுணுக்கங்களுக்கு அப்பால் அந்த பொருட்காட்சி சாலையானது, ஒப்பிட்டுப் பார்க்க இயலாத பல நல்ல புதையல்களை உள்ளடக்கியிருக்கிறது. இங்குள்ள 'பரோ' என்ற எகிப்திய அரச வம்சத்தினர்களின் கலை பொருட்களை, ஒவ்வொன்றுக்கும் ஒரு நிமிட நேரம் எடுத்துக் கொண்டாலே பார்வையாளர்களுக்கு 9 மாதங்கள் ஆகும் எல்லாவற்றையும் பார்த்து முடிக்க.

மேலும் திகைக்க வைக்கிற 40,000 விஷயங்களும், தரைமட்டத்துக்குக் கீழே உள்ள அறையில் உள்ளன. இது அங்குள்ள நகரத்தின் இடமின்மையைக் குறிக்கிறது. 1858-இல் இது ஆரம்பிக்கப்பட்டதிலிருந்து இந் நிலையே தொடர்ந்து இருந்து கொண்டு இருக்கிறது. இங்கு வரும் மக்கள் கூட்டம் பொங்கி வழிகிறது.

மிதான் தாஹிரிலிருந்து கிழக்கு கோடியில் இருக்கிறது இது.

5
சிநாய்

செங்கடலின் வரிசையாக மலைகள் உள்ள கடற்கரையானது, அதன் ஓரமாக போகிறவர்களை, அவர்கள் தண்ணீரில் மூழ்கி வருவதற்கு அழைக்கும். விடுமுறை நாட்களை கணக்கு வைத்துக் கொள்ளாமல் இனிமையாக பொழுதை கழிக்க வழி

நடத்திச் செல்லும் ஒருவருடன் செல்லவும் தயாராகவும் இருக்கவேண்டும்.

அக்வாபா வளைகுடாவில், 'நுவீபா' தான் மேலிருந்து குதித்து விளையாட வும், ஜீப், ஒட்டக சவாரிகளுக்கும் சிறந்த இடம். சிநாய் மலையின் சரிவுகள் மேல் இருக்கும் சாண்டா கட்ரினாவின் பழைய பைஸான்டைன் மடாலயத்துக்கு அருகில் இருக்கிறது இது. இதன் சிகரத்திலிருந்து தான், கடவுள், மோஸஸுக்கு 'பத்து' கட்டளைகளை கொடுத்தார் என்பதும் ஐதீகம். மெச்சத்தக்க கலர் வகைகளைக் கொண்ட வண்ண கான்யானும் இருக் கிறது. இவ் வண்ணங்கள் யாவும் வெளிச்சத்தில் மாறி, மாறி காண்பிக்கும் வண்ணங்கள் அபாரம்.

ஜனவரி மத்தியில் நுவீபா செல்ல முன்பதிவு செய்து கொள்ள வேண்டும். இது வருடாந்தர ஒட்டகப் பந்தயங்களை காண உதவும். 60 முதல் 100 ஒட்டகங்கள் வரை, 12.6 மைல் ஒட்டப் பந்தயத்திலும் கலந்துகொள்ளும். ஜீப்புகளும், மற்றவை யும் தொடர்ந்து வருவதும் ஒரு 'ரேஸா' கவே இருக்கும்.

முகமதிய பயணிகளுக்கு நுவிபியா நீண்ட காலமாக ஒரு பெயர்பெற்ற படகு துறைமுகமாக இருந்திருக்கிறது. இது மெக்கா செல்லும் வழியில் இருக்கிறது. இப்போது அது மாறுபட்டு, ஒரு கிராம சூழ்நிலையாக இருக்கிறது.

கெய்ரோவுக்கு தென்மேற்கில் உள்ள சிநாய்க்கு சுற்றுலா செல்ல சிறந்த காலம் நவம்பர் - மார்ச்.

6

செங்கடலில் குதித்தல்

உலகின் சிறந்த நீரில் குதிக்கும் இட மாக (water Jump) உள்ள ஆஸ்திரேலியா வின் பெரிய நீர் மட்டத்தின் மேல் உள்ள பாறை வேலியுடன் செங்கடல் ஒப்பிட்டு

பேசப்படுகிறது. இதனை வல்லுநர் ஜேக்ஸ் கௌஸ்ட்யூ "அதிசயங்களின் நடைபாதை. என்னுடைய நீரில் குதிக்கும் அனுபவங் களின் மகிழ்ச்சியான நேரங்கள்", என குறிப்பிட்டுள்ளார். இங்குள்ள கடல் அதன் பல விதமான கடல் வாழ்க்கை மற்றும் நீரின் பிரமிக்கத் தக்க தெளிவு ஆகியவற்றிற்காக புகழ் பெற்றுள்ளது.

சிநாய் தீபகற்பத்தின் தென்முனையில் நீரில் குதித்து மூழ்கும் இன்பம் தரும் கோடை வாசஸ்தலங்கள் உள்ளன.

7

அபு சிம்பல்

எகிப்தில் அஸ்வான் நகருக்கு 290 கிலோ மீட்டர் தூரத்தில் இருக்கிறது அபு சிம்பல். இந்தக் கோயில் மிகப் பெரிய பாறையைக் குடைந்து உருவாக்கப்பட்டிருக்கிறது.

இரண்டாம் ராமேசேஸ் என்ற மன்னரால் கி.மு. 13-ஆம் நூற்றாண்டில் கட்டப்பட்டது அபுசிம்பல். ராமேசேஸ் தன்னுடைய போர் வெற்றியைக் குறிக்கும் வகையில் தனக்கும் தன் மனைவி ராணி நெஃபர்டாரிக்கும் இந்தக் கோயிலைக் கட்டினார்.

எகிப்தில் அதிக அளவு வெளிநாட்டுப் பயணிகளை கவரக்கூடிய இடமாக இருக்கிறது அபுசிம்பல். அதோடு உலகில் பார்க்க வேண்டிய முக்கிய இடங்களில் ஒன்றாகவும் இருக்கிறது இது.

இந்தக் கோயிலை உருவாக்க இருபதாண்டுகள் ஆனதாம். கி.மு. 1284-ஆம் ஆண்டு கட்டி முடிக்கப்பட்டது. கி.பி. 6 - ஆம் நூற்றாண்டில் சிலையின் பாதம் வரை மணல் மூட ஆரம்பித்தது. அதன் பிறகு கொஞ்சம் கொஞ்சமாக முழுக் கோயிலையும் மறைத்து விட்டது மணல்.

1813-ஆம் ஆண்டு வரை இந்தக் கோயிலைப் பற்றி யாருக்கும் தெரியவில்லை. ஸ்விஸ் நாட்டைச் சேர்ந்த பர்க்ஹார்ட் கோயிலின் மேல் பகுதியைக் கண்டுபிடித்தார். பர்க்ஹார்ட் இத்தாலிய கண்டுபிடிப்பாளர் கோவன்னி பெல்சோனி என்பவரிடம் தன் கண்டுபிடிப்பைப் பற்றி சொல்லியிருக்கிறார். கோவன்னி எகிப்துக்குச் சென்றபோது, மணலைத் தோண்டி கோயிலின் வாசலைக் கண்டுபிடித்தார். ஆனால் முழுக் கோயிலையும் கண்டுபிடிக்க முடியவில்லை.

மீண்டும் 1817-ஆம் ஆண்டு கோவன்னி எகிப்துக்கு வந்த போதுதான், முழுக் கோயிலையும் மணலில் இருந்து கொண்டு வர முடிந்தது. அந்தப் பகுதியில் வசித்த அபு சிம்பல் என்ற சிறுவன்தான், மணலைத் தோண்டித் தோண்டி கோயிலை வெளி உலகத்துக்குக் கொண்டு வந்தான். அதனால் இந்தக் கோயிலுக்கு அபுசிம்பல் என்று அவன் பெயரையே சூட்டி விட்டனர்.

பாறைகளைக் குடைந்து அமைக்கப்பட்ட கோயில்களிலேயே இது மிகவும் பெரியது. இரண்டு கோபுரங்கள் உள்ளன. சிலையின் தலையிலும் முகவாயிலும் கிரீடங்கள் காணப்படுகின்றன. கோயிலின் உள்ளே 6 உயரமான தூண்கள் இருக்கின்றன. ஆண்டுக்கு இருமுறை அக்டோபர் 20, பிப்ரவரி 20 ஆகிய தேதிகளில் கோயிலின் உள்புறத்தில் சூரியக் கதிர்கள் விழுமாறு கோயில் கட்டப்பட்டிருப்பது ஆச்சரியப்பட வைக்கிறது.

அபுசிம்பலுக்கு அருகில் ஹத்தார், நெஃபர்டாரி என்ற சிறிய கோயில்கள் நூறு மீட்டர் தொலைவில் இருக்கிறது.

அபுசிம்பல் நாசர் ஏரியின் மேற்குக் கரையில், அஸ்வான் நகரிலிருந்து தெற்கே 290 கி.மீ.-இல் இருக்கிறது. சூடானீஸ் பார்டரிலிருந்து வடக்கே 40 கி.மீ.-இல் விமான சேவை பயணத்தை எளிதாக்குகிறது.

இங்கு சுற்றுலா செல்ல உகந்த காலம் நவம்பர்-மார்ச் மற்றும் வருடாந்திர திருவிழா நடைபெறும் பிப்ரவரி 22, அக்டோபர் 22 ஆகிய நாட்கள். திருவிழாவின்போது இசை, நடனம், பொழுது போக்கு நிறைந்த பெரிய சுற்றுலா கண்காட்சி உண்டு.

8

உயர் அணை நைலில் உல்லாசப் பிரயாணம்

அஸ்வானில் அணை கட்டி 'நைலை' வழிப்படுத்தியிருந்தும், நைல் நதியில் அதிக மாற்றங்கள் தெரியவில்லை. 5-ஆம் நூற்றாண்டுகளில், கிரேக்க சரித்திர ஆசிரியர் ஹெரோடோடஸ் எகிப்தைப் பற்றி சொன்னதாவது, "எகிப்து, நைல் நதியின் ஒரு வெகுமதி" என்று. காலத்தை கணிக்க

முடியாத, நைல் நதியின் பசுமையான கரையோரமாக செல்லும்போது கிடைக்கின்ற சுகமே அலாதியானது. அந்த சுகத்தை அனுபவித்தவர்களுக்குத்தான் பழையகால எகிப்தியர்கள் ஏன் இதை வணங்கினார்கள் என்பது புரியும்.

கெய்ரோவிலிருந்து அஸ்வான் (அ) லுக்ஸாருக்கு விமானத்தில் சென்று அங்கிருந்து படகு சவாரி மூலம் இத்தலத்தை அடையலாம். சுற்றுலா செல்ல சிறப்பான காலம் நவம்பர் - மார்ச். ஜூன் தவிர மற்ற மாதங்களில் கப்பல் போக்கு வரத்து உண்டு.

9
'லக்ஸார்' & தி ஓல்டு விண்டர் பேலஸ்

1500 வருடங்களுக்குள் கட்டிய 'கார்நாக்' கோயில், எவருமே இதுவரை செய்து முடிக்காத அளவில் கட்டப்பட்ட கட்டட கலையின் அரும்பெரும் செயலாகும்.

60,000 சதுர அடி உயர் நாகரிக கூடத்தின் மத்தியில் நின்று பார்த்தால், 134 கல்தூண்களும் 80 அடி உயரமும், 330 அடி சுற்றளவிற்கும் கட்டப்பட்டிருப்பது தெரியும்.

மகுடம் சூடிய சாதனைகளாலான புராதன எகிப்திய கட்டடக்கலை, சூரியன் உதிக்கின்ற நைல் நதியின் கிழக்கு கரையில் பிடித்து வைக்கப்பட்டு, லக்ஸாரின் வசீகரம் ஆற்றின் மேற்கு கரையில் தொடர்கிறது. அங்கே புராதன எகிப்தின் மிக புகழ்மிக்கவர்களாக இருந்து இறந்தவர்களின் நகரத்தை தீபன் கட்டினார். அரசர்களின் பள்ளத்தாக்கில் பல அரச கல்லறைகள் வெட்டி எடுக்கப்பட்டதில் 'டுடான்கமன்' மட்டும் பழுதில்லாமல் முழுமையாக கண்டுபிடிக்கப்பட்டது.

பெரிய மிக அழகான தோட்டம் 'ஓல்டு விண்டர் பேலஸ்' ஹோட்டலில் உள்ளது. டஜனுக்கு மேற்பட்ட தோட்டக் காரர்கள் அதனை குளிர்ச்சியாக இருக்கும் என்று உறுதி தருகின்றனர்.

அஸ்வானிலிருந்து 214 கி.மீ.லும், நைலிலுள்ள கெய்ரோவிற்கு தெற்கே 668 கி.மீ. லும் இருக்கிறது.

இங்கு சுற்றுலா செல்ல சிறந்த காலம் நவம்பர் - மார்ச்.

10
சிவா பாலைவனச் சோலை

எகிப்தின் மூன்றில் இரண்டு பங்கைக் கொண்டது இந்த நைல் பள்ளத்தாக்கு. கண்ணைக் கவரக்கூடிய சிவா, லிபியா விற்கு அருகில், அது அதனுடைய

பேரீச்சம்பழம் மற்றும் ஆலிவ் மரங்களுக்கு பிரசித்திப் பெற்றது. அராபிக் மொழிக்குப் பதில், அங்கு பேசப்படுவது "ஸிவி" என்ற மொழியில்தான். 300 - க்கு மேற்பட்ட வாழ்வுதரும் நீரூற்றுகளும் பசுமையான நீர்ச்சுனைகளும் இந்த பாலைவனச் சோலை அழியாமலிருக்கும்படி செய்கின்றன. 3,00,000 கிளை இல்லாத மரங்கள் மேலும் 70,000 ஆலிவ் மரங்களும் சேர்ந்து பரவசப் படுத்தும். இவை பறவை கூட்டத்தைக் கவர்வதாக உள்ளது. அலெக்ஸாண்டிரியா விலிருந்து மெர்ஸா மேட்ரௌ வழியாக 7 மணி நேர கார்ப் பயணத்தில் இது இருக்கிறது.

இந்த சிவா பாலைவனச் சோலைக்கு சுற்றுலா செல்வதற்கான சிறந்த காலம் நவம்பர் - மார்ச்.

23

மொராக்கோ - MORACO

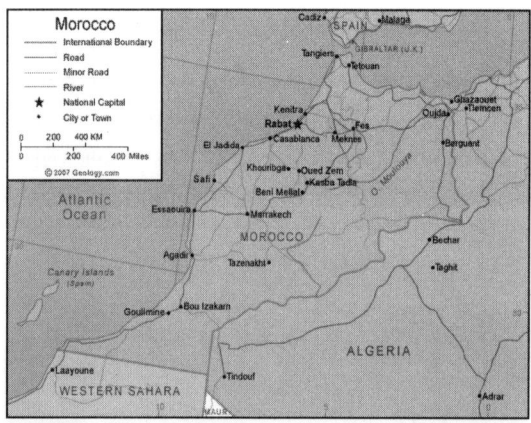

1

தி கிரேட் ஸஹாரா

இது ஒரு பாலைவன அழகு மற்றும் நிசப்தம் நிறைந்தது. இங்கு ரோடு கிடையாது. ஜன சந்தடி கிடையாது. முற்றிலும் நிசப்தம், மேலும் இரவுகளில் நட்சத்திர சமுத்திரம் தெய்வீக சக்தியுடன் நன்றாகவும், பிரகாச மாகவும் இருக்கும். சஹாராவில் கொஞ்ச நாள் தங்கி வருவது ஒரு விந்தையான

கதை. உள்ளூர் வழிகாட்டி, பரம்பரையான விஷயங்களையும், மற்றவற்றையும், இன்று நடந்ததுபோலகொண்டுவந்துகொட்டுகிறார்.

கூடவே, விசித்திரமான சாகசம் நிறைந்த கற்பனைக் கதைகளையும், சுற்றுப் புற சரித்திரக் கதைகளையும் கூறுவார். 'ஜீப்' மூலம் ஸஹாராவில் நீண்ட பயணத் தின் மூலம் உள்ளே சென்று, அங்குமிங்கும் மண் காற்றின் மூலம் பரவுவதையும், அலை போல எழும்பி தங்கக் கும்பம் போல காணப்படும் வேலைகள் யாவும் பார்க்க லாம். காலை வேளையில் கொஞ்சம் குளிர்ச்சியாக இருக்கும்போது, அந்தந்த பாலைவன ஊர்களுக்கு ஜீப்பில் அழைத்துச் சென்று காட்டுவார்கள். இதில் ஊர்க ளோடு, கோட்டைகளையும், அழிந்து போன இடங்களையும், கண்டு ரசிக்கலாம். சாப்பிடும் 'டென்டில்' நல்ல, ஒரு சுவை யான சாப்பாட்டை சாப்பிட முடிகிறது.

சுற்றுலா செல்வதற்கான சிறந்த காலம் ஜனவரி-ஏப்ரல் மற்றும் செப்டம்பர் - டிசம்பர்.

2

எஸ்ஸௌரா

இது மொராக்கோவின் அடை யாளமாகவும், மேலும் அதன் தெய்வீக இதயமாகவும் விளங்குகிறது. கடந்த 1200 வருடங்களாக, புத்திசாலித்தனம், நாகரிகம், தெய்வீகம், அனைத்தையும் கொண்ட ஓர் பழமையான நகரம். பழைய

மொராக்கோவின் பழைய சுவையில், பழங்காலங்களில் மூழ்கி வரவேண்டு மானால், பெஸ்ஸின் பழைய நகரம், பெஸ் எல் பாலி, முதலியவற்றைச் சென்று பார்த்தால் அதுவே திருப்தி செய்யும். பழமையை விரும்புபவர்களின் சொர்க்கம் இது.

மார்ச் - மே மற்றும் செப்டம்பர் - டிசம்பர் மத்திய கால கட்டம் இங்கே சுற்றுலா செல்ல உகந்தது. ஜுன் மாத இறுதியில் உலக இசைத் திருவிழா நடைபெறும்.

3

இமில்சில் நிச்சயதார்த்த விழா

'அட்லாஸ்' மலைகளின் கோடியில் இருக்கும் இடங்களில் சிதறிக் கிடக்கும், நாடோடி பெர்பெர் மக்கள், முன்னோர் களின் வழக்கப்படி நடந்து கொள்கிறார்

கள். அடையாளச் சின்னமாக விளங்கும் நிச்சயதார்த்தம் என்ற கொண்டாட்டத்தை 'இமில்சில்' கண்காட்சியில் தொடர்ந்து கொண்டாடுகிறார்கள். பெண்கள் தாமே சின்ன பேச்சு பேசி பின்பு, நல்ல ஒரு வாலி பனை தேர்ந்தெடுத்து, இவன் தனக்கு தகுதியானவனா என அறிந்து மாலையே கல்யாணமும் செய்துகொள்கிறார்கள்.

இந்த விழா ஏறக்குறைய ஒருவகை யான கல்யாண சந்தைதான். மூன்று நாட்கள் நடைபெறும் விழாவில் பாட்டும், நடனமும் இருக்கும். இது ஒரு பெரிய திருமண வரவேற்பில் கலந்து கொண்ட உணர்வைத் தரும். செப்டம்பர் மாத ஆரம்பத்தில் இங்கு சுற்றுலா செல்லலாம்.

4

உயர் அட்லாஸ்

பூமியை விட்டு விலகாமலேயே, அதிக உயரமுள்ள அட்லாஸ் மலைகள்,

அனைவருக்கும் ஓர் உணர்வை, அதாவது நாம் சொர்க்கத்தின் அருகில் இருக்கிறோம் என்ற உணர்வை தருகிறது. நவீனத்தின் 'கை' படாமல் அட்லாஸ் மலைகள் பெரிய அளவிலான மாறி மாறி வரும் பரந்த இயற்கைஅற்புதக் காட்சிகளையும் தரு கிறது.

இங்கு செல்வதற்காக வழக்கமாக மொராக்கோவிலிருந்து பேக்கேஜ் சுற்றுலா ஏற்பாடு செய்யப்படுகிறது. மார்ச் - அக்டோபர் சுற்றுலா செல்லலாம். சிறந்த காலம் மே மற்றும் செப்டம்பர் மாதங்கள்.

5

ஹோட்டல் லா மமோநியா

இது ஒரு சரித்திரப் பிரசித்திப் பெற்ற பாலைவனச் சோலையாகவும் கருதப்படுகிறது. இது மொராக்கோவின் ஹோட்டல்களிலேயே சிறந்தது எனவும் கூறுவர். 1920 - இல் கட்டப்பட்டது இது. இது 'மொராக்கோ' விமான நிலையத்திலிருந்து 10 நிமிட நேர பயணத்தில் இருக்கிறது.

'மொராக்கோ போவதற்கு முன் உங்கள் நண்பர்களிடம் 'குட்பை' சொல்லிவிட்டீர்களா என்று உறுதிப் படுத்திகொள்ளுங்கள். உங்கள் வங்கி கணக்கிலுள்ள சேமிப்பை எடுத்துக் கொள்ளுங்கள்' என்று ஒருவர் அறிவுறுத்துகிறார். அவர் லா மமோநியாவில் முன்பதிவு செய்திருக்க வேண்டும். மொராக்கோவில் உள்ள சிறந்த ஹோட்டல்களில் அதுவும் ஒன்று.

1920-இல் சுல்தான் அரண்மனையில் பூஜிக்கக் கூடிய இடத்தில் பழைய நகரத்தின் புராதன சுவர்களுக்குள் கட்டப்பட்டது. உண்மையிலேயே வங்கியிலிருந்து உங்கள் சேமிப்பை எடுத்து சென்றிருந்தீர்கள் என்றால் வின்ஸ்டன் சர்ச்சிலின் பிரியமான அறையில் தங்க வேண்டும். அந்த அறை நகரம், மசூதியை பார்த்தவாறு இருக்கிறது. அவருக்காக அர்ப்பணிக்கப்பட்ட இது அவருடைய சில ஆயில் ஓவியங்களால் அலங்கரிக்கப்பட்டுள்ளது.

உள்ளூர் சூழ்நிலையை உணர வேண்டும் என்றால் மொராக்கன் அறை தேர்ந்தெடுங்கள். எந்த அறையை தேர்ந்தெடுத்திருந்தாலும் சரி, லீ மொரகெய்னில் உணவு சாப்பிடுங்கள். அது ஹோட்டலின் பாரம்பரிய உணவகமும், நகரத்திலேயே ஏன் நாட்டிலேயே சிறந்ததாகும். திறந்த வெளி மேல்தள நீரூற்றில், பறவைகளின் சப்தங்கள் உள்ளே தவழ்ந்து வருகிறது. தோட்டத்திலிருந்து வரும் இனிய மணம் தட்டில் உள்ள உணவின் மசாலா மணத்தோடு கலந்துவிடுகிறது.

6

லா காஸில் டி ஓர்

வட ஆப்பிரிக்காவில், பெயருக்குத் தகுதியான வகையில் பணக்காரத்தனம்

கொண்ட மிகச்சிறந்த கலைகளில் இது அதற்குண்டான தகுதியோடு இருக்கிறது. ஒரு காலத்தில் 'சிறிய மாரகெட்ச்' என்று அழைக்கப்பட்ட இந்த ஹோட்டல், டாரௌடன்ட் நகரத்திலிருந்து 10 நிமிட கார் சவாரியில் உள்ளது.

7

மராகெக்

தென்மேற்கு மொராக்கோவில் அட்லஸ் மலையடிவாரத்தில் அமைந்துள்ள 'மராகெக் நகரம்' வரலாற்றின் மத்திய காலத்தில் தலைநகராக விளங்கியதாகும்.

1147-ஆம் ஆண்டில் மராகெக் நகரம் அல்மோகாட் பரம்பரையினரிடம் வீழ்ந்தது. அப்போது இந்நகரம் டுனீசியா முதல் அட்லாண்டிக் வரையிலும், சகாரா முதல் அண்டாலுசியா வரையிலும் அமைந்த பெரும் பேரரசின் தலைநகரமாக ஆனது.

மராகெக் நகரில் கவர்ந்திழுக்கும் பல கம்பீரமான 'ஹிஸ்பானோ - மூர்' பாணி கட்டிடங்களை அல்மோகாடுகள் கட்டினர். அவற்றில் 'கோட்டோபியா மசூதி'யும் அடங்கும்.

இன்று மராகெக் ஒரு பிரபலமான சுற்றுலாத் தலமாகத் திகழ்கிறது. இங்கு மொராக்கோவிலேயே பெரிய 'சவுக்' (பாரம்பரியச் சந்தை) உள்ளது. ஆப்பிரிக்காவிலேயே மிகவும் பரபரப்பான சதுக்கமாக இங்குள்ள 'டிஜெம்மா எல் பனா' உள்ளது.

■■■

24

ஆஃப்ரிக்கா - டுனீஷியா - TUNISIA

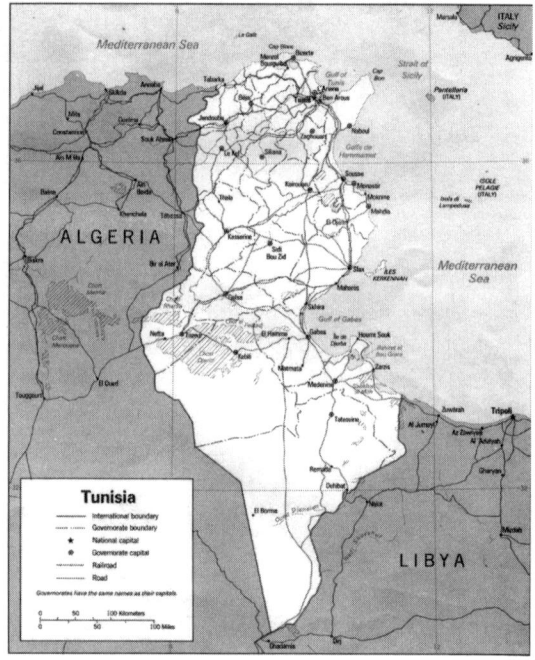

1

பார்டோ கண்காட்சிசாலை

இந்த பார்டோ கலைக் கண்காட்சி சாலையானது, நல்ல உயர்ரக மொஸாய் கற்களால் கட்டப்பட்டது. 13 முதல் 19 -ஆம் நூற்றாண்டு வரை உள்ள கட்டடங் களைக் கொண்ட இந்த டுனீஷியாவின் தேசிய கண்காட்சிஇடமானது, தனக்குள் பெய்லிகல் அரண்மனையையும் கொண் டுள்ளது. உலகத்திலேயே மிக அழகான மொஸாய் கற்களைக் கொண்டுள்ளது. இங்குள்ளவை யாவும், பார்வையாளர் களை 'ரிஸ்க்' எடுத்துக் கொண்டாலும் பரவாயில்லை என நினைக்கச் செய்து இழுக்கிறது.

இந்த 'மொஸாய்க்குகள்' பின்பு அலங்கார வர்ணங்களுடனும், பிம்பங்கள், சிலைகள் போன்றவற்றுக்கும், அக்கலர்

களின் கலப்பு விகிதத்தாலும், சிறந்து விளங்குகிறது. கிராமப்புறம், வேட்டையாடும் இடம், விவசாய இடங்கள், கடல் சம்பந்தமானவை ஆகிய யாவும், இவற்றை உபயோகித்து, மிகப் பெரிய அளவில் காட்சிகளாகவும், ஏராளமான கவர்ந்திழுக்க கூடிய வகையிலும் மாறின. இது மத்திய டூனிஸிக்கு வெளியே 5 கி.மீ. தொலைவில் உள்ளது.

இந்த கண்காட்சி சாலை திங்கட் கிழமை தவிர பிற நாட்களில் பார்வையாளர்களுக்காக திறந்திருக்கும்.

உ

சிடி பாவ் செய்ட்

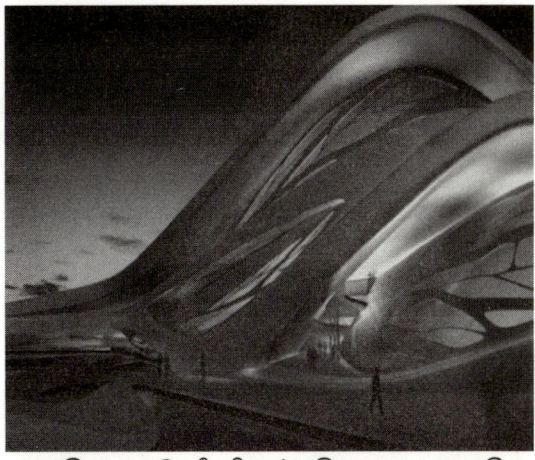

மலை உச்சியில், இது ஒரு சமுத்திரக் கரையோர, அதிகபட்ச கவர்ச்சியான இடம். அதன் பெயரே, உங்களையும் புன்முறுவல் பூக்க செய்யும். இரண்டரை நூற்றாண்டுகளுக்கு மேலாக சுற்றுலாப் பயணிகளின் கவனத்தை தன்னிடம் ஈர்த்து வருகிறது. டுனீஷியன் கிராம்மான சிடி பாவ் செய்ட் கிராமத்தின் குணநலன்களை பாதுகாத்து வைத்திருக்கிறது. இங்கு சுற்றுலா செல்ல சிறந்த காலம் இளவேனிற் காலம் மற்றும் இலையுதிர்க்காலம். அபு ஸைய்ட் 1231-இல் இறந்த பிறகு, அவரது உடல் இந்த உள்ளூர் மசூதியில்அடக்கம் செய்யப்பட்டிருக்கிறது. இது டூனிஸிலிருந்து 21 கி.மீ. தூரம் கிழக்கில் உள்ளது.

■■■

25

போட்ஸ்வானா - BOTSWANA

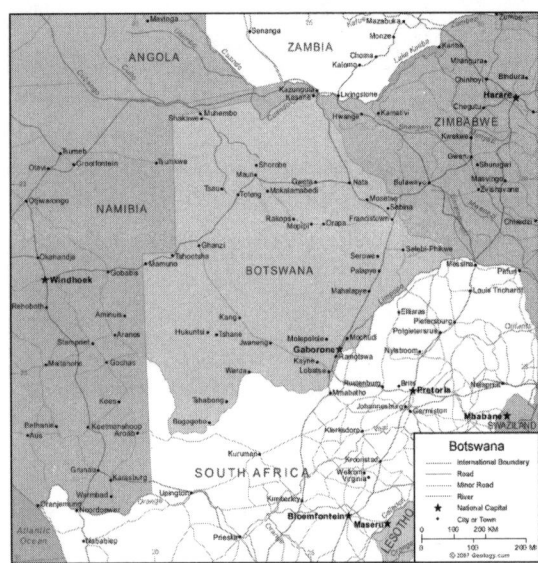

1

சோபே தேசியப் பூங்கா

இதை தென் ஆப்பிரிக்காவின், நான்கு மூலைகள் எனவும் கூறுவர். ஆப்பிரிக்காவின் ஒரு மூலையில் உள்ள இந்த 'சோபே' பூங்கா, போட்ஸ்வானா, ஸாம்பியா, நமீபியா மற்றும் ஜிம்பாப்வே ஆகிய நான்கு தேசங்களுக்கு ஈடாக, இது இன்றும் ஏராளமான விளையாட்டுக் களமாகவும் இருக்கிறது. போட்ஸ்வானா அநேக, பலதரப்பட்ட பயங்கர மிருகங் களின் இருப்பிடம் என்றாலும், மிக மிக அதிக எண்ணிக்கையில் பெரிய யானைகள் நிறைந்த காடாக இருக்கிறது இந்தப் பூங்கா. வெயில் காலத்தில் அதாவது 'வறண்ட பருவங்களில்', ஆப்பிரிக்காவின் மிக அதிக மான வகையில் கூடும் யானைகளுக்காக இது தற்பெருமை கொள்கிறது. பூங்காவின் வட கோடியில் உள்ள "சோபே" ஆற்றில், வருடம் பூராவும் தொடர்ந்து தண்ணீர் இருப்பதால், இதுவே அவற்றின் வாழ்க் கைக்கு உதவியாக இருக்கிறது.

சூரிய அஸ்தமனத்தின்போது செய்யும் படகு பிரயாணத்தின்போது, நீர்யானைகள் கொட்டாவி விடுவதையும், கூட்டம் கூட்டமாக யானைகளையும், வரிசையாக நிற்கும் எண்ணற்ற நீர் பறவை களையும், வரிசையிலுள்ள தண்ணீர் படகு களையும், தேங்கி நிற்கும் 7 தண்ணீர் ஓடை களில் மேயும் எளிய எருமைக் கூட்டத்தை யும், இது போன்ற பலவற்றையும் பார்த்து ரசிக்கலாம்.

"சோபே சில்வேரோ" விடுதி தனிப் பட்ட இடத்திலும், குன்றின் உச்சியிலும் இருக்கிறது. அங்கிருந்து, நல்ல அருமை

யான காட்சிகளைக் கொண்ட இந்த பூங்காவையும், ஆற்றையும் பார்க்கலாம்.

இது விக்டோரியா நீர்வீழ்ச்சியிலிருந்து காரில் 1½ மணி நேரத்தில் சென்றடையும் தொலைவில் உள்ளது.

உ

'அபு'வினுடைய முகாம்

எல்லோராலும் விரும்பப்படுகிற இந்த யானை 'அபு', ஒரு பெரிய வலுவுள்ள, உணர்ச்வு நிறைந்த, அறிவுக் கூர்மையானது. 13 அடி உயரமும், 5½ டன் எடையுமுள்ள அபு மிகவும் பிரசித்திப் பெற்ற, போக்குவரத்து வசதி. யானைகளின் மேல் சவாரி சென்று பார்க்கும் இடங்கள் பல. இது 'ஓகவான்கா' டெல்டாவில் சென்று வரும் இடமாகும். இதுவே உலகத்திலேயே மிகப் பெரிய, 'டெல்டா'வாகவும் ஆகும். 2004 - இல் அபு யானை இறந்தது. ஆனாலும் மற்ற யானைகள் இன்றும் போக்குவரத்துக்கு உதவியாக இருக்கின்றன. யானைகள் மூலம் சவாரியானது, இந்த டெல்டா மூலம் செல்லும்போது, அதாவது தெளிவான அந்த நீரில் செல்லும்போது, மற்ற எந்த சாதனத்தாலும் சென்று பார்க்க முடியாதபோது, அக்குறையை நீக்கி, எந்த ஒரு பயமுமின்றி, நாம் அந்த இடங்களையும், வாழும் மிருகங்களையும் பார்க்கலாம்.

இவை ஆப்பிரிக்காவின் தேர்ந்த விளையாட்டுகளைப் பார்க்கும் இடமாக

இருக்கிறது. ஆனாலும், நமது இந்தப் பிரயாணத்தில், எப்போதும், இந்த யானைக் குடும்பத்திலுள்ள 5 பெரிய யானைகளும், 7 சின்ன வயதுடைய யானைகளும், நமக்கு 'விருந்தோம்பல்' போல தரப்படுகிறது.

அந்த தங்குமிடத்தில் ஆடம்பரமிக்க ஐந்து கூடாரங்களும் சுவை அறிந்து தயாரித்துத் தரும் உணவுகளும் யாவும் சொர்க்க நிலைக்கு கொண்டு செல்லும். மறுநாள், இந்த மகாராஜ வாழ்க்கையை அங்கேயே விட்டுவிட்டு, அந்த யானைக் கூட்டங்களின் பக்கமாக நடந்து செல்வது ஒரு மறக்க முடியாத அனுபவமாகும்.

இந்த இடத்திற்கு 'மாவ்ன்' என்ற இடத்திலிருந்து 30 நிமிடம் வாடகை வண்டியில் சென்றடையலாம்.

௩

ஒகாவான்கோ டெல்டா

இது ஒப்பிட்டுப் பார்க்க முடியாத அளவுக்கு உள்ள ஒரு பாலைவனச்சோலை. ஒகாவான்கோ நதி கலாஹரி பாலைவனத்தை சந்திக்கும் இடத்தை உலகத்திலேயே ஒரு மாபெரும் பாலைவனச் சோலையாக கருதுகிறார்கள். இங்கு பறவைகள் வாழ்க்கை, எதற்கும் இரண்டாவது அல்ல. இது மாவ்னிலிருந்து, 3 மணி நேர கார் பயணத்தில் உள்ளது.

4

காண்டர் - எதியோப்பியா

இது சைமன் மலையடிவாரத்தில் இருக்கிறது. இங்கே ஐந்து கோட்டைகளுக்குக் குறையாமல் இருக்கிறது. இது அடிஸ்அபாபாவிலிருந்து வடக்கே 750 கி.மீ. -இல் உள்ளது.

ஆப்பிரிக்காவின் கோட்டை தலை நகரம் இந்த காண்டர். உயர்ந்த கல் சுவர்களால் சூழப்பட்ட அரசர்க்குரிய அரண்களால் அடைக்கப்பட்ட இடம் நகரத்தின் மையப்பகுதியில் அமைந்திருக்கிறது. மிகவும் முக்கிய சாம்ராஜ்ய கட்டடங்களுக்காக காணவேண்டிய ஒரு இடம். காண்டர், பேரரசின் நிர்வாக, வியாபார மையம் மட்டுமல்ல மத சம்பந்தமான மையமும் கூட. இந்த நகரத்தில் கட்டடப்பட்டிருக்கிற தேவாலயங்களில் 7 பாஸில் ஆட்சிக்காலத்தில் கட்டப்பட்டது.

எத்தியோப்பியன் கிறிஸ்துமஸ் மற்றும் எபிபனி விழா ஜனவரியில் நடைபெறும். ஜனவரி - 19, எபிபனி விழா அன்று காண்டர் வண்ணமயமாக இருக்கும். சுற்றுலா செல்ல சிறந்த காலமும் அதுதான்.

5

லாலிபெலா - எதியோப்பியா

இங்கு 12 -ஆம் மற்றும் 13 -ஆம் நூற்றாண்டிலிருந்து, பழைமை வாய்ந்த மத குருக்கள் அதிகம். இங்குள்ள 11 தேவாலயங்களும் பூமியின் தரைக்கு கீழே கட்டப்பட்டிருக்கின்றன. இது அடிஸ்அபாபா விலிருந்து 730 கி.மீ. வடக்கில் உள்ளது.

ஒவ்வொரு தேவாலயத்தின் கட்டடமும் அதன் அளவு, வடிவம், ஆகியவற்றால் நிறைவாக அமைந்துள்ளது என்பது அபூர்வமானது. கடின பாறைகளினால் செதுக்கப்பட்டது. அணிகலன்களால் அலங்கரிக்கப்பட்டது. ஒரு கட்டடத்திலிருந்து இன்னொரு கட்டடத்திற்கு போகும் வழி வைத்திருக்கிறார்கள். எகிப்தில் பிரமிடுகள் எப்படி பொக்கிஷமாக பாவிக்கப்படுகிறதோ அப்படி எதியோப்பியாவில் இந்த தேவாலயங்கள் கருதப்படுகின்றன.

இங்கும் எத்தியோப்பியன் கிறிஸ்துமஸ், எபிபனி விழா ஜனவரி மாதத்தில் நடைபெறும்.

■■■

26

கென்யா - KENYA

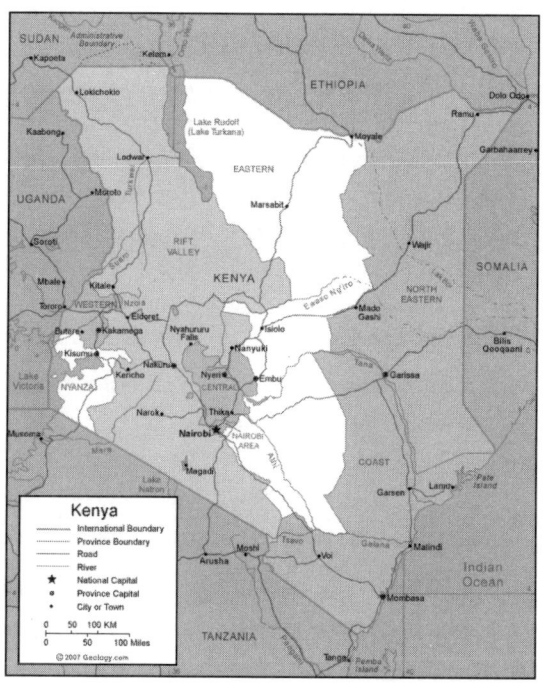

மத்திய கிழக்கு ஆப்பிரிக்காவில் அமைந்துள்ள கென்யா இந்திய பெருங் கடலில் கடற்பரப்பு கொண்டு உள்ளது. இதன் வடகிழக்கில் சோமாலியா, வடக் கில் எத்தியோப்பியா மற்றும் சூடான், மேற்கில் உகாண்டா தெற்கில் டான்சானியா எல்லைகளாக அமைந்துள்ளன.

மேற்கில் ஓர் ஏரியும், மேற்கிலும் மத்திய பகுதிகளிலும் மலைகளையும் உயர்ந்த நிலப்பகுதியையும் வறண்ட, மழையற்ற உஷ்ணகடலோரப் பகுதியையும் கொண்டது. யானைகளை தந்தத்துக்காக வேட்டையாடுவதால் அதன் எண்ணிக்கை மிகவும் குறைந்து வருகிறதாம். ஆப்பிரிக்காவில் பெண் யானைக்கும் தந்தம் உண்டு என்பது குறிப்பிடத்தக்கது.

1

லிட்டில் கவர்னர் கேம்ப்

இங்கு 'கவர்னர்'களின் தற்காலிக முகாம்கள் எல்லாம், மிகப் பழைய வரலாறு களைக் கொண்டவை. முதலில் செயல்பட ஆரம்பித்தது 1972-இல் மாஸெய் மாரா வில். டெட்டி ரூஸ்வெல்ட்டின் பிடித் தமானது. அதைத் தொடர்ந்து கொஞ்சம் சொந்தமாக, இன்னும் கொஞ்சம் கூடுதலான தூரத்தில், ஏற்படுத்தப் பட்டது. இது மேலும் பழைய கூடார வாழ்க்கையை நினைவுபடுத்தும் வகையில் இருக்கச் செய்தது. சுற்றிலும் ஏரி களைக் கொண்ட விதத்தில் பறவை

களின் சரணாலயம் போலவும், மிருகங் களின் புகலிடமாகவும் இருந்த இதை படகில் சென்றுதான் பார்க்க முடியும் என்ற நிலையிலிருந்தது.

இங்கு எல்லாரையும் அவர்களுக்கு இசைந்த ஈடுபாடுகளோடு இருக்க செய் யும், திறந்த அந்த புல்வெளி எப்போதுமே பிரயாணிகளால் நிறைந்து உள்ளது. சுற்றி வரும் புல்வெளிகள் மனோரம்மியமானவை. ஆனாலும் சில விஷயங்களை அங்கு காண முடியாது. அதாவது தங்கியிருக்குமிடங் களில் அலையும் ஒட்டகச் சிவிங்கிகள், நீர்யானைகளின் சப்தம் முதலியவைகள் அவை. ஜுலை-செப்டம்பர்; டிசம்பர் - மார்ச் சுற்றுலா செல்ல உகந்த நேரம்.

2

மவுன்ட் கென்யா சஃபாரி கிளப்

கென்யா மலையின் நிழலில் உள்ள, வெட்கமில்லாத ஓர் ஆடம்பரம் என்றும் இதை சொல்வதுண்டு. அமெரிக்காவின் சினிமா நட்சத்திரமான, வில்லியம் ஹோல்டன், இந்த சாகசமான, சரித்திரமுடைய, மேலும் இதன் அளவுக்கதிகமான இயற்கை காட்சிகளையும் கண்டு, நேசித்து வாங்கவும் செய்தார். 1959 - இல் தனது 2 சிநேகிதர் களுடன் சேர்ந்து இதை வாங்கினார்.

பூமத்திய ரேகைக்கு நேர் மேலாகவும், 7,000 அடி உயரத்தில் சமுத்திரத்துக்கு நேர் எதிராகவும், 'கென்யா' மலையின் அற்

புதத்தைக் காணும் வகையில், (ஆப்பிரிக்கா விலுள்ள 2-ஆவது உயர்ந்த மலை) இது கட்டப்பட்டிருக்கிறது. மயில்களும், கொக்கு களும் மற்றும் பலவும், அந்த பசுமை வாய்ந்த தரையில் வருகின்றன. காடுகளுடன் கூடிய மலையடிவாரங்களும், தூய்மையான 100 ஏக்கர் சொத்தும் கொண்டது இது. அதன் அசாதாரணத் தோற்றம், பிந்தய நாட்களை நோக்கிப் பார்த்து அதை ஒரு தனிப் பட்டவரின் 'கிளப்' என கூற முடியாது. நடத்துபவர்களின் ஈடுபாடு மெச்சத் தகுந்ததாகவும் இருக்கிறது.

பல தனிப்பட்ட தங்கும் அறைகளில், அநேகமாக எல்லாமே வராண்டாவுடன், இயற்கையைக் கண்டுகளிக்க வசதியாக இருக்கின்றன. விளையாட்டுகளை பார்ப்ப தும், குதிரை சவாரியும், மற்றும் கோல்ப் ஆட்டமும் ஆகியவை, அந்த பெருமை மிக்க கென்யாவின், அந்த விஜயத்துக்கு பெருமை சேர்க்கிறது.

இது நைரோபிக்கு வடக்கில், 3 மணி நேரச் சவாரியில் உள்ளது.

3

பெம்பா கால்வாய் மீன் பிடி கிளப்

ஹெமிங்வே வந்நபில்ஸ், அந்தத் தீவிலுள்ள பண்படுத்தப்படாத வாழ்க்கையை, மற்றவர்களுக்கு விட்டுவிட்டு, அந்த கரை யோரப்பகுதியான அவருடைய மிக பிடித்த இடத்திற்கு சென்றார். இது சந்தோஷ

அநுபவங்களுக்கு பிரசித்திப் பெற்றது. மீன் பிடிக்க வசதியான இடமாகவும் இருக்கிறது. இந்த சின்ன, சின்ன மகிழ்ச்சி தரும், டான்ஸானியா எல்லைக்கருகில் உள்ள இது, மிக்க பிரகாசமான நாட்களில், கலைநுணுக்கங்களுடன் கூடிய படகுகளில் கென்யாவின் தென்கிழக்கு சமுத்திரக் கரையையும், பெம்பா தீவையும் பிரிக்கு மிடத்தில் போகும்போது, நமக்கு பெரு மகிழ்ச்சியைத் தரும்.

இந்த வாய்க்காலில் உள்ள, மிகப் பெரிய மீன்களை, கென்யா, ஏன் ஆப்பிரிக்கா முழுவதிலுமே, காண முடியாது. இதே தண்ணீர்தான், எர்னஸ்ட் ஹெமிங்வேயை 'அந்த முதிய மனிதனும், அந்த சமுத்திர மும்' என்பதை எழுதச் செய்தது. அதன் மிக ஆழமான பகுதியில் 'செயில் மீன்' 'ஸ்வார்டு மீன்', முதலியன கிடைக்கின்றன.

இந்த இடத்தைப் பற்றிய நினைவுகள் நாம் திரும்பும் போதும், நமது கூடவே வந்துவிடும். இந்த கிளப்பின் 67 அடி M.Y. இஸிவானி போட்டில் இருந்து வசிப்பது போலவும் தோன்றும். அதிலிருந்து பவழப்பாறைகளையும் புராதன தண்ணீர் சூழ்ந்திருக்கும் பெம்பா தீவையும், அதாவது சாம்பியாவின் தீவுக் கூட்டங்களின் பகுதியானதை, பார்த்து மகிழலாம். இது மொம்பாஸாவிலிருந்து 80-கி.மீ. -இல் உள்ளது.

4

'மான்கோகி' ஆற்றில் கட்டுமர பயணம்

மிகவும் குறைந்த எண்ணிக்கையிலுள்ள சாலைகளும், மேலும் பண்டைய கால நிலைமையும், யாத்ரிகர்களை கவனிக்கத் தேவையான வசதிகள் இல்லாமையும் இருந்தும் மடகாஸ்கரை அறிந்து, அனுபவிக்க, தேவையான அநுபவம் யாதெனில் அமைதியான மான்கோகி ஆற்றில் படகை ஓட்டி, அந்தத் தீவின் கோடிக்குச் சென்று பார்ப்பதே. இது தீவின் தென்மேற்கு கோடியில், அழகான, மனித நடமாட்டமற்ற, இடத்திலிருக்கிறது மடகாஸ்கரின் ஒரு சிறிய கண்டம். அதுவும் தனித்திருக்கும் ஓர் இடம். இதுவே பின்பு புரட்சியின் மூலம் மறுமலர்ச்சிக்கு ஓர் ஆய்வுக்கூடமாகவும் விளங்கியது. பெரோரோஹா முதல் பெவோய் வரை 100 மைலுக்கு அந்த ஆற்றில் 30 வகைகளுக்கும் மேலான குரங்கு இனமும், உலகில் வேறெங்கும் இல்லாத அளவுக்கு, 8,000 செடி-கொடி வகைகளும், 3,000 வகையான வண்ணத்துப் பூச்சிகளும், 7 வகை பாவ் பாப்களும் உலகின் பாதியளவு வண்ணத்துப் பூச்சிகளும் உள்ளன. ஆர்வம் மிகுந்த டூரிஸ்ட் கைடுகளும் உள்ளனர். மழைக் காடுகளையும், மேலும் உள்ளூர் அழகான கடைகளிலும் இயற்கை பொருள் வாங்கலாம். ஆற்றோர கிராமங்களில் பெருந்தன்மையுடைய 'மலாகாஸி' மக்களைப் பார்க்கலாம்.

அந்த ஆற்றின் ஓரமாக கட்டுமரக் கப்பலில் செல்லும்போது, அந்த ஆச்சரியங்கள் நிறைந்த 8 நாட்களில், ஒவ்வோர் ஆச்சரியம் தரும் நாளின் முடிவின் போதும், மாலையில் அற்புதமான சூரிய அஸ்தமனம் நிகழும். தெரியும். மகர ரேகைக்கு மிகவும் அருகிலிருந்து கொண்டிருக்கும், அந்த பிரமிக்கத்தக்க சூரிய அஸ்தமனம், எங்கும் வியாபித்திருப்பது தெரியும். இது ஆப்பிரிக்காவின் தென்கிழக்குக் கடற்கரையோரமாக, 402-கி.மீ.-இல் இருக்கிறது.

5

நையிகா தேசிய பூங்காவில் குதிரைச் சவாரி

1150 சதுர மைல் பரப்பளவு கொண்ட நையிகா பூங்காவில், பல இடங்களுக்கு வண்டி, கார் போன்ற வாகனங்களில் செல்வதை விட, குதிரைச் சவாரி மூலமாகவே சென்று பார்ப்பது ஒரு நேர்த்தியான வழி. அப்போதுதான் அப்பூங்காவின் தூரத்திலுள்ள சிறு குன்றுகள், மற்றும் தனிமைப்படுத்தப்பட்ட சமவெளிகள், துஷ்ட மிருகங்களுக்கு அருகில் செல்வது போன்றவற்றை ஆராய்ந்து அனுபவிக்க இயலும். இங்கு அப்பெரிய 'ஐந்து' என்பது வேகம், அநுபவம், பழுப்புநிற குதிரை, நாணலின் ஓசை, புதர்களின் எதிரொலி மற்றும் வரிக்குதிரை ஆகியவையே. நையிகா பீடபூமி, அக்டோபரி

லிருந்து, ஏப்ரல் வரை, வெடித்து வெளிவரும் கலர் பூக்களால், தரைவிரிப்பு போல பூங்காவின் அந்தப் புல்வெளியை மூடுவது போன்று செய்கிறது. 200 வகைக்கு மேற்பட்ட இடத்துக்கேற்ற பழத்தோட்டங்கள் ஆகியவற்றை பார்க்கலாம். இங்கே கண்களுக்கு விநோதமாக இருப்பவை அனைத்தையும் பார்க்கலாம். இது 'மஸுஸு' விமான நிலையத்திலிருந்து மிக அருகில் உள்ளது.

6

டிம்பக்டூ (மாலி)

சகாராவின் நீல மனிதர்கள் என்ற டுவார்ஃப்ப்ஸ் போன்றவர்களால் தங்கி வசிக்கப்படும் இடமானது 12 -ஆம் நூற்றாண்டின் டிம்பக்டூ. 16 -ஆம் நூற்றாண்டில், பழைய 'ஸஹாரனி'ல் நகர்த்தப்படக்கூடிய வீடுகள், சாலைகள், மற்றும் அபூர்வ உப்பு, தங்கம் ஆகியவை தோண்டி எடுக்கப்படும் இடத்துக்கு அருகில், இது ஒரு சுறுசுறுப்பான இடமாக மாறியது.

7

மொரீஷியஸ்

இறைவன் முதலில் சொர்க்கத்தைப் படைத்தானா? மொரீஷியஸைப் படைத்தானா என்று பிரபல எழுத்தாளர் மார்க்ட்வைனின் நூலில் எழுதப்பட்டிருக்கும் ஒரே நாடு மொரீஷியஸ். சென்னையிலிருந்து சுமார் 6 மணி நேர பயணம். வாரம் ஒரு முறை விமானம்.

நாட்டின் பெரும்பகுதி கரும்புத் தோட்டங்களாக இருந்தாலும், இங்கு பாம்பு மற்றும் சிங்கம், புலி போன்ற கொடிய விலங்குகள் கிடையாது. மொரீஷியஸில் சுமார் 200 தமிழ்க் கோயில்கள் இருக்கின்றன. மொரீஷியஸ் சுற்றுலா செல்வோருக்கு சொர்க்கம்தான். ஆனால் தெரிந்தவர்கள் யாராவது இருந்தால் பிழைத்தோம். சுற்றுலாவைத் தவிர மொரீஷியஸில் ஷாப்பிங் செய்யலாம் என்று போனீர்களேயானால் ஏமாற்றம்

தான் மிஞ்சம். விதவிதமான தேயிலை தவிர இங்கு வாங்குவதற்கு வேறொன்றுமில்லை.

மொரீஷியஸ் - திரும்பின பக்கமெல்லாம் கடல், திரும்பின பக்கமெல்லாம் பசுமை, எங்கு பார்த்தாலும் அமைதி.

■■■

27

நமீபியா - NAMIBIA

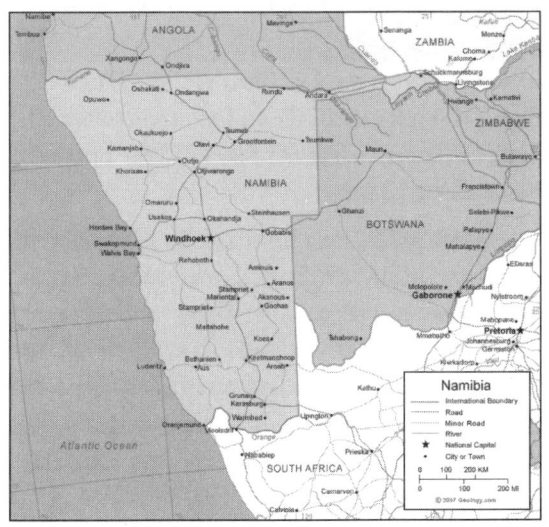

1

எடோஷா தேசியப் பூங்கா

கொடுமையான சீதோஷ்ண நிலையிருந்தாலும் கூட நமீபியா, உலகத்தின் மிகவும் அதிகமாக கவர்ச்சிக்கிற மற்றும் அதிகமாக வழங்கப்பட்ட இயற்கைக் காட்சிகளுடன் உள்ளது. கூடவே பல தரப்பட்டதும், அதிக எண்ணிக்கையிலும் உள்ள கொடிய மிருகங்களும் கொண்ட, பாலைவன வாழ்க்கையை நடத்தி வருகிறது. வடக்கில் உள்ள எடோஷா தேசிய பூங்காவானது, லக்ஸம்பர்க்கைப் போல 10 மடங்கு அதிக பரிமாணம் கொண்டது. மரங்களில்லாத விஸ்தாரமான உஷ்ணப் பிரதேசப் புல்வெளி. உலகிலேயே, மிகப் பெரிய விளையாட்டுகள் நடத்தும் இடமாகவும் உள்ளது. 144-தைலமிட்டு, பதப்படுத்தி வைக்கப்பட்ட பிராணிகளையும், 300க்கு மேல் பறவை இனங்களையும் உடைய இந்த இடமானது, காட்டு சுற்றுலாக்களைப் பார்ப்பதற்கு, ரொம்பவும் சுலபமாக இருக்கிறது. ஆச்சரியப்படும் வகையில் பல எண்ணிக்கையிலுள்ள யானைகளையும், பாம்புகளையும், ஒட்டகச்சிவிங்கிகளையும், பயங்கர மிருகங்களையும் மற்றும் பலவகை மான் இனங்களையும் இங்கு பார்க்கலாம்.

ஒவ்வொரு வருஷமும், ஒரு சில நாட்கள் மழைக்குப் பிறகு, ஏரி, குட்டைகள் தண்ணீரால் நிரம்பும்போது, நீர் நாரைகளும், புறாக்களும், ஆயிரக் கணக்கில் இறங்கிவரும். பூங்காவைச் சுற்றி மூன்று விடுதிகளிருக்கின்றன. பூங்காவைத்

தாண்டி சிறிது தூரம் சென்றால் 19,800 ஏக்கரில் கட்டப்பட்டுள்ள தனியார் நடத்தும் விடுதியை அடையலாம். ஹ்வாப் ஆற்றங்கரையில் நடைபெறும் விளை யாட்டுகளை பார்க்கும் வகையில் இந்த உணவுச்சாலை, அமைந்துள்ளது. நல்ல வரவேற்பு, சிறந்த வழிகாட்டிகள், மிக ஆடம்பரமான வசதிகள் போன்றவற்றை காண்பீர்கள். இது எடோஷாவிலிருந்து 3 மணிநேர கார் பயணத்தில் உள்ளது.

தெற்கு, கிழக்கு, அதற்கு அப்பாலும் உள்ள வனவிலங்குகள் வாழும் எல்லா ஆப்பிரிக்க இடங்களுக்கும் சென்றுவர வாடிக்கையான சஃபாரி (Safari) ஏற்பாடு உண்டு. இது சிறு குழுக்களுக்கும், தனிப் பட்ட சுற்றுலா பயணங்களுக்கும் செய்யப் படுகிறது.

உ

ஸ்கெலிடன் கோஸ்ட்

உலகம் எவ்வளவு பெரியதாக இருந் தாலும், பல விஷயங்களைப் பார்க்கவும், ரசிக்கவும், பிரயாணங்கள் மேற்கொள்ளப் படும். ஆனால், உலக வாழ்க்கைக்கு அப் பாற்பட்டு, தனிமையை அனுபவிக்க இங்கு

வருவது ஒரு சிறந்த விஷயமே. நமீபியா வின் (எலும்பு) கூடுபோன்ற கரையானது, சிறிதளவே கண்டுபிடிக்கப்பட்ட பாலை வனச் சொர்க்கம்.

என்றுமே மாறாத மணல்வெளியை கொண்ட இடம் இது. பாறைகள், கடற் கரையில் சுற்றி வரும் நீலக் கண்களை யுடைய 'சீல்' பிராணியை கண்டு ரசிப்பது சுகமானது. சிறிய ரக விமானங்கள் முலம் இந்த இடத்திற்கு செல்வது சிறந்தது. 'வின்ட் ஹோக்'கிலிருந்து சபாரி (Safari) புறப்பட்டு திரும்பி வருகிறது.

ஏப்ரல் - நவம்பர் காலக்கட்டம் சுற்றுலா செல்ல சிறந்த காலமாகும்.

■■■

28

செஷல்ஸ் - SEYCHELLES

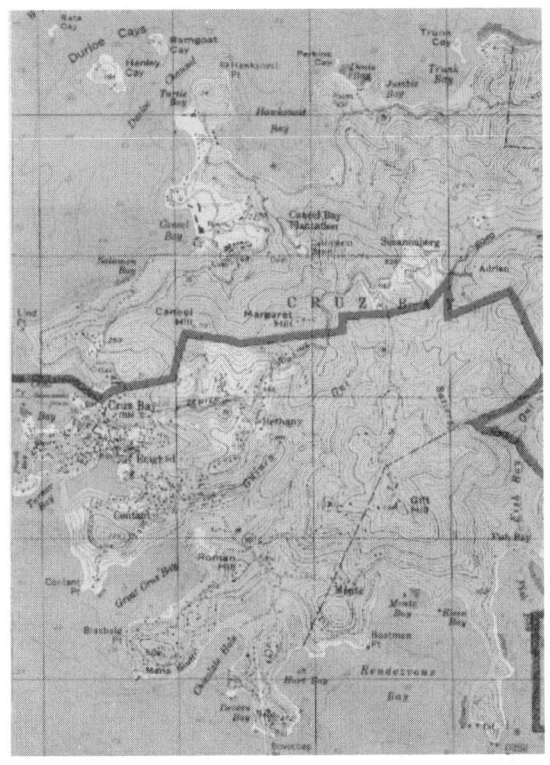

செஷல்ஸ் - ஆப்பிரிக்காவின் கிழக்கு கடலோரப் பகுதியில் இருந்து 480 கி.மீ. மற்றும் 1,600 கி.மீ. இடைப்பட்ட நிலப் பரப்பில் அமைந்துள்ள தீவுக்கூட்டமாகும். மேற்கு இந்தியக் கடலில் 115 தீவுகளைக் கொண்டது செஷல்ஸ்.

சுற்றுலாப் பயணிகளின் சொர்க்க புரியாக இந்த செஷல்ஸ் தீவுகள் திகழ் கின்றன. கொத்து கொத்தாக குவிந்து கிடக்கும் 115 தீவுக் கூட்டங்களில் 41 தீவுகள் மிகப் பழமை வாய்ந்த கருங்கல் தீவுகள் ஆகும். கடலின் நடுவே முகிழ்ந்த கருமேகக் கூட்டம் போல இந்த தீவுகள் காட்சி அளிக்கின்றன. மற்ற 74 தீவுகள் கடலுக்கு அடியில் பவளப் பாறைகள் நிறைந்த தீவுகள் ஆகும். இந்தத் தீவுகளுக்கு வெளியே உள்ள தீவுகளும் பவளப் பாறைகள் நிரம்பிய தீவுகளே ஆகும்.

பிரதான தீவான மாஹேவைச் சுற்றிலும் செஷல்சின் கருங்கல் தீவுகள் சூழ்ந்துள்ளன. இத்தீவுகளின் தலைநகர மாக விக்டோரியா நகரம் விளங்குகிறது. இங்கு சர்வதேச விமான நிலையமும் உள்ளது.

இங்குள்ள தீவுக்கூட்டங்களை கால நேரமில்லாமல் பார்த்துக்கொண்டே இருக்கலாம் போல் மனதில் ஏக்கம் பிறக் கும். அவ்வளவு அழகான தீவுக்கூட்டம் இது. அமைதியான, களங்கம் இல்லாத, உலகில் எந்த இடத்திலும் பார்க்க முடியாத மிக அழகான கடற்கரைகளைக் கொண் டது இத்தீவுக் கூட்டங்கள்.

திரும்பிய பக்கமெல்லாம் பச்சை சேலை போர்த்தியதை போன்று பசுமைத் தோட்டங்கள், நீலநிறச் சேலை படர விட்டது போன்ற கதகதப்பான சூட்டுடன் கூடிய தூய்மையான நீலக்கடல், கண்ணாடி யில் முகம் பார்ப்பது போல் கடலின் ஆழம் கண்ணுக்கு தெரிகிறது.

218 உலகில் பார்க்க வேண்டிய இடங்கள்

செஷல்ஸ் தீவுகள் இயற்கை அழகில் தேவதைகள் எனலாம். மனிதர்களுக்கு சவால் விடும் வகையில் இதன் இயற்கை அழகு நெஞ்சை கொள்ளை கொள்கிறது. உலகின் கடைக்கோடி எல்லைகளைக் கொண்ட நாடு இது.

மிகவும் சிறிய நாடான செஷல்ஸ் இயற்கை எழில் கொஞ்சும் இடங்களை கொண்டிருப்பதால் ஓவியக் கலைஞர்கள், சிற்பக் கலைஞர்கள், கவிஞர்கள், எழுத்தாளர்கள், இசைக் கலைஞர்கள், நடனக் கலைஞர்களுக்கு ஓர் அற்புதமான இடமாகும்.

உள்ளூர் ஓவியக் கலைஞர்கள் பல அற்புதமான ஓவியங்களை வரைந்து விற்பனைக்கு வைத்திருக்கிறார்கள். இதே போல் கைவினைக் கலைஞர்கள் மரப் பலகை, கல், வெண்கலம் போன்றவற்றில் அழகான கலைச் சிற்பங்களை உருவாக்கி இருக்கிறார்கள்.

பூமியில் உள்ள அரிய உயிரினங்களின் அருங்காட்சியகமாகவும், சரணாலயமாகவும் செஷல்ஸ் விளங்குகிறது. உலகில் வேறு எங்கும் காணமுடியாத ஒரு வகை மீன், மரங்கள், மிக நீளமான தென்னங் கன்று விதை, பாடும் பறவை ஆகியவற்றை இந்த இயற்கை சொர்க்க பூமியில் மட்டுமே பார்க்க முடியும். மேலும் அரிய வகை தாவர இனங்களை இங்கு மட்டுமே காணமுடியும்.

யுனெஸ்கோவுக்கு சொந்தமான உலக பாரம்பரிய இடமாக திகழும் அல்டப்ராவில் உலகின் மிகப்பெரிய பவளப்பாறையும் பிரஸ்லின்சில் வாலி-டி-மையின் ஈடன் தோட்டமும் வரலாற்று சிறப்பு மிக்கவை.

மிகச்சிறிய தவளையில் இருந்து மிகப்பெரிய முதலைகள் வரை எல்லா உயிரினங்களும் இங்கு உண்டு. சிறகடித்து பறக்க முடியாத பறவையினங்களும் இங்குள்ள கடற்பகுதியில் சுற்றித் திரியும்.

வெளியில் உள்ள தீவுகளில் அல்போான்ஸ், டெஸ்ரோசஸ் ஆகிய இரண்டு தீவுகளில் சுற்றுலாப் பயணிகள் தங்குவதற்கு ஏற்றதான வசதியான இருப்பிடங்கள் உள்ளன. ஆடம்பரமான விடுதிகளும் உண்டு. கடலில் படகில் பயணம் செய்தல், மீன் பிடித்தல், கடலில் நீந்துதல் என அனைத்து வசதிகளும் உள்ளன.

செஷல்ஸ் பழம்பெரும் பூமியானாலும் சுற்றுலா விரும்பிகளுக்கு புத்தம் புதிய பூமி. இங்கு பார்க்க வேண்டிய இடங்களில் சில...

1

செயின்ட் ஆநே கடல் தேசியப் பூங்கா

இது, இந்தியப் பெருங்கடலில் உள்ள முதல் கடல் சம்பந்தமான பூங்கா. மிக்க அழகானதும் கூட. செயின்ட் ஆநே ஆறு சிறிய தீவுகளை உள்ளடக்கியது. மாஹி தீவுக் கூட்டங்களுக்கு மிகவும் அருகில் உள்ளது இது. முன்னேற்பாடு செய்து கொண்டு சென்றால், சிறப்பு.

கடல் தண்ணீருக்குக் கீழ் இருக்கும் பொருள்களை பார்ப்பவர்கள், இக்கடலடியிலிருக்கும் ‘தியேட்டரை’ப் பார்ப்பது, மிகவும் வசீகரிக்கிற செயல். முகத்தில்

கண்ணாடியாலான முகமூடி போட்டுக் கொண்டு, தண்ணீருக்கடியில் உள்ளவை அனைத்தையும் பார்க்கலாம். மிகுந்த ருசியுடன் கூடிய சாப்பாடு, ஜனநடமாட்டமே, ஜனவாசமே இல்லாத 'வட்டத்' தீவு. பூதாகரமான புளிய மரங்களுக்கடியில் உள்ள இந்தத் தீவில் போக்குவரத்தே இல்லாத இந்தத் தீவில், மிகமிகக் குறைவான அளவில் மக்கள் (5, 6 குடும்பங்களே) வாழ்கின்றனர். அங்குள்ள ஹோட்டலுக்கு பெயர் கிரியோல் என்பதே. அந்த சிறிய தூரத்தில் அடிக்கடி போய், திரும்பிக் கொண்டிருக்கும் ஒரு சின்னப் படகில் சென்றுவிட்டால், திரும்ப வரும் எண்ணமே இருக்காது. இது மாஹியிலிருந்து கிழக்கில் 15 நிமிஷ படகு சவாரியிலிருக்கிறது.

உ

அல்டாப்ரா தீவு

உலகத்தில் மிக அதிகமாக 'பவழம்' கிடைக்கும் பவளப்பாறை, அல்டாப்ரா தீவின் மத்தியில் உள்ளது. 1991 முதல்

தான் இது பொது மக்களுக்குத் திறந்து விடப்பட்டது. மாஹியிலிருந்து 1,126 கி.மீ.-இல் உள்ளது.

3

டெஸ்ரோசஸ் தீவு

உலகத்தின், மறந்துவிடப்பட்ட ஒரு மூலையில், இந்த தொடப்படாத தீவு,

சொர்க்கத்தின் ஒரு சிறு பங்கைக் கொடுக்கிறது. அமிரான்டெஸ் தீவுக் கூட்டத்தின் 28 தீவுகள், அட்மிரல் 'வாஸ்கோடகாமா'வின் பெயரிடப்பட்டிருக்கிறது.

இது மாஹியிலிருந்து, தெற்கில் 45 நிமிட விமானப் பயணத்திலிருக்கிறது.

சொர்க்கம் போலவே, கிழக்கு ஆப்பிரிக்க கடற்கரைக்கு அப்பால் 1000 மைலில் இருக்கும் டெஸ்ரோசஸ் தீவை அடைவதும் கடினம். சமீபத்தில் இது சுற்றுலாப் பயணிகளுக்கு திறந்து விடப்பட்டது. 10 மைல் வரை கிளை இல்லாத மர வரம்பு. வெண்மணல் சுற்றளவு பாதையில் நடையாக சென்றால் 3 மணி நேரத்தில் உள்ளே போகலாம் அல்லது பிரம்மாண்டமான தென்னந் தோப்பில் உள்ள பாதையில் சைக்கிளில் செல்லலாம்.

தீவின் பாதுகாக்கப்பட்ட பவழப் பாறை இந்திய பெருங்கடலில் உலகத் தரம் வாய்ந்த ஆழ்கடல் மீன் பிடித்தலையும் சிறந்த பவளத் தொழிலையும் தருகிறது.

4

லா டிக் தீவு

பெரிய, கலை நுணுக்கத்துடன், 'கிரானைட்' பாறைகள் நிறைந்தது இத்தீவு.

போக்குவரத்து இல்லாத தீவில், பள்ளிக் குழந்தைகள் ஆடியும், பாடியும் மகிழ்விக்கின்றனர்.

இதற்கு ப்ராஸ்லினிலிருந்து படகு சேவை ஒரு நாளுக்கு இரு முறை உண்டு. அரை மணி நேர படகுப் பிரயாண தூரத்தி லிருக்கிறது.

புகைப்படக் கலைஞர்களின் மோட்சம் இது. செஷல்ஸ் 115 தீவுகளில், மிக அழகான கடற்கரை இது. அதோடு, உலகின் மிகவும் அதிக புகைப்படம் எடுக்கப்பட்ட மற்றும் அங்கீகரிக்கத்தக்க வைகளில் ஒன்றும் கூட.

■■■

29

தென் ஆஃப்ரிக்கா - SOUTH AFRICA

1

தி ட்ராகன்ஸ்பெர்க் மலைகள்

இது பூமியின் மத்தியப் பகுதிக்குச் செல்லும் ஒரு பயணம். மேலும் கடவுளுடைய ஜன்னல் வழியாக 'பறப்பது' மாகும். அழகுக்காக, எம்புமாலான்காவுக்கு ஒத்த இடங்கள் மிகச் சிலவே இருக்கின்றன. தென் ஆப்பிரிக்காவில் பிறந்த J.R.R. டோல்கியென் எழுதிய 'தி லார்ட் ஆஃப் தி ரிங்' படத்திற்கான செட்டிங் போடுவதற்கு இந்த இடமே தூண்டுகோலாக இருந்தது என்றும் ஒரு கருத்து உள்ளது.

ஈஸ்டர்ன் ட்ரான்ஸ்வால் பகுதியில் நீண்ட நடைபயணம், குதிரை சவாரி பறவைகளை காண்பது, கோல்ஃப் விளையாட்டு, மீன்பிடித்தல் போன்ற வற்றிற்கான வாய்ப்பு உண்டு.

ஹெலிகாப்டரில் சென்றால் நாடக பாணியில் பாறைகளின் அமைப்பையும், ஆச்சரியப்பட வைக்கும் அடர்ந்த பள்ளத் தாக்குகளையும், பசுமையையும், வண்ணங் களையும் பார்க்கலாம். ஆற்றின் மேல் பறந்து செல்லும்போது, கொட்டும் நீர்வீழ்ச்சிகளையும், கோடியில் மலையின் அடிவாரத்தில் நிலப்பரப்பையும் கண்டு மகிழலாம்.

இவற்றைப் பார்த்துக்கொண்டே உணவருந்துவது, சுகத்துக்கு ஒரு புதிய அர்த்தத்தையும் கொடுக்கும். புகழ் பெற்ற தங்கும் வசதிகொண்ட இரண்டு விடுதிகள் ஸைபெலி ஃபாரஸ்ட் லாட்ஜ் மற்றும் புளூமவுன்டன் லாட்ஜ். இங்கு சகல வசதிகளையும் தந்து உபசரிக்கின்ற னர். கூடவே போற்றத்தக்க சூழ் நிலை, ஆச்சரியப்படவைக்கும் இயற்கைக்

காட்சிகள், மாற்றி மாற்றி விதவிதமான உணவுகள், குதிரைகள், மீன் பிடிக்கும் சாதனங்கள், 5 நட்சத்திர அந்தஸ்து முதலிய யாவும் கொடுக்கிறார்கள். அருகிலிருக்கும் உலகப் பிரசித்திப் பெற்ற பூங்கா யாவும் மிதமிஞ்சிய சுகத்தையும் தருகிறது. இது ஜோஹனஸ் பர்க்கிலிருந்து 3½ மணி நேர காரோட்டத்தில் கிழக்கில் இருக்கிறது.

௨

ரோவோஸ் ரெயில் & ப்ளூ டிரெயின்

இது தெளிவுபடுத்துவது யாதெனில், ரெயில் பிரயாணத்தின் பொற்காலம் - கடந்தகாலமும், நிகழ்காலமும் என்பதே. குப்... குப் பென்ற ஓசையுடன் ரோவோஸ் ரெயிலில் அனுபவித்த, அதைவிட சற்று கூடுதலான சுகத்தை, ஆனந்தத்தை, எட்வர்டின் லக்ஸுரியிலும் அனுபவித்து மகிழலாம். கேப்டவுனிலிருந்து க்நைஸ்நா மலைப் பயணம். அதுவும் கற்பனையிலிருக்கும் ஹாட்டண்டாட் ஹாலந்து மலைகள் வழியாக சுற்றிப் பயணிக்கும் போது, கூடுதலாகக் கிடைக்கும் சுகம் மற்றும் சந்தோஷம், அலாதியான ஒன்று. அல்லது வருஷத்துக்கொருமுறை 14 நாட்கள் பயணத்தை ஏற்படுத்திக் கொண்டு கேப்டவுனிலிருந்து, டார்எஸ் ஸலாம் வரை சென்று வரவேண்டும். இந்த ஜிம்பாப்வே மற்றும் ஜாம்பியா உல்லாச பயணமாகச் செல்லும்போது, விக்டோரியா நீர்வீழ்ச்சியில் தங்கியும் செல்லலாம்.

அசாதாரணமான பெரிய அறைகள் யாவும் ராணிகள் உபயோகிக்கும் அளவிலான படுக்கைகளுடனும் மேலும் 'டீலெக்ஸ்' வசதிகள் மிகவும் அருமையான பண்பும், அழகுமுள்ள பணக்கார வசதிகளுடன் இருக்கின்றன. ஆப்பிரிக்காவின் பெருமிதம் என்ற, பெயருக்குத் தகுந்தாற் போல "சிவப்பு கம்பள" வரவேற்பு கிடைக்கும்.

ப்ளூ ட்ரெயின் முதன் முதலில் 1946 - இல் ஓட ஆரம்பித்து, மேலும் எடுப்பான, ஆடம்பரமான, வசதியுடன் கூடிய புராதனமான ரெயிலைப் போல, 1990 - இன் பிற்பகுதியில் அறிமுகப்படுத்தப்பட்ட புதிய தலைமுறை ரெயில் வண்டியை பிரயாணிகள் கண்டிப்பாக பாராட்டுவார்கள்.

௩

பீடபூமி மலை

அழகான "கேப் டவுன்" நகரத்துக்கு உயரே, 3500 அடிக்கு மேலே உள்ள இந்த பீடபூமி மலையிலிருந்து பார்த்தால், மற்ற மலைகளையும், நகரத்தையும் மேலும் கடலின் அழகையும், அனைத்தையும் ஒரே நேரத்தில் பார்த்து அனுபவிக்கலாம். உலகத்தின் கடைசி எல்லையும், அதற்குகந்த இருப்பிடங்களும் இருக்கின்றன இங்கு.

4

சாபி ஸாண்ட் கேம் ரிசர்வ்

தேசத்தின் மிகச் சிறந்த சில விளையாட்டுகளை பார்ப்பதற்கு வசதியாகவும், வனத்தின் மத்தியில் உள்ள இருப்பிடத்தில்

எல்லா வசதிகளுடன் கூடியது, சாபி ஸாண்ட் கேம் ரிசர்வ். 1,63,000 ஏக்கரில் உள்ள அனைத்து உலக நாடுகளின் பூங்காக்களைவிட, பெருமைதரக் கூடிய மூன்று பிரசித்திப் பெற்றவை லோன்டோ லோஸி, மாலா மாலா & சிங்கீதா ஆகியவையே. ஜோஹனஸ்பர்க்கிலிருந்து 5 மணி நேர கார் சவாரி தூரத்தில் இந்த இடம் உள்ளது.

5

மறைந்த நகரத்தின் அரண்மனை

காய்ந்து, உலர்ந்த அடர்த்தியான காடுகளின் மத்தியில், எர்ஸாட்ஸ் கிளிட்ஸ் மற்றும் லாஸ்வேகாஸ் ஆகியவற்றின் அழகோடு, விருந்தளிக்கும் இடமாக உள்ளது சன் ஸிடி. அந்த பழைய நகரத்துக்கு ஓர் அரண்மனையாக இருக்கிறது உலகத்தின் மிக நேர்த்தியான ஹோட்டல்.

நம்பினாலும் நம்பாவிட்டாலும், இதை 190 மில்லியன் டாலர் மதிப்புள்ள விநோதமானது என்பதை ஒருவரும் மறுப்பதில்லை.

சூதாட்ட விடுதி, 4 ரெஸ்டாரண்ட்கள், இரண்டு விருதுகள் வென்ற 18 துளை கோல்ஃப் மைதானம், 1,36,000 கேம் ரிசர்வ் போன்றவை மட்டுமே சன் சிடியை 1979-இல் உருவாக்கிய இளம் நிர்வாகிக்கு திருப்தி தரவில்லை. அவர் மறைந்த நாகரிகம், கற்பனைத்திறனை இணைத்து பேலஸ் ஹோட்டலை நிர்மாணித்தார். ஹோட்டலின் கட்டட நிர்மாணம், சேவை, மரவேலைப்பாடுகள் மனதை கிறங்கடிப்பவை. 300-க்கு மேற்பட்ட அறைகள் இருக்கின்றன. பண்படுத்திய 55 ஏக்கரில் மனிதரால் உருவாக்கப்பட்ட காடு அதிசயிக்க வைக்கிறது.

இது ஜோஹனஸ்பர்க்கிற்கு வடமேற்கே 185 கி.மீ.-இல் இருக்கிறது. தென் ஆப்பிரிக்காவின் முக்கிய நகரங்கள் விமான சேவையால் இணைக்கப்பட்டுள்ளன.

6

கான்ஸ்டான்ஷிய ஒயின் ரீஜன்

வரும் விருந்தினர்கள், கிராமப்புற ஒதுக்குப்புறங்களின் படாடோபங்களைக் கண்டு மகிழ்கிறார்கள். சுகபோஜனத்துக்கு நல்ல நேர்த்தியான இடமாக இருப்பது

புய்டென்வெர்வாச்சிங். மிகுந்த பண்போடு உபசரிக்கும் விதம் பயணிகளுடைய எதிர்பார்ப்பை விட அதிகமானது.

7

தோட்டப் பாதை

கேப் டவுனுக்கு கிழக்கே, 130 மைல் கடற்கரையோரமாக, ஏரிகள், மலைகள், காடுகள் மற்றும் தங்ககடற்கரைகளும் உள்ளன. பென்குயின் என்ற பறக்க இயலாத ஆனால் நீந்தும் கடற்பறவைகள் தண்ணீர் பூராவும் ஏராளமாக இருக்கும். வருஷம் பூராவும் அழகாக இருந்தாலும், ஜூலை முதல் அக்டோபர் வரை, அதன் அழகு பன்மடங்கு கூடும்.

8

ஹெர்மாநஸ்

இது திமிங்கிலங்களின் கடற்கரை. தென்ஆப்ரிக்காவின் மேற்கு முனையின் கடற்கரையின் எல்லைக்கோடு இடம் பெயரும் திமிங்கிலங்களை கவர்கின்றது. ஆனால் அவற்றில் பெரும்பாலானவை ஒவ்வொரு வருடமும் வாக்கர் விரிகுடா, கடற்கரை நகரமான ஹெர்மாநஸ் நீருக்கு திரும்பிவிடுகின்றன.

திமிங்கிலம் இல்லாத நாட்களில் வெள்ளை சுறா, பென்குயின், சீல் போன்றவற்றை பார்த்து மகிழலாம். அருகிலுள்ள க்ரூட்பாஸ் விடுதி அழகுமிகுந்த தங்குமிடமாக உள்ளது. ஜூன் முதல் நவம்பர் வரை, நூற்றுக்கணக்கான சீல்கள் சேர்ந்து வாழ்வதும், விளையாட்டுகளில் ஈடுபடுவதும், மனிதர்களோடு விளையாட்டுகளிலும் ஈடுபடுவது, கண்கொள்ளாக் காட்சி. இது கேப் டவுனிலிருந்து 2 மணி நேர பயணத்திலிருக்கிறது.

■■■

30

டான்சானியா - TANZANIA

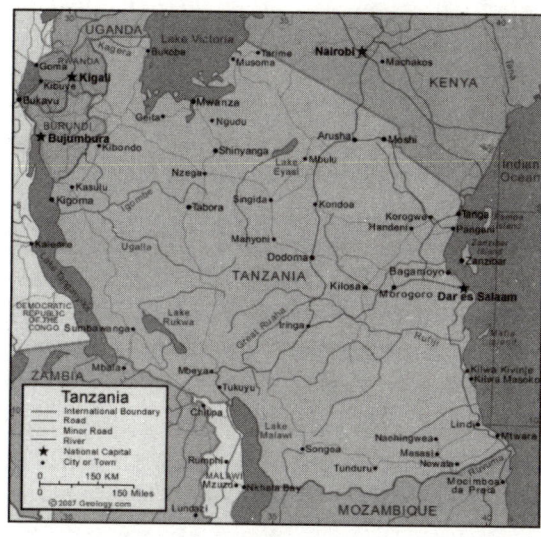

1

மவுன்ட் கிளிமஞ்சாரோ

இயற்கை அதிசயங்களில் ஒன்று கிளிமஞ்சாரோ எரிமலை.

கிபோ, மாவேன்சி, மற்றும் ஷிரா என்ற மூன்று எரிமலை கூம்புகளைக் கொண்டது கிளிமஞ்சாரோ மலை. இது டான்சானியாவின் வடகிழக்குப் பகுதியில் இருக்கிறது. 170 ஆண்டுகளாக இந்த எரிமலை வெடித்ததாகக் தகவல் எதுவும் இல்லை.

கிபோவின் உஹுரு சிகரம் 5,895 மீட்டர் உயரம் கொண்டது. ஆப்ரிக்காவின் மிக உயர்ந்த மலைச் சிகரம் இது. கிபோவின் நடுப்பகுதியில் 600 மீட்டருக்கு எரிமலை வெடித்த பள்ளம் காணப்படுகிறது. அதன் மீது சாம்பல் நிறைந்திருக்கிறது. மாவேன்சி ஆப்பிரிக்காவின் மூன்றாவது பெரிய மலைச்சிகரம். இதில் ஏறுவது மிகவும் கஷ்டம்.

அம்போசெலி தேசிய பூங்காவி லிருந்து கிளிமஞ்சாரோவைக் கண்டு ரசிக்கலாம். கிளிமஞ்சாரோவின் உச்சியில் எப்போதும் பனி படர்ந்து காணப்படு கிறது.

இது ஆப்பிரிக்காவின், பனிமூடிய கூரை ஆகும். எர்னஸ்ட் ஹெமிங்வே, அவருடைய சிறுகதை ‘கிளிமஞ்சாரோவின் பனி’ என்ற புத்தகத்தில் “மேலுலகிலுள் ளதைப்போல பரந்தும், பெரிதும், உயர்ந் தும், நம்ப முடியாதளவுக்கு சூரிய வெளிச் சத்தில் வெண்மையாகவும் இருக்கிறது” என்றெழுதினார். சில மலைகள் அதனுடைய கம்பீரத்தை காட்டுகிறது. 19,340 அடி உயரமான கிளிமஞ்சாரோ ஆப்ரிக்காவின் மற்ற எல்லா மலை உச்சியையும் உயரம் குறைந்ததாக, குள்ளமானதாக காட்டுகிறது. அபூர்வமாக

மனிதர்கள் போகும் தூரத்திலிருக்கும் ஷீரா பீடபூமியிலிருந்து, மலை மேலே செல்ல ஆரம்பித்தால், 9 நாட்களில் மலை ஏறி பார்க்கலாம். 25 மைல் அசாதாரண உயரத்தை அடையலாம்.

5 நாட்கள் பயணத்தையும், சிரமத்தையும் குறைத்துக் கொள்வதற்கு அதிக கும்பல் செல்லும். மராங்கு வழியில் ஒரு சில தினங்கள் கூடுதலாக எடுத்துக் கொள்ள நேரிடும். இதுதான் இந்த மலையேற்றத்துக்கு குறுக்கே நிற்கும் தடைக்கல். மராங்கு மலையேறுபவர்கள், கில்மான் முனை, அதாவது உச்சிக்கு 600 அடிக்கு கீழேயே, கூடாரம் கட்டிக் கொள்வதற்கு அனுமதிக்கப்படுவதில்லை. அதனால் அவர்களால் குறைந்த அளவிலுள்ள பிராண வாயுவை சரிபடுத்திக் கொள்ளவும் கூட நேரமிருப்பதில்லை. கூடாரத்துக்குத் தேவையான அனைத்தும் முன்பாகவே செய்துவிடுவதால், அவற்றை எடுத்துச் செல்ல வேண்டிய அவசியம் ஏற்படுவதில்லை.

டிசம்பர், ஜனவரி, பிப்ரவரி, மார்ச், ஜூன், ஜூலை, ஆகஸ்ட் மாதங்கள் மலை ஏறுவதற்கு வசதியாக இருக்கும். முதல் மலை ஏற்றம் 1889-ஆம் ஆண்டு நிகழ்ந்தது.

நிறைய மக்கள் மலை ஏறுவதில் ஆர்வம் காட்டி வருகிறார்கள்.

௨

மணல் ஆறுகள் - டான்சானியா

இங்குள்ள ஒரே வழியானது, யானைகளும், உள்ளூர் கிராமவாசிகளும் அவ்வப்பொழுது நடந்து செல்லும் நடைபாதையே. அதில்தான் அனைவரும் வந்து, போக வேண்டும். செலோஸ் மட்டுமே உலகத்திலேயே பெரிய இயற்கையான விளையாட்டு இடம் என்றிருக்கலாம். ஆனால் இதைவிடப் பெரியது இருப்பதாகத் தெரிகிறது. ஏனென்றால், அதை இன்னும் அவர்கள் முழுவதுமாக கண்டுபிடிக்கவில்லை. புராதன பண்படுத்தப்படாத 20,000 சதுர மைல் இடத்தின் மத்தியில் மணல் ஆறு தவிர வேறு எந்த படாடோப ஆடம்பரமிக்க, விடுதி கிடைத்துவிடப் போகிறது. கென்யாவில் பிறந்த ரிச்சர்டு போன்பாம், செலஸ்ஸை தன்னுடைய தாய்வீடாகக் கொண்டு, நடை பயணிகளுக்கு உற்ற வழிகாட்டியாக இருந்து உதவுகிறார்.

ஒரு சில மணி நேரமோ அல்லது சில நாட்களுக்கோ, நடப்பது, நிரந்தர 'காம்பி' லிருந்து தொடரும். வழியில் இயற்கையின் விளையாட்டின் அடிச்சுவடுகளையும் ஆறுகளின் கரைகளையும் கண்டு செல்லலாம். ஆற்றங்கரையும், மற்றும் வேட்டை விளையாட்டுச் சம்பந்தமான பகுதிகளையும் கண்டு, வனாந்தரங்களின் அழகையும் அனுபவித்துச் செல்லலாம். ருபிஜி மற்றும் தகலாலா ஆகியவற்றை, ஆற்று நீரில் செல்லும்போது, அதன் முழு அழகையும், விந்தையான வண்ண நீரையும், மற்ற விளையாட்டு சம்பந்தமானவற்றையும் கண்டுகளிக்கலாம். இது டார் எஸ்ஸலாமிலிருந்து விமானத்தில் சென்று அடையுமிடத்திலிருக்கிறது.

௩

கல்-நகரம் - டான்ஸானியா

இந்தியக்கடலுக்கும் பழைய அராபியன் கடலுக்கும் எல்லையான

டான்சானியா

இடம் இது. ஸான்ஸிபார் என்ற பெயரே அதிக வாசனைத் திரவியத் தீவான அதை நினைத்து மயங்கச் செய்கிறது. மேலும் புராணங்களில் பதிக்கப்பட வேண்டிய ஊர்களான டிம்பெக்டு அல்லது காத்மாண்டு போல அந்த பெயர் மட்டுமே, ஒருமுறை சென்றுவர காரணமாகிறது. பல ஆண்டுகளாக மேற்கத்திய கலாசாரத்தால் கவனிக்கப்படாமலிருந்த ஸான்ஸிபார், தற்போது வளர்ச்சியின் எல்லையிலிருக்கிறது.

அகன்ற உருவம்கொண்ட 'ஜெட்' விமானங்களும், ஆடம்பரக் கப்பல்களும் மேலும் திட்டமிட்ட பிரயாண வசதிகளும், ஒரு தீவின் பொருளாதாரத்தை அதிகமாக உயர்த்த முடியும். கூடவே அதனுடைய பழமைப் போர்வையையும் கிழித்தெறிய இயலும். இப்போது ஸ்டோன்டவுனின் (கல் நகரத்தின்) புராதன சந்துகளையும், வளைவுப் பாதைகளையும், சிதைந்து கொண்டிருக்கும் வீடுகளையும், அதில் தொங்கிக் கொண்டிருக்கும் பால்கனிகளையும் பார்க்கமுடியும்.

அரேபிய வியாபாரிகள், இதன் பொருளாதாரத்தை கைப்பற்றி பணக் காரர்களாக ஆனபின், அங்கு அவர்களின் வீடுகள் கட்டத் துவங்கினர். அவர்களின் வியாபாரம் தங்கம், யானைத்தந்தம். மேலும் அதிகப் பணம் கொடுத்து, அடிமை களை அரேபியா மற்றும் பெர்ஷியா போன்ற நாடுகளுக்கு ஏற்றுமதி செய்வது. ஒரு சமயத்தில் ஸான்ஸிபார், மிகப்பெரிய அடிமைகளின் வியாபாரஸ்தலமாக இருந்தது.

ஆப்பிரிக்கக் கடற்கரையிலிருந்து, கிளிமஞ்சாரோ மலை, நகரும் பனிக்கட்டி கள் ஆகியவற்றை நன்கு பார்க்க இயலும். எமர்சனின் பயணவிடுதி வீடுகளில் உள்ள புதிய பார்க்க வேண்டிய சேர்க்கை அருகி லிருக்கும் சாலமன் தோட்டம். ஒரு சப்த மில்லாத அரேபிய சுல்தானின் சமுத்திரக் கரையிலிருக்கும் வீடு. இதைச் சுற்றி, வளம் மிகுந்த தோட்டமும், கடலின் தோற்றமும் இதன் அழகைக் கூட்டுகிறது. 20 - ஆம் நூற்றாண்டில்கூடக் கிடைக்காத சில விசித்திர விளையாட்டுகளும், வசதி களும், அப்போதே அங்கு கிடைத்தன.

இது 'டான்ஸானியா'வின் கிழக்கே 35 கி.மீ. -இல் உள்ளது.

4
எரிமலையின் வாய்

இதற்கு, 'ஆப்பிரிக்காவிலுள்ள ஏடன்' என்ற மற்றொரு பெயரும் உண்டு. இந்த எரிமலை அதாவது, கோரோன்

கோரோ எரிமலையின்வாய், உலகத்தி லேயே இதுவரை பார்க்கப்படாத ஒன்று. இங்கு யானைகள், எருமைகள், நீர்யானை கள், சிங்கங்கள் ஆகியவைகளும் அதிகமாக இருக்கின்றன.

இது வடக்கு 'டான்சானியா'வில் இருக்கிறது. நைரோபியிலிருந்தோ அல்லது கிளிமஞ்சாரோ மலையின் விமானதளத்தி லிருந்தோ இந்த இடத்திற்கு செல்லலாம்.

31

உகாண்டா - UGANDA

1

மார்ச்சிஸன் நீர்வீழ்ச்சி தேசியப் பூங்கா

இதற்கு ‘ஊசியின் கண்மூலமாக’ எனவும் பெயருண்டு. வின்ஸ்டன் சர்ச்சில் உகாண்டாவைப் பற்றி, ‘ஆப்பிரிக்காவின் முத்து’ என்று கூறினார்.

மார்ச்சிஸன் நீர்வீழ்ச்சியானது, உலகிலேயே பெரியதான இயற்கையின் அதிசயம் என கூறப்பட்டால் யாரும் எதிர்க்கமுடியாது. நைல் நதியின் 4,200 மைல் வரை வியாபித்திருக்கும் இது, பரவசமூட்டும் ஒன்று. விக்டோரியா நீர்வீழ்ச்சியிலிருக்கும் 5,600 அடி ஸாம் பெஸி போலில்லாமல், இங்கே இந்த பலம் வாய்ந்த நைல், சற்றேறக்குறைய 1000 அடி மலை இடுக்குகளில் பாய்ந்து வந்து, 20 அடி அகலத்துக்கு, குறுகி, 130 அடி உயரத்திலிருந்து, கீழே பள்ளத்தில் நம்ப முடியாத வேகத்தில் விழுகிறது. அது ஒருமித்த வசீகரிக்கும் இடமாக இருக்கிறது. நைல் நதியில் ஒரு பயணிகள் கப்பல் மெதுவாக, அந்த நீர் வீழ்ச்சியின் அடித் தளத்துக்கு வருகிறது. பெரிய பெரிய மிருகங்களை எல்லாம் தவிர்த்து - சில நேரங்களில் 100 நீர்யானைகளையும், ஒரு வளைவில் கடந்து, பல இடங்களில் உலகிலேயே பெரிய முதலைகளையும் கடந்து வருகிறது. கூடவே சில சௌகரியங்களும் அதாவது 20 -ஆம் நூற்றாண்டிலிருந்துகொண்டு, 19 - வது நூற்றாண்டின் வசதிகளைக் கண்டு அனுபவிக்கவும் முடியும்.

இந்த இடத்திற்கு கம்பாலாவிலிருந்து மாறி சென்றடையலாம். உகாண்டாவுக்கு வடமேற்கில் உள்ளது.

சுற்றுலா செல்ல சிறந்த காலம்: டிசம்பர் முதல் மார்ச் வரை.

2

பிவின்டி தேசியப் பூங்கா

அற்புதமான, ஆனால் அபூர்வமான, மலை. மனித கொரில்லா கடைசியாக வாழ்ந்த இடமாக இருக்கிறது பிவின்டி

தேசியப் பூங்கா. 600 வித மிருகங்கள். எண்ணிக்கை குறைந்து கொண்டே வந்தாலும், உகாண்டாவில் அவை நிம்மதியாக வாழ்கின்றன. இது உகாண்டாவின் தென்மேற்கு திசையில், 'ரிஃப்ட்' பள்ளத்தாக்கின் மேற்கு விளிம்பில் இருக்கிறது.

இங்கு சுற்றுலா செல்வதற்கு சிறந்த காலம் மே முதல் ஆகஸ்ட் வரை மற்றும் டிசம்பரிலிருந்து பிப்ரவரி வரை.

3

டோன்காபெஸி ஸஃபாரி லாட்ஜ் (ஸாம்பியா)

இது எந்த அளவுக்கு அருகிலிருக்கிறதோ, அதே அளவுக்கு தொலைவிலுமிருக்கிறது என்பதுபோல, இந்த டோன்காபெஸி ஸஃபாரி லாட்ஜிலிருந்து, சற்றேறக்குறைய 10 மைல் கீழே, இடிமுழக்கத்துடன் விக்டோரியா நீர்வீழ்ச்சி இருக்கிறது. இங்கு 'டென்னிஸ்' விளை

யாட்டு மைதானம், ஆற்றோர நீச்சல் குளம், 4 அடுக்கு படுக்கை வகைகளும் அபரிமிதமாக இருக்கின்றன. அது ஸாம்பியா - விக்டோரியா நீர்வீழ்ச்சியிலிருந்து, 16 கி.மீ. -இல் உள்ளது.

■■■

32

ஜிம்பாப்வே - ZIMBABWE

1

ஹ்வான்ஜ் தேசியப் பூங்கா

ஹ்வான்ஜ் ஜிம்பாப்வேயின் மிகப் பெரிய, நன்கு தெரிந்த, மேலும் எல்லாரும் விரும்பி வரும் தேசியப் பூங்காவாகவும் உள்ளது. நூற்றுக்கணக்கான பல வகைப் பட்ட மிருகங்களையும், நானூறு வகைப் பட்ட பறவைகளையும் கொண்டதாக தற்பெருமை கொள்கிறது இந்தப் பூங்கா. இப்படியாக பறவைகள் சரணாலய உலகப் பட்டியலில், முதலிடத்தைப் பிடிக்கவும் முயலுகிறது. ஆப்பிரிக்காவில் இருக்கும் ஒரு சில யானைகள் சரணாலயத்தில் இதுவும் ஒன்று. மாலை நேரங்களில் ஏறக்குறைய நூறுவித பறவைகள் கொண்ட கூட்டத்தையும் பார்க்கலாம். 300 மைல் களுக்குள் அடங்கிய, விளையாட்டு வேட்டையை பார்க்கும் வகையிலான சாலைகளையும் காணலாம். இந்த 300 மைல் ரோடுகளின் பின்னலில், அதிக பிரசித்திப் பெற்றது அந்த 10 மைல் பிரயாணம் - இது அந்த பூங்காவைச் சுற்றி யுள்ள கொடிய மிருகங்கள் அதிகமாக உள்ள இடத்தில் பின்னிக்கொண்டிருக்கும் சாலை.

நாட்டின் சிறந்த நிரந்தரமான ஸஃபாரி கேம்ப்களில் ஒன்றுதான் 'ஹைட்'. இது ஹ்வான்ஜ் பூங்காவின் கிழக்குப்புற எல்லையில் அமைந்திருக்கிறது. மறைந் திருந்து 'பார்க்கும் இடங்கள்' இந்த இடத்திலிருப்பதால்தான் இந்த இடத்திற்கு ஹைட் என்ற பெயர் உருவாகியிருக்க வேண்டும் என்பதும் புரிகிறது. பலவற்றில் சில பூமிக்கடியிலும் மற்றவை இதில் மேலேயும் கட்டடப்பட்டிருக்கின்றன. இங்கிருந்து வன வாழ்க்கையின் செல்வத்தை கேம்ப்பிலிருந்து வெளியே வராமலேயே பார்க்கலாம்.

இது ஜிம்பாப்வேவிலுள்ள ஹ்வான்ஜ் விமான நிலையத்திலிருந்து 2 மணி நேர கார் பயண தூரத்திலிருக்கிறது.

௨

மாநா 'குளம்' தேசியப் பூங்கா - ஜிம்பாப்வே

வல்லமையும், சீற்றமும் கொண்ட ஸாம்பெஸி ஆற்றில், துடுப்பால் தள்ளி ஓட்டும் படகு சவாரி செல்லுவது, அதுவும் பழையகால வெள்ளப் பகுதிகளில் இந்தியக் கடலை நோக்கிச் செல்லும் போது, அது ஆதிகால ஆப்பிரிக்கா வழியை நினைவுபடுத்தும். அதோடு அதனுடைய மிகவும் தனித்திருக்கும் அழகான நதிக் கருகில் வாழும் மனிதர்களின் வாழ்க்கை யையும் பார்த்துக் கொண்டு செல்லலாம்.

விக்டோரியா நீர்வீழ்ச்சிக்கருகில், நுரையுடன் கூடிய வெண்மையான நீர் ஆற்றை நோக்கி வருவதும், மிகத் தெளி வான நீரில் படகோட்டிகள் படகுகளை ஓட்டிச் செல்வதும், பல சின்ன தீவுகளைக் கடப்பதும், கண்கொள்ளாக் காட்சியாக இருக்கும்.

நீர்யானைகளும் நீண்ட காதுகளை யுடைய எருமைகளும், நிறைய பறவைகள் உட்கார்ந்திருக்கும் மரக்கிளைகளின் கீழே, விழுந்து புரளுவதையும் பார்க்கும்போது பரவசமடைந்து, நாடித்துடிப்பை வெகுவாகக் கூட்டும்.

குறைந்த அளவு வழிநடப்பவர் களுக்கு அழகான ஸாபி மற்றும் ஸாம் பைஸி ஆறுகள் கூடுமிடத்தில் 'சிக் வென்யா ஸஃபாரி லாட்ஜ்' ஸாம்பியா வின் மிகப் பெரிய தீவுகளில் ஒன்றை நோக்கி இருக்கிறது. சிக்வென்யாவின் வழி நடத்துபவர்கள், புதர்கள் வழியாகச் செல்லும்போது, கயிற்றைக் கட்டி, அதன் உதவியால், அனைவரையும் அழைத்துச் செல்வார்கள். தேசிய காட்டுப் புறங்களில் இவை அனுமதிக்கப்படுகின்றன. ஆனாலும் மிகச் சரியான நேரத்துக்கு தங்குமிடங் களுக்கு திரும்பி வந்து, மறுநாள் காலை சூரிய உதயத்தின்போது கிளம்பி மற்ற பகுதிகளைக் காணவும் தயாராகிவிட வேண்டும். இது ஜிம்பாப்வேவிற்கு வடக்கே உள்ளது.

௩

மடாபோ தேசியப் பூங்கா

இது ஓர் கற்பனைக்கெட்டாத, புதுமையான இடம். இணைந்தும், பிளந் தும், உருவமைக்கப்பட்டும் மேலும் சிற்ப வேலைகளுடனும் கூடிய பிரம்மாண்ட மான கருங்கற்களால், பெரிய திமிங்கல முதுகு போல் ஒழுங்கு வரிசையில் அழகான கோட்டைகள். கைப்பிடியைப் போன்ற பெரிய தானிய விளைச்சல்களும் மடாபோ மலைப் பிரதேசத்தில், ஆயிரக்

கணக்கான சதுர மைல்களுக்குப் பரவி இருக்கின்றன. இந்த இயற்கைக் காட்சி யானது எந்த அளவுக்கு ஸெஸில் J. ரோடிஸ் அவர்களைக் கவர்ந்தது என்றால், இறந்த பிறகு தனது உடலை அங்கேயே அடக்கம் செய்ய வேண்டும் என்று விரும்புகிற அளவுக்கு இருந்தது.

அந்த மலைப்பிரதேசத்தில் அவர் அடக்கம் செய்யப்பட்ட இடத்தைப் பார்க்காமல் எவரும் போனதில்லை. இது ஓர் உணர்ச்சி மயமான இடம். இதற்கு பெயரே 'உலகின் பார்வை' என்பதுதான்.

30,000 வருஷங்களுக்கு முன் அங்கு முதலில் வேட்டையாடியவர்கள் காலத்தி லிருந்து, இந்த இடமானது, அதற்குத் தகுதியான தெய்வீக ரீதியான மையம் என்றே அழைக்கப்படுகிறது. குகையில் தீட்டப்பட்டுள்ள ஓவியங்கள் இன்றும் காணப்படுகின்றன. அதன் தன்மையும், பரிமாணமும், வனவாழ்கையைப்போல, கவர்ந்திழுக்கிறது. அவற்றின் தரம் மற்றும் பரிமாணம் யாவும் கவர்ந்திழுக்கும் சக்தியுடையவையாகவும் இருக்கும்.

இன்னமும் இங்கு அதிக எண் ணிக்கையில் வாழ்ந்து கொண்டிருக்கும் கறுப்பு - வெள்ளை காண்டாமிருகங்களை பல ஓவியங்களில் தெளிவாக வரைந்துள்ள னர். அதேபோலவே சிறுத்தை, சிறுத்தைப் புலி மேலும் 300க்கும் மேற்பட்ட பறவை வகைகள் கழுகுகள், பருந்துகள் மற்றும் ஆந்தைகள் ஆகியவற்றின் ஓவியங் கள் உள்ளன. உண்மையில் இந்த பூங்காவே பிரம்மாண்டமான கழுகு போல வடி வமைக்கப்பட்டுள்ளது. இந்த பரந்த இயற்கையான தோட்டத்திற்கிடையே இருப்பது பெரிய குகை முகாம். அது பூங்காவின் எல்லையில் அமைந்துள்ளது. அது 16 விருந்தினர்களுக்குதான் இடம் தரும். முழு நிலவு நாளில் அங்கு இருந் தீர்கள் என்றால், நீங்கள் அதிர்ஷ்டசாலி தான். முழுநிலவின் ஒளியில் பாறையின் வடிவங்கள் மின்னுவது பார்த்து ரசிக்க வேண்டியது. வருடம் முழுவதும் இங்கு சுற்றுலா செல்லலாம். ஆயினும் சிறந்த காலம் செப்டம்பரிலிருந்து நவம்பர் வரை மார்ச்சிலிருந்து ஜுன்.இந்த பெரிய குகை விடுதி, புலாவயோவிலிருந்து 45 கி.மீ தூரத்தில் இருக்கிறது.

4

விக்டோரியா நீர்வீழ்ச்சி

இது 'புகை'யானது, 'இடி'யாக மாறும் இடம். நீர்வீழ்ச்சியில் விழும் தண்ணீரின் ஒவ்வொரு சொட்டும், நாம் கற்பனை செய்தது போலவே ஞாபகார்த்த மானதாகவும், அற்புதமானதாகவும், அத னுடைய சப்தம், மில்லியன் கணக்கான காட்டு மிருகங்கள் இடமாற்றம் செய்யும் போது எழுப்பும் சப்தம் போலவும், அதன் பனிமூட்டம், 40 மைல்களுக்கப்பால் இருந்து பார்த்தாலும் தெரியுமளவுக்கும் இருக்கும். 1855 - இல் டாக்டர். டேவிட் லிவிங்ஸ்டன் என்பவர் இதனை பார்த்த முதல் ஐரோப்பியர். இவற்றைப் பார்த்து தனது மனைவியின் பெயரையே (விக்டோரியா) அதற்கு வைத்தார். விரைவி லேயே இயற்கையின் அதிசயங்களில் ஒன்றாக ஆயிற்று இது. துணிந்து செயல்படும் பயணிகளுக்கு, இது ஓர் அற்புதமான சென்று பார்க்கவேண்டிய இடமாக

மாறியது. இந்த நீர்வீழ்ச்சி, ஒரு மைல் அகலம் கொண்டது! ஸாம்பியா நதியின் முழு அகலமுடையதும் ஆகும். அது 400 அடிக்குக் கீழே பள்ளத்தாக்கில் விழும் போது, அது ஒரு நுண்மையான முடி வில்லாத மழைத்துளிகளாகவும், வான வில்லாகவும், தெரிகிறது.

நீர்வீழ்ச்சியின் அடிவாரத்தில், வெள்ளைத் தோற்றத்துடன் விழும் வேகமான தண்ணீர், பூமியைக் குட்டு வதைப்போல ஒலி எழுப்பி அதையும் ஓர் உலக அதிசயமாக்குகிறது. இந்த இடை வெளியில் விழும் நீர்தான், ஸாம்பியாவை யும், ஜிம்பாப்வேயையும் பிரிக்கிறது. இங்கு வேகமாக வரும் சுடுநீரும், அமைதியான சூழலில் கூடுகிறது. 'டன்' கணக்கில் கொட்டும் நீர்வீழ்ச்சியில் துள்ளித் துள்ளிச் செல்லலாம். இது கிராண்ட் கன்யானில் உள்ள கொலொரடோ ஆறுபோல இருக்கும்.

பொதுவாக இது ஓர் இன்பகரமான பொழுதுபோக்காக அமையும்.

5

விக்டோரியா நீர்வீழ்ச்சி ஹோட்டல் & லிவிங்ஸ்டன் தீவு

1904-இல் திறக்கப்பட்டபோது, இந்த விக்டோரியா நீர்வீழ்ச்சி ஹோட்டல் மட்டுமே ஐரோப்பிய கலாசாரத்தின், சுற்றுப்புற காவல் ஸ்தலமாக இருந்தது. ஆனால் தற்போது ஏராளமான தங்கும்

விடுதிகளும், உணவகங்களும் வந்து விட்டன. ஹோட்டலின் எந்தப் பகுதியி லிருந்து பார்த்தாலும் நீர்வீழ்ச்சி தெரிகிற மாதிரி இருப்பது ஒன்றே அவைகளின் பெரிதாக்கப்பட்ட இன்பம், மாயத்தின் நறுமணம்.

இந்த ஹோட்டலில் விருந்தாளியாக தங்கும்போது ஒரு நாளில் பலமுறை திரும்பத் திரும்ப நீர்வீழ்ச்சிக்கு குறை வில்லாத சொகுசான விஜயம் செய்யலாம். விடியற்காலை விஜயம் செய்வது முக்கியம். அதேபோலத்தான் லிவிங்ஸ்டன் தீவுக்கு செல்வதும் மறக்க முடியாத அனுபவ மாகும். ஒரு படகு இந்த உலக பரம்பரைச் சொத்தின் இடத்திற்கு அழைத்துச் செல்லும். தீவின் பெரிய வெட்டப்பட்ட பகுதி நீர்வீழ்ச்சியை இரண்டாக பிரிக் கிறது. இத்தீவில் நிரந்தரமான கட்டடம் இல்லை. மின்சாரவசதி இல்லை. இருப் பினும் சிறப்பாக இருக்கும் இந்த தீவிற்கு சென்று வந்த பயணம் மறக்க முடியாத தாக அமையும். லிவிங்ஸ்டன் தீவு ஜாம்பியாவில் விக்டோரியா நீர் வீழ்ச்சியிலிருந்து 1 கி.மீ.-இல் இருக்கிறது.

■■■

RUSSIA
KAZAKHSTAN
UZBEKISTAN
TURKMENISTAN
GEORGIA
ARMENIA
AZERBAIJAN
TURKEY
GREECE
BULGARIA
ROM.
UKR.
SYRIA
LEBANON
ISRAEL
CYPRUS
JORDAN
IRAQ
IRAN
AFG.
PAK.
KUWAIT
BAHRAIN
QATAR
UNITED ARAB EMIRATES
OMAN
SAUDI ARABIA
YEMEN
EGYPT
SUDAN
ERITREA
DJIBOUTI
ETHIOPIA
SOMALIA
Black Sea
Caspian Sea
Mediterranean Sea
Aegean Sea
Red Sea
Persian Gulf
Gulf of Oman
Arabian Sea
Gulf of Aden
Bucharest
Sofia
Athens
Ankara
Nicosia
Beirut
Damascus
Jerusalem
Amman
Cairo
Baghdad
Tehran
Tbilisi
Yerevan
Baku
Ashgabat
Kuwait
Manama
Doha
Abu Dhabi
Riyadh
Muscat
Sanaa
Asmara
Khartoum
Djibouti
Addis Ababa
Scale 1:21,000,000
Lambert Conformal Conic Projection, standard parallels 12°N and 38°N
300 Kilometers
300 Miles
Boundary representation is not necessarily authoritative.
Golan Heights is Israeli-occupied Syria.
West Bank and Gaza Strip are Israeli-occupied with current status subject to the Israeli-Palestinian Interim Agreement -- permanent status to be determined through further negotiation.
Israel proclaimed Jerusalem as its capital in 1950, but the US, like nearly all other countries, maintains its Embassy in Tel Aviv.

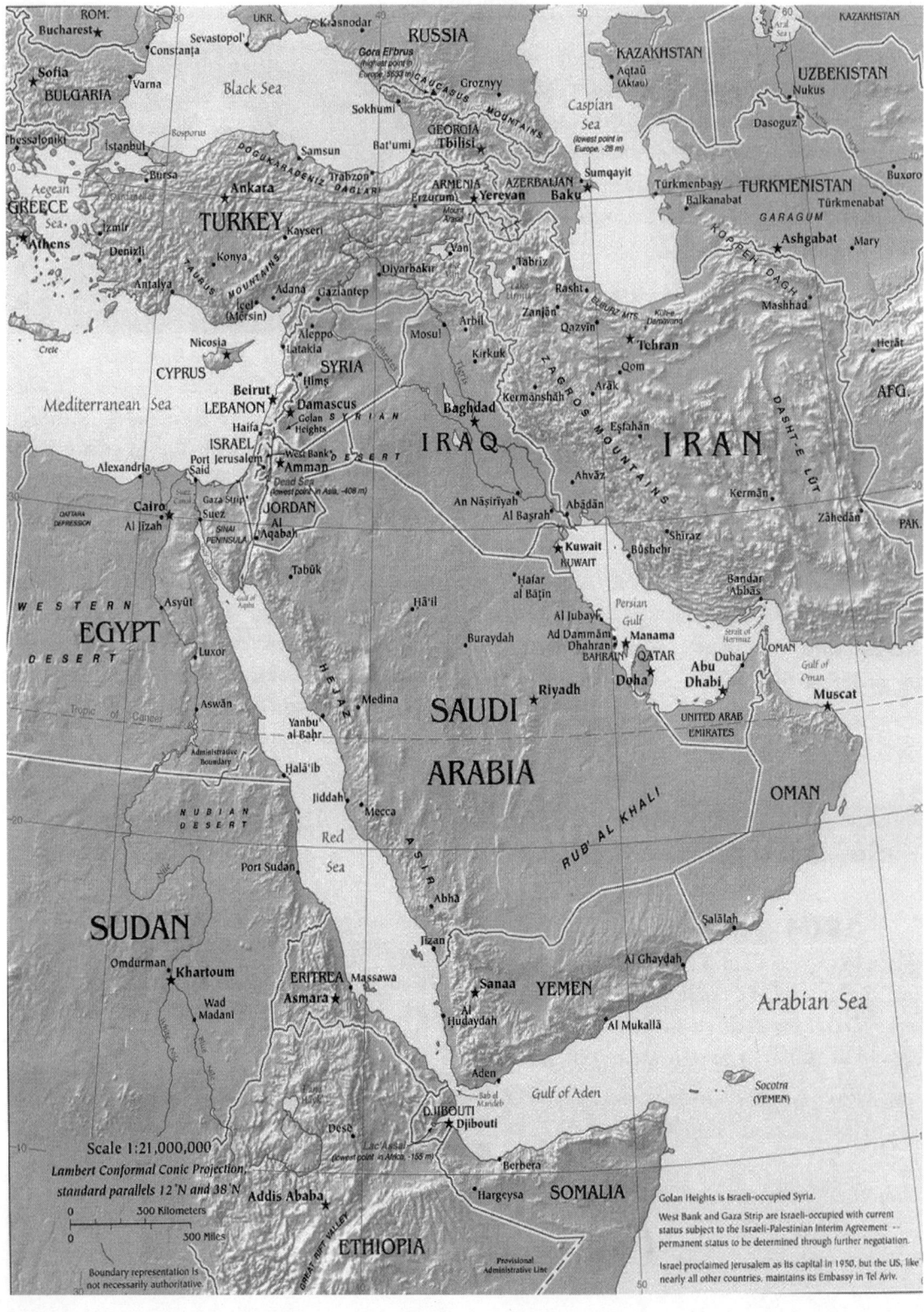

33

மத்திய கிழக்கு - THE MIDDLE EAST

1

தி டெட் ஸீ (The Dead Sea)

வெனிஸ் நகரத்தில் ஓடும் கால்வாயில் செலுத்தப்படும் ஓடத்தில் பயணிப்பது இன்பம். ஒட்டகத்தின் மேலே சென்று கீஸாவின் பெரிய பிரமிட்டை சுற்றி வருவது இன்பம். அதுபோல், ஆற்றில் குதித்து, பின்பு சேற்றையும் உடலில் பூசிக்கொண்டு செல்வது, இங்கு காணக் கூடியது. மற்ற உலக சுற்றுலாத் தலங்களைப் போல, இதுவும் பார்க்க தவறவிடக் கூடாத சுற்றுலாத் தலம்.

1,305-அடி சமுத்திர மட்டத்துக்கு கீழே, உள்ள இந்த டெட் ஸீயே, உலகத்தின் முகத்தில் உள்ள தாழ்ந்த பகுதியில் உள்ள ஓர் இடம் (கலிபோர்னியாவிலுள்ள டெத் வாலி சமுத்திர மட்டத்துக்கு கீழே 282-அடியிலிருக்கிறது.) இங்கு தண்ணீரை எங்கு சென்று எடுத்தாலும், உப்பின் அளவும் அதிகம் இருக்கும்.

'டெட் ஸீ'யின் சேறானது, ஷீபாவின் ராணி காலத்திலிருந்து உடல்நிலையை சீராக்கும் மற்றும் அழகான புனித பூமியின் பகுதியாகும். கிளியோபாட்ரா கூட இங்கு வந்து, தன்னை குணமாக்கிக் கொண்டார் என்பதும் தெரிய வருகிறது. தாதுப் பொருள் அதிகமாக உள்ள இடமாகவும், மேலும் அதன் வெந்நீர் ஊற்றுக்களும், ஆரோக்கியமான மருத்துவ பண்புகளை புதையல் போல பெற்றிருக்கிறது. இவை 'கிப்புட்ஸ் - என் - கெடி'யை சுற்றிலும் கரையோரமாகப் பெற்றிருக்கிறது. பல வருஷங்களுக்கு இங்கு கிப்புட்ஸ் விடுதியே இருந்தது. ஆனால், ஆடம்பரமிக்க ஹைட்டி ரீஜென்ஸீ பெரிய அளவில் இப்போது வியாபித்திருக்கிறது. இதன் அதிநவீன ஆரோக்கியமான

நடத்தும் முறையில், அதன் தன்மையையும், நன்மையையும் தருகிறார்கள். டெட்ஸீயின் உப்பு படிகங்களையும் கலந்து, வாசனை திரவியமான சென்ட் வகைகளையும் கலந்து, பழைய எண்ணெயோடு, மிகமிக சூப்பரான நவீன விஷயங்களையும் தந்து கவனித்துக் கொள்கிறார்கள். என்கெடி ஜெரூசலேமிலிருந்து 1 மணி நேர கார் பயண தூரத்தில் இருக்கிறது.

உ

இஸ்ரேல் கண்காட்சி

இது ஒரு சரித்திரம், மனித வர்க்க சாஸ்திரம், கலை, இலக்கியம் ஆகிய வற்றின் 'கண்ணாடிப் பெட்டி'போல. நம்மிடம் நேரமில்லாதிருந்தாலும், அந்த 20 ஏக்கர் நிலத்தில் விரிந்திருக்கும் கண் காட்சியில், நடந்து சென்றாலே, இஸ்ரேலி னுடைய சரித்திரமும் மரபுகளும் தெரிய வரும். இந்த கண்காட்சிக்கூடமானது 1965 - இல் திறக்கப்பட்டது. இஸ்ரேலின் நவீன கட்டடக்கலைக்கு, இது மிகவும் சிறந்த ஓர் உதாரணம்.

இந்நாடு அநேகமாக எல்லா ஜுடெய்கா சேர்க்கையும், பல்வேறு நாகரிகங்களையும் கொண்டுள்ளது. பல நூற்றாண்டுகளான பழைய யூதர்களின் கலாச்சாரங்கள், ஜெர்மனி, இத்தாலி மற்றும் சிறிது காலத்திற்கு முன்பு கொண்டு வந்த கலாச்சார வழிமுறைகளும், அழிக்கப் பட்டு, மறுபடியும் திரும்பக் கட்டப்பட் டது இது.

தொல்பொருள் ஸ்தாபனத்தின் ஒரு பிரிவு, இஸ்ரேல் பூராவிலுமிருந்து கொண்டுவரப்பட்ட பொருள்களை, பார்வைக்கு வைத்திருக்கிறது. அந்த 20-ஏக்கர், 'பில்லி ரோஸ் கல்ப்சர் கார்டனில்' பல வெளிப் பொருள்கள் பார்வைக்கு இருக்கின்றன. புகழ் பெற்ற ஜப்பானிய - அமெரிக்கக் கலைஞர் ஐசாமு-நோகுச்சி யால் நிலத்தோற்றம் அமைக்கப்பட்டது. இங்கு புகழ்பெற்ற மற்றும் அதிகம் தெரிந் திராத பல இஸ்ரேலிய, சர்வதேசக் கலைஞர்களின் முதல் தரமான நவீன சிற்பங்கள் உள்ளன. இந்த கண்காட்சியை பார்வையிடுவதற்கான அனுமதிக் கட்டணம் 8 டாலர். ஞாயிறு விடுமுறை.

௩

பழைய நகரம்

பல பார்வையாளர்களுக்கு பழைய நகரம் என்றால் 4000 வருடங்களுக்கு மேலாக மனித சமுதாயத்தின் அனுபவம் கொண்ட ஜெருசலேம் தான். மேற்கத்திய நாடுகளின் மூன்று பெரிய மதங்களான, ஜுடெய்ஸம், கிறிஸ்தவம் மற்றும் இஸ்லாம் சேர்ந்தவர்களுக்கு இது ஒரு புண்ணிய நகரங்களில் ஒன்றாக இருந்தது.

மிகவும் பெருத்த 16-ஆம் நூற்றாண்டில் அற்புதமாக கட்டப்பட்ட பழைய நகரத்து சுவர்களின் வழியாக அமைந்த எட்டு நுழைவாயில்கள் ரோமானியரால் அழிவுற்றது. அதில் மிகவும் முக்கியமான ஜாஃபா மற்றும் டமாஸ்கஸ் கேட்டுகள் இருந்தன. ஒரு கேட் குழிமுயல்கள் இருக்குமிடத்துக்கு செல் லும் பக்கவழி. மற்றும் விசேஷமான காட்சிகள், சப்தங்கள் மற்றும் நான்கு ஆதி இனங்கள் பற்றிய ஜில்லாக்களும், அதனுடைய வியாபார ஸ்தலங்களுக்கும் செல்வது. அதாவது முஸ்லீம் பகுதி, கிறிஸ்துவர் பகுதி, அமெரிக்கன் பகுதி மேலும் யூதர்கள் பகுதி ஆகியவை அவை. நகரின் இதயம் போன்ற பழையகால ஜெருஸலத்தில், வெளிப்படையான எல்லைகள் கிடையாது. ஆனால் பக் கங்களிலிருக்கும் கோட்டை பகுதிகள் தவிர்க்க இயலாது.

இது 'டெல்அவ்' விலிருந்து ரெயிலில் 90-நிமிட பயணம்.

4

"ஜெ ராஷ்" - ஜோர்டான்

இது ஒரு 'பொற்காலத்தின் அற்புத மான மிச்சம்' எனவும் கூறப்படும். மத்திய கிழக்கில், மிக நன்றாக பாதுகாக்கப்படும் மாகாணமாக, பரவலாக காணப்படுகிறது. 'கிலீட்' என்ற வளமான மலையினால், கட்டடக் கலையில் மிகமிகச் சிறந்ததாக வடிவமைக்கப்பட்ட இந்த ஜெராஷ், உலகப் புகழ் 'ஜெரா'வால் உருவாக்கப் பட்டது. 4-ஆம் நூற்றாண்டில் 'அலெக் சாண்டர் தி கிரேட்' அவர்களின் சேனையால் கண்டுபிடிக்கப்பட்ட இது, பிறகு பிரபலமானதும், செல்வம் மிகுந்ததும், பரந்த நோக்குள்ளதுமான நகரமாக கி.பி. 150-இல் உச்சத்திற்கு சென்றது. அதனுடைய செல்வமானது, சுற்றுலாப் பயணிகளை அழைத்து சம்பாதித்ததோடு, வேளாண்மை,

மற்றும் சுரங்கவேலைகளின் மூலமாகவும் இருந்தது. இரண்டாம், மூன்றாம் நூற் றாண்டுகள் அந்நகரத்தின் பொற்கால மாகும். அந்த நகரத்தின் ஆச்சரியத்தி லாழ்த்தும் வரிசைப்படுத்தப்பட்ட பதி னைந்து தேவாலயங்கள், அதற்கு முந்தைய சில நூற்றாண்டுகளைச் சேர்ந்தவை.

ரோமானிய வீழ்ச்சியின்போது, வளைவு, மாறுபட்ட முட்டை வடிவ முள்ள (Oval-Shaped) விசாரணை பீடம், ஓர் அரங்கம், ஞாபகார்த்தமான நீரூற்று, சூடான மற்றும் குளிர்ந்த குளியல்கூடங்கள், மற்றும் கணக்கிலடங்கா கோயில்கள் பாதிப்படைந்தன. தூண் கம்பங்களின் வரிசையுடன் கூடிய அகன்ற தெருவானது, அற்புதமான ஞாபகச் சின்னமாகிய ஆர்டிமிஸ் கோயிலுக்குக் கொண்டு செல்லும். இந்த ஜெராஷாவின் தேவதை கோயில், இன்றும் நகர மையத்தை ஆட்கொண்டிருக்கிறது. ஜூலை, ஆகஸ்ட் மாதங்களில் சென்றால் கோயில் விழாக்களில் கலந்து கொண்டு மகிழலாம். அப்போது 3-வார விழா கோலாகலமாக இருக்கும். அப்போது பாட்டு, நாடகம் எல்லாம் உண்டு. இது அம்மானிலிருந்து 48-கி.மீ வடக்கில் இருக்கிறது.

5

அமெரிக்கன் காலனி ஹோட்டல்

100-வருடங்களுக்கு முன்பு, ஒரு பணக்கார நிலச்சுவான்தார் பாஷா இந்த

கோட்டையிலுள்ள இக்கட்டடத்தைக் கட்டினார். அவருடைய 4-மனைவிகளுக்குமான, கோடை மற்றும் மழை காலத்திற்கு தகுந்தாற்போன்ற அறைகளும் இதில் அடங்கும். அதுவே இன்றைய அமெரிக்கன் காலனி ஹோட்டலாக இருக்கிறது. இது நாப்லஸ் சாலையில் பழைய சுவர்களுக்கு வெளியே, பழைய நகரம் டமாஸ்கஸ் கேட்டிலிருந்து 10-நிமிட நடைப் பயணத்திலிருக்கிறது.

அது நகரத்தின் மிக நவீன மண்டல விடுதி, சர்வதேச அரசியல் நிபுணர்கள், காரியஸ்தர்கள், பிரிட்டிஷ், அமெரிக்க வல்லுனர்கள் ஆகியோருக்கான சந்திக்கும் இடமாகவும் நன்கு அறியப்பட்டுள்ளது.

மூரிஷ் வளைவு, கையால் வர்ணம் தீட்டப்பட்ட டைல்கள், ஓவியம் தீட்டிய மரக்கூரைகள் விருந்தாளிகளின் அறைகளுக்கு வசீகரத்தன்மை தருகிறது. குளிர்ந்த வேலியிடப்பட்ட முற்றம், நீரூற்று, எலுமிச்சை மரங்கள் வரவேற்கும் பாலைவனச் சோலையாக உள்ளது.

கிழக்கு ஜெருசலேமுக்கு செல்லும் சுற்றுலா பயணிகள் பார்க்க வேண்டியது மட்டுமல்ல, தங்கி மகிழ வேண்டிய ஹோட்டல் இது.

6

பெத்லஹாமில் கிறிஸ்துமஸ் விழா

கிறிஸ்துவ வேத நூல்படி உள்ள பெத்லஹாம் நகரத்தில், நினைவுக் கெட்டாத நாட்களிலிருந்து, தொன்று தொட்டு கொண்டாடப்படும் விழா இது. பெத்லஹாமில் அமைதியின் எண்ணமே ஆட்சி கொண்டிருக்கிறது. 16-நூற்றாண்டுகளுக்கு மேலாக இந்தப் புனித நகரம், யாத்ரீகர்களை கவர்ந்திழுக்கிறது. புனிதப் பிரார்த்தனைகள், பரம்பரையாக டிசம்பர்-24,25களில் கத்தோலிக்கர்

களுக்கும், ஜனவரி-7-இல் புராதன பரம்பரையுள்ள கிரேக்கர்களுக்கும், ஜனவரி-19-இல் அமெரிக்கர்களுக்கும், நடத்தப்பட்டு வருகின்றது. ஜெருஸலேமுக்கு மேற்கே 10 கி.மீ-இல் இருக்கிறது. இந்தப் பகுதியில் தோன்றிய போர் பதட்டநிலை காரணமாக விழா தற்காலிகமாக தள்ளி வைக்கப்பட்டிருந்தது. அந்தந்த நேரத்தின் சூழ்நிலை தெரிந்துகொண்டுபயணம்மேற்கொள்ளவும்.

7

மஸாடா - இஸ்ரேல்

ஓர் அரண்மனை - மஸாடாவின் அரணாக சுற்றிலும் கருங்கல்லில் சுற்றுச் சுவரும், 1440-அடி உயரமும் கொண்ட இதை ஹெரோடு என்பவர் கட்டினார். இது டெட் ஸீ கரையில் இருக்கிறது. கூடவே இது சிறந்த ஒரு இடமாக கருதப் படுவதற்குக் காரணம், இந்த அழகான இடத்திலிருந்து சூரிய உதயத்தை பார்க்கலாம் என்பதற்காக. எந்த அளவுக்கு எதிர்பார்க்கப்படுகிறதோ, அதைவிட சற்று கூடுதலாக, மாலைவேளைகளில் ஒலி மற்றும் ஒளிக் காட்சியை மலையின் அடி

வாரத்தில் காண்பது இன்பகரமானது. ஜெருஸலத்திலிருந்து 1½மணி நேர கார் சவாரியிலிருக்கிறது இது.

8

டயாஸ்புராவின் மியூஸியம் - இஸ்ரேல்

இஸ்ரேலியர்களின் ஒட்டு மொத்த சரித்திரத்தையும், மரபுகளையும், வெளிச்சத்துக்குக் கொண்டு வருகிறது இந்த மியூஸியம். யூதர்களின் வழிமுறைகள், உடுப்புகள், சங்கீதம், மேலும் பாரம்பரிய பழக்க வழக்கங்கள் அனைத்தும் மாறுபட்டிருந்தாலும், தெளிவாக இருக்கின்றன. ஆனால் ஆச்சரியப்படுத்தவில்லை. இருக்கும் ஒரே உண்மையான ஆச்சரியமானது, இந்த எல்லா ஜாதியினரும் ஒரே இனத்தவரே, என்பதுதான். உலகில் 80 மாறுபட்ட தேசங்களிலிருந்தாலும், யூதர்கள் அனைவரும் தற்போது 100-பல்வேறுபட்ட மொழிகளில் பேசுகிறார்கள். டெல் அவிவ் பல்கலைக் கழக வளாகத்தில் உள்ளது. ஞாயிறு முதல் வியாழன் வரை திறந்திருக்கும்.

9

ஓல்டு அக்கோ

கிறிஸ்துவமத போராட்டக்காரர்களின் நகரத்தின் உச்சியில், 18 - ஆம் நூற்றாண்டில் கட்டப்பட்டதுதான், அந்த தற்கால ஓல்டு அக்கோ என்பது. ஓல்டு 'அக்கோ'வானது, உண்மையான வாழ்க்கையைப் போல, பெருகிக் கொண்டே

போகிறது. இது ஹய்பாவிலிருந்து வடக்கில் 23-கி.மீ -இல் இருக்கிறது. நீர்நிலைக்கு முன் உள்ள ஏதாவது ஒரு உணவகத்தில் உணவு உண்டு மகிழலாம். உணவு உண்ணுகிறபோது உறுதியான கடல் சுவரினை கண்டு வியக்கலாம்.

10

பெட்ரா - ஜோர்டான்

இந்த ரோஜா போன்ற சிவப்பு நிற, பெட்ரா நகரம், பழைய கால உலகத்தின் அதிசயங்களில் ஒன்று. ஒரு பகுதியில் சில இடங்கள் அதிர்ஷ்டவசமாகக் காப்பாற்றப்

பட்டாலும், மற்றவை யாவும் வெள்ளத்தினால் அழிக்கப்பட்டு விட்டது. 1812 - இல் ஸ்விட்ஸர்லாந்தின் கண்டுபிடிப்பாளர் ஜோஹன் லூட்விக் பர்க்கர்ட், இதை திரும்பவும் கண்டுபிடிக்கும்வரை, பல நூற்றாண்டுகளாக மறந்தேவிட்டிருந்தனர். நாலு மாடிக்கட்டட அளவுக்கு இரு பக்கங்களிலும் உயர்ந்த கற்பாறைகளுக்கு நடுவில், மிகக் குறைந்த அதாவது 6-அடி அகலப்பாதையே உள்ளது. நடந்துதான் செல்லவேண்டும்.

34

ஓமன் - OMAN

அரேபியாவிற்கு தென்கிழக்கே அமைந்துள்ள ஓமன் நாடு மஸ்கட் நகரை தலைநகராகக் கொண்டு, வடமேற்கே யுனைடெட் அரபு நாடுகள், மேற்கே சவுதி அரேபியா, தென்மேற்கே ஓமன் நகராட்சி என சூழப்பட்டு காணப்படுகிறது.

ஓமன் நாடு ஒன்பது நகராட்சி பகுதிகளாக பிரிக்கப்பட்டுள்ளது. இதில் மஸ்கட், அல்டக்கில்யா, அல்பட்டினா, அல்வுஸ்தா, அல்ஷர்குவ்யா, அல்டஹிரா, முசன்டம், டோபார், அல்ஷர்குவ்யா என்ற ஒன்பது நகராட்சி பகுதிகள் உள்ளன.

சிந்துபாத் படகோட்டி கதையின் முக்கிய இருப்பிடம் மஸ்கட் நகரம் என்பதால் இந்த இடத்தைப் பார்க்க வரும் சுற்றுலா பயணிகள் வருகை மிக அதிகம் . ஓமானியர்கள் நல்லிதயம் கொண்டவர் களாதலால் இந்த இடத்திற்கு வருகை தரும் ஆன்மிக பயணிகளுக்கும், இங்கு வேலை செய்யும் வெளிநாட்டினருக்கும், ஓமன் நாட்டைக் காணவரும் அனைத்து சுற்றுலா பயணிகளுக்கும் ஒருமைப்பாட்டு ஒளிவீசி வரவேற்கின்றனர்.

ஓமன் நாட்டில் மஸ்கட் மிக அழகிய நிலஅமைப்பை கொண்டதாக இருக்கிறது. உள்ளத்தை கவரும் துறைமுகங்களும், கண்டாப், சோஹார் ஆகிய அழகிய கடற்கரைகளும் அமைந்து பெருமை சேர்க்கின்றன.

ஜூலை மாதத்தின் மத்தியில் தொடங்கி ஆகஸ்ட் மாத மத்தி வரை இங்கு நடைபெறும் ‘சலாலா டூரிஸ்ட் விருந்து’ முக்கிய திருவிழாவாக உள்ளது. ஓமன் நாடு கலைகளுக்கு புகழ்பெற்ற தளமாதலால் பலவித கடைகளுடனும், பல்வேறு நாடுகள் கலந்து கொள்ளும் கலை நிகழ்ச்சிகளுடனும் ஒவ்வொரு வருடமும் ஆரம்ப விழாவாக ‘மஸ்கட் திருவிழா’ கோலாகலமாக நடைபெறும்.

மஸ்கட் நகரமானது, மக்கள் அனைவரும் விரும்பும் போதெல்லாம் சென்று பார்த்து ரசித்து மகிழ வேண்டிய ஓர் அற்புதமான சுற்றுலா தலமாகும்.

மஸ்கட்டில் மிக அழகான, மிக சுத்தமான அரண்மனை, சுல்தானது அல்அலாம் அரண்மனைதான். அழகு, அமைதி, சுத்தம் அனைத்தும்நிறைந்துவெளிநாட்டவரையும் கவர்ந்திழுத்து அதிசயிக்க வைக்கும் அரண்மனை இது. இத்துடன் போர்ச்சுக் கீசியரின் துறைமுகங்களான மிரானி, ஜலாலி ஆகியவை அமைந்துள்ளன.

ஓமானியரது சுத்தமான மசூதிக்கு சென்று வந்தால், இஸ்லாம் மதத்தின் மகிமையை நன்கு புரிந்துகொள்ளலாம். பெய்த் ஸுபேர் அருங்காட்சியகம் சென் றால் ஓமன் நாட்டின் செல்வம், பழமை யுடன் கொழித்த மகிமை நமக்கு விளங்கும்.

மஸ்கட் நகரின் பெரிய, பழைய வீடுகள் அருங்காட்சியகங்களாக மாற்றப் பட்டுள்ளன. அவற்றுள் முக்கியமானது ஓமானி - பிரெஞ்சு மியூசியம். பழைய வீட்டை தற்போது பழங்கால ஆயுதங் களாலும், நகை, அழகு பொருட்கள், பழமையான பாத்திரங்கள் கொண்டு அழகுபடுத்திய ஒரு வரலாற்று நகர வீடாக 'பெயத் அல் சுபேய்ர் மியூசியம்' காட்சி யளிக்கிறது. மதினத் அல் கபூவின் ஓமான் மியூசியம், நேஷனல் மியூசியம், ருவி மியூசியம், நேஷனல் வரலாற்று மியூசியம் ஆகியவை சிறுவர் முதல் பெரியவர் வரை அனைவரையும் கவர்ந்திழுக்கின்றன.

மஸ்கட் நகர சிறப்பிடங்களில் மலை மீது ஐந்து கோபுரங்களுடன் அமைந் துள்ள மத்ரா துறைமுகத்தின் கண் காணிப்பு கோபுரங்களும், சமீபத்தில் அருங்காட்சியகமும் கட்டப்பட்டு சிறந்து விளங்கும் சோஹார் துறைமுகமும், நக்கல் துறைமுகம், ஹாசப் துறைமுகம் மற்றும் ஜப்ரின் துறைமுகம் ஆகியவை இந்நகருக்கு வருபவர்கள் அவசியம் சென்று பார்க்க வேண்டிய சிறப்பான இடங்களாகும். இங்குள்ள 'பாலைவன சோலை'களும் பார்க்கவேண்டியவை.

மஸ்கட் நகரில் அமைந்துள்ள 'ஆஸ்ட்ரிச்' பூங்கா என்ற பெரிய மைதானத்தில் ஏறக்குறைய நூற்றுக்கணக்கான ஆஸ்ட்ரிச் பறவைகளும் அவற்றின் குடும்பம் பெரிய வேலியிட்ட மைதானத்துக்குள் சிறப்பாக பாதுகாக்கப்படுவதை காணலாம். இதே பூங்காவில் ஒட்டகங்களும், முதலைகளும், குதிரைகளும், மேலும் வாத்துகள், நெருப்பு கோழிகள், முயல்கள், வான்கோழிகள் ஏன் கழுதைகள் கூட தனித்தனி கூண்டுகளில் அடைக்கப்பட்டு நம்மை கவர்ந்திழுக் கின்றன.

மஸ்கட் நகரில் அவசியம் பார்த்தாக வேண்டிய இடங்கள் பல இருக்கின்றன. அவற்றில் 'மஜ்லீஸ் அல்ஜின்' என்ற உலகின் இரண்டாவது பெரிய குகையும், மிக உயரமான மலைத்தொடரில் அமைந் துள்ள 'அல் ஹித்தா' குகையும் குறிப்பிடத் தக்கவை. மஸ்கட் வரும் வெளிநாட்டினரை யும் கொள்ளை கொள்ளும் அனைத்து வித பொருட்களும் கிடைக்கும். சென்னை பாண்டி பஜார் போன்ற அனைத்துவித கடைகள் நிரம்பிய 'ருவி' பகுதியின் கடை களும், மத்ரா சூக், நிச்வாசூக் ஆகிய இடங்களாகும்.

மஸ்கட்டில் ஆண்டின் துவக்க திரு விழா மட்டுமின்றி, பொழுதுபோக்கு நிகழ்ச்சிகளும், தேவையான அனைத்துப் பொருட்கள் விற்பனையும் காண்போரை பிரமிக்க வைக்கும். பல நாட்டினரின் நிகழ்ச்சிகளும், சிறுவர்களுக்கு பொழுது போக்கு தரும் பல விளையாட்டு அம்சங் களும் நிரம்பிய விழாக்கள் நடக்கும். இந்த விழாக்கள் நசீம் தோட்டங்கள், குரம் பார்க், சீப் கடற்கரை ஆகிய மூன்று இடங்களிலும் நடைபெறுவதால் அவ்விடங்கள் விழா காண வந்தவர்களுக்காக மிக அழகாக அலங்கரிக்கப்பட்டு அனைவரையும் கவர்ந் திழுக்கின்றன.

242 உலகில் பார்க்க வேண்டிய இடங்கள்

1

முசிண்டம்

உலகின் கப்பல் போக்குவரத்து மிகுந்த கடல்பகுதி. மஸ்கட்டின் அருகே உள்ள ஒரே தீவு இது. 'சோஹார்' என்ற புகழ்பெற்ற பொழுது போக்கு அம்சம் நிறைந்த கடற்கரை மஸ்கட் நகரிலிருந்து இரண்டு மணி நேர பயணத்தில் போய் சேருமிடத்தில் அமைந்துள்ளது. இது வரலாற்றில் இடம் பெற்ற சிந்துபாத்தின் ஓய்வு இருப்பிடமாகும். சிந்துபாத் ஓட்டி சென்ற படகு மஸ்கட் நகரின் நடுமையத்தி லேயே அமைந்து சுற்றுலா பயணிகளை கவர்ந்திழுக்கிறது.

ஹஜ்ஜார் மலையடியில் அமைந் துள்ள 'நக்கல்' துறைமுகமும், அங்குள்ள மியூசியமும் பயணிகள் பார்க்க வேண்டி யவைதான்.

பாலைவனமாக முன் காலத்தில் இருந்த ஓமன் நாடு அரசாங்கத்தின் கடும் முயற்சியினாலும், மக்களது உழைப்பி னாலும் இன்று அழகிய சோலைவனமாக மாறியது மட்டுமின்றி சுற்றுலாத்தல மாகவும் அமைந்துள்ளது.

உ

நிஸ்வா

ஓமனின் கடற்கரை, ஸான்ஸிபா ருடன் நல்ல லாபகரமான கடல்வழி வியாபாரத்தில் ஈடுபட்டிருந்தது. கூடவே இந்தியா, சைனாவுடனும் இடைக் காலத்தில் வியாபாரத் தொடர்பு வைத் திருந்தது. உள்நாட்டு, நிஸ்வாவானது, இமாம்களின் இடமாகவுமிருந்தது. இவர்கள் நூற்றாண்டுக் கணக்கில், உள் நாட்டு இடங்களை ஆண்டு வந்தனர்.

கற்றுக்கொள்வதற்கு சிறந்த இடம் எனப்பெயர் பெற்றது. பழையகால கவி ஞர்களுக்காகவும் இது பிரசித்திப் பெற்றி

ருந்தது. கூடவே 'ஸின்பாத் தி ஸெய்லர்'க் கும் பிறப்பிடமாகவிருந்தது. 17-ஆம் நூற் றாண்டின் கோட்டையை உள்ளடக்கிய தால் மிகுந்த அனுகூலத்துடன் இருந்தது.

சமீப காலத்தில் திரும்பவும் புதுப் பிக்கப்பட்ட கோட்டையும், அதைச் சார்ந்த குடியிருப்புகளும், உலகப் பரிசு களை பெற்றது. நிஸ்வா அழகு நிறைந்த சாலையில் இருக்கிறது. இந்த சாலை யானது மஸ்கட்டிலிருந்து இரு பெரிய மலை பிரதேசங்களைக் கடந்து, வருகிறது. இதனால் வளைகுடா நாடுகளின், மிக அழகான நகரப்பகுதிகளை, பிரயாணிகள் நன்கு பார்ப்பதற்கு வசதியாகவும் இருக்கிறது.

ஓமனுடைய நகைக்கடைகளும், தயாரிக்கும் இடங்களும், மற்றவையும் இருப்பதால், நிஸ்வா கடைகளில் வியா பாரம் செய்யும் ஆசையுள்ள பிரயாணி களை ஈர்க்கிறது. நகரத்தின் பெரிய நீலநிற கோபுரத்தையுடைய மசூதியானது, சௌக் கின் அடையாளம் குறிப்பிடும் இடமாக உள்ளது. இந்த சௌக்கின் வெள்ளி வியா பாரிகள் இன்றைய பொருள் வேட்டை யாடும் மேற்கத்தியர்களுக்கு பரிச்சயமாகி விட்டனர். சுற்றுலாப் பயணிகள் நட மாட்டம் குறைவாக உள்ள சிறிய சாலை களில், நல்ல சுத்தமான காற்றை அனுப விக்கலாம்.

இது மஸ்கட்டுக்கு தென்மேற்கில் 174-கி.மீ தொலைவில் உள்ளது.

3

ஓமன் - பழைய கோட்டைகள் வழி

இது கடந்த காலத்தின் காவலர். இஸ்லாம் துவங்கியதிலிருந்தே, வெற்றியையே கண்டுவந்த, மஸ்கட் துறைமுகமானது, அதாவது 1507-1650களில் போர்ச்சுக்கீசியர்கள் செயல்பட்டு வந்தபோது, இருந்த நிலைகளின் ஞாபகங்களை நினைவூட்டும் பலமுள்ள கோட்டைகளில் ஒன்றுதான் ஓமன் நாட்டின் இந்த கோட்டை. 10000 மைலில் பரந்து கிடக்கும் ஓமனின் சமுத்திரக் கரையில், 'ஓமனியரால்' கட்டப்பட்ட இந்த கோட்டை இருக்கிறது. ஓமனின் விரோதமும், மலைகளின் தடுப்புகளும்தான், போர்ச்சுக்கீசியர்களை உள்ளே விடாமல் தடுத்து நிறுத்தியது.

ஸெளதி அரேபியா - இரு முக்கிய இடங்கள்:

1. ஸாலேயின் மாடா

இதை ஜோர்டானின் இளஞ்சிவப்பு நிற கற்களாலான பெட்ரா நகரத்தோடு ஒப்பிட்டு பார்ப்பது தவிர்க்க முடியாதது. குறைந்த அளவே இதைப் பற்றி அறிந்ததும், குறைந்த அளவு நெருங்கும் நிலையில் இருப்பதுமான காரணங்களினாலேயே, மேலும் அதனாலேயே அரேபிய

பாலைவனத்தில் உள்ள பெரிய பாறைகளில் செதுக்கப்பட்ட 'சாலே'யிலுள்ள 'மாடா'வை அதிகமானவர்கள் விரும்பி பார்க்கச் செல்லும் வாய்ப்பு குறைவாக உள்ளது. சாமர்த்தியமுள்ள ரோமானியர்கள், எப்போதுமே சாமர்த்தியசாலிகளாதலால், அவர்களுக்கு தேவையான யாவற்றையும், படகுகளில், 'செங்கடல்' மூலமாக, எகிப்துக்கு எடுத்துச் சென்றுவிட்டனர்.

மெதினாவுக்கு வடக்கே 330 கி.மீ.-இல் அமைந்துள்ளது. மெதினா ஹெராட்டன் மூலம் மெதினாவிலிருந்து வட்டச் சுற்றுப் பயணம் ஏற்பாடு செய்துகொள்ளலாம். சுற்றுலா செல்ல உகந்த காலம் செப்டம்பர் முதல் ஏப்ரல் வரை.

௨. பழைய ஜெட்டா - ஸெளதி அரேபியா

மெக்காவுக்கு செல்லும் வாயில் வழியான இது இன்னும் சரித்திரத்தில் இடம் பெற்றபடி இருக்கிறது. இஸ்லாமியர்களின் புண்ணிய நகரமான மெக்காவிற்கு செல்லும் வழியில் உள்ளது இது. அதன் காரணமாகவே செங்கடலின் வாசற்படியாக இருந்த ஜெட்டா, இன்று ஒரு முக்கிய நகரமாகி உள்ளது. இது செங்கடலில் மெக்காவிலிருந்து மேற்கில் 71-கி.மீ -இல் உள்ளது.

■■■

35

ஸிரியா - SYRIA

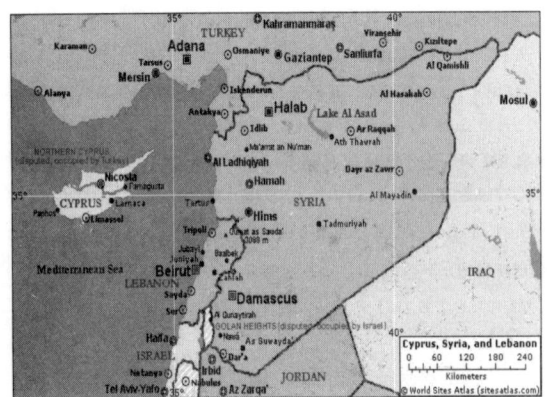

1

அலெப்போவின் மூடிய ஸோக்ஸ்

இது உலகத்தின் முதல் வியாபார ஸ்தலம். ரோமானியர் காலத்திலிருந்தே, 'அலெப்போ', ஆசியாவுக்கும், மெடிடேரேனியாவுக்கும் மத்தியில், பலமிக்க படை வாய்ந்த ஐரோப்பிய வியாபாரிகள் ஓடிவந்து, உள்ளூர் கடை வீதிகளில் வியாபாரத்தை பகிர்ந்தளித்தார்கள். வியாபாரத்தின் நேரம் பார்க்காத சக்தியும், பட்டும் படாமலுமிருக்கும் ஐரோப்பியர்களின் ஆர்வமும், நகரத்தின் நம்ப முடியாத, சிக்கலான, நகரத்தின் பாதுகாப்பில் இருக்கும் 'சௌக்ஸ்' ஆகியவற்றில் சூழ்ந்திருந்தது. சென்று முடிந்த காலத்தின், அளவு மீறிய கடைத்தெருக்களின் வாழ்க்கையின் அநுபவம் ஆகியவையே எல்லாவற்றிற்கும் காரணமாக அமைந்தது.

இந்த பழைய கால தெருக்களில், குறுக்குப் பாதைகளில் உள்ள சௌக்ஸ் இன்றும் இலவங்கப்பட்டை - வியாபாரம், குங்குமப்பூ, சீரகம், தனியா/கொத்துமல்லி, வெள்ளாட்டு இறைச்சி, மேலும் ஆடுகள், வறுத்த கொட்டைகள், இனிய மணமும், சுவையும் கொண்ட பொருள்களின் வியாபாரத்தில் ஈடுபட்டுள்ளனர்.

ஓரியண்ட் எக்ஸ்பிரஸ் வண்டி அலெப்போவுடன் முடிவடையும்போது, அங்கு ஒரே ஓர் இடம்தான் இருந்தது தங்குவதற்கு. அந்த பாரன் ஹோட்டல் 1909-இல் திறக்கப்பட்டது. இது பாரன் தெருவில், கடிகார கோபுரத்துக்கு மேற்கில் யார் மௌக் தெரு அருகிலிருக்கிறது.

2

ஓமியாட் மசூதி

இது இஸ்லாமிய கட்டடக் கலையின் ரத்தினம். பழைய நகரத்தின் பின்

பக்கத்துத் தெருவில் இருந்ததால், அது சரியான கவனிப்பில்லாமல் போயிற்று. இதுவே டமாஸ்கஸில் சில நாட்கள் தங்கி வருவதற்கு காரணமாகவும் ஆயிற்று. நன்கு வரவேற்கும், மேலே மூடப்பட்டவை யாகவும் உள்ள கடைத்தெருவின் மேல் இருக்கிறது இந்த ஓமியாட் மசூதி. இது இஸ்லாமிய கட்டடக் கலை ஞாபக சின்னங்களில் ஒன்று. அது ஒரு தேசப்புறம்பான, மரபாலோசனையோடு, 'சிரியா' வின் கட்டுப்பெட்டித்தனமும்கூட. அதாவது ஒரு தெய்விகத்தன்மையுள்ள இடத்துக்கு பெண்கள் போகும்போது, அவர்கள் முகத்தை மூடிக்கொண்டு போக வேண்டுமென்பதால், ஐரோப்பிய அழகை ஆண்களால் பார்க்க இயலாமலே போய்விடுகிறது. மேலும் ஆண்களும் 2-கூட்டங்களுக்கு ஓடி, ஓடி செல்ல வேண்டியிருப்பதால், அவர்களாலும் நேரத்தை ஒதுக்கி இவற்றைப் பார்க்கவும் இயலாமல் போகிறது.

ஒரு காலத்தில் இது குருவாக இருந்த (ஞானஸ்நானம் செய்து வைப்பவர்) செயின்ட் ஜான் அவர்களுடைய இடமாக இருந்தது. இந்த குருவின் 'தலை' ஒரு சமயம் அங்கிருந்த மசூதியின் புண்ணிய இடத்தில் புதைக்கப்பட்டதாகவும் தெரிகிறது. அந்த மசூதி நல்ல நிசப்தமான இடத்தில் உயர் லட்சியத்தோடு அமைந்துள்ளது. நேரப்படி சென்றுவர, முக்கிய சந்தைக்கு மேற்கில் உள்ளது. ஆண் மற்றும் பெண் பயணிகள் இந்த மசூதிக்குள், வடக்கு பக்கத்திலிருக்கும் நுழைவுவாயில் வழியாக அதாவது பாம் அல் அமாரா இடத்தில் வரவேற்கப்படுகிறார்கள்.

3

பல்மைரா - சிரியா

வாழ்நாள் பூராவும் எத்தனையோ சரித்திர பிரசித்திப் பெற்ற இடங்களைப் பார்த்திருந்தாலும், பனைமரங்கள் மிகுதியாக நிறைந்திருக்கும், பல்மைரா நகரம், மிகுந்த ஆச்சரியத்தைக் கொடுக்கும். 'இது ஓர் இன்பகரமான, நம்ப முடியாததாகவும் இருக்கிறது.' இது அகதா கிறிஸ்டியின் உணர்ச்சிகளைத் தூண்டி, 'வா நீ எப்படி வாழ்கிறாய்' எனவும் எழுதினார். அப்போது அவர் சிரியாவிலிருந்தார். இந்த "பல்மைரா"வானது, 19 -ஆம் நூற்றாண்டிலிருந்தே எல்லா சரித்திர தஸ்தாவேஜ்களிலும் குறிப்பிடப்பட்டிருக்கிறது.

இதற்கு 'பாலைவனத்தின் ராணி' எனவும் பெயருண்டு.

சில்க் சாலையில் உள்ள தண்ணீர் பந்தல் போலவும், மத்திய நாடுகளுக்கும், சைனாவுக்கும் இடையே ஓர் இணைப்பு ஆகவும் இருந்து, இந்த பல்மைரா நம்ப முடியாத அளவுக்கு வரும் வியாபாரிகளின் கூட்டங்களுக்கு நுழைவுக் கட்டணம் (Toll fees) வசூலித்து, பணக்காரத் தன்மையை அடைந்தது. இந்த வியாபாரிகள் கூட்ட மானது, பொருள்களை ஏற்றிக் கொண்டு வியாபாரத்துக்காக, அரேபிய வளைகுடா மற்றும் அதைத்தாண்டி சென்று கொண் டிருப்பவர்கள். எதோடும் ஒப்பிட்டுப் பார்க்க இயலாத அளவுக்கு அழிவு களுடன் இருந்த இந்த இடமானது, 2,00,000 ஜனத்தொகையோடு, 2-ஆம் நூற்றாண்டில் இருந்தது. இப்போது செழிப்பாக வளர்ந்து, ரோமையே பிரகாசம் செய்யுமளவுக்கு வளர்ந்துவிட்டது. 1924 - இல் தோண்டிப் பார்க்கும் வேலை ஆரம்பமானதிலிருந்து, பாதல் - கோயில் மற்றும் வட்டவடிவ முள்ள மற்றவர்கள் உட்காரும் கட்டடம் ஆகியவை திரும்பவும் கட்டப்பட்டது. பல்மைராவின் 'கிரேட் கலாணட்', பல் மைராவின் முக்கிய வீதி, ஆகியவை, ஒரு மைல் நீளத்துக்கு நீண்டிருக்கிறது. கூடவே 300-நிற்கும் தூண்களும் உண்டு. அங்குள்ள கண்காட்சியானது, உண்மையான கலைப் பொருள்களையும், மொஸாய்க் கற்களை யும், சிற்ப கலைப் பொருள்களையும், உள்ளடக்கியதாக உள்ளது. நவீனகால புதுக்கட்டடங்கள் ஒன்றும் அருகிலில் லாததால், இந்த பல்மைராவின் அழகு பன்மடங்கு அதிகமாகிவிட்டது. இது டமாஸ்கஸிலிருந்து 217 கி.மீ -இல் உள்ளது.

■■■

36

அரபு ஐக்கிய நாடுகள் - UNITED ARAB EMIRATES

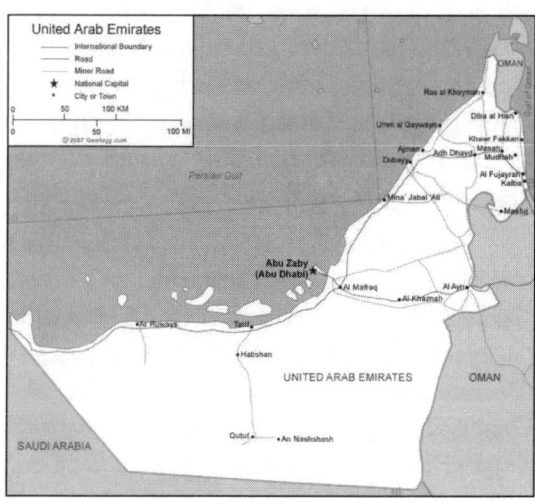

1

அல்-அயின் - (UAE):

ஓர் அடி அபுதாபியிலும், ஒரு அடி ஓமனிலும் உள்ள ஒரு பாலைவனச்சோலை இது. வாரக் கடைசியில், அன்றாட வேலைச் சுமைகளிலிருந்து நகர்ந்து இருக்க, அபுதாபி,

துபாய் வரும் வியாபாரிகளுக்கும், எண்ணெயை விற்று வளர்ந்த நகரவாசிகளுக்கும் எண்ணெய் வள தலைநகரங்களுக்கு அப்பால் உள்ள வாழ்க்கையை பார்ப்பதற்கு ஆர்வம் அதிகம். அவர்களுக்கான விருப்பமான வார இறுதி ஓய்வு இடம் இது.

ஒட்டக பந்தயப்பாதை, தினசரி ஒட்டக மார்க்கெட் மற்றும் கால்நடை சந்தை போன்றவை தொலைதூர நகரத்தில் இருப்பவர்களையும் இங்கு இழுக்கும். ஓமன் நாட்டு பொருள்கள், மஸ்காட்டிலிருந்து வரும் வெள்ளி கைவினைப் பொருள்களை வாங்க இந்த சந்தை சிறந்த இடம். பாலைவனத்தின் மத்தியில் 21-ஆம் நூற்றாண்டின் கானல் நீர் போன்ற அல் அயின் ஹில்டன் என்ற ஹோட்டல், நவீன கால சௌகரியங்களை வழங்குகிறது. அங்குள்ள ஏஜன்சி தொல்பொருள் ஆராய்ச்சி இடத்திற்கு செல்வதற்கான ஏற்பாடு செய்கிறது. ஒட்டக சவாரி மூலமே போகக்கூடிய இடம் இது. இரவு பயணத்தில் நட்சத்திரங்களின் கீழ், பொஹிமியன் கூடாரத்தில், தூங்குவது மாறுதலான அனுபவமாகும்.

2

புர்ஜ் அல் அராப்

இதற்கு ‘அரேபியாவின் ராணி மற்றும், அவளுடைய அற்புதத்தின் கோபுரம்’ என்றும் பெயருண்டு. இதில் 56

மாடிகள் உள்ளன. உலகிலேயே மிக உயரமான ஹோட்டல் இது. 21,500 ச.அடி, தங்க இழை கூரையும் உண்டு. துபாயி லிருந்து 15 கி.மீ -இல் உள்ளது.

5 வருட தொழில்நுட்ப, பொறியியல் அதிசயமான இதன் கட்டுமானம் 1999-இல் முடிவடைந்தவுடனேயே சிறிய துபாயின் முக்கிய விக்கிரகமானது. 8400 சதுர அடி ராயல் suite-ன் அடுக்கடுக்கான அறைகள், கொட்டில், இரண்டு தளத்தில் தனிப்பட்ட சினிமா, சாப்பாட்டு அறை, உடைமாற்றும் அறை, சந்திப்பு அறை, சுழலும் படுக்கை, தனிப்பட்ட படிகள் உள்ளன. இவை அனைத் தும் ஒரு இரவுக்கு உங்களுக்கு சொந்த மாக்கி கொள்ள நீங்கள் செலவழிக்க வேண்டியது 7000 டாலர் மட்டும்தான்.

சிறப்பு மிக்க இந்த ஹோட்டல் துபாய்க்கு தெற்கே 15 கி.மீ.-இல் அமைந் துள்ளது.

3
தி கோல்டு சௌக்

இதன் அழகினையும், சிறப்பினையும் நம்புவதற்கு அங்கு சென்று பார்த்தால் தான் உணரமுடியும். அரேபியாவிலுள்ள மிகப் பெரிய வியாபார ஸ்தலம் இது. ஏழு ஷேக் ராஜ்யங்களில், UAE க்கு பேரையும், புகழையும் வாங்கித்தருவது, 'துபாய்' மட்டுமே. வியாபாரத்தின் மூலம் பெரிய பணக்கார நாடாயிற்று.

வாங்குவதற்காக இல்லை என்றாலும் கலாசார அனுபவத்திற்காகவாவது கோல்ட் சௌக் செல்ல வேண்டும். இங்குள்ள பெரிய பொருள்கள் பெண்களை மனத்தில் கொண்டு வடிவமைக்கப்படவில்லை. சில நேர்த்தியான பொருள்கள் ஆண்கள், சிறுவர்கள் அல்லது வீடுகளுக்காக செய்யப் பட்டவை. கற்பனைத் திறனுடன் கூடிய ஆபரணங்களின் வடிவமைப்பு மற்றும் வடிவத்தை பார்க்கும்போது அதன் எடை யும், விலையும் பெரிதாக தோன்றாது.

4
பழைய சானா

உலகிலேயே முதன்முதலாக ஆதி ஜனங்கள் வாழ்ந்த இடமாக இது கருதப்படுகிறது. வருபவர்கள் திருப்தி யோடு திரும்புகின்றனர். யேமனின் - தலை நகரமான இது, நோவாவின் மகனால் கண்டுபிடிக்கப்பட்டது.

சிறப்பாக நன்கு அலங்கரிக்கப்பட்ட செங்கல் வீடுகள், 4 அல்லது 5 மாடி உயரம் உள்ளவை. 400 வருடங்களுக்கு மேலான கட்டடங்களாக நம்பப்படுகிற இவை 1000

வருட பழைமையான உயர்ரக பாணி. அபூர்வமான ஜன்னல் கதவு, கதவுகள், நீல நிற பெயின்ட், ஜன்னல்கள் பேப்பர் அளவு மெல்லிய மிருதுவான வெண்கல் ஜன்னல் கண்ணாடியால் செய்யப்பட்டுள்ளன.

குறுகிய தெருக்கள் 'அராபிய இரவு'களிலிருந்து நேராக வந்தது போல தோன்றுகிறது. 40-க்கு மேற்பட்ட கடைகள் இருக்கின்றன. அராபிய பொருள்கள் கிடைக்கின்றன.

5

ஷிபம்

இது அரேபியன் வளைகுடாவில் உள்ள மிகப்பெரிய பாலைவனச் சோலை. மணலால் கட்டப்பட்ட கோட்டைபோல, சற்றேறக்குறைய 500 களிமண் தூண் கட்டடங்கள், 8-மாடி வரை 3/4 மைலில் திணிக்கப்பட்டிருக்கின்றன.

ஷிபம் நகரம் சுவர்களால் சுற்றி வளைக்கப்பட்டிருக்கிறது. இந்த சுவர் செங்கற்களைக் கொண்டு கட்டப்பட்டுள்ளது. இங்கு சென்றடைய, 1 மணிநேர விமானப் பயணம், தொடர்ந்து

ஸானியாவிலிருந்து 30நிமிட கார் பயணம் அல்லது 6 மணி நேர கார் பயணம்.

அறுவடை நாட்களில் ஏமனில் உள்ள அராபிக் இஸ்லாமிய நகரங்களில் 'ஷிபம்'தான் அதிகம் கொண்டாடப்படும் நகரமாக உள்ளது. இங்குள்ள கட்டடங்களில் பெரும்பாலானவை 16-ஆம் நூற்றாண்டை சேர்ந்தவை.

சிறிய சாதாரணமான, வசீகரமான ஷிபம் விருந்தினர் விடுதியில் குறிப்பிட்ட அளவு இருப்பிடம்தான் உள்ளது. அதனால் பெரும்பாலானவர்கள் பள்ளத்தாக்கின் பெரிய நகரமான சாயூன் சென்று விடுகிறார்கள். அங்கு மற்ற ஏமன் நகரங்களை விட அழகான மசூதிகள், கோபுரங்கள் என பார்க்கத் தகுதியான இடங்கள் உள்ளன.

Asia
International Boundary
River
National Capital
City or Town
0 500 1000 KM
0 500 1000 Miles
© 2007 Geology.com
Arctic Ocean
Pacific Ocean
Indian Ocean
Arabian Sea
Bay of Bengal
Bering Sea
Sea of Okhotsk
Norwegian Sea
Barents Sea
Kara Sea
Laptev Sea
East Siberian Sea
Sea of Japan (East Sea)
Yellow Sea
East China Sea
South China Sea
Philippine Sea
Andaman Sea
Gulf of Thailand
Java Sea
Banda Sea
Arafura Sea
Timor Sea
Mediterranean Sea
Black Sea
Caspian Sea
Red Sea
Aral Sea
Lake Balkhash
Lake Baikal
Equator
RUSSIA
CHINA
MONGOLIA
KAZAKHSTAN
INDIA
PAKISTAN
AFGHANISTAN
IRAN
IRAQ
SAUDI ARABIA
YEMEN
OMAN
TURKEY
SYRIA
JORDAN
LEBANON
ISRAEL
EGYPT
LIBYA
SUDAN
ETHIOPIA
SOMALIA
KENYA
TANZANIA
ERITREA
DJIBOUTI
UZBEKISTAN
TURKMENISTAN
KYRGYZSTAN
TAJIKISTAN
NEPAL
BHUTAN
BANGLADESH
BURMA
THAILAND
LAOS
VIETNAM
CAMBODIA
MALAYSIA
INDONESIA
PHILIPPINES
JAPAN
NORTH KOREA
SOUTH KOREA
TAIWAN
SRI LANKA
BRUNEI
SINGAPORE
EAST TIMOR
PAPUA NEW GUINEA
AUSTRALIA
MADAGASCAR
MOZAMBIQUE
COMOROS
SPAIN
FRANCE
GERMANY
ITALY
POLAND
UKRAINE
BELARUS
ROMANIA
GREECE
SWEDEN
NORWAY
FINLAND
U.K.
IRELAND
PORTUGAL
ALGERIA
TUNISIA
GEORGIA
ARMENIA
AZERBAIJAN
Moscow
Beijing
Tokyo
Seoul
P'yongyang
Ulan Bator
Astana
Tashkent
Bishkek
Dushanbe
Ashgabat
Kabul
Islamabad
New Delhi
Kathmandu
Thimphu
Dhaka
Rangoon
Bangkok
Vientiane
Hanoi
Phnom Penh
Kuala Lumpur
Jakarta
Manila
Taipei
Bandar Seri Begawan
Dili
Colombo
Tehran
Baghdad
Riyadh
Sanaa
Muscat
Abu Dhabi
Damascus
Amman
Angora
Tiflis
Yerevan
Baku
Cairo
Khartoum
Asmara
Addis Ababa
Mogadishu
Nairobi
Dar es Salaam
Athens
Rome
Berlin
Paris
London
Dublin
Madrid
Lisbon
Oslo
Stockholm
Helsinki
Kiev
Tunis
Tripoli
Algiers
Shanghai
Hong Kong
Calcutta
Bombay
Madras
Karachi
Hyderabad
Bangalore
Yakutsk
Novosibirsk
Irkutsk
Urumqi
Lanzhou
Chengdu
Chongqing
Harbin
Sapporo
Osaka
Nagoya
Hiroshima
Fukuoka
Darwin
Ho Chi Minh City
Da Nang
Istanbul
Jeddah
Medina
Basra
Shiraz
Esfahan
Mashhad
Tabriz

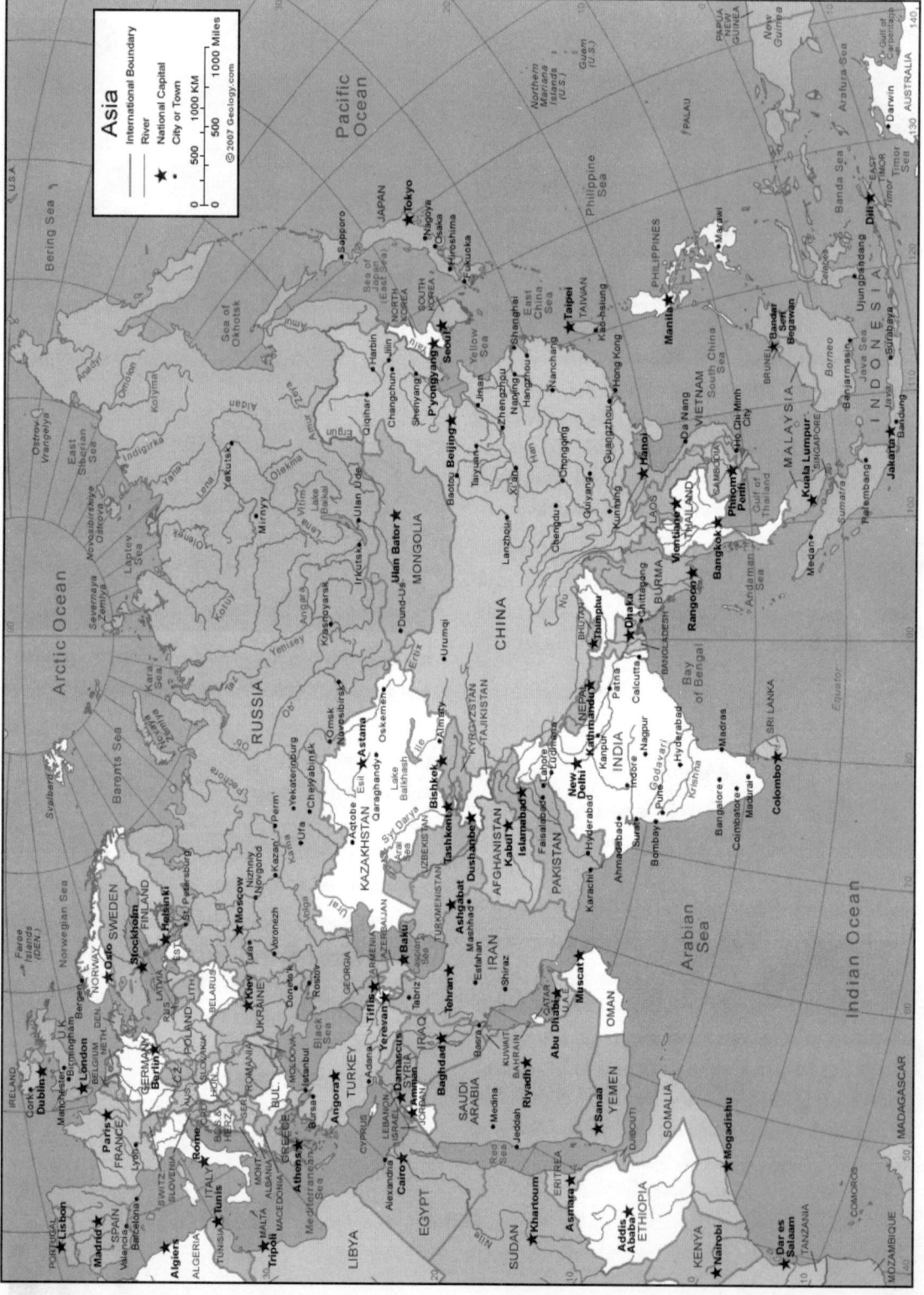

37

சீனா - CHINA

சீனா என்றாலே சட்டென்று எல்லாரது கவனத்திலும் வரும் விஷயங்கள் இரண்டு.

முதலாவது விஷயம் "ஐயோ அங்கே பாம்பு, பல்லிதான் விரும்பி சாப்பிடுவாங்களாமே" என்று அசூயை கலந்து ஆச்சரியப்படுவது.

இரண்டாவது விஷயம் "சீனாவுக்குள்ளே யாரும் சுற்றுலாப் பயணியாகக் கூட அவ்வளவு சீக்கிரம் போய்விட முடியாதாமே" என்று பல கட்டுப்பாடுகளுடன் அந்த நாடு தன்னைத்தானே ஓர் இரும்புக் கோட்டைக்குள் பூட்டிக் கொண்டிருக்கும் நிலை பற்றி விமர்சனம்.

இந்த இரண்டு விஷயங்களுமே ஓரளவுக்குச் சரிதான் என்பது அங்கே போய் வந்தவர்களின் அனுபவத்திலிருந்து தெரிந்து கொள்ள முடிகிறது. எது எப்படி இருந்தாலும் சீனாவில் நாம் பார்த்தாக வேண்டிய இடங்கள் பல இருக்கின்றன. அவை பற்றி...

1

FORBIDDEN CITY

500 ஆண்டுகளாக, சாதாரண மக்கள் அங்கு செல்ல அனுமதிக்கப்படாததால், இதற்கு இப்பெயர் வந்தது. 24 பேரரசர்களுக்கு அரசாங்க நீதி வளாகமாகவும் இருந்தது. இது ஒரு மிகப் பெரியதும், முற்றிலும் முடிவடைந்ததாயும், சைனாவில் பாதுகாக்கப்பட்டு வரும் பழைமை வாய்ந்த கட்டடக் கூட்டத்தில், இது மிகச் சிறந்ததாகவும் உள்ளது. வெகு அதிகமான இராணுவ வீரர்களைக் கொண்டு கட்டியதாலும் சிறந்ததாகவுள்ளது.

நெருப்பினாலும், கொள்ளையாலும், 100 ஆண்டுகளுக்கு மேல் பாதிக்கப்பட்டு இருந்தும், 18-ஆம் நூற்றாண்டுக்கு முன் இருந்ததை நினைவுபடுத்திக்

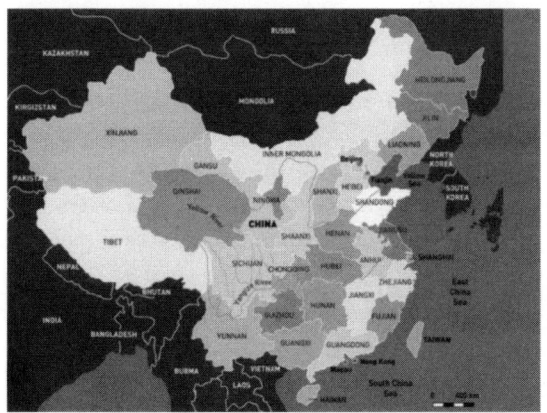

கொண்டிருக்கிறது. அதனுடைய பல மாடிக்கட்டடங்களின் செழுமை மற்றும் பணக்கார அந்தஸ்துடைய மேஜை, நாற்காலி, மெத்தை போன்ற பொருட்களும், வெகு காலத்துக்கு முன்பே போய் விட்டன. இருந்தாலும், பெரிய கூடம், தோட்டங்கள், சுவர்கள், நகர்ப்புறம், எல்லாவற்றிலுமே கைதேர்ந்த கட்டடக் கலை நன்கு விளங்குகிறது. ரோஜர் மூர் என்பவரால், தனக்குத்தானே வழிகாட்டியாக இருக்க வேண்டி, ஓர் ஒலிநாடாவை, தயார் செய்து தந்தது மிகவும் உதவியாக அனைவருக்கும் இருந்தது. 183 ஏக்கருக்கு மேல் இருந்து கொண்டு, இந்த பிரம்மாண்டமான 'காம்ப்ளெக்ஸ்', நகரம் என்ற பெயரை சம்பாதித்து கொண்டுவிட்டது. நகரத்தின் மையத்தில், தியனான்மென் சதுக்கத்துக்கு பக்கத்தில், இந்த 'தவிர்க்கப்பட்ட நகரம்' (Forbidden City) இருக்கிறது.

இதற்கு இம்பீரியல் பாலஸ் என்றும், அரண்மனைக் கண்காட்சி என்றும் பெயருண்டு.

உ

சீனப் பெருஞ்சுவர்

இந்த சைனாவின் பெரும் சுவர், பல காலத்துக்கு அதனுடைய 'பலம்' என்றிருந்தது. பத்தாயிரம் 'லீ'யினுடைய நீண்ட சுவர் அல்லது 'வான்லி சாங் சென்ங்' என்றும் இதை அழைப்பார்கள். இது

ஜனங்களின் கற்பனைத் திறனைக் காண்பிக்கிறது. இதன் நீண்ட கால சரித்திரம் பூராவும், உலக மக்களை கவர்ந்திழுத்திருக்கிறது. சந்திரனிலிருந்து பார்த்தாலும் தெரியக்கூடிய அளவுக்கு மனிதர்களால் கட்டப்பட்டது இது. 2000 வருஷங்களுக்கு தொடர்ந்து கட்டிக்கொண்டேயிருந்திருக்கிறார்கள். கொள்ளையடித்துக் கொண்டிருந்த நாடோடிக் கும்பலிலிருந்து காப்பாற்ற இந்த சுவர் எழுப்பப்பட்டது. அதில் சில இடங்கள் 8-ஆம் நூற்றாண்டில் கட்டப்பட்டிருக்கலாம். ஆனால் கி.மு. 221-இல் அந்த சாம்ராஜ்யங்களை இணைத்த பிறகு சுவரின் பல பாகங்களும் இணைக்கப்பட்டன. இதன் நீளம் சுமார் 3,250 மைல். ஒரு மில்லியன் வேலையாட்கள், அதாவது விவசாயிகள், இராணுவத்தினர், கைதிகள் அனைவரும் இதில் ஈடுபடுத்தப்பட்டனர். பத்து இராணுவ வீரர்களோ, அல்லது ஐந்து குதிரைகளோ, பக்கத்தில்... பக்கத்தில் போகக் கூடிய அளவுக்கு இந்த சுவர் அகலமுடையது. இதில் 10,000 இராணுவ பாதுகாப்புக் கொத்தளங்களும், கண்காணிப்பு ஸ்தம்பங்களும் இருக்கின்றன.

முதலில் அயல்நாட்டவர்களை, உள்ளே வராமல் வெளியே இருத்தி வைத்துக் கொள்வதற்காக கட்டப்பட்டாலும், தற்போது இது அவர்களை உள்ளுக்குள் இழுத்து பார்க்கச் செய்கிறது.

உலக அதிசயங்களில் ஒன்றானது இந்த சீனப் பெருஞ்சுவர். பழங்கால சீனர்களின் மேதாவித்தனமான வேலைக்கு எடுத்துக்காட்டு இது.

பார்க்க வேண்டிய இடமாகிய 'பாடாலிங்', 'பீஜிங்'கிலிருந்து வடமேற்கில் 80 கி.மீ. -இல் இருக்கிறது. அடுத்து சுற்றுலாப் பயணிகள் பார்க்க வேண்டிய இடம் முடியான்யூ, பீஜிங்கிலிருந்து, வடகிழக்கில் 91 கி.மீ. -இல் உள்ளது. மிகவும் குறைந்தளவு பயணிகள் பார்க்குமிடமான சிமாடாய், வடகிழக்கில் 111-கி.மீ -இல் உள்ளது.

3

ஷாங்காய் கண்காட்சி

1930 - இல், 'ஷாங்காய்', ஆசிய நாடுகளின் 'பாரீஸ்' என்றழைக்கப்பட்டது. இந்த குறிப்பிடத்தக்க, பாராட்டு பெற்ற ஷாங்காய் கண்காட்சி, 1995 - இல் திரும்பவும் திறக்கப்பட்டது. மேற்கத்திய நாடுகளின் நிபுணர்களுடன், வெளிநாடுகளிலிருக்கும் சீன ஆதரிப்பாளர்கள் மற்றும் அரசு நிதி இவற்றோடு, நன்கு அறிமுகமான உள்ளூர் கட்டடக் கலைஞர் 'ஜிங் தோன்கே'வால் வடிவமைக்கப்பட்டது. இப்போது அது உலகத்தின் மிகச்சிறந்த, சைனாவின் கலை, மற்றும் பழைய பொருள்களின் கண்காட்சியாக மாறியது. 1,20,000க்கு மேல், கலைப்பண்பு மிகுந்த ஓவியம், சிலை வடிவமைப்பு, மற்றும் கவர்ச்சியான மேஜை நாற்காலி வகைகள், விலை உயர்ந்த 'கற்கள்', தந்தக் கடைசல்கள், மண்பாண்டங்கள், மற்றும் சிறிய கலைகளுடன் இவை யாவும் 5000 வருஷங்களின் சீன சரித்திரம், அதாவது நியோலிதிக் காலம் முதல் மிங் (1368-1644) மேலும் க்யுங் (1644-1911) வம்சம் முதல் நவீன காலம் வரை.

இது சீனர்களின் பண்டைய பழக்க வழக்கங்களின் அபூர்வமான பொதுக் காட்சி.

4

ஷாங்காய் நகரம்

நவீன உடை, அதிக டூரிஸ்ட்டுகள், மாடர்ன் உணவு வகைகள் என்று இருக்கிறது ஷாங்காய் நகரம்.

இந்த நவீனத்துவத்துக்குக் காரணம் சீனத் தலைநகர் பீஜிங்கையும் மீறி மிகப் பெரிய வியாபார நகரமாக ஷாங்காய் விளங்குவதுதான். பரப்பளவிலும் இது சீனாவின் மிகப்பெரிய நகரமாம்.

தொழில் மற்றும் வணிக ரீதியாக உலக அளவில், வெளிநாட்டினர் பலர் இங்கு எப்போதும் வருவதும் போவதுமாக இருக்கிறார்கள்.

சீனாவின் கிழக்கு கடற்கரையோரமாக ஷாங்காயின் மிகப் பெரிய துறைமுகம் அமைந்திருப்பதால், சீனாவுக்குள் மற்ற நாட்டவர்கள் நுழைய ஷாங்காய்தான் ஒரு வாசல் போல இருக்கிறது. ஷாங்காய் என்றாலே 'கடலின் மேலே உள்ளது' என்றுதான் அர்த்தமாம்.

கடற்கரை நகரம் என்ற அழகு ஒருபுறம் என்றால், யாங்ட்ஸி நதியின் கரையில் அமைந்த நகரம் என்பது ஷாங்காய்க்கு வேறொரு வகை அழகு. அதிலும் மாலை நேரத்தில் இந்த நதிக் கரை ஓரத்து சாலை பார்க்க கொள்ளை அழகு.

நதிக்கரையின் அழகான பகுதியை 'பந்த்' என்றழைக்கிறார்கள். உலகின் மூன்றாவது மிக உயரமான டி.வி. டவர் என்ற பெருமை கொண்ட 'ஓரியண்டல்

பேர்ல் டவர்' இந்த நதிக்கரையில்தான் இருக்கிறது. மற்ற வெளிநாட்டவர்கள் அதிகம் வரும் பெரிய நகரம் இது என்பதா லேயே இங்கு ஷாப்பிங் சென்டர்களும் கூட அதிகமாக இருக்கின்றன.

சீனாவிலேயே மிகப் பெரிய ஷாப்பிங் ரோடு என்று ஷாங்காயில் அமைந்திருக்கும் 'நாஞ்சிங் ரோட்'டைத் தான் சொல்கிறார்கள். நகர் முழுக்கத் தெருக்களிலும் கடைகளிலும் சைனீஸ் எழுத்துக்கள்தான். விளம்பர பேனர்களில் கூட ஆங்கிலம் குறைவாகத்தான் இருக் கிறது.

5
மேற்கு ஏரி - சைனா

சைனாவின் ஹான்க்ஸோவில் இருக்கிறது மேற்கு ஏரி.

இது சைனா முழுவதிலுமுள்ள, எல்லாவற்றையும்விட, மிகவும் பிரசித்திப் பெற்ற அழகு இடமாகும். 'உலகத்தி லேயே மிக அழகான, மற்றும் மிக நேர்த்தி யானதுமான நகரம்', என 'மார்க்கோ போலோ'வால் வர்ணிக்கப்பட்டது இது. கும்பல் இல்லாத மற்ற நாட்களில் அல்லது சூரிய உதயத்தின்போது நிசப்தமாக இருக்கும் நேரமும், நகரத்தின் மேற்குக்கரை ஏரியும், இன்றும், விரும்பிப் பார்க்க வேண்டிய இடங்களில் ஒன்றாக சைனா வில் பார்க்கலாம்.

அதனுடைய பனிமூடிய கடற்கரையும், மற்ற இடங்களிலுள்ள பூந்தோட்டங் களும், புத்த கோயில்களும், தேநீர் கடை களும், நிழலோடு கூடிய நடை பாதை களும், மேலும் கலை நுணுக்கம் கொண்ட பெரிய கூடாரங்களும், இலையுதிர் கால சந்திரன் என்ற பெயரில், நிசப்தமான ஏரிகளின் கரையில் உள்ள ஏனைய அனைத்து வகை கூடாரங்களையும் பார்க்கலாம். ஜூலை, ஆகஸ்டுகளில், அவை மிகவும் அழகாக காணப்படும். அப்போது அவை யாவும், தாமரைப் பூக்களால் முழுக்க மூடினாற்போல தோன்றும். எங்கும் நிறைந்திருக்கும் 'அலரி' போன்ற ஒருவகை மரக்கிளைகளும், சீனர்களின் சித்திர வேலைப்பாடு போல 'பீச்' என்ற ஒருவகை மரத்தின் கனியோடு சேர்ந்து, ஆரஞ்ஜ் வாசனையுள்ள 'வேல' மரத்தை இலை யுதிர் காலத்திலும், மேலும் 'ப்ளம்' பழ மரத்தை குளிர் காலத்திலும் ரசிக்கலாம்.

வாடகைப் படகு மூலம், சந்திரனை பிரதிபலிக்கும் மூன்று குளங்களையும் மற்றும் கற்களால் கட்டப்பட்ட புத்தமதக் கோயில்களையும் அல்லது அதற்கு எதிர்த் தாற்போல ஏகாந்தம் நிறைந்த குன்று களைக் கொண்ட தீவையும் பார்க்க வேண்டும். இத்தீவுக்கு ஆர்வத்துடன் வர அனைவரையும் கவர்ந்திழுக்கும் காரணங் களில், 150 வருஷ லோவ்வைலோ உணவு விடுதியும் முக்கியமான ஒன்று.

ஹான்க்ஸோவிற்கு, ஹாங்காங் மற்றும் பீஜிங்கிலிருந்து செல்ல விமான வசதி இருக்கிறது. விமான சேவை எல்லா தினமும் உண்டு. 2 மணி நேர விமானப் பயணமாகும் இது. மற்றுமுள்ள பெரிய நகரங்களிலிருந்தும் இங்கு வரு வதற்கு விமான வசதிகள் உண்டு, ஹான்க்ஸோவிற்கு ஷாங்காயிலிருந்து 3 மணிநேர ரெயில் பிரயாணத்திலும் சென் றடையலாம்.

6
விக்டோரியா துறைமுகமும், விக்டோரியா சிகரமும்

ஹாங்காங்கில் உள்ளது. பழைய கால சைனீஸ் மொழியில், ஹாங்காங், என்றால், 'மணமுள்ள துறைமுகம்' என்று அர்த்தம். எந்த ஒரு நேரத்திலும்,

விக்டோரியா துறைமுகத்தில் சுற்றிலும் ஒரே படகுகள் மயமாகவே தென்படும். விக்டோரியா பூங்காவுக்கு அதாவது 1805-அடி உயரத்திலுள்ள இங்கு செல்ல, ஆச்சரியப்படுத்தும் ரெயில் பாதையுமிருக் கிறது.

7
எளிய நிர்வாகியின் தோட்டம்

பழைய கால சீனப்பழமொழி, இன்றும் அர்த்தம் உள்ளதாக இருக்கிறது, என்பதற்கு உதாரணமாக இருக்கிறது இது. பழமொழியானது, 'சொர்க்கத்தில், பரமானந்தம் கிடைக்குமிடமிருக்கிறது, பூமியில் ஸுஸ்ஹோவ் இருக்கிறது' என் பதே. 100க்கு மேல் தோட்டங்களையும், அதேபோல பட்டு தொழிற்சாலைகளும் உள்ளன. இது 'ஷாங்காயி'லிருந்து கிழக்கே 84 கி.மீ.-இல் உள்ளது. கார் / ரெயில் பயணத்தில் சென்றடையலாம்.

8
லாஸா

இது திபெத்தின் முக்கிய புனித புண்ணியஸ்தலம். மேலும் தலாய்லா மாவின் கோட்டைபோன்ற அரண்மனை யும்கூட. திபெத்திய பாஷையில் இதற்கு அர்த்தம் புனித நகரம், அல்லது கடவுள் களின் இருப்பிடம். பொடாலாவின் மலை உச்சியில், வெள்ளை மற்றும் சிவப்பு கலரில் சுவர்களையும், தங்கத் தகடு வேய்ந்த கூரைகளையும் கொண்ட அவரது கோட்டை, அந்த மலையையும் கடந்து உயரமானதாக புலப்படும். தற்போது அது ஒரு கண்காட்சியாக மாறியிருக்கிறது. திபெத்திலுள்ள லாசாவை ஹாங்காங், பெய்ஜிங், செங்க்டு உட்பட பல நகரங்களி லிருந்து விமானத்தில் சென்றடையலாம். நேபாளத்திலுள்ள காத்மண்டுவிலிருந்து நட்புபாதை வழியாகவும் சென்றடை யலாம். இது 2 நாள் கடினமான பயணமாக இருந்தாலும் அருமையான இருபுறமும் மரங்களின் வரிசைகளை உடைய சாலை ஊக்கம் தரும். மே மாதத்திலிருந்து ஆகஸ்ட் வரை மழைக்காலம்.

9

ஞாயிறு சந்தை

பாமீர் மலைகளின் அடிபாகத்தில், நின்றால் நாம் இன்னும் சைனாவில் இருக்

கிறோம் என்பதே மறந்துவிடும். கஷ்காரின் ஞாயிற்றுக் கிழமை சந்தையானது ஆசியா விலேயே மிகப்பெரிய சந்தை என்று சொல்லப்படுகிறது. இங்கே 1,00,000 முதல் 1,50,000 மக்கள் வருகிறார்கள் இங்கே. 1,000 வருஷங்களுக்கு மேலாக இச்சந்தை இருப்பதாகவும் சொல்லப்படுகிறது.

மேற்கு சைனாவிற்கு தொலைவில் இருக்கிறது. பெரும்பாலான பயணிகள் சில்க் சாலையை பின்பற்றுவார்கள். அது ஸியான் கஷ்கர் பகுதியை சேர்த்திருக்கும்.

கஷ்கரிலிருந்து உரும்கிக்கு 2 மணி நேர விமான பயணம். உரும்கி வழக்கமான விமான சேவை மூலம் எல்லா முக்கிய சீன நகரங்களையும் இணைக்கிறது.

■■■

38

ஜப்பான் - JAPAN

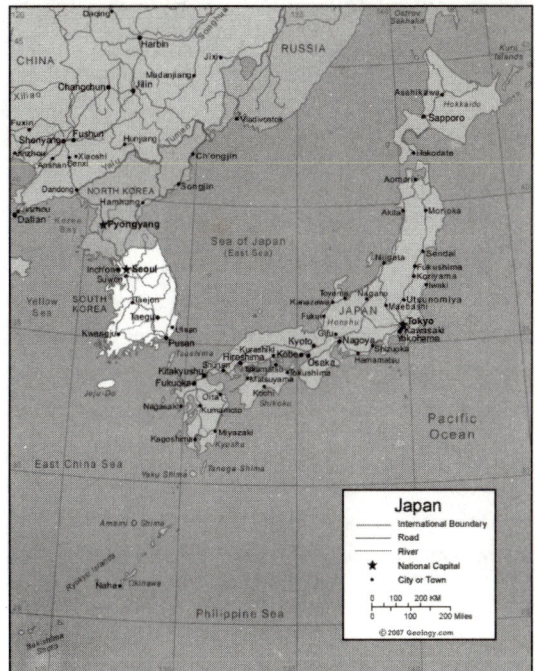

ஜப்பானுக்கு நிப்பான் என்ற பெயரும் உண்டு. இதன் தலைநகர் டோக்கியோ. பெரும்பாலும் ஜப்பானிய மொழிதான் அங்கு பேசப்படுகிறது. ஷிண்டோயிசம், புத்த மதம் இரண்டும் அங்கே மதங்களாக போற்றப்படுகின்றன. ஆசியாவின் கீழ்க்கோடி நாடான ஜப்பான் ஏகப்பட்ட தீவுகளைக் கொண்டது.

26,600 கி.மீ. நீளமுடைய ஆழ்ந்த கடற்பகுதிகளை உடையது. அறுபதுக்கு மேற்பட்ட எரிமலைகள் எப்போதும் புகைந்து கொண்டே இருக்கும். விஞ்ஞானத் துறையில் முன்னேறியுள்ள ஜப்பான், அரசியலமைப்புச் சட்டத்தின் கீழ் இயங்கும் முடியாட்சி நாடு.

1

ஸுகிஜி மீன் வியாபார ஸ்தலம்

செல்லும் 'ஜெட்' தாமதம் சந்தோஷக் கிளர்ச்சியைத்தரும். காலை 5 மணிக்கு, நன்கு விழித்துக் கொண்டு இள அதிகாலை வேலைகளைச் செய்யும் ஸுகிஜியின் வியாபாரஸ்தலம், பரபரப்பான வியாபார வேலைகளில் பொங்கி எழும். அப்போது டோக்யோவுக்குத் தேவையானவற்றில் 90 சதவிகிதம் இங்கிருந்து போகிறது என்பது தெரியும். சந்தையின் பக்க வழியில் தயங்கித் தயங்கி சென்றால், சில சாப்பிடும் பதார்த்தங்கள், மிகக் குறைந்த விலையில் கிடைக்கும். மிகப்புதிய கடல் ஆகாரங்கள் வியாபாரத்தின் உச்சியிலிருக்கிறது. மீன்களில் அங்கு 'மகூரா'தான்

ராஜா. ஒரு மீன் மட்டும் நிறுத்துப் பார்த்தால் 1,000 பவுண்டுக்கு மேல், இருக்கும்.

50 ஏக்கர் பரப்பளவுள்ள சந்தையை, சுற்றி விட்டு வந்தால், பசியும் ஏற்பட்டு, காலை உணவை ஸாஷிமி அல்லது ஸூஷியில் சாப்பிடலாம். இவ்விடத்தைத் தவிர, வேறு எங்கும், எவராலும், புது மீன்களை ஆகாரமாக்கிக் கொடுக்க முடியாது. உள்ளூர் சுவைக்காக அவர்கள் அதிகம் வரவேற்பு பெறுகிறார்கள்.

2
பழைய க்யோடோ

க்யோடோவை சுற்றி வருவது ஜப்பானின் 11 நூற்றாண்டு சரித்திரத்தை

தெரிந்து கொண்டதற்கு சமம். ஒரு காலத்தில் இது இம்பீரியல் கோர்ட்டாக இருந்தது. அந்த நகரமும் ஜப்பானியர்களின் மதம், ரசிக சாஸ்திரம், பாட்டு, தியேட்டர், நடனம் ஆகியவற்றுக்கு பெயர் போனதாக இருந்தது. இரண்டாம் உலகப் போரில் அணுகுண்டு போன்ற எல்லா வெடி வீச்சுகளிலிருந்தும் தப்பித்தது.

3
நாரா கோயின்

நாரா கோயின் என்ற இந்த பூந்தோட்டத்தின் சிறப்பான விஷயம் ஒரு

மாபெரும் புத்தர் சிலையே. அது வெண் கலத்தில் செய்யப்பட்டு, டோடெய்-ஜி அதாவது தி கிரேட் ஈஸ்டர்ன் டெம்பிளில் வைக்கப்பட்டிருக்கிறது. இக்கோயில் பூராவும் மரத்தால் உருவாக்கப்பட்டது. இங்குள்ள 53 அடியுள்ள புத்தர் சிலைதான் உலகிலேயே பெரியது. இது க்யோடோவிலிருந்து தெற்கில் 42 கி.மீ-இல் உள்ளது.

4
ஸாபோரோ பனி விழா

ஜப்பானியர்களின் இயற்கையை மாற்றி அமைக்கும் அறிவுக்கு ஈடாக உலகத்தில் இணையே கிடையாது. 38,000 டன் பனிக்கட்டிகள் அருகிலிருந்த மலை களிலிருந்து கொண்டுவரப்பட்டு, பல விதங்களில் ஐஸ் வீடுகள் கட்டப்பட்டிருக் கின்றன. இந்த 'பனி' திருவிழா 1950 - இல் ஆரம்பிக்கப்பட்டது. ஸாபோரோ என்ற இந்த இடம் டோக்கியோவிலிருந்து தென் கிழக்கில் 176 கி.மீ -இல் உள்ளது.

1972-இல் மழைக்கால ஒலிம்பிக் போட்டிக்கு ஸாபோரோ தேர்ந்தெடுக்கப் பட்டது அதன் மதிப்பை உயர்த்தியது. பனிச்சறுக்கு, பொழுதுபோக்குக்கு சிறந்த இடமாகும்.

5

ஃப்யூஜி மலை மேல் ஏறுவது

ஜப்பான் எரிமலைகள் நிறைந்த நாடு. இந்த எரிமலைகளில் பெரியது ஃப்யூஜி எரிமலை. இது 1708-ஆம் ஆண்டு வெடித்தது. அதன் பிறகு இந்த எரிமலை மிகவும் சாதுவாகத்தான் நின்று கொண் டிருக்கிறது. டோக்கியோ நகரத்திற்கு மேற்குப் பகுதியில் இருக்கும் ஃப்யூஜி எரிமலையின் கோன் வடிவம் ஜப்பானின் அடையாளச் சின்னமாக கருதப்படுகிறது.

இந்த மலை 3,776 மீட்டர் அதாவது 12,338 அடி உயரம் கொண்டது. இந்த எரிமலையைச் சுற்றி கவாகுச்சி, யமனகா, சாய், மொடோசு, ஷோஜி என்ற 5 ஏரிகள் இருக்கின்றன.ஃப்யூஜி எரிமலை 'ஸ்ட்ராடோ வால்கானோ' என்ற எரிமலை வகையை சேர்ந்தது. இதன் இயல்பு என்னவென்றால் உயரம் அதிகமான கூம்பு வடிவமுடைய எரிமலைக் குழம்பு, எரிமலைச் சாம்பல் நிறைந்ததாக இருக்கும் என்பதுதான்.

ஃப்யூஜி எரிமலை பகுதி மிகக்குளிர்ந்த இடம். அதனால் ஆண்டு முழுவதும் எரிமலையின் மேல் பனி படர்ந்திருக்கும். பழைய ஃப்யூஜி எரிமலை உருவாகி ஒரு லட்சம் ஆண்டுகளுக்கு மேலாகி விட்டன. புது ஃப்யூஜி எரிமலை அதாவது தற்போது இருக்கும் எரிமலை 10 ஆயிரம் ஆண்டு களுக்கு முன்புதான் உருவாகி இருக்கிறது. இந்த எரிமலை குறைந்த ஆபத்து உள்ள இடமாக கருதப்படுகிறது.

ஒவ்வொரு ஆண்டும் 2 லட்சம் மக்கள் ஃப்யூஜியில் ஏறுகிறார்கள். இதில் 30 சதவீதத்தினர் வெளிநாட்டவர்கள். ஃப்யூஜியின் உயரத்தை 10 ஸ்டேஷன்களாக பிரித்திருக்கிறார்கள். 5 ஸ்டேஷன்கள் வரை சாலை வசதி போடப்பட்டுள்ளது. ஜூலை-ஆகஸ்டு மாதங்களில் எரிமலையில் ஏறுவதற்கான சூழ்நிலை நிலவுவதால் மலை ஏறுவதற்கு அதிகாரப்பூர்வமாக அனுமதிக்கப்பட்டிருக்கிறது. இரவிலும் மலை ஏறலாம்.

மலை ஏறுபவர்கள் உணவு பொருட் களை கையோடு எடுத்து செல்ல வேண்டும். குப்பைகளை பத்திரமாக கீழே கொண்டு வந்துவிட வேண்டும். ஃப்யூஜியின் சுற்றுச் சுழலை காப்பதற்கே இது போன்ற விஷயங் களில் கவனமாக இருக்கின்றனர்.

■■■

39

இந்தியா - INDIA

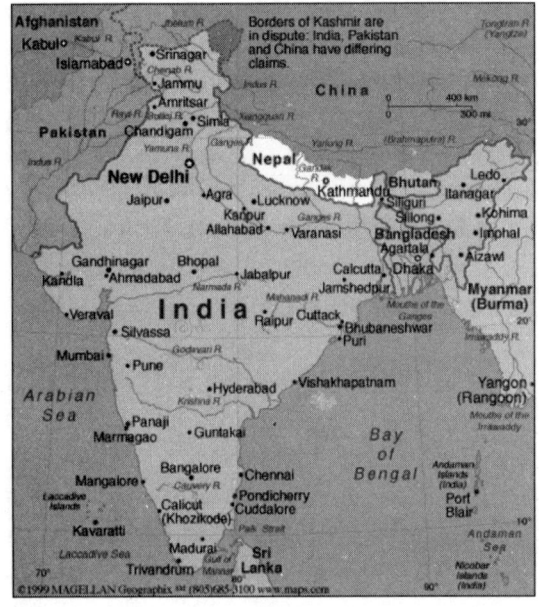

1

சோனீப்பூர்

ஆசியாவிலேயே மிகப் பெரிய சந்தை சோனீப்பூர் என்ற இடத்தில் நடைபெறும் சந்தைதான். சோனீப்பூர், பீகாரில் கங்கை, நாராயணி என்ற இரண்டு நதிகள் கூடுமிடத்தில் அமைந்துள்ளது. இந்தச் சந்தையில் முக்கியமாக விவசாயப் பொருட்கள் விற்பனைக்கு வருகின்றன. இவை தவிர ஆடு, மாடு, கழுதை, குதிரை ஒட்டகம் முதலிய பல வளர்ப்பு விலங்கு களும் விற்பனைக்கு வருகின்றன.

இந்த விலங்குகளின் சொந்தக் காரர்கள் திபெத், நேபாளம், வங்காளம், பீகார், உத்தரப்பிரதேசம் ஆகிய இடங்களில் இருந்து அவற்றைக் கொண்டு வருகின்றனர். அவர்கள் தங்கள் வளர்ப்பு விலங்குகளை சந்தைக்கு கொண்டு வருவதே வித்தியாசமாக இருக்கும். மேளதாள முழக்கங்களோடு ஆட்டமும் பாட்டமுமாக சந்தைக்கு கொண்டு வருவதைப் பார்க்க அற்புதமாக இருக்கும்.

இந்தச் சந்தை ஆண்டுக்கு ஒரு தடவை திருக்கார்த்திகை உற்சவத்தை ஒட்டி நடைபெறும். ஒரு மாதகாலம் தொடர்ந்து இந்தச் சந்தை நடக்கும். சாதாரணமாக இந்தச் சந்தைக்கு ஆண்டு தோறும் 5 லட்சம் மக்களுக்கு மேல் கூடு கின்றனர். ஒரு மாதகாலமும் பெரிய திருவிழா போல்தான் சோனீப்பூர் காட்சி அளிக்கும்.

சோனீப்பூர் சந்தை ஒழுங்காகவும் சிறப்பாகவும் நடைபெறுவதற்கான ஏற் பாடுகளை சிறப்பாக கவனிப்பதுதான் சோனீப்பூர் மாவட்ட கலெக்டரின் முக்கியப் பணியாகும். சோனீப்பூர் சந்தை யில் இருந்து கிடைக்கும் வருவாயைக் கொண்டுதான் சோனீப்பூர் மாவட்டத்தில் அரசாங்க செலவை சரிக்கட்டுகிறார்கள்.

௨

லடாக்

லடாக், ‘சின்ன திபெத்’ மற்றும் ‘சந்திர பூமி’ என்றும் அறியப்படுகிறது.

இந்தியா

அச்சமூட்டும்படி வீசும் காற்று நிறைந்த செங்குத்தான அதிக உயரமுள்ள, லடாக்கின் பீடபூமியானது, உலகத்தின் இரண்டு மிக அதிக உயரமுள்ள மலைகளின் தொடர்புள்ளது. அதாவது காரகோரம் மற்றும் பெரிய இமயமலை ஆகிய இரண்டையும் இணைத்து தையல் போட்டதுபோல இருக்கிறது. அரசியல் ரீதியாக இந்தியா, ஆனால் பூகோள சாஸ்திரப்படி திபெத்தாக இருக்கிறது. அது மிகவும் பழைமையான நாகரிகமும் மற்றும் தெய்விக நம்பிக்கையும் சேர்த்து பிந்தையதோடு முடிச்சுப் போட்டு, 1974 வரை உல்லாசப் பிரயாணிகள் வரவுக்கு தடையிருந்தது. ஆனால் இப்போது அது வருகிறவர்களை வரவேற்கிறது. கூடவே திபெத்திலிருந்த கஷ்டங்களை வடக்குக்கும் மற்றும் கிழக்குக்கும், மேலும் மேற்கிலுள்ள காஷ்மீர் பள்ளத்தாக்கில் தள்ளிவிட்டது.

இந்த பிரதேசத்தின் தலைநகரமாகிய ஹிமாலய பிரதேசத்திலுள்ள மணாலிக்கு சவாரி செய்வது ஒரு மறக்க முடியாத பயணம். இந்த 4 மலைகளை அதன் கண வாய்கள் மூலம், அந்த 2-வது அதிக உயர முள்ள மலையை மோட்டார் செல்லும் பாதை வழியே கடக்கலாம். புதிதாக திறந்து வைக்கப்பட்டது நுப்ரா பள்ளத்தாக்கு. அதாவது லடாக்கின் பூப்பள்ளத்தாக்கு, இதற்கு 'கார்டுங்களா கணவாய்' (18,383

அடி) மூலமாக செல்லவேண்டும். இது உலகத்தில் உள்ள ரொம்பவும் உயரமான சாலைகளைக் கொண்டுள்ளது.

இந்த புது டில்லியிலிருந்து 'லே' செல்லும் பயணமானது, ஆகாய விமானம் மூலம் 75 நிமிடம் பயணம்.

3

கேரளாவின் நீர் தேக்கங்கள்

தனித்தும், அமைதியாகவும், தடுமாறச் செய்யும் இயற்கை அழகாலும், தெற்கு கடற்கரை மாகாணமான கேரளா, இந்தியாவின் விருத்தி செய்யப்படாத இயற்கை பொக்கிஷ மாகாணங்களில் ஒன்று. வடக்கிலுள்ள கடுமையான இமய மலை அல்லது இராஜஸ்தானின் பாலை வனங்களுக்கு, ஒரு மாற்றாக, பூக்களா லான பூங்காபோல இருக்கிறது. சுற்றிச் சுற்றி இருக்கும் வாய்க்கால்களும், மரக்காடு சூழ்ந்த தண்ணீர்த் தேக்கங்களும், அதன் வாய்க்கால்களும், மற்றும் அதன் உட்பரப்பில் உள்ள ஏரிகளும் அழகு. குடியிருக்கும் கிராமங்களை சேர்த்து வைக்கும், சாதாரண துடுப்புகளால் இயக்கப்படும் படகுகள் செல்லும் அளவுக்கு அகலம் கொண்டவைகளாகவும் அவை இருக்கின்றன. தனித்து இருக்கும் தென்னை மரங்கள் சூழ்ந்த ஏரிகளை சுற்றிய வீடுகளை சென்றடைய முடியும். இவை சிற்றூர்கள்.

இங்கு இருக்கும் பங்களாக்கள்/ வீடுகள், நன்கு செதுக்கப்பட்ட மரச் சட்டங்களால், ஓர் ஆணிகூட இல்லாமல், சேர்த்து வைத்துக் கட்டப்பட்டவை. இவற்றில் சில 400 ஆண்டுகளுக்கு மேலாக இருந்து வருகின்றன. இவை யாவும் மிகவும் கஷ்டப்பட்டு, இழைத்து, இங்கு கொண்டு வந்து சிற்றேரிகளின் கரையில் அமைக்கப்பட்டுள்ளன. இங்குள்ள ஜாதிக்காய் மரங்களின் நிழலில் சோம்பேறித் தனமாக இருந்து பொழுதையும் கழிக்கலாம்.

கொச்சியில் தங்கிச் செல்வது அவசியம். 1000 வருஷங்களாக இது ஒரு வியாபார ஸ்தல துறைமுகமாக பெயர் பெற்று இருந்து வருகிறது. பல சின்னச் சின்ன தீவுகளால் சூழப்பட்டு இருந்து வரும் இது, பல சின்னச் சின்ன ஆறுகளால் பின்னப்பட்டும் இருக்கிறது. கூடவே ஏரிகளும் அவற்றின் முகத்துவாரமும் இருக்கின்றன. ஒரு தேர்ந்த நாகரிகத்தின் பிறப்பிடமாகவும், கூடவே பண்போடு கூடிய மக்களைக் கொண்டதாகவும் விளங்குகிறது. கொச்சி கோட்டையின் காஸினோ உணவு விடுதியில் சாப்பிடவும் செய்ய வேண்டும். தென் இந்தியாவில், மிக நல்ல ருசியுடன் கூடிய உணவு கிடைக்கும் இடமுமாகும் இது.

4

கஜுராஹோ கோயில்கள்

கஜுராஹோ என்ற உடனேயே ஒவ்வொருவரின் மனதிலும் நிழலாடுபவை காம-லீலைகளை எடுத்துக்காட்டும் சிற்பங்களே. இதனை எப்படித்தான் சிற்பிகள் வடிவமைத்தார்களோ என்று வியப்பு ஏற்படுகிறது

மத்தியப் பிரதேச மாநிலத்தில் உள்ள சதர்புர் மாவட்டத்தில் அமைந்துள்ளது கஜுராஹோ நகரம். முழுமையான ஒரு நகரம் என்று இதைத் சொல்ல முடியாது. ஒரு ஒழுங்கற்ற வளர்ச்சியைக் கொண்ட பெரிய கிராமம் என்று வேண்டுமானால் சொல்லலாம்.

இப்பகுதியில் உள்ள சிற்றின்பச் சிற்பங்கள் மிக்க கோவில்கள் அனைத்தும் கி.பி.9 மற்றும் 13-ஆம் நூற்றாண்டுகளுக்கு இடையே கட்டப்பட்டவை.

கஜுராஹோ கோவில்கள் முழுவதும் சுமார் 15 கிலோ மீட்டர் பரப்பளவுக்குள் அமைந்திருக்கின்றன. இவற்றை மூன்று மண்டலங்களாகப் பிரித்துள்ளார்கள். இந்த மூன்று மண்டலங்களையும் தனித்தனியாகப் பார்த்து ரசிப்பதற்கு வசதியாக நிறைய ஆட்டோக்கள் வாடகைக்குக்

கிடைக்கின்றன.

கட்டடக் கலையின் சிறப்பை பார்த்து ரசிக்க விருப்பமுள்ளவர்கள் கண்டிப்பாக பார்க்க வேண்டிய இடம் கஜுராஹோ.

ஆக்ராவிலுள்ள தாஜ்மஹால், வாரநாஸி மற்றும் கஜுரஹோ மூன்றும், டில்லியிலிருந்து ஆகாய விமானம் மூலம் சேர்த்து வைக்கப்பட்டிருக்கிறது.

5

வட மகாராஷ்டிரத்தின் குகைக் கோயில்கள்

வரலாற்றுச் சுவடுகளை பல வருடங்களாய் தன்னகத்தே வைத்துக்

கொண்டு அமைதியின் உறைவிடமாய், ஆழ்ந்த கலைஞானத்தின் நிறைவிடமாய் இந்தியாவின் பெருமையினைப் பறை சாற்றிய வண்ணம் தன்னை அடையாளப் படுத்தும் அந்த அழகிய குகைகளுக்கு பெயர்தான் அஜந்தா.

பார்க்கப் பார்க்க பரவசமூட்டும் கவின்மிகு கலைப் பொக்கிஷங்கள். கற்களில் வடிக்கப்பட்டும், வண்ணக் கலவையில் தீட்டப்பட்டும் நெஞ்சை அள்ளும் விதத்தில் அங்கே நம்மை வசீகரிக்க காத்து நிற்கின்றன.

அஜந்தா - எல்லோரா குகைக் கோவில்கள் என்றுதான் நாம் கேள்விப் பட்டு வந்திருக்கிறோம். ஆனால், இரண்டும் வெவ்வேறு திசையில் அமைந்துள்ளன என்பதும் நமது பயணத்தின்போதுதான் அனுபவரீதியாக அறிந்துகொள்ள முடிகிறது.

இங்கு சுற்றுலா செல்ல சிறந்த காலம் அக்டோபர் முதல் மார்ச் வரை. மார்ச் மாதம் 3-ஆம் வாரம் நடைபெறும் எல்லோரா திருவிழா கண்டு ரசிக்க வேண்டிய ஒன்று.

அவுரங்காபாத் மும்பைக்கு வடகிழக்கில் 370 கி.மீ தூரத்திலிருக்கிறது. அஜந்தா அவுரங்காபாத்திற்கு வடமேற்கே 100 கி.மீ.-இல் இருக்கிறது. எல்லோரா, அவுரங்காபாத்திற்கு வடகிழக்கே 25 கி.மீ.-இல் இருக்கிறது.

6

ஜய்ஸால்மர்

மாபெரும் இந்தியப் பாலைவனத்திலுள்ள, மாபெரும் கோட்டை இது. தங்க நகரம் எனப் பெயர்கொண்ட இது, ‘கைபர்’ கணவாய் செல்லும் வழியில், சமுத்திரம் போலத் தெரியும் மணல் பரப்பில், 30 அடி உயரமுள்ள சமதள சுவர்களில் கிளம்பி நிற்கிறது. இந்த மத்திய கால கல்கோட்டை, கூரான கோபுரங்களுடன், அங்குள்ள அரண்மனையும் ஈரமான கல் கோபுர கட்டடமும், நீளவாளைக் குத்திக் கொண்டு செல்வதுபோல விளங்குகிறது. அதனுடைய வளைந்து வளைந்து செல்லும் சின்ன பாதையோடும், மறைந்திருக்கும் கோயில்களோடும், ‘ஜெய்சால்மர்’, அரேபியன் இரவுகளிலிருந்து நேராக வந்தது போலிருக்கும். ஆனால் வாழ்க்கை கொஞ்சமும் மாறாமல் இருக்கிறது. இது நம்மை 13 -ஆம் நூற்றாண்டு நிலைக்கு இட்டுச் சென்று காட்டும். இது ஒன்றேதான் இந்தியாவின் கோட்டைகள் ஊர், அதுவும் இன்று வரை செயல்பட்டு வருவதும் கூட. அதனுடைய கனமான சுவர்களுக்கு மத்தியில் அதன் நான்கில் ஒரு பங்கு ஜனத்தொகையுடன் இருக்கும் இவ்விடம் சுற்றிப் பார்க்க வருபவர்களுக்கு தொந்தரவில்லாமல், சௌகரியமாக இருக்கிறது.

இதன் வழியாகச் செல்லும், ஒட்டகத்தின் மேல் ஏற்றிச் செல்லும் பொருள்களின் வியாபாரத்தின் மூலம், வசூலிக்கப்படும் வரிகள் மூலமாக, இந்த நகரத்தின் வருவாய் அதிகரிப்பாக இருக்கிறது. இதன் காரணமாக அந்த ஊர் மக்கள், ஏராளமாக செதுக்கப்பட்ட உள்ளூர் தங்க நிற கற்களால் (‘ராஜபுத்’தினர்) மாளிகைகளைக்

கட்டி வாழ்ந்தார்கள். 1840-இல் மகாராஜாவால் கட்டப்பட்ட நாராயண நிவாஸ் அரண்மனையில் தங்கி, பாலைவனத்துக்குள் செல்ல, ஓர் ஒட்டகத்தை ஏற்பாடு செய்துகொண்டு பார்ப்பது, சுற்றுலாப் பயணிகளின் அதிகபட்ச ஆசையை நிறைவேற்றும். இதுவே அவர்களுக்கு ஜய்ஸால்மர் பூராவையும் சுற்றி பார்த்தாற் போல அமையும். ஜெய்ப்பூரிலிருந்து 6 மணி நேர கார் சவாரியில் உள்ளது ஜெய்ஸால்மர்.

7

தாஜ் மஹால்

சுற்றுலா தலம் என்றதும் இந்தியாவில் அனைவரது கண் முன்னேயும் முதலில் தோன்றுவது ஆக்ராதான். காரணம் மொகலாய சக்ரவர்த்தியான ஷாஜகான் தனது அன்பு மனைவி நினைவாக அங்கு எழுப்பிய வண்ணமிகு தாஜ்மஹால் ஆகும். உலக அதிசயங்களில் ஒன்றான இந்த காதல் சின்னத்தை காண இந்தியாவில் இருந்து மட்டுமின்றி உலகம் முழுவதும் இருந்து சுற்றுலா பயணிகள் எப்போதும் வந்து குவிந்த வண்ணம் உள்ளனர்.

உலக அதிசயங்களுள் ஒன்றாக தாஜ்மஹால் விளங்கி வருவது நமக்கு பெருமையான விஷயமே. டெல்லியிலிருந்து சுமார் 198 கிலோ மீட்டர் தொலைவில் உள்ள ஆக்ரா என்னும் நகரில் தாஜ்மஹால் இருக்கிறது. இதை 'கல்லில் வடிக்கப்பட்ட கவிதை' என்று போற்றுகிறார்கள். இந்த அழகு கட்டிடத்தின் பின்னணியில் ஓர் அன்பின் காவியம் இருக்கிறது.

தனது காதல் மனைவி மும்தாஜ் இறந்தபின் அவளை அடக்கம் செய்வதற்காக முகலாய மன்னன் ஷாஜகான் கட்டிய பளிங்கு கல்லறையே இந்த தாஜ்மஹால். இவர் கட்டிய கட்டிடங்களில் உலகப்புகழ் பெற்றதும், காதலின் சின்னமாக திகழ்வதும் இதுதான். ஷாஜஹான் தனது 20-வது வயதில், அர்சுமன் பானுபேகம் என்பவளை மணந்தார். இவள்தான் பின்னாளில் மும்தாஜ் என்று அழைக்கப்பட்டாள்.

மும்தாஜ் இறந்தபின், முதலில் பர்கான்பூரில் அவர் உடல் அடக்கம் செய்யப்பட்டது. பின்னர் ஆக்ராவுக்கு எடுத்துச் செல்லப்பட்டு யமுனை ஆற்றங்கரையில் புதைக்கப்பட்டது. இந்த புதைகுழி மீதுதான் தாஜ்மஹால் என்னும் பளிங்கு மாளிகை ஷாஜஹானால் எழுப்பப்பட்டது.

தாஜ்மஹால் அமைந்துள்ள இடம் இயற்கை எழில் சார்ந்ததாகும். இதனைச் சுற்றிலும் ரம்மியமான வாசனையை சுமந்து வரும் பூங்காக்களும், அவற்றிற்கு யமுனை நதிக்கரையிலிருந்து நீர் பாய வைத்திருப்பதும் சிறந்த கட்டிடக் கலைக்கு மேலும் பெருமை சேர்க்கின்றன.

தாஜ்மஹால் மும்தாஜ் இறந்த அடுத்த ஆண்டிலேயே கட்ட ஆரம்பிக்கப்பட்டது. அதைக் கட்டி முடிக்க 22 ஆண்டுகள் ஆயிற்று என்றும், கோடிக்கணக்கான ரூபாய் செலவானதாகவும் கூறுகிறார்கள்.

தாஜ்மஹால், யமுனை ஆற்றங்கரையில் வடக்கு தெற்காக நீள் சதுர வடிவில் அமைந்துள்ளது. இதன் நீளம் 1,900 அடி, அகலம் ஆயிரம் அடி. இதன்

இந்தியா

நடுவில் ஒரு சம சதுரப் பூங்கா. இதன் உள்ளே செல்வதற்கு இரண்டே வழிகள் தான் உள்ளன. ஒன்று எதிரிலுள்ள ஆற்றின் வழியே செல்வது. மற்றொன்று தரை வழியே செல்வது.

எந்த வழியில் சென்றாலும், எந்தக் கோணத்தில் பார்த்தாலும் இக்கட்டிடத் தின் தோற்றம் நம்மை வியப்பில் ஆழ்த்து வதே இதன் சிறப்பம்சமாகும். ஒவ்வொரு மூலையிலும் வெண்சலவைக் கற்களால் ஆன சிறுசிறு அரங்குகள் காணப்படு கின்றன. அடிமட்டத்தில் உள்ள நான்கு மூலைகளிலும் 137 அடி உயரமுள்ள மினார்கள் அமைக்கப்பட்டுள்ளன.

சுற்றுலாப் பயணிகள் அனைவரும் பார்க்க வேண்டிய இடங்களில் ஒன்றுதான் தாஜ்மஹால்.

இது புது டில்லியிலிருந்து, தென் கிழக்கில் 198 கி.மீ. தொலைவில் உள்ளது. காரில் அல்லது பஸ் இவற்றில் சென் றால், 3-4 மணி நேரத்திலும், தாஜ் எக்ஸ் பிரஸ் ரெயிலில் சென்றால் 2 மணி நேரத் திலும், சென்றடையலாம்.

8
வாரணாசி (காசி)யின் மலைத்தொடர்

இது புனித கங்கைக் கரையிலுள்ள ஒரு தெய்வீக நகரமாகும். ஒவ்வொரு இந்தியனும், அவனுடைய, அல்லது அவளுடைய வாழ்நாளில், குறைந்த பட்சம் ஒரு முறையாவது வாரணாசி/காசி சென்று பார்க்க வேண்டும் என்று விரும்புகிறான்/விரும்புகிறாள்.

விசுவநாதர் - விசாலாட்சி அருள் சிந்தும் காசியில் திரும்பிய திசையெல்லாம் கோயில்கள்தான்.

அன்னபூரணி, சங்கட்மோட்சன் ஆஞ்சநேயர் கோயில், துர்க்கை அம்மன், சோவி அம்மன், பிர்லா மந்திர் உள்ளிட்ட பல கோயில்கள், புனித நீராடும்போது 64 கட்ட கங்கைப் படித்துறையும் பிரமிப்புத் தரும்.

தங்க அன்னபூரணி, தங்க விசாலாட்சி இரண்டையும் தீபாவளி சமயம் மட்டும் 3 நாள்கள் தரிசனம் செய்யலாம்.

காசிக்குச் சென்று கங்கையில் நீராடினால் செய்த பாவங்கள் எல்லாம் தொலைந்துவிடும் என்ற எண்ணம் காலம் காலமாக இருந்து வருகிறது. அந்தக் காலத்தில் வசதி படைத்தவர்களும், வேதங்கள் கற்றவர்களும் காசிக்குச் சென்று மரணம் அடைவதைக் கூட புண்ணியமாகக் கருதுவர். வேத மந்திரங்கள் கற்றவர்களே காசிக்குச் செல்ல முடியும் என்ற நிலைமை மாறி தற்போது நடுத்தர குடும்பத்தைச் சேர்ந்த பலரும் காசிக்குத் தீர்த்த யாத்திரை செல்லத் துவங்கிவிட்டனர். வருவாய் அதிகரிப்பும், போக்குவரத்து வசதிகள் அதிகரிப்புமே அதற்கு முக்கியக் காரணம்.

நூற்றுக்கணக்கான பிறவிகளில் தியானம் போன்ற சிறப்பான காரியங்களைச் செய்தவர்கள் மோட்சத்தை அடைகிறார்களோ இல்லையோ, காசியில் மரணம் அடைந்தவர் நிச்சயம் மோட்சத்தை அடைவர் என்ற நம்பிக்கை இந்துக்களிடம் இருக்கிறது.

மொத்தமாகப் பார்த்தால் ஏழு நாள்களில் காசியையும் சுற்றியுள்ள புனிதத் தலங்களையும் நன்றாகச் சுற்றிப் பார்த்து விட்டுத் திரும்பலாம்.

காசிக்கு செல்ல புது தில்லியிலிருந்து தினமும் விமான வசதி இருக்கிறது.

(774 கி.மீ) மும்பையிலிருந்து 1529- கி.மீ. பயணம்.

9
டார்ஜிலிங் - உயர்ந்த இடம்

இமயமலை தன்தோளில் சுமக்கும் சிக்கிம், பூடான், நேபாளம் எல்லைப்பகுதியில் இயற்கையின் ஒட்டுமொத்த வனப்பையும் தன் மடியில் சுமந்து எழில் தேவதையாக சுற்றுப்பயணிகளை கவரும் இடமாக இருக்கிறது டார்ஜிலிங்.

பனி படர்ந்த மலைகள், பச்சை ஆடை உடுத்திய வனப்பகுதிகள், சோலை வனங்கள், நீர் நிறைந்த எழிலார்ந்த ஏரிகள், எந்நேரமும் சில்லென்று உடலை வருடும் ஈரக்காற்று. புத்தம் புதுக்காற்றை சுவாசித்த புது அனுபவம்.

நாம் வாழும் பூமியிலே இந்த மாதிரி சொர்க்கலோகமா. டார்ஜிலிங் பற்றி நினைக்கும்போதே வியப்பு மேலிடுகிறது. அள்ள, அள்ளக் குறையாத இன்பங்களை வாரித்தரும் ஓர் அற்புதமான சுற்றுலாத் தலம் டார்ஜிலிங் என்றால் மிகை அல்ல. எந்நேரமும் சுற்றுலாப் பயணிகளின் வாகனங்கள் தேனீக்கள் போல மொய்த்திருக்கும் இடம்தான் டார்ஜிலிங்.

இந்தியாவின் எந்த மூலையில் இருந்தும், உலகின் எந்த நாட்டில் இருந்தும் சுற்றுலாப் பயணிகள் விடுமுறை நாட்களில் டார்ஜிலிங் வந்துபோக மறப்பதில்லை.

அந்த அளவுக்கு ஒரு சிறந்த சுற்றுலாத் தலமாக டார்ஜிலிங் திகழ்கிறது.

டார்ஜிலிங்கிற்கு மிக அருகில் இருக்கும் மலை வாசஸ்தலம் மிரிக். இயற்கை எழிலை அப்படியே அள்ளி விழுங்க ஏற்ற இடம். மிரிக் நகரின் அழகுக்கு அழகு சேர்ப்பதே இங்குள்ள கமெண்டு ஏரிதான்.

இந்த ஏரியில் உல்லாசப் படகு சவாரி செய்யலாம். இதற்காக பலவிதமான வண்ணங்களில் பலவிதமான படகுகள் படகுத்துறையில் நமக்காகவே வரிசை கட்டி காத்துக் கிடக்கின்றன.

இங்குள்ள மலைப்பாதைகள் பாம்புகள் போன்று மிக நீளமாக வளைந்தும் நெளிந்தும் செல்கின்றன. ஒரு பக்கம் மலைக்குச் செல்லும் பாதை மிகவும் செங்குத்தாகவும், இன்னொரு பக்கம் மிகவும் சாய்வாகவும் இருக்கும்.

ஜோர் போகரி என்ற ஓர் இடம். நெஞ்சைக் கவர்ந்திழுக்கும் ஓர் அழகான இடம். ராட்சத பல்லி போல இந்த இடத்தின் வடிவம் காணப்படும். ராத்திரியில் இங்கு தங்கி இதன் அழகைப் பருகுவதே தனி சுகம்தான்.

இதற்காகவே டார்ஜிலிங் கூர்க்கா ஹில் கவுன்சில் என்ற அமைப்பு இங்கு டூரீஸ்ட் பங்களாவை நடத்தி வருகிறது. இந்த பங்களாவில் இரவில் தங்கி

அங்கிருந்தபடி வெளியில் எட்டிப் பார்த்தால் ஜோர் போகரியின் அழகே தனி எனலாம்.

சுற்றுலா காலங்களில் மிரிக் நகருக்கு சுற்றுலா பயணிகளின் வருகை மிக அதிகமாக உள்ளது. டார்ஜிலிங்கில் இருந்து மிரிக் நகருக்கு வரும் சுற்றுலா வாகனங்களின் எண்ணிக்கையும் கணக்கில் அடங்காது.

அதிலும் குளிர்காலத்தில் இங்கு செல்பவர்கள் புதிதாக பிறந்த இயற்கை அன்னையின் அழகு பிம்பங்களை ஆசை ஆசையாக அள்ளிப் பருகலாம். கண்களால் வாரி அணைக்கலாம். அவ்வளவு அழகும் மொத்தமாக மிரிக்கில் கொட்டிக் கிடக்கிறது.

டார்ஜிலிங் கூர்க்கா மலைக் கவுன்சில் நடத்தி வரும் தங்கும் விடுதியில் சுற்றுலா பயணிகளுக்கு தேவையான அனைத்து வசதிகளும் கிடைக்கின்றன. ‘மிரிக்’ செல்பவர்கள் இந்த விடுதியில் தங்குவதே சிறந்தது. இந்த விடுதியில் இருந்து ‘மிரிக்’கின் மலை அழகையும், கமெண்டு ஏரியின் கொள்ளை வனப்பையும் குறைவில்லாமல் கண்டு ரசிக்கலாம்.

ஏரிக்கு செல்வதற்கு ஒற்றையடி பாலம் அமைக்கப்பட்டிருக்கிறது. அங்கிருப்பவர்கள் இதனை ‘வானவில் பாலம்’ என்று அழைக்கிறார்கள். பகலில் ஏரியின் நீரைப் பார்க்க வேண்டுமே, யாரோ ஏரியில் வெண்முத்துக்களைக் கொட்டி விட்டது போல, சூரியன் ஒளி ஏரியின் நீருக்குள் விழுந்து வெள்ளி கிரணங்களை வீசுகிறது. அது நம் முகங்களில் பட்டுத் தெறிக்கும் போது நம் முகமும் பளபளக்கிறது.

மிரிக் ‘நடப்பவர்களின் சொர்க்கம்’ என்று வர்ணிக்கும் அளவுக்கு திரும்பிய பக்கமெல்லாம் இயற்கையின் அழகு அளவிடற்கரியது. ரமீடேதாரா, தியேசித்தாரா

ஆகிய இரண்டு இடங்கள் இங்கு உள்ளன. இவை இரண்டும் மிக அற்புதமான இடங்கள். இங்கிருந்தபடி மலைப் பிரதேசங்களையும் வனப் பகுதி களையும் அழகுறக் கண்டு ரசிக்கலாம்.

இவற்றுக்கெல்லாம் சிகரம் வைத் தாற்போல அமைந்திருப்பவை ஆங்காங்கே உள்ள புத்தர் கோவில்கள். வெளிப்புறச் சுவர்களில் புத்தரின் ஓவியங்கள். புத்தர் கோயிலையொட்டி பள்ளிச் சாலைகள்.

10
கயிலாய மலை

ஆசியக் கண்டத்தின் மேற்கு திபெத்தில் ஒரு மூலையில் அமைந்துள்ள புனிதக் கயிலாயமலை இருப்பிடத்தின் உயரம் 22028 அடிகளாகும். இந்தப் பெரிய மலை திபெத் பூமியினால் சூழப்பட் டுள்ளது. பௌத்தர்கள், சமணர்கள், இந்துக்கள் ஆகிய இந்தியாவின் மூன்று பூர்வீக சமயத்தவர்களுக்கும் இந்த மலை உறைவிடமாக அல்லாமல் இறைவிடமாக விளங்குகிறது.

பௌத்தர்களுக்கும் கயிலாய மலைக் கும் நெருக்கமான தொடர்பு உள்ளது. கயிலை மலையின் உச்சியில் 'டொம்சோக்' என்னும் சக்தி வாய்ந்த தெய்வத்தின் பயங் கர உருவைப் பிரதிஷ்டை செய்துள்ளனர். இந்தத் தெய்வத்தின் அடியில் மூன்று உலகங்கள் உள்ளன என்று பௌத்தர்கள் நம்புகின்றனர்.

சமணர்களும் கயிலாய மலையைப் போற்றித் துதிக்கின்றனர்.

இமயமலைக்கும் இந்து சமயத் திற்கும் உள்ள தொடர்பு அனைவரும் அறிந்ததே. கயிலையில் பிரம்மாவின் அரண்மனை உள்ளது எனவும், உலகிற்கு உயிர் வழங்கும் நீர் உற்பத்தியாகும் இடம் மேருவே எனவும் இந்து புராணங்கள் கூறுகின்றன. கயிலை மலைப் பகுதியில் ஆஞ்சநேய மூர்த்தி உலவுவதாகவும் செய்தி உள்ளது.

ஆன்மிக சிறப்புகள் வாய்ந்த கயிலாய மலைக்கு சுற்றுலா செல்ல சிறந்த காலம் மே மாதம் முதல் ஆகஸ்ட் வரை.

நேபாளம்
1. எவரெஸ்டு மலை

இதை உலகத்தின் தாய் கடவுள் எனவும் கூறுவர். எவரெஸ்ட்டின் சிகர மானது, உலகத்தின் மிக உயர்ந்த மலை யாகும். ஒருசில மலையேறுபவர்களே சென்றுள்ள இது ஒரு வீர - காவிய எல்லை. ஆனால் சாதாரணமாக பயணிப்ப வர்களுக்கு இதில் ஏறி பார்க்கவேண்டிய அவசியமில்லை. அதிக பிரசித்திப் பெற்ற கீழ்மட்ட ஏற ஆரம்பமாகும் இடம்கூட பார்த்து ரசிக்க போதுமானது. ஷெர்பா

இனத்தவர்கள் இதை 'அகில உலகத்தின் தாய் கடவுள்' என்றும் கூறுவர். காரணம் அவர்களுக்கு மட்டுமே எவரெஸ்டை தெரியும். சிலர் அழகான கும்புவுக்கு பிரயாணம் செய்து, எவரெஸ்டு மலையில் ஏறியதாக திருப்தி கொண்டு, மேற்படி கும்பு பள்ளத்தாக்கில், மிக நேர்த்தியாக அழகான இயற்கையை கண்டு ரசிக்கலாம், உயரத்தில் ஷெர்பாக்களின் கிராமங்களையும் பார்த்துக் கொண்டு, மற்றும் பிரமிக்கத்தக்கதாக இருக்கும் பௌத்த மதத்தினரின் மடாலயங்களையும், பெரிய வளையங்களையும் பார்த்து மகிழலாம். இது 29,028 அடி உயரமுள்ளது. இது திபெத்தின் எல்லையில் காத்மாண்டுவுக்கு கிழக்கிலிருக்கிறது.

2. பொட்டாலா

திபெத்தின் மிகப் புனிதமான கோட்டை அரண்மனைதான் பொட்டாலா. ஆன்மீக மற்றும் அதிகார மையம். வெள்ளையும் சிவப்புமாக அரண்மனை இரண்டாகத் தெரியும். அதிகாரத்துக்கு சிவப்பு. ஆன்மீகத்துக்கு வெள்ளை. வெள்ளை மாளிகைப் பகுதி 1648-இலும் சிவப்பு 1694-இலும் கட்டப்பட்டது. கலாச்சாரப் புரட்சியின் போதுகூட, சூ-என்லாயின் கட்டளைப்படி, இதன் மீது கைவைக்கப்படவில்லையாம். அதனால், அன்று முதல் இன்று வரை, மாறாமல் இருக்கும் ஒரு திபெத்தியச் சின்னம் இது.

உள்ளே மெலிதான வெளிச்சம் மட்டுமே தெரியும். அதுவே திபெத்திய பௌத்த மதத்தோடு இணைந்த ஒரு வகைப் புதிரின் வண்ணமோ என்று யோசிக்க வைக்கும். மொடமொடப்பான உடையணிந்த பக்தர்களோடு, நவீன நாகரிக உடையணிந்த பயணிகள் கையில் யாக் எருதின் வெண்ணையை வைத்துக் கொண்டு, வெள்ளியாலும், தங்கத்தாலும் ஆன விளக்குகளில் வார்த்துக் கொண்டே மெலிதாக எரிய வைக்கும் போது, அந்த ஒளியில் பக்தர்களையும் அந்த சூழலையும் பார்ப்பது பரவசமான அனுபவம். அவர்கள் வாழ்வில் மதம் எத்தனை முக்கியமான இடத்தை வகிக்கிறது என்றும் அப்போது தெரிந்து கொள்ளலாம்.

உள்ளே நிறைய மடங்கள். அலங்கரிக்கப்பட்ட பல உருவங்கள் - புத்த லாமாக்கள், குருமார்கள் என்று. இன்னும் சில மடாலயங்களில் ஹயக்ரீவர், குபேரர் தவிர தாந்திரீக குருக்களின் பதுமைகள்.

ஒரு முக்கியமான அறையில் காலசக்ரா. பல லாமாக்கள் அதன் வழியாக பரம்பரையாக நடத்தி வந்த தாந்த்ரீக முறைகளை நினைவுபடுத்தும் வகையில் இருக்கிறது. பித்தளையும் தங்கமும், சேர்ந்த கலைநயம் மிக்க 'மண்டலா'வும் முக்கியமானது. சதுரமும், வட்டமும் பல வண்ணங்களில் பளிச்சிடும் 'மண்டலா' உலக உருண்டையின் அடையாளம் மட்டுமல்ல, மனித மனத்தின் சிக்கலான சிந்தனைகளையும் பிரதிபலிக்கிற மாதிரி இருக்கிறது. அத்தனை கோடுகளும் நடுவே முடிவடைகின்றன. அதன் மத்தியில் புத்தர் இருப்பதாக ஐதீகம்.

3. ஜொகாங் ஆலயம் – சதுக்கம்

இங்கே ஜோவோ சாக்யமுனியின் சிலை இருக்கிறது. திபெத்தின் மிகப் புனித ஆலயம். வெளியே இளையவர்களும், முதியோரும் விழுந்து வணங்குவதைப் பார்க்கலாம். கையில் பிரார்த்தனை சக்கரத்தை சுழற்றியபடி, 'ஓம் மணி பத்மே ஹூம்' என்று ஓதிக் கொண்டே பலரும் போவதைப் பார்க்கலாம். ஜோவோ சாக்ய முனியின் சிலைக்கு மேலே வெண்கலத்தில் விஷ்ணு.

அவலோகதேசுவரா, பத்மசாம்பவா, மைத்ரேய புத்தா, அதிதாப என்று பல சிலைகள் வெவ்வேறு கூடங்களில். மௌலம் செப்போ என்ற விழாவின்போது

பிட்சுக்கள் மைத்ரேய புத்தரை ஊர்வல மாக எடுத்து செல்லுவார்களாம்.

ஆலயத்தைச் சுற்றியுள்ள கடைகளுக்குப் போகாவிட்டால் லாஸாவுக்கு வந்த பயணமே முழுமையாகாது. ஆனால் பேரம் பேசி சமாளிக்க வேண்டும். அந்தத் திறமை இருந்தால்தான் தப்பிக்க முடியும். பிக்பாக்கெட் திருடர்கள் இங்கு இல்லை என்றாலும், பிச்சை எடுக்கும் சிறுவர் சிறுமியர் தரும் தொந்திரவுகளை சமாளிக்க வேண்டியிருக்கும்.

4. த்ரேபுங் மடாலயம்

'த்ரேபுங்' என்றால் நெல் வயல். பத்ம சாம்பவாவின் ஓவியம் உயர்ந்த மலையிலிருந்து நம்மை வரவேற்கிறது. புத்தரின் புகழ்பெற்ற சொற்பொழிவுகளின் 114 தொகுப்புகள் இங்கே இருக்கின்றன. சந்தனத்தால் பைண்டு செய்து தந்தத்தால் வேலைப்பாடு செய்த தொகுப்புகள் இவை.

மஹாயான வரிசையில் வந்த மகான்களின் சிலைகள் நிறைய. மிகப் பெரிய மைத்ரேய புத்தரின் சிலையும் உண்டு.

5. ஸேரா மடாலயம்

ஒரு காலத்தில் கெலுக்பா கல்வி மையமாக இருந்த இடம் இது. 5000 பிட்சுக்கள் இங்கே தங்கிக் கல்வி பயின்றார்களாம். சீனர்கள் இதை ஒரேயடியாக அழித்துவிட்டார்கள். பிறகு மறுபடி பழைய நிலைக்கு மடாலயம் உருவாக்கப் பட்டது. மேற்குப் புறத்தில், தோட்டத்தில் அமர்ந்து, தாங்கள் படித்த விஷயங்களை பிட்சுக்கள் விவாதிப்பார்கள். அதைச் செவி சாய்த்துக் கேட்பது மாதிரி மஞ்சுஸ்ரீ சிலை வைத்திருக்கிறார்கள். ஸேரா என்பது இந்திரனின் வஜ்ராயுதம் மாதிரியான பௌத்த அடையாளம். அறியாமையை அழிக்கும் வைரத்தைக் குறிக்கிறதாம்.

6. நோர்புலிங்கா அரண்மனை

நோர்புலிங்கா என்றால்? ஆபரணப் பூங்காவனம். எட்டாவது தலாய்லாமா கோடை காலத்தில் வந்து ஓய்வு எடுப்பாராம் இங்கே. ஆனால் முழுவதும் பூர்த்தியானது 14-வது தலாய்லாமாவின் காலத்தில்தான். சீனர்கள் 1959-இல் படையெடுத்தபோது, தலாய்லாமா இங்கேயிருந்துதான் தப்பியோடினாராம். திபெத்திய வண்ண ஓவியங்கள் நிறைந்த மாளிகை இது. இந்திய அரசு வழங்கிய பரிசுப் பொருட்கள் இங்கே சில அறைகளில் வைக்கப்பட்டிருக்கின்றன. வளாகத்திலேயே தலாய்லாமாவின் தாயாருடைய விடுதியும் இருக்கிறது. அவர் தலாய்லாமாவுடன் மாலைக்குப் பிறகு அரண்மனையில் தங்கி இருக்கக் கூடாது. ஒரு வண்ண ஓவியத்தில், திபெத்தின் பல பாகங்களிலும் உள்ள மக்கள் அவரவர் சம்பிரதாய உடையில் பளிச்சிடுகிறார்கள்.

■■■

40

துருக்கி - TURKEY

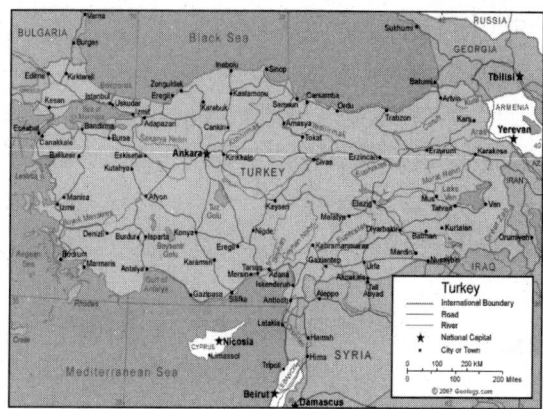

1

காரியே கண்காட்சி

இது ஓர் அதிசயமான கவனிக்கப் படாத பொக்கிஷம். அதிகஅளவு பிரபல மில்லாத மசூதியாக இருந்து தற்சமயம் கண்காட்சியாக மாறிய இது பார்க்க வருபவர்களை கவர்ந்து ஆட்கொண்டு விடும். ஆரம்பத்தில் உண்மையாக ஒரு தேவாலயமாக இருந்ததுதான், தற்போது இந்த கண்காட்சி சாலையாக அமைந்திருக் கிறது. இது 'இஸ்டான்புல்'லில் மேற் கத்திய கரையில் சரியான வழி இல்லாத ஓர் இடத்திலிருக்கிறது.

இது முதன்முதலாக 5 -ஆம் நூற் றாண்டில் ஆரம்பிக்கப்பட்டது. பின்பு பலமுறை திரும்ப திரும்பக் கட்டப்பட்டிருக் கிறது. தற்சமயம் இருக்கும் கட்டடமானது, உள் அலங்கார அமைப்புகளுடன் 1321 - இல் முடிக்கப்பட்டது. இந்த காரியே கண்காட்சியில், கண்கூசும்படி, பிரகாச மான, 14-ஆம் நூற்றாண்டின் மொஸாய்க் சித்திரங்கள், பைபிள் சாஸ்திர வரை படங்கள், சில மிக முக்கிய பரந்த 'பைஸாண்டைன்' வர்ணப் பூச்சுகளும், உலகத்திலிருக்கும் படைப்புகள் பலவும் இருக்கின்றன.

இருந்தபோதிலும், பார்வையாளர் கள் இந்த இடத்தை அவர்களுடைய தாகவே நினைத்து, நல்ல சிறந்த சூழ் நிலையை ஏற்படுத்துகிறார்கள், பிறகு அவர்கள் தங்களுடைய புனித எண்ணங் களுடன், அந்த தோட்டம் நிரம்பிய தளத்திலிருந்து கொண்டு தேநீரும் அருந்துகிறார்கள்.

சரித்திர பிரசித்திப் பெற்ற பல 'ஒட்டோமேன்' வீடுகளும் அருகி லிருக்கின்றன. மேலும் அவை 'பழைய இஸ்டான்புல்' 5-ஆம் நூற்றாண்டின் சுவர் களுடன் நினைவாக இருந்து வருகின்றன. 20 அடி உயர சுவர்களும், கனமுள்ளதாக வும் இருக்கின்றன. பழைய நகரத்தில் எடிர்னே நுழைவுக்கருகில் உள்ளது.

2

தி ப்ளூ வாயேஜ் - துருக்கி

புராதன மற்றும் மத்திய காலம் சந்தித்த இடத்தில் புராதன கலாச்சாரங் களின் நினைவாக துருக்கி இருக்கிறது. டர்கிஷ் ரிவேரா நதிக்கரை ஓரமாக செல்லும் ஒரு பயணம் மறக்க முடியாதது.

கூட்டமாகவோ அல்லது குடும்பத்தோடோ அல்லது தனியாகவோ, ஓர் அறையை வாடகைக்கு எடுத்துக்கொண்டு, டீசல் எண்ணெயால் ஓட்டப்படும் படகையும் அமைத்துக் கொண்டாலே போதும்.

ஒரு பிரமாதமான 230 மைல் பாம்பு போன்ற வளைந்த 'லிஸியன்' கரையை அடையலாம். இவற்றில் பலவும் காரில் சென்று பார்க்க இயலாது. இங்கு அந்த தண்ணீரானது பளபளக்கும் நீல நிறத்தில், ஐரோப்பாவில் எங்கும் காணமுடியாத அளவுக்கு இருக்கும். மார்க் அந்தோணியால் கிளியோபாட்ராவுக்கு வெகுமதியாகக் கொடுக்கப்பட்ட ஒரு சின்ன தீவையும் காணலாம்.

மூன்று பக்கமும் தண்ணீரால் சூழப்பட்டு, கிழக்கின் கட்டட நிர்மாணக் கலைக்கு கடைசியான, சிறந்த உதாரணங்களில் ஒன்றாக விளங்குகிறது. புராதன உலகின் ஏழு அதிசயங்களில் ஒன்றின் மிச்சத்திலிருந்து கட்டப்பட்டது.

4-ஆம் நூற்றாண்டில், அரசர் மாவ்ஸோலஸுக்காக அவரது சகோதரி மற்றும் மனைவியால் கட்டப்பட்டது. அதுவரை கட்டப்படாத அளவுக்கு அதிக பிரம்மாண்ட நிலையிலிருந்ததால் அதுவே ஆங்கில மொழியில் 'அழகான' என்ற வார்த்தைக்கு 'மாவ்ஸோலஸ்' என்ற வார்த்தையைக் கொடுத்தது.

1500 வருடங்கள் நிலைத்து நின்று கடைசியில், ஒரு பூகம்பத்தினால் விழுந்தது.

இது துருக்கியின் தென்கடற்கரையில் இருக்கிறது.

■■■

41

கம்போடியா - CAMBODIA

1

நாம் பென் - வெள்ளி கோபுரம்

இந்தோசைனாவில், பிரெஞ்சுக் காரர்கள் கட்டிய நகரமாகவும், மிகவும் அழகானதாகவும், கருதப்பட்டு வந்தது இது. அதாவது நாம் பென் கம்போடியா வின் சமீபகால சரித்திரத்தின் வன்முறையி லிருந்து அதன் வசீகரத்தை பாதுகாத்து வைத்திருக்கிறது. இந்த வசீகரிக்கத்தக்க நகரத்தின் அழகை ரசிக்க, அது தன்னை திரும்பவும் கண்டுபிடித்தாற்போல உள்ள அதனுடைய அகன்ற வழியில், சைக்கிள் மூலமே சுற்ற வேண்டும். பல சதுக்கங் களை தாண்டிச் செல்லவேண்டும். இவை யாவும் பிற நாட்டின் கட்டடக் கலை யோடும் இணைக்கப்பட்டுள்ளதையும், பல மட்டங்களில் பழுது பார்க்க வேண்டிய நிலைகளிலும் உள்ளதை பார்த்து விட்டு, வழியில் உள்ள உணவு விடுதியில் தங்கி, அதாவது ஊரைச்சுற்றி இருப்பவற்றில் ஒன்றில், தங்கி செல்லவும் வேண்டும். இவை அனைத்துக்கும் மத்தியில், அங்கு இருக்கும் மிகப்பெரிய கம்பீரமான அரண் மனையைப் பார்க்க அனுமதி கிடை யாது. ஆனால் ஒரே ஒரு திருப்தி என்ன வென்றால், அந்த வெள்ளி கோபுர சுற்றுச் சுவர் மட்டுமே இது அந்த தேசத்தின் அபூர்வ கண்காட்சியாகவும் அமையும். ‘கம்மார்’ கலையின் வெகு அபூர்வ இடம். ‘போல்பாட்’ என்பவர் இதில் பலவற்றை அழித்தும் விட்டார். ஆனாலும், அவர் தவிர்த்தது சிறந்த படைப்பான ஆளுயர தங்கத்தாலான புத்தர் சிலை. இது 200 பவுண்டு எடையுள்ளது. 9500 வைரங்கள் பதித்தவை. இதில் பெரியது 25 காரெட்.

ஒவ்வொருவரும் மிக்க ஆச்சரியப்படும் வகையில் இருப்பது இந்த கம்பீரமான அரண்மனை காலத்தின் அழிவுகள் எல்லாவற்றையும் தாங்கி நிற்பதுதான்.

■■■

42

இந்தோனேஷியா - INDONESIA

1

பாலி தீவின் இதயம்

சுற்றுலாப் பயணங்களை ஏற்பாடு செய்து அழைத்துச் செல்லும் குழுக்களோடு 'பாலி'க்குச் செல்பவர்கள், அங்கு போய் லௌடர் டாலெ கோட்டை போன்று இருக்கும் 'குடா'விலோ, அல்லது 'பட்டுப் பூச்சி கூடு' போல உள்ள 'சானூர்' உணவு விடுதிகளிலோ தங்குவதில் மகிழ்ச்சி அடைவார்கள். ஆனால் அவை நாட்டின் உட்புறத்திலிருக்கின்றன. இங்கெல்லாம் நாடக அரங்கங்களையும், பக்திப் பாடல்களையும், மற்றும் 'மர்மம்' நிறைந்தவற்றையும், கண்டு இந்த தீவின் 'விந்தை'களைக் கண்டறியலாம். இந்த இடமானது இங்கு மங்காத பல கோயில்களுடன், பிராடன் ஏரிக்குப் பக்கத்தில், ஒரு பெரிய இயற்கையின் படம்போல காணப்படும். அங்குள்ள உள்ளூர்வாசிகள் செவ்வனே உதவி, இரவுகளில் நடக்கும் கோயில் கொண்டாட்டங்களுக்கும், புண்ணிய காரியங்களுக்கும் அல்லது மறுநாள் நடக்கும் கியாக் குரங்காட்டங்களுக்கும் சென்று வர உதவுவார்கள்.

தீவின் மத்தியில் உள்ள, பனிபடர்ந்த மவுன்ட் - ஆகுங் சென்று வருவதும் ஒரு சிறந்த பயணமாக இருக்கும். இதை பாலிவாசிகள் உலகத்தின் தொப்புள் எனக் கருதுகின்றனர். இங்குள்ள ஊர்களில் உள்ள பலரும், பழைமைவாய்ந்த கைவேலைகளில் ஈடுபடுகிறார்கள். பாலித்தீவு மக்களின் வெள்ளி வேலைப்பாடுகளைக் காண, 'செலுக்' என்ற இடத்துக்குச் சென்று பார்க்கவேண்டும். அழகான குடைகளுக்கு

சுகாவதி, மெங்க்விக், மரவேலைப்பாடு சிலைகளுக்கு மாஸ் மற்றும் டெகல்லா லாங்குக்கும், கற்சிற்பங்களுக்கு பாடு புலானுக்கும், பரம்பரை துணி ஆடை களுக்கு டென்கானனுக்கும் சென்று காண வேண்டும்.

உ

பாலியெம் பள்ளத்தாக்கு - இந்தோனேஷியா

இது உலகத்தின் கடைசி எல்லைப் புறங்களில் ஒன்று. இந்தோனேஷியாவின் மிகவும் தள்ளியுள்ள (வெகுதூரத்திலிருக்கும்) ஜில்லா. இந்த பயணத்தின் மூலம் வியா பார பாதைகளை ஆராயலாம். அது குளுமையும், பசுமையான உயர்ந்த இடங் களையும் கொண்ட உள்ளூர் கிராமங்கள் அல்லது அழகான வேலைப்பாடமைந்த மர சித்திரங்கள், கலாச்சார சடங்குகளுக் காக அறியப்பட்ட ஆஸ்மாட் மக்களின் வீடுகளில் கொண்டுபோய் விடும். அங்கு உயர்ந்து எரியும் நெருப்பைச் சுற்றி பாட்டும் விருந்தும் மற்றும் நடனங்களு மிருக்கும். இந்த விருந்தும், நடனமும் அந்த பழங் காலத்திய தானி நாடோடி மக்க ளோடு நடக்கும். வெளியில் இவர்களுக்கு பாலியம் பள்ளத்தாக்கின் வீரர்கள் எனவும் பெயருண்டு. இந்த இனத்தவர்கள் கணிசமான அளவில் ஏழையாக இருந் தாலும், பரம்பரை வழக்கத்தில் பெரிய உயர்ந்த ஸ்தானத்தில் உள்ளவர்கள். இனிமையான விதத்தில் பழகத் தெரிந்த வர்கள். கற்காலத்துக்கும், 21-ஆம் நூற்றாண் டுக்கும் மத்தியில் இருந்தவர்கள். முக்கிய நகரமாகிய வாமிநா பள்ளத்தாக்கைத் தாண்டிச் சென்றால், உழவர்களையும் சந்திக்கலாம். வாமிநாவிற்கு ஆகாய

276 உலகில் பார்க்க வேண்டிய இடங்கள்

விமானம் மூலம் சென்றடையலாம். கூடவே கோடியிலிருக்கும் தானி கிராமங்களுடைய கவரத்தக்க அங்காடிகளையும் பார்க்கலாம்.

அந்த பிரதேச தலைநகரமான ஜயபுராவுக்கு தினமும் ஜகர்த்தா அல்லது பாலியிலிருந்து ஆகாய விமான போக்கு வரத்து உண்டு. அந்த பள்ளத்தாக்கின் மையத்திலிருக்கும் வாமிநாவுக்கு தொடர்ந்து விமான சேவை இருக்கிறது.

3

வாட் போவ்

6-ஆம் மற்றும் 14-ஆம் நூற்றாண்டுகளின் மத்தியில் பகுதி, பகுதியாகக் கட்டப்பட்டது இது. பல நூற்றாண்டுகள் கணக்கில், இது கவனிக்காமல். விடப்பட்டிருந்தாலும், அதிக அழிவை சந்திக்காத இதை ஆரம்ப காலத்தைப் போலவே இருந்ததை திரும்பவும் 1866-இல் கொண்டு வந்தனர். அதன் பரிமாணம், வயது ஆகியன காண்போரை திகைப்பில் ஆழ்த்தும். 9 - ஆம் நூற்றாண்டின் இந்துக் கடவுள் சிவன் கோயில் அதிக சிதைவு இல்லாமலிருப்பது ஓர் ஆச்சரியம். மிக்க ஆச்சரியமான இந்த இடத்திலிருந்து, லிங்க பர்வதமாகிய பிரம்மாண்ட மலை சிகரத்திலிருந்து

பார்த்தால், பிரமிக்கத்தக்க நிலத்தோற்றம் .ஆச்சரியம் தரும். ஒரு மேகமில்லாத நாளில், வியட்நாம் மற்றும் கம்போடியாவையும் காணலாம். கீழே, அகன்ற தாராளமான மெகான்க் ஆறும் அதனுடைய குறுகிய மீன்பிடிக்கும் படகுகளும், கீழே தாழ்ந்த பூமியிலிருக்கும் அனைத்தையும் காணலாம்.

இன்னும் கீழ்க்கோடியில், அதுவும் ஏற்பாடு செய்து செல்லும் பிரயாணத்தில், இருப்பது ஓம்மௌன்க் என்ற குறைந்த விஸ்தாரமான க்மெர் கோயில். இது பார்வையாளர்களுக்கு வழியில் தங்கி செல்லும் இடமாகவும் இருக்கிறது. இதற்கு பாக்ஸேயிலிருந்து மெகாங்க் நதியில் படகு சவாரி மூலம் போகலாம்.

■■■

43

மலேஷியா - MALAYSIA

சுற்றுலாப் பயணிகள் அதிகம் விரும்பும் நாடுகளில் மலேசியாவும் ஒன்று. தமிழர்கள் ஏராளமான அளவில் புலம் பெயர்ந்து தமிழ் நாட்டைப் போலவே கலை, பண்பாடுகளில் ஆதிக்கம் செய்து வருகிறார்கள். தமிழர்கள் அதிகமானோர் வாழ்ந்துவரும் நாடான மலேசியாவை கண்டிப்பாக ஒவ்வொருவரும் பார்க்க வேண்டும். காரணம் பார்க்கத் தூண்டும் பல இடங்களை தன்னகத்தே கொண்டுள்ளது மலேசியா.

இந்தியாவின் தென்கோடியில் உள்ள பசிபிக் கடலில் சிறியதும் பெரியதுமான தீவுகளே 'ஸ்ட்ரைட்ஸ் ஆஃப் மலாக்கா' - மலாக்கா ஜலசந்தியாகும். இவை பதின்மூன்று மாநிலங்களாகப் பிரிந்து தனித்துவப் பெருமையை பெற்று விளங்குகின்றன. தலைநகரில் 'பெட்டாலிங்' தெரு, ஒரு உள்நாடு வெளிநாட்டு வணிகத் தலமாகும். மலேசியாவில் பார்க்க வேண்டிய இடங்கள் சிலவற்றைப் பற்றி....

1

சிபிடான் தீவு

இந்தத் தீவைப்பற்றி, ஜாக்யுஸ் கௌஸ்டேவ் என்பவர்,

"45 வருடங்களுக்கு முன் ஸிபிடானை போல பல இடங்களை நான் பார்த்திருக்கிறேன். ஆனால் இப்போது அவை எதுவும் இல்லை. இப்போது மீண்டும் நாம் கைபடாத கலையின் பகுதியை கண்டு பிடித்துள்ளோம்" - என்றெழுதினார்.

இப்படியாக அவர், ஒவ்வோர் நீர் விளையாட்டில் மூழ்குபவர் கனவிலும் இந்த தீவின் புள்ளியை வைத்திருக்கிறார்.

இந்த சின்னச் சுண்ணாம்புக்கல் தீவு, போர்னியா கரைக்கு வெளியே, முதலில் குறைந்த ஆர்வம் கொடுத்தாலும் அந்த

கரையின் மிருதுவான வெள்ளை மணல் கொண்ட கடற்கரையில் 15 அடி நடந்து சென்றால், தண்ணீரில் குதித்து விட்டு நனைந்து, பின்பு வாழ்நாள் பூராவும், ஞாபகத்தோடு அனுபவிக்க தயாராகவும் இருக்க வேண்டும். நம்பமுடியாத அளவுக்கு சுத்தமாகவும், சாந்தமாகவும் உள்ள தண்ணீர். புதிதாக வந்து செல்லுபவர்களுக்கு தண்ணீருக்கு அடியிலிருக்கும் ராஜ்யம் அற்புதமான அனுபவத்தை தரும். 'ஸ்கூபா' டைவிங் குதிப்பவர்கள், ஈடு இணையற்ற சுவரிலிருந்து தண்ணீரில் குதிப்பது, கூடவே 2,800 அடி அளக்க முடியாத ஆழத்தில், மற்றும் இதே அளவு அச்சுறுத்தும் தண்மையான நீரில் குதிக்கும் அனுபவம் ஆகிய யாவுமே ஒரு 5 நிமிட படகு ஓட்ட தூரத்தில் உள்ளது.

உ

இன்லே ஏரி

இதை வேடிக்கையாக, 'மிதக்கும் தீவு, குதிக்கும் பூனைகள்' எனவும் கூறுவதுண்டு. இன்லே ஏரியின் சாந்தமான மாயாஜாலம் ஆனது, நெருக்கம் அதிகமான யாங்கூன் தலைநகரத்திலிருந்து வெகு தூரத்திலிருக்கிறது. இதில் ஒரே நேரத்தில், வண்டல் கீழ்படியும் நிலையிலும், மிருதுவான குறைந்த வெளிச்சம், மேலும் மிதமாக புன்னகையும், கொடுக்கிறது. அங்குள்ள அந்த பழங்குடி மக்கள், மீன்வியாபாரம், மிதக்கும் இத்தீவில் படகுகளில் பண்ணை வைத்து பராமரிப்பது, விவசாயம் ஆகியவற்றின் வருமானத்தில் வாழ்க்கையை ஓட்டினார்கள்.

இந்த மிதக்கும் தீவின், மிதக்கும் பண்ணையும், ஏரியின் ஆழமில்லாத இடத்தில் நங்கூரம் பாய்ச்சி அதுவும் மூங்கிலை வைத்துக்கட்டி விடுவார்கள். 'இந்தாக்கள்' அதாவது 'ஏரியின் பிள்ளைகள்' பல நூற்றாண்டுக்கும் முன்பு இங்கு வந்து குடியேறியவர்கள். அந்த 'இன்லே' ஏரியானது சற்றேறக்குறைய 'மான் ஹாட்டன்' போலவிருக்கும். ஆகையால் மோட்டார் படகுகள் நீண்ட தூரத்துக்குச் செல்ல உபயோகப்படுத்தப்படுகிறது. ஆனாலும் பல படகு சவாரிகள் கால்வாயின் சிக்கலான வழியாகவே செல்கின்றன. அவை தட்டையான கீழ்த் தளத்தைக் கொண்டவைகளாகவே இருக்கும். சுமார் 20 கிராமங்களில், பெரிய பெரிய பங்களாக்களை அதுவும் கரையோரமாகக் காணவே முடியாது. ஓய்வாமா மிகவும் பிரபலமான ஊர், காரணம் அங்கு ஐந்து நாட்களுக்கு ஒருமுறை நடைபெறும் மிதக்கும் மார்க்கெட். கடுமையாக உழைக்கும் இந்த மக்கள், அவர்கள் உபயோகிக்கும் சின்ன படகுகளை உயர்ந்த பசுமையான இடத்தில் செடிகளுக்கிடையே வைக்கிறார்கள்.

இந்த இன்லே, கீரை, அரிசி, முலாம் பழம், பளிச்சென்ற பூக்கள், கொழுத்த சுவையான தக்காளி ஆகியவற்றுக்குப் பேர்போனது. இந்தத் தீவில் தினமும் காலை 9 மணிக்கு உள்ளூர்க்காரர்களுக்காக கடைகள் திறந்து வைக்கப்படுகின்றன. பின்பு ஆர்வத்துடிப்பில் இருக்கும் மேற்கத்தியர்களைக் கண்டதும், எல்லாருடைய பார்வையும் அவர்கள் மேல் தாவிச் செல்கிறது. அவர்களிடம் மூங்கில் தொப்பிகள், மூட்டை மூட்டையாக பர்மிய சுருட்டு, தைக்கப்பட்ட தோளில் மாட்டிக்கொள்ளும் பைகள், பாரம்பரிய பட்டுத்துணிகள்,

மரத்தில் செதுக்கப்பட்ட 'புத்தர்' சிலைகள் ஆகியவற்றை வைத்து வியாபாரம் செய்கிறார்கள். சந்தையை தவறவிட்டால், அவை ஒய்வாமாவில் எங்கெங்கு இருக்கின்றன என்று தேடிச் செல்லவேண்டும்.

பல கோயில்களில், மடாலயங்கள் (அஸ்திவாரம் இல்லாத) பொய்க்கால்களுடன் இருக்கும். என்கா பேக்யாங் மடாலயத்தில் அதனுடைய பூனைகளுக்கும் பல வித்தைகளைக் காட்டச் சொல்லிக் கொடுத்திருக்கிறார்கள்.

இந்த இன்லே ஏரியானது பர்மாவின் மியான்மரில் இருக்கிறது.

மலேசியாவில் பார்க்க வேண்டிய மேலும் சில இடங்கள்

பெராக்

1885-இல் கட்டப்பட்ட 25.5 மீட்டர் உயரமான பகோடா மாதிரியான

அமைப்புடன் சீன ஒப்பந்ததாரரான 'லியான் ச்சூன் சாங்கால்' கட்டப்பட்டது. முதலில் நீர் தொட்டியாக பயன்பட்டு வந்தது. பிறகு மரத்தினாலான அழகிய கை வண்ணத்தில் மணிக்கூண்டுடன் உல்லாசப் பயணிகளை கவருகிறது.

டெம்புராங் குகை

1.5 கிலோ மீட்டர் சதுர பரப்பளவில் இயற்கை குகையில் கி.மு. 8000 -இல் அமைக்கப்பட்டதாக தெரிகிறது. ஐந்து

டோம்களைக் கொண்டு கூரை கொட்டாங்குச்சி போல் தெரியும். ஒவ்வொரு குகையும் வித்தியாசமான தட்பவெப்பநிலை, தண்ணீர் மட்டம், சுண்ணாம்புக்கல், சலவைக் கல் பூச்சுக்களால் அமையப் பெற்றதாகும்.

பேங்க்கர் தீவு

இது மிக அமைதியானது. மீன் பிடித்தல் மிகையான ஒன்றாகும். மீன் பிடிக்கும் இடங்களை ஒட்டி சிறு சிறு

வீடுகளும் அருமையான கடற்கரையும் சுற்றுலாப் பயணிகளை கவர்கிறது.

ஈப்போ, பெராக் டாங் கோயில்

இப்புத்தர் கோயில் இயற்கை குகையின் அடிவாரத்தில் 1926-ஆம் ஆண்டு கட்டப்பட்டதாகும். 40 புத்தர் சிலைகள் இங்குள்ளன. பதின்மூன்று மீட்டர் உயரம் கொண்ட அமர்ந்த நிலையில் உள்ள புத்தர் சிலை இக்குகைக் கோயிலில் உண்டு.

டி.ஆர்.சீனிவாசகம் பார்க்

ஈப்போவின் இதயப் பகுதியில் அமைந்துள்ளது. இயற்கை எழிலுக்கும், பொழுதுபோக்கு அம்சங்களுக்கும் பெயர் பெற்றதாகும். ஜப்பானிய தோட்டம்,

செடிகள் விற்கும் நர்சரி, குழந்தைகள் விளையாட்டுத் திடலும் அமைந்துள்ளது.

மசூதி

1912-ஆம் ஆண்டு மோரிஷ் ஸ்டைலில் கட்டடப்பட்டதாகும். கறுப்பு டோம்களும் எண்ணற்ற வளைவுகளும், தூண்களும் கொண்டது.

பெர்லி1 - குவா கேலம் - இருண்டகுகை

'காக்கி புக்கிட்' என்னுமிடத்தில் அமைந்துள்ளது. இந்த இருண்ட குகை 370

மீட்டர் நீளமானது. பல நூற்றாண்டு களுக்கு முன் இதன் தரையைத் தோண்ட நீர் ஊற்றுகள் தோன்றின. மரவழி கொண்டது. சுண்ணாம்பு கற்குகையும், நீருற்றும் பார்க்க மிக அழகாக இருக்கும்.

பாம்பு பார்க்

கங்கை பட்டு பஹாட் என்னுமிடத்தில் அமைந்துள்ள இந்த பாம்பு பார்க்கில் ஐம்பது வகையான பாம்புகள் உள்ளன.

குவாலா பெர்லிஸ்

புகழ்வாய்ந்த லங்காத் தீவிற்குச் செல்லும் நுழைவாயில் துறைமுகமாகும். இங்கு மீன் பிடிக்கும் இடம், இரண்டு தெருக்களாக அமைந்து சுற்றுலாப் பயணிகளைக் கவரும் ஹோட்டல்களும், கடல் உணவும் கிடைக்கின்றன.

ஜெரூம் பாசு நீழ்வீழ்ச்சி - களந்தான் களந்தான் பசுமையான நிலங்கள், அழகான பல நீர்வீழ்ச்சிகளின் பிறப்பிடமாகும்.

காற்றாடி

களந்தானில் மிகப்பெரிய ராட்சதக் காற்றாடிகள் வானில் சுதந்திரமாக பறக்கும். மலேசியாவிலேயே இங்குதான் ராட்சதக் காற்றாடி செய்யப்படுகின்றன. எந்த திட்டமுமின்றி, கைத்திறன் கொண்டு தங்கள் கற்பனையில் செய்வர். 'வாங் கூசிங்' என்பது பூனைக் காற்றாடியாகும். 'வாவ் மெராக்' என்பது மயில் காற்றாடிகளாகும்.

இஸ்டானா ஜாஹர் - கோட்டப்பாரு

1887-இல் இரண்டாவது சுல்தான் முகமது தன் பேரனுக்காக கட்டிய அரண்மனையாகும். இங்கு கைதேர்ந்த களந்தாரினால் செய்யப்பட்ட மரவேலைகள் நேர்த்தியாக உள்ளன. இந்த கைவினைத் திறனால் பார்வையாளர்கள், உல்லாசப் பயணிகள் மிகவும் மகிழ்கின்றனர்.

இஸ்தானா பாலைப்பசார்

இரண்டாவது சுல்தான் முகமதால் 1840-இல் கட்டப்பட்ட இம்மாளிகையில் இன்று அரசுத்தரப்பு வேலைகள் மட்டுமே நடந்து வருகின்றன. இதில் மிகப்பெரிய பார்வையாளர்கள் கூடமும், சிம்மாசன அறையும், அரசுப் பொருள்கள் சேகரிப்பாய் மட்டுமே இயங்கி வருகின்றது.

மெர்டேகா மையம்

இந்த மெர்டேகா மையம் 'படாங் கெலுபாங்' என்றும் அழைக்கப்படுகிறது.

பல வரலாற்று நிகழ்ச்சிகளுடன் மலேசியாவின் சுதந்திர தினமான ஆகஸ்டு 31-ஆம் தேதி அன்று மிக விமரிசையாகக் கொண்டாடப்படுகிறது.

டெங்கு டென்கா சஹாரா மசூதி

கோலா டெரங்கானு பகுதியிலுள்ள இந்த மசூதி, மற்ற மசூதிகளைப்

போல் அல்லாது மலேசியாவிலேயே மிகவும் எழில் வாய்ந்ததாகும். பழைமை, புதுமையாக கட்டப்பட்ட ஒரு தூண் மசூதி தண்ணீரில் மிதக்கும் ஒன்றாகும்.

டுயாங் தீவு

பிரசித்திப் பெற்ற படகு செய்யும் துறையாகும். இதனைச் செய்பவர்கள்,

எந்தவித திட்டமும் அல்லாது தன் கைத் திறனால் நேர்த்தியாகவும் உறுதியாகவும் செய்வர்.

ஹோ ஆன் கெங்க் கோயில்

6-வது வருடத்தில் குவிங் அரசாட்சியில் கட்டப்பட்ட கோயில் ஆகும். இதில் செதுக்கப்பட்ட வெண்கல மணி ஒன்று உள்ளது. அதைப் பார்க்கையில் 200 வருடங்களுக்கு முன்பே சீனர்கள் குடியேறி இருப்பர் எனத் தெரிய வருகிறது.

தியோமன் தீவு

மிக அழகான இத்தீவில் சுமார் 64 வல்கனோக்கள் உள்ளன. இத்தீவு பாய்ச்சல், நீந்தலுக்கும், சாதாரண பளிங்கு

போன்ற நீரில் நீச்சலுக்கும் பெயர் பெற்றது.

ஜோஹரும் ஜோஹர்பாருவும் கோட்டா டிங்கு நீர்வீழ்ச்சி

'கோட்டா டிங்கி' அல்லது 'லோம்பாக்' நீர்வீழ்ச்சி உள்ளூர் மக்களையும், வெளியூர் சுற்றுலாப் பயணிகளையும்

கவருகின்றது. 'குணங் முண்டாக்' என்ற அருவி 624 மீட்டர் உயரத்திலிருந்து கொட்டுகிறது. கொட்டுமிட தூய தண்ணீர் குளம், பெரியவர்களுக்கும் சிறியவர்களுக்கும் நீச்சல் குளமாக அமைந்திருக்கிறது.

தி காஸ்வே

1924-ஆம் ஆண்டு அழகான மிக வேகமாகச் செல்லும் ஜோஹர் பாருவையும்

சிங்கப்பூரையும் இணைக்கும் பாலமாகும். இதில் எப்பொழுதும் தொடர் போக்குவரத்து இருந்து கொண்டே இருக்கும்.

முலூ பார்க்

சரவாக்கின் பிரதான மழைக்காட்டில் 544 சதுர அடி பரப்பளவில் சுண்ணாம்பு கற்களால் அமைந்துள்ளது. சுற்றுலாப் பயணிகளைக் கவரும் மிகப்பெரிய சுண்ணாம்பு குகையாகும். சுண்ணாம்புக் கல் செங்குத்தான வகையாகும்.

தினசரி விமான போக்குவரத்து, இன்லே ஏரியை யாங்கோனுடன் இணைக்கிறது.

■■■

44

ஃபிலிப்பைன்ஸ் - PHILIPPINES

1

தால் எரிமலை

தேவையான சிற்றுண்டியை எடுத்துக் கொண்டு, தெற்குநோக்கி, நெரிசல் மிகுந்த சாலைகள் கொண்ட மணிலாவை விட்டு, தால் எரிமலை நோக்கிச் செல்ல வேண்டும். இது, ஆசியாவிலேயே மிகவும் அழகான பரந்த காட்சியாகும். உலகத்திலே உள்ள தாழ்ந்ததும், சின்னதுமான எரிமலையான 'தால்' எப்போதும் தண்ணீருடன், ஓர் ஏரியைப்போல காணப்படும். இருந்தாலும் எரிமலையே, ஒரு பெரிய ஏரிக்குள் இருக்கிறது. வழிநடத்துபவர்கள் அனைவரும் அடிக்கடி கூறுவது,

"ஒரு எரிமலைக்குள் ஒரு ஏரி,
ஒரு ஏரிக்குள் ஒரு எரிமலை
ஏரிக்குள், 'லூஸோன்' தீவு"

நீலமும், பச்சையுமாக இருபுறங்களிலும் அமைந்த சாலை கொண்டடாகாய்டேரிட்ஜ் காடுகள், பல தலைமுறையாகவே, மணிலாவின் உஷ்ணம் மற்றும் நகர்ப்புற சந்தடிகளிலிருந்து விடுபட நினைப்பவர்களுக்கு விருப்பமான நுழைவு வாயிலாக இருக்கிறது. படகு சவாரி க்ரேட்டர் ஏரியின் குறுக்கிலும், எரிமலைத் தீவுக்கும், மிகச் சுலபமாக ஏற்பாடுகள் செய்யப்பட்டு விடுகின்றன. குதிரை சவாரியும்கூட உண்டு. மேலும் ஓர் இன்பகரமான உணவு விடுதியும், கேளிக்கைக் கூடமும் உண்டு.

இது மணிலாவின் தெற்கில் 64 கி.மீ -இல் உள்ளது.

உ

செயிண்ட் பால் ஆறு, சாக்லேட் குன்று

ஃபிலிப்பைன்ஸ் நாட்டில் உள்ள போட்டோ பிரின்செசா நிலத்தடி ஆற்றுப் பகுதியில் உள்ள, செயின்ட் பால் ஆறுதான், படகு செல்லக்கூடிய உலகின் மிக நீளமான நிலத்தடி நீர்வழிப் பாதை யாகும். முழுக்க முழுக்க குகைக்குள் பாயும் இந்த நதியின் நீளம் 8.2 கிலோ மீட்டர்கள் ஆகும்.

இந்தப் பகுதியில் குகைக்குள் படகில் செல்லும் ஆச்சரியப் பயணம் முதல், மலையேற்றம், பறவைகளைப் பார்த்து மகிழ்வது, மீன்பிடிப்பது, நீச்சல் போன்ற பல சுவாரசியமான விஷயங்கள் உண்டு. இந்த நிலத்தடிக் குகை தென் சீனக்கடலில் முடிகிறது.

குகைக்குள் படகுகளில் செல்லும் சுற்றுலாப் பயணிகளை, அவற்றில் பொருத்தப்பட்ட விளக்குகள் மூலம், குகையின் மேற்புறத்திலிருந்து தொங்குவது போன்ற பாறைகளும், உள்ளே அமைக்கப்பட்டுள்ள கன்னிமேரி மற்றும் அப்போஸ்தலர்களின் திருவுருவங்களும் அதிசயப்பட வைக்கின்றன.

இப்பகுதியின் மிகத் தெளிவான கடல் நீரும், வெள்ளை மணல் கடற்கரைகளும் உலக சுற்றுலாப் பயணிகளை ஈர்க்கின்றன. யுனெஸ்கோவின் உலக பாரம்பரியச் சின்னம் என்ற அந்தஸ்தையும் இப்பகுதி பெற்றுள்ளது.

சுண்ணாம்புக் கற்களால் ஆன, பசுமையான புற்கள் அடர்ந்த சாக்லேட் குன்றுகள் ஃபிலிப்பைன்ஸ் நாட்டில் இருக்கும் போகோல் தீவில் காணப்படுகின்றன. கோடைக் காலங்களில் இந்தக் குன்றுகளில் வளர்ந்திருக்கும் புற்கள் அழிந்து குன்றுகளின் மேல் பகுதி சாக்லேட் போன்ற பழுப்பு நிறத்தில் காட்சியளிப்பதால் இவை 'சாக்லேட் குன்றுகள்' என்று அழைக்கப்படுகின்றன.

ஃபிலிப்பைன்ஸ் நாட்டிற்கு செல்லும் சுற்றுலாப் பயணிகள் பார்க்க வேண்டியவற்றில் இதுவும் ஒன்று.

■■■

45

சிங்கப்பூர் - SINGAPORE

1

சைனாடவுன்

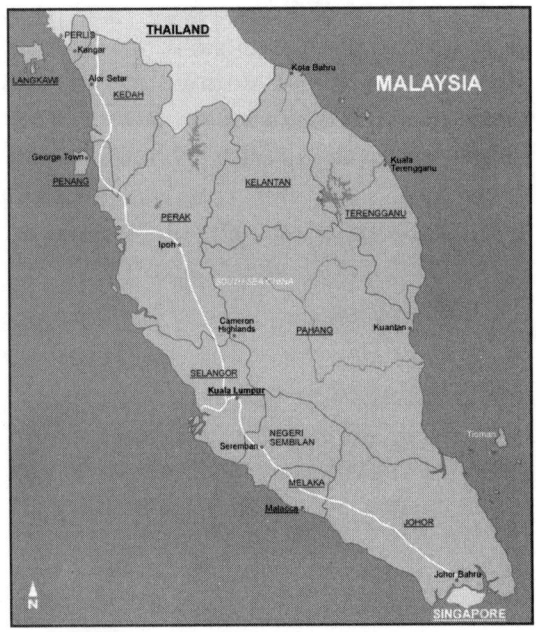

சிங்கப்பூரில் கண்டுகளிக்க வேண்டிய இடங்கள் எவ்வளவோ உள்ளன. ஆனாலும் சிங்கப்பூரில் உள்ள சைனா டவுனை நிச்சயம் இரவில் கண்டு ரசிக்க வேண்டும். சொர்க்கமே கீழே இறங்கி வந்துவிட்டதோ என நினைக்கும்படி இருக்கும். சைனா டவுனை பார்க்க வேண்டுமானால் டிரைஷாவில் போவதுதான் நல்லது. டிரைஷா என்பது வேறொன்றுமல்ல. நம்ம ஊர் சைக்கிள் ரிக்ஷாதான். ஒரு பக்கம் விண்ணை முட்டும் புதிய கட்டிடங்கள். இன்னொரு பக்கம் 19-வது நூற்றாண்டில் கட்டப்பட்ட பழைய இரு மாடி கட்டிடங்கள் வரிசையாக காட்சி அளிக்கும். இரவு நேரத்தில் ஏராளமான கடைகள் திறந்திருக்கும். 'நைட் மார்க்கெட்' என்றே இதற்கு பெயர். இங்கே கிடைக்காத பொருட்களே இல்லை. உலகின் எந்த மூலையிலும் கிடைக்கும் துணி வகைகள் , குடைகள், அழகிய கைப்பைகள், ஆடம்பரப் பொருட்கள் என்று எல்லாம் கிடைக்கும். ஆனால், அத்தனையும் மலிவு விலையில்.

இவை தவிர பழ வகைகள் கண்ணைப் பறிக்கும் வகையில் மலை மலையாக குவிக்கப்பட்டிருக்கும். காகித, பிளாஸ்டிக் பூ வகைகள் ஏராளம். இனிப்பு கடைகளுக்கு பஞ்சம் இல்லை. நூடுல்ஸ் எனப்படும் சேமியா உணவை பிளாட்பாரங்களில் சுடச் சுட பரிமாறுவார்கள். கூட்டம் எக்கச்சக்கமாய் இருக்கும். பெரியவர்களைக் காட்டிலும் குழந்தைகள் பார்த்து ரசிக்க வேண்டிய இடம் சைனா டவுன்.

2

சீனத்தோட்டம்

சீனத்தோட்டத்துக்கு 'யூ ஹ்வா யூவன்' என்று பெயர். மிக அழகான எடுப்பான தோற்றம் உடையது. நுழைவு வாயிலில் சலவைக் கல்லால் செய்யப்பட்ட இரு சிங்கங்கள் வரவேற்கும். வெள்ளைப் பாலம் ஒன்று வளைந்து அமைந்திருக்கும். ஒயிட் ரெயின்போ பிரிட்ஜ் என்று இதற்கு பெயர். தோட்டத்தின் மையத்தை

மீன்களின் சொர்க்கம் என்று அழைப் பார்கள். தாமரைகள் நிறைந்த தடாகத்தில் தங்க மீன்களும், கார்ப் என்று அழைக்கப் படும் மீன்களும் துள்ளி விளையாடுவதைக் காணலாம்.

சீனத் தோட்டம் மிகப் பெரிய தோட்டம். 13.5 ஹெக்டர் பரப்பில் இது அமைந்துள்ளது. ஏரியைச் சுற்றிலும் வண்ண வண்ண மலர்களைக் கொண்ட பூச்செடிகள் கண்ணைக் கவரும்.

ஏரியில் ஒரு படகும் காணப்படும். முழுக்க முழுக்க அது பாறையினால் செய்யப்பட்டது. சந்திரனை அழைக்கும் படகு என்று இதனைக் கூறுவார்கள். இங்கு சிறிய அருவி கூட பாய்கிறது. மூங்கில் செடிகள் உயர்ந்து வளர்ந்த கோரைப் புற்களுக்கு மத்தியில் அழகிய சீனக் கோவில் ஒன்றும் உள்ளது. ஏழு அடுக்கு கோவில் என்று இதற்குப் பெயர். மேகத்தை கிழிக்கும் கோவில் என்றும் இதனை அழைக்கிறார்கள். சந்திரனை பார்த்து ரசிக்கும் இடம், காதலர்கள் தம் விருப்பத்தை வெளியிடும் இடம், புலி ஓய்வெடுக்கும் இடம் என்று சீன தோட்டத் தில் ஒவ்வொரு இடங்களையும் பெயரிட்டு அழைக்கிறார்கள். சுற்றுலாப் பயணிகள் ஒவ்வொருவரும் பார்க்க வேண்டிய இடம் சீனத்தோட்டம். இதே மாதிரி பார்த்தாக வேண்டிய இன்னொன்று ஜப்பானியத் தோட்டம்.

3

செந்தோசா தீவு

சிங்கப்பூரை சுற்றிலும் கடற்கரையில் இருந்து சிறிது தொலைவில் ஏறக்குறைய 42 தீவுகள் உள்ளன. இவற்றில் 25 தீவுகளில் மனிதர்களே கிடையாது. மற்றவற்றில் கூட வெறும் மணல்தான்.

இதில் 8 அழகிய தீவுகளைத் தேர்ந் தெடுத்து சுற்றுலாப் பயணிகள் தங்க ஏற்பாடு செய்யப்பட்டுள்ளது. அந்த எட்டினுள் முக்கியமான தீவு செந்தோசா தீவு. சிங்கப்பூருக்கு தெற்கே அமைந்திருக் கிறது இந்தத் தீவு. இது தவிர டிரான் தாரட், குஸீ தீவு, செயின்ட் ஜான்ஸ், ஸிஸ்டாஸ், புலாங் ஹாண்டு, புலாங் கெலடர், தொம்பு ரேதன் லாவுத் ஆகிய தீவுகளும் பார்க்க வேண்டியவை.

வேடிக்கையைப் பார்க்க விரும்புகிற வர்கள், பளிச்சென்று சூரிய வெளிச் சத்தைப் பார்க்க விரும்புகிறவர்கள், செந்தோசா தீவுக்கு செல்கிறார்கள். வெளிநாட்டவர்கள் மட்டுமின்றி உள் நாட்டவர்களும் அதிகம் பார்க்க விரும்பும் தீவு செந்தோசா. இதன் மொத்த பரப் பளவே 375 ஹெக்டர்தான். சிங்கப்பூர் கடற்கரையில் இருந்து சில நிமிடங்களில் இந்த அழகியத் தீவைச் சென்றடையலாம்.

இங்கு சென்றவுடன் ஏதோ புதிய உலகத்துக்கு வந்துவிட்டது போன்ற உணர்வு ஏற்படும். கவலைகள் மறக்கும். மகிழ்ச்சி மனதில் துள்ளி குதிக்கும். கவலையை மறந்து பல்வேறு விளை யாட்டுகளில் ஈடுபடலாம். கோல்ப் விளை யாடலாம். நீச்சல் பயிலலாம். சுனோ எனப்படும் படகு விடலாம். சுனோ என்பது ஒரே ஒரு மனிதன் உட்கார்ந்து ஓட்டக் கூடிய சின்னஞ்சிறிய படகு. மரத்தினால் குடையப்பட்டது. பூர்வீக மக்கள் பயன்படுத்தியதாம் இது. விண்ட் ஸர்பிங் மூலம் காற்றில் பறக்கலாம்.

சூரிய ஒளியில் சன்பாத் எடுக்கலாம். ஸ்போர்ட்ஸ் சைக்கிள் ஓட்டலாம். மோட்டார் சைக்கிளை விட இது வேக மாக செல்லும். இயற்கைக் காட்சிகளைக் கண்டு ரசிப்பதோடு கடற்கரையில் ஜாகிங் போகலாம். குதிரை சவாரி செய்யலாம். ஸ்கேடிங் பயிலலாம். வாடகைக்குக் கிடைக்கும் அழகிய கூடாரங்களில் தங்க லாம். வசதியாக தங்குவதற்கு 162 அறைகள் கொண்ட நவீன ஓட்டலும் இருக்கிறது.

1970-இல் இந்தத் தீவை சுற்றுலாத் தீவாக மாற்றினார்கள். செந்தோசா என்று பெயர் வைத்தனர். அப்படியென்றால் என்ன தெரியுமா? அமைதி நிறைந்த தீவு என்று பொருள். இத் தீவுக்கு போக போக்கு வரத்து பிரச்சினை என்பதே இல்லை. சிங்கப்பூரில் இருந்து இந்த தீவுக்கு ஏராள மான கேபிள் கார்களும், விசைப்படகு களும் செல்கின்றன.

இத்தீவில் முக்கியமாக பார்க்க வேண்டிய இடங்கள் மேரிடைம், அருங் காட்சியகம், கோரலேரியம், போர்ட் ஸிலாஸோ, வாக்ஸ் அருங்காட்சியகம் ஆகியவை.

4

ஈஸ்ட் கோஸ்ட் பார்க்

சிங்கப்பூர் செல்பவர்கள் பார்க்க வேண்டிய மிகவும் புகழ்பெற்ற பொழுது போக்கு இடம் 'ஈஸ்ட் கோஸ்ட் பார்க்', ஆகும். இதனை சாங்கி விமான நிலையத் துக்குப் போகும் வழியில் கடலிலிருந்து மீட்கப்பட்ட நிலத்தில் அழகாக பெரிதாகக் கட்டியிருக்கிறார்கள். இங்கே பலவிதமான விளையாட்டுகளுக்கு வசதிகள் செய்யப் பட்டிருக்கிறது.

ஈஸ்ட் கோஸ்ட் பார்க்கில் 4 மில்லியன் டாலர் செலவில் ஒரு பெரிய குளத்தைக் கட்டியிருக்கிறார்கள். முற்றிலும் செயற்கையாக அமைக்கப்பட்டுள்ள இந்த குளம் ஒலிம்பிக் விளையாட்டுக்காக கட்டப்படும் நீச்சல் குளங்களைப் போல நாற்பது மடங்கு பெரிது. இங்கே தண்ணீ ரில் குதித்து விளையாட ஆண்களும், பெண்களும் ஏராளமாக வருகிறார்கள். நீச்சல் உடையில் இவர்கள் குளிப்பதையும், நீந்துவதையும், குதிப்பதையும் பார்ப்பதே ஒரு கண்கொள்ளாக் காட்சியாக இருக்கும்.

உலக சுற்றுலாப் பயணிகளைக் கவர்ந் திழுக்கும் நாடுகளில் ஒன்று சிங்கப்பூர். ஜப்பானைப் போல் வேகமாக வளர்ந்து வரும் நாடுகளில் சிங்கப்பூரும் ஒன்று. சிங்கப்பூர் சின்னஞ்சிறு நாடு என்ற போதிலும் இயற்கையின் அழகை எல்லாம் ஒட்டுமொத்தமாக குத்தகைக்கு எடுத்துக் கொண்ட அழகிய பெரியத் தீவு. அதே சமயம் பணக்கார நாடு.

தொழில் தொடர்பாகவும், உல்லாச சுற்றுலாவாகவும் லட்சக்கணக்கானவர்கள் வந்து போவதால் சிங்கப்பூரில் ஏராளமான ஹோட்டல்கள் உள்ளன. ஆடம்பர ஹோட்டல்கள், நட்சத்திர ஹோட்டல்கள், முதல்தர ஹோட்டல்கள் என ஏராளம். நமது வசதிக்கு ஏற்ப தங்கிக் கொள்ளலாம்.

சிங்கப்பூரில் எந்த ஹோட்டலுக்குப் போனாலும், தங்குவதற்கு வசதியான அறைகள் கிடைக்கும். அவை மிகவும் சுத்தமான, காற்றோட்டமான அறைகள், வாடகையும் நியாயமானதாக இருக்கும். சாப்பிடுவதற்கு வகைவகையான உணவு களைப் பரிமாறும் ரெஸ்டாரண்டுகள் ஏராளம் உள்ளது.

சிங்கப்பூரில் பார்க்க வேண்டிய இடங்கள் பல உள்ளன. அவற்றில் சில இங்கே உள்ள பார்வைக்கு. சிங்கப்பூர் பயணம் நம் கண்களை மட்டுமல்லாது நம் மனங்களையும் நிறைவு செய்யக்கூடிய ஒரு இனிய பயணமாக அமையும்.

5

தி ஈஸ்டர்ன் ஓரியண்டல் எக்ஸ்பிரஸ்

சிங்கப்பூரிலிருந்து, ஆடம்பரமான ஈஸ்டர்ன் ஓரியண்டல் ரெயில்கள், சிங்க மாகாணத்திலிருந்து, மலாய் தீப கற்பத்துக்கு, சரித்திர பிரசித்திப் பெற்ற ரப்பர் தோட்டங்கள் வழியாக, பாங்காக் தாய்லாந்தின் கவர்ச்சியான தேவதை நகரம் சென்று திரும்புவது, கம்பாங் கிராமங்களில் உள்ள வாழ்க்கையைப் போல மிக நிதானமாகவும் இருக்கும்.

"பாங்காக்கி"லிருந்து திரும்பும்போது தேயிலைத் தோட்டங்களும், மலை உச்சி கோபுரங்களும், ஜன்னல் ஓரம் உட்கார்ந் திருக்கும்போது திரும்பவும் நம் கண் ணெதிரே ஓடிக் கொண்டேயிருக்கும். நாம் ஒவ்வொரு மைலையும் தாண்டும் போது அதுவும் காடுகள் வழியாக அதனுடைய பலத்த வாடைகள் அதைரியப்படுத்துவதை யும் சகித்துக் கொண்டு செல்ல வேண்டும். ஒவ்வொன்றையும் பார்த்துச் செல்லும் போது, தேசத்தின் க்ஷணநேர வாழ்க்கை யின் தோற்றங்கள் விலையுயர்ந்த போட்டோ காட்சி போலவும் தோன்றும். கஷ்டப்பட்டு உழைக்கும் விவசாயிகள், பலவற்றையும் மேய்ந்து செல்லும் எருமை மாடுகளையும், கிராமத்துக் குடிசை களிலிருக்கும் குழந்தைகள் ரெயில் போய்க் கொண்டிருக்கும்போது கைகளை வீசிக்காட்டுவதும் இன்பகரமான மறக்க முடியாத காட்சிகள். உள்ளே சக்கரங் களின் மேல் இருக்கும் கால இயந்திரம், உலகத்தின் கடுமையற்ற அதனுடைய சின்ன ஆனால் நேர்த்தியான கம்பார்ட் மெண்டுகள் மற்றொரு சகாப்தத்தை வெளிப்படுத்துவது போல அதனுடைய உணவகப் பகுதி சீன மஞ்சள் மெழுகெண் ணெய், மலேசியன் கல் வகைகள், தாய்லாந்து பட்டு ஆகியவற்றால் அலங் கரிக்கப்பட்டிருக்கும். கண்கவரும் யூரேசியன் உணவு வகை பரிமாறப்படும்.

1200 மைல்களை கடந்த 40 மணி நேரப் பிரயாணத்திற்கு பிறகு திரும்பவும் எதிர்திசையில் முழு பயணத்தையும் அனுப விக்க வேண்டும் என்ற உந்துதல் ஏற்படும்.

இந்த எக்ஸ்பிரஸ் சிங்கப்பூர் - பாங்காங், பாங்காங்- சிங்கப்பூர் வாரம் ஒரு முறை புறப்பாடு.

■■■

46

தாய்லாந்து - THAILAND

'உலகத்தின் சொர்க்க பூமி' என்று தாய்லாந்தைக் குறிப்பிடுகிறார்கள். ஏனெனில் சுற்றுலாத் துறையை நம்பித்தான் நாட்டின் முன்னேற்றம் அடங்கி இருக்கிறது. ஒன்றரை கோடி மக்கள் தொகை கொண்ட தாய்லாந்தில் அண்மைக் காலமாக பொருளாதார வீழ்ச்சி ஏற்பட்டாலும், அதைத் தூக்கி நிறுத்துவது சுற்றுலாத் துறையில் வரும் வருமானம்தான்.

அதனால் சுற்றுலாப் பயணிகளைக் கவரும் விதத்தில் தாய்லாந்து தற்போது கண்ணைக் கவரும் விதத்தில் மாற்றப்பட்டுள்ளது. கிராமங்களைச் சீரமைத்து விவசாயத் துறைக்கு முன்னுரிமை கொடுத்து எங்கெங்கு காணினும் பச்சைப் பசேலெனத் தெரியும்படி அழகாக்கப்பட்டுள்ளது. அதிலும் தாய்லாந்து சென்றால் மறக்காமல் பார்க்க வேண்டிய இடம் புக்கட் தீவுதான். பார்த்த மாத்திரத்தில் ஆளையே சொக்கி விழவைக்கும் அழகு கொண்டது புக்கட் தீவு.

இங்குள்ள யானைகள் நிலையத்தில் சுற்றுலாப் பயணிகளுக்கென பழைய கால

போர் முறைகளை உயிரோட்டமாக நிகழ்த்திக் காட்டுகிறார்கள். மேலும் யானைகளை வைத்து பற்பல விளையாட்டுகளை நடத்துகிறார்கள். பண்டைய காலத்தில் யானைகளின் எண்ணிக்கையை வைத்துத் தான் அரசர்களின் பலம் கணக்கிடப்படுமாம். பாங்காங் மிருகக் காட்சி சாலையும், முதலைகள் பண்ணையும் பார்க்க ஒருநாள் போதாது. இங்குள்ள வீரர்கள் சிலர் முதலைகளின் வாய்க்குள் தலையை நுழைத்து சில விநாடிகள் அப்படியே இருந்து பிறகு வெளியே எடுத்து பார்ப்பவர்களை மயிர்க்கூச்செறிய வைக்கிறார்கள். இந்த ஆபத்தான விளையாட்டு தினமும் நடக்கிறது.

தாய்லாந்தில் புத்த கோயில்கள்தான் அதிகம். இங்குள்ள புத்தர் சிலைகள் மிகப் பிரம்மாண்டமான முறையில் ஆச்சரியப் படுத்துகின்றன. கோயில்களின் தரைகள், சுவர்கள் அனைத்தும் கண்ணாடி போல் பளபளவென்று காட்சியளிப்பது கண் கொள்ளாக் காட்சியாய் இருக்கிறது. புத்தரைக் கடவுளாக வழிபடும் மக்கள் தான் அதிகம். அதனால் இங்கு புத்த பிட்சுகளுக்கு பிரதமருக்கு இணையான மரியாதை தரப்படுகிறது.

கி.மு. 400 ஆண்டுகளில்தான் தாய் லாந்தில் நாகரிகம் வளர்ந்தது என்கிறார்கள் ஆராய்ச்சியாளர்கள். அப்புறம்தான் மனிதர்கள் விவசாயம் பார்த்து, நெல் விளைவித்து சாப்பாடு சாப்பிடத் துவங்கினர். ஆசியாவின் மற்ற பகுதிகளில் உள்ள நாகரிகம் இங்கும் பரவத் துவங்கியது. குறிப்பாக சைனா நாகரிகத்தின் பாதிப்பு இங்கு அதிகம் உண்டு. கி.மு. ஆறு, ஏழாம் நூற்றாண்டுகளில் சீனாவில் இருந்தும் மற்ற தென்கிழக்கு ஆசிய நாடுகளிலிருந்தும் நிறைய பேர் இங்கு குடிபெயர்ந்தார்கள். மலாய் மக்கள் இங்கு குடிபெயர்ந்தார்கள். மலாய் மற்றும் கைபர் நாகரிகம்தான் இன்றளவும் தாய்லாந்தில் அதிகமாக இருக்கிறது. கி.பி. 13-ஆம் நூற்றாண்டில் தான் தாய்லாந்தில் அரச பரம்பரை உருவானதாகச் சொல்கிறார்கள்.

தாய்லாந்துப் பெண்கள் சுற்றுலாப் பயணிகளிடமும், தெரியாத மனிதர்களிடமும் காட்டும் அன்பும், மரியாதையும் திகட்டுகிறது. சுற்றுலாப் பயணிகளுக்கு நன்றிக்கடன் பட்டதுபோல காணப்படும் அவர்களுடைய செய்கைகள் அனைத்தும் திக்கு முக்காட வைக்கும். தாய்லாந்து விமானப் பணிப்பெண்களின் அன்பு உபசரிப்பிற்காகவே இங்கு உள்நாட்டு விமானப் பயணிகள் அடிக்கடி விமானப் பயணம் மேற்கொள்கிறார்களாம். தாய் லாந்தில் பார்க்க வேண்டிய இன்னோர் இடம் சிமிலன் கடற்கரை.

தாய்லாந்தில் தற்போது கணிசமான தமிழர்களும் தங்கள் பங்களிப்பைச் செய்து வருகிறார்கள். இவர்கள் அனைவரும் மூன்று தலைமுறைக்கு முன்பு குடியேறியவர்கள். பணப் பட்டுவாடா, பட்டுத் தொழில் என்று குடும்பத் தொழில் களை முக்கியத் தொழிலாகச் செய்து வருகிறார்கள். தலைநகர் பாங்காக்கில் சைவ உணவு கிடைக்கும் என்றாலும் நமது தென்னிந்திய உணவுகளான இட்லி, தோசை கிடைக்கும் வகையில் சிங்கப் பூரைச் சேர்ந்த கோமள விலாஸ் உணவகம், தனது கிளை ஒன்றை பாங்காக்கில் தொடங்கி இருக்கிறது.

1

மாபெரும் அரண்மனை

முன்னொரு காலத்தில், இந்த மாபெரும் அரண்மனையானது, சுற்றிலும் சுவரோடு சூழப்பட்ட தாய்லாந்து அரசரின் வீடாக இருந்தது. அதனுடைய ஞாபகார்த்தமாக, அதிகபட்சமான கற்பனைத் தோற்றத்தில் ஏற்படுத்தப்

பட்டது. 200 ஆண்டுகளுக்கு முன்பு, பூஜிக்கத்தக்க சாக்ரி வம்ச அரசாக இருந்தது. வருஷத்துக்கு ஐந்து மில்லியன் சுற்றுலா பயணிகள் வரும் தாய்லாந்தில், பார்த்தே ஆகவேண்டிய இடங்களில் ஒன்று இந்த மாபெரும் அரண்மனை. பொது மக்கள் பார்க்க முடியாமல் மூடப் பட்டிருந்தாலும் அது பற்றி தெரிந்து கொள்ளலாம். அது அதிக முலாம் பூசப்பட்டிருக்கலாம், அலங் கரிக்கப்பட்டிருக்கலாம், மேலும் உள்பக்கமும் இப்போது மிகவும் கவரக்கூடிய வகையில் மாற்றப்பட்டிருக்கலாம், 100 கிழக்கத்திய, மேற்கத்திய வீடுகள் கொண்டது அந்த மாபெரும் அரண்மனை. அது மாபெரும் ஒரு பாரம்பரியத்தால் கலை மற்றும் கட்டடக் கலை இவற்றோடு விளங்குகிறது. பாங்காங்கின் 400க்கு மேற்பட்ட கோயில்களும், இந்தச் சுற்றுச் சுவருக்குள்ளேயே இருக்கின்றன. இங்கு இருப்பது 26-இன்ச்சில் உட்கார்ந்திருக்கும் புத்தர் சிலை. இதுவும் பாதி விலையுயர்ந்த, பல வர்ணங்களில் கிடைக்கும் விலை உயர்ந்த கல்லில் செதுக்கிய உருவம். இது முதலில் தொலைக்கப்பட்டு, பிறகு கண்டுபிடிக்கப்பட்டது. 15-ஆம் நூற்றாண்டில், பழைய வெண்கல சிங்கங்கள் மேலும் அளவிட முடியாத நிலையில், அது 34 அடி உயரமுள்ள தங்க முலாம் பூசிய கும்பத்தின் உச்சியில் வைக்கப்பட்டுள்ளது.

∎∎∎

47

வியட்நாம் - VIETNAM

1

ஹாலாங் பே

ஒரு காலத்தில் இறக்கைகள் உள்ள பாம்புகள்/முதலைகள் (Dragons), சொர்க்கத்திலிருந்து இறங்கி வந்ததாகவும், அவை வாய் மூலமாக ஏராள முத்துக்கற்களைப் போல பளபளக்கும் தண்ணீரை பீச்சி அடித்ததாகவும், அவை யாவும் ஹாலாங் விரிகுடாவில் விழுந்ததாகவும், அதன் மூலம் ஆயிரக்கணக்கான சிறு தீவுகள் ஏற்பட்டு, அவை விரிகுடாவை காப்பாற்றிய தாகவும் கூடவே அதனுடைய மக்களையும், படையெடுத்த கொள்ளைக்காரனிட மிருந்து காப்பாற்றியதாகவும் சொல்லப் படுகிறது.

ஹாலாங், மக்கள் வசிக்காத ஒரு கடற்கரையாகவும், மேலும் பழைமையான மிதக்கும் மீன் பிடிக்கும் கிராமங்கள் கொண்டது. மக்கள் இன்றும், இந்தத் தண்ணீரை கடவுள் கொடுத்த கிருபை என மரியாதையளிக்கின்றனர். ஒரு கட்டுப்பாடு இல்லாத சுற்றுலாப் பயணிகளின் கூட்டம் கொண்ட படகுகள் மற்றும் அதிக செலவு செய்யத் தேவையில்லாத ஹோட்டல்கள் சாய் & ஹாங்காய் விரிகுடாவில் வளர்ந்தும் விட்டன. ஆனால் மறைந்து கிடக்கும் கடல் ஏரிகளும், குகைகளும் மிகச் சிறந்த பாறை அமைப்புகள் ஆகியவற்றையும்,

கொண்ட காயாகிங்கையும், பயணத் திட்டத்தில் சேர்த்துக் கொண்டு கூரிய முனைகளைக்கொண்ட தீவுகள் வழியே செல்வது அற்புதமான விருந்தாகும். இது ஹானோயிலிருந்து கிழக்கில் 161 கி.மீ -இல் உள்ளது.

உ

ஹானோயினுடைய பழைய குடியிருப்பு

பசுமையான பாலைவனச் சோலைக்கும், ஹோன்கியெம் ஏரியின் மற்றும் சிவப்பு ஆற்றுக்கும் மத்தியில், பிரமிபூட்டுகிற மாதிரி ஹானோயின் பழைய குடியிருப்பு, 15-ஆம் நூற்றாண்டிலிருந்து ஒரு கடைத்தெரு போன்றதாக, இருந்து வருகிறது. குறுகிய, மக்கள் கூட்டம் அதிகமாகவுள்ள கிட்டத்தட்ட உள்ள 40 தெருக்களும், அங்கே ஒரு காலத்தில் விற்ற பொருள்களின் பெயரையேத் தாங்கி நிற்கின்றன. உதாரணமாக அரிசி தெரு (Rice Street), சில்க் தெரு (Silk Street), பானை மற்றும் பாத்திரத்தெரு (Pots & Pans Street) கோல்டு தெரு (Gold Street), மற்றும் புதுமையான கல்லறைத் தெரு (Grave Stone Street), என்கிற விதமாக இருக்கின்றன. மேலும் “திருட்டு வீடியோ தெரு” (Pirate Video Street) அல்லது “டி-சட்டை தெரு” (T-Shirts) கூட வருமா என்பதை பொறுத்திருந்துதான் பார்க்கவேண்டும். திறந்த, பாழாய்போன கடையின் முன் பக்கம், கடைகளிலுள்ள பொருள்களை பார்வையிட்டு வாங்காமல் திரும்பும் பழக்கத்திற்கு புதிய அர்த்தத்தை கொடுக்கிறது (Window Shoping).

பல அடுக்குகளைக் கொண்ட இடம். சில நேரங்களில் போகிற போக்கில் வியாபாரிகள் பொருள்களை கூரைகள் மேல் கூட வைத்து வியாபாரம் செய்வார்களோ எனவும் நினைக்கத் தோன்றுகிறது. பல நூறு ஆண்டுகளாக அடிமைகளாக அடக்கப்பட்டு வாழ்ந்தபின், அந்த பழைய குடியிருப்பின் ஒவ்வொரு சதுர அங்குலமும், திரும்பவும் பணக்காரத் தன்மையால் உயிர் பெற்றுள்ளது. நூடுல்கள், பூக்கள், பழைய பொக்கிஷங்கள் மற்றும் கைவினைப் பொருள்கள் ஆகியவை யாவும் பேரம் பேசி வாங்கத் தகுந்தவை.

இதற்கு செல்ல வேண்டிய முக்கிய பாதையானது சில்க் தெரு.

௩

ஹோய் ஆன் - வியட்நாம்

வேறு எந்த இடத்திலும் இல்லாத அளவுக்கு, வியட்நாமின் வசீகரமும், சரித்திரமும், இங்கு நீடித்திருக்கிறது. பல நூற்றாண்டுகளாக பழையகால துறைமுக நகரமான ‘ஹோய் ஆன்’ ஜப்பானியர்கள், போர்ச்சுக்கீசியர்கள், டச்சுக்காரர்கள், அரேபியர்கள், சீனர்கள், பிரெஞ்சுக்காரர்கள், மற்றும் அடிக்கடி கடற்பயணம் செய்பவர்கள் ஆகிய அனைவருக்கும், ஒரு பெரிய துறைமுகப்பட்டின மையமாக இருந்திருக்கிறது. வியட்நாம் சண்டையின் போது, 800க்கும் மேற்பட்ட சரித்திர பிரசித்தி பெற்ற கட்டடங்கள் அழிந்து போகாமல் இருந்தது அதிசயமே. இது பரம்பரையான கட்டடக்கலை பற்றி

அவர்களை பெருமைப்பட்டு கொள்ள வைக்கிறது. பல வீடுகள், கோயில்கள், கிணறுகள், பகோடா கோபுரங்கள், பாலங்கள் மற்றும் விடுதிகள், பலதரப் பட்ட நிலையில் பாதுகாக்கப்பட்டு வந்துள்ளதை பார்க்கலாம். இவற்றில் பெரும்பாலானவை கட்டணம் எதுவுமின்றி பொதுமக்களை பார்ப்பதற்கு அனுமதிக்கின்றன. ஹோய் ஆன் டாநாங் கிற்கு தெற்கே 29 கி.மீ.-இல் இருக்கிறது. பிரெஞ்சுபாணி ஹோய் ஆன்ஹோட்டல் தங்குவதற்கு சிறந்த இடம். டிசம்பரி லிருந்து ஏப்ரல் வரை சுற்றுலா செல்ல சிறந்த காலம்.

வியட்நாமில் பார்க்க வேண்டிய வேறு சில இடங்கள்:

வியட்நாமிலுள்ள 'டலட்' நகரம் 'அன்பின் நகரம்' என்றழைக்கப்படு கிறது. காரணம் நெடுங்காலமாக இது வியட்நாமின் புதுமணத் தேன்நிலவு தம்பதிகளின் புகலிடமாக இருப்பதால் தான். தூய்மையான ஏரிகள், நீர் வீழ்ச்சிகள், பசுமையான காடுகள், பூந்தோட்டங்கள் நிறைந்த இடமாக இது உள்ளது. அக்டோபர் - மார்ச் காலகட்டம் இங்கு சுற்றுலா செல்ல உகந்த காலம்.

லெலோய் தெருவிற்கு மேற்கே உள்ள 'பென்தான் மார்க்கெட்' பார்த்து ரசிக்க வேண்டிய இடங்களில் ஒன்று.

'மிகாங் டெல்டா' வியட்நாமின் 'அரிசிக் கிண்ணம்' என்றழைக்கப்படு கிறது. தெற்காசியாவிலேயே மிகவும் செழிப்பான இடம் இது. அந்நாட்டிற்கு தேவையான அரிசி, பழம், கடல் உணவு ஆகியவை அதிக அளவு இங்கிருந்துதான் விநியோகிக்கப்படுகிறது. உண்மையான வியட்நாமின் அற்புதமான தோற்றத்தை வெளிநாட்டு சுற்றுலாப் பயணிகள் கண்டு ரசிக்கலாம்.

∎∎∎

Kiribati
Equator
Nauru
Yaren
Kalimantan (Borneo)
Sulawesi (Celebes)
Indonesia
Banda Sea
Papua New Guinea
Solomon Sea
Solomon Islands
Tuvalu
Funafuti
Timor-Leste
Timor-Sea
Western Samoa
Am. Samoa
Apia
Darwin
Coral Sea
Cairns
Broome
Vanuatu
Port Vila
Fiji
Suva
Townsville
New Caledonia (Fr.)
Nouméa
Alice Springs
Rockhampton
Australia
Tonga
Nuku'alofa
Tropic of Capricorn
Brisbane
Perth
South Australian Basin
Broken Hill
PACIFIC
Adelaide
Newcastle
Sydney
Canberra
Melbourne
Tasman Sea
Auckland
Rotorua
Tasmania
Hobart
New Zealand
Napier
Wellington
Christchurch
Dunedin
Invercargill
Port Moresby
Honiara
Rabaul
Lae
Jayapura
Biak
Ambon
Dili
Kupang
Ende
Denpasar
Surabaya
Yogyakarta
Semarang
Java
Ujung Padang
Banjarmasin
Samarinda
Pontianak
Kuching

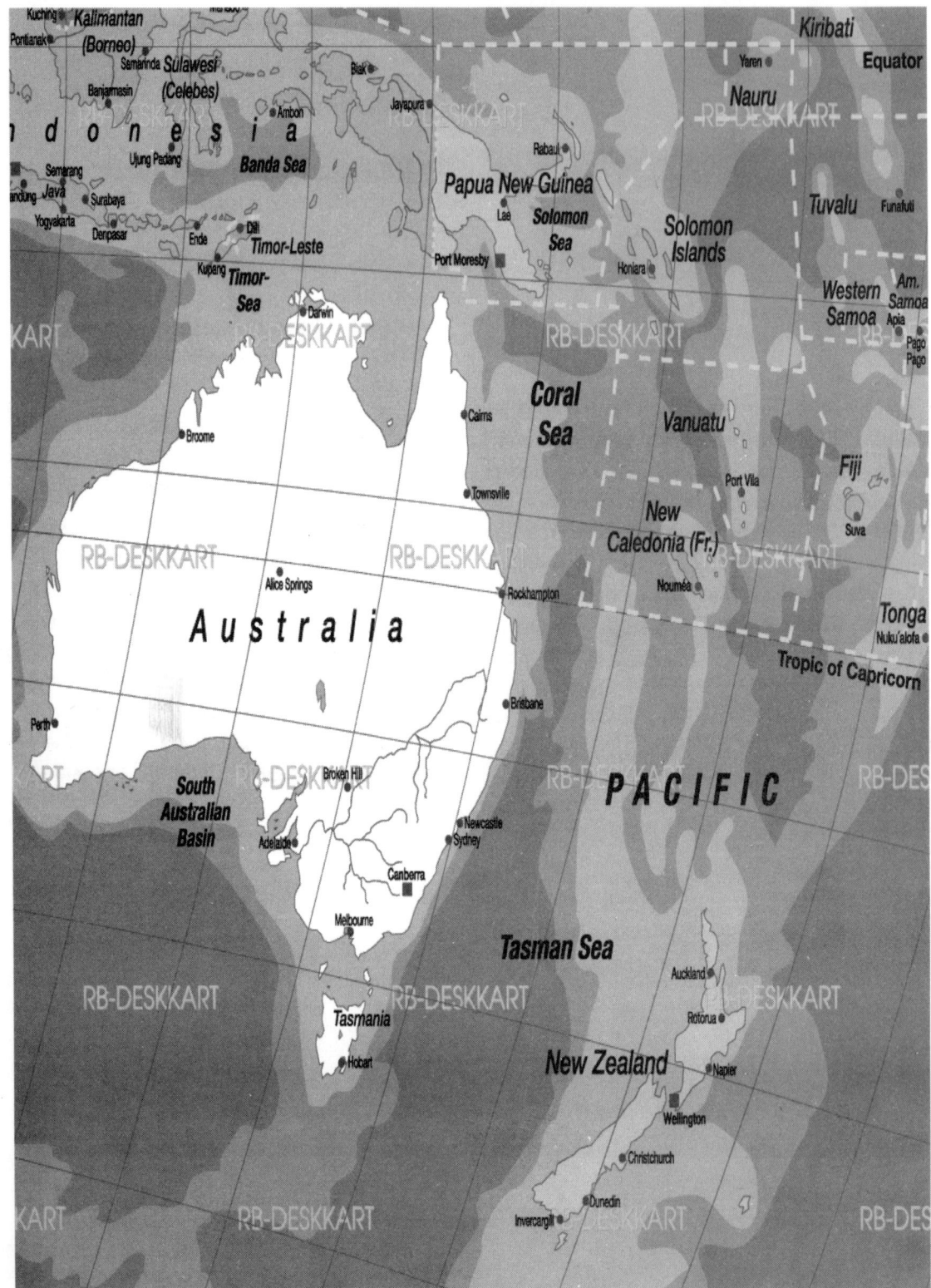

48

ஆஸ்திரேலியா - AUSTRALIA

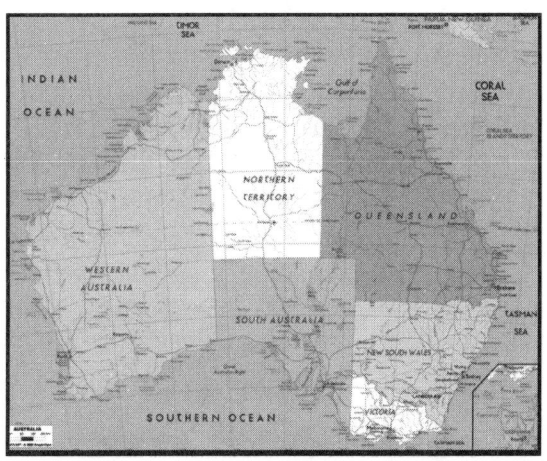

வாழ்க்கையில் ஒருமுறையாவது ஆஸ்திரேலியா போய்விட்டு வருவது நமது வாழ்நாளின் சந்தோஷமான அனுபவங்களில் ஒன்றாக இருக்கும்.

நவீன ஆஸ்திரேலியர்களின் பண்பாட்டுக்கு 150 வயதுதான் என்றாலும், ஒவ்வோர் ஊரிலும், மியூசியம், கண்காட்சிகள், நூலகங்கள் கட்டாயம் அமைந்திருக்கும். நமக்கு டீ, காபி மாதிரி ஆஸ்திரேலியர்களுக்கு ஒயின். நீண்டநாள் புளித்த ஒயினுக்கு அங்கே மவுசு அதிகம்.

1

காகாட் தேசியப் பூங்கா

உலகத்தின், மேம்பட்ட காட்டுப் பிரதேசப் பகுதிகளில் 8,000 சதுர மைல் பரப்பில் அமைந்து உள்ள காகாடு தேசியப் பூங்கா, சிறியதுதான் என்றாலும், ஆனால் குறிப்பிடத்தக்கது. முதலைகள் வளரும் இருப்பிடமாக இருக்கிறது. இந்த இடம் வெகுதூரத்தில் இருப்பதால் இது பற்றி பயணிகளுக்கு கொஞ்சமே தெரிந்திருக்கிறது.

1981 - இல் இந்த காகாட் பூங்கா அபூர்வமாக, இரண்டு பட்டங்களைப் பெற்றது. இதனுடைய இயற்கையான அதிசயங்களுக்காகவும், 5000 பாறை ஓவியங்களுக்காகவும் யுனெஸ்கோவின் உலக பரம்பரை இடம் என பெயர் பெற்று பெருமை சேர்த்தது. உள்ளூர் பொருட்காட்சி நிலையத்தின் இது உலகத்திலேயே மிகப் பெரிய பாறை கலை என்பதாகும். அந்த ஓவியங்கள் மூன்று வகைப்படும். இவை யாவும் முற்றிலும் வேறுபாடுடைய மூன்று பரம்பரைக் காலங்களில் பிரிக்கப்பட்டிருக்கின்றன. அதாவது 30 முதல், 25000 வருடங்கள் வரை.

பூங்காத் தலைமையகத்திலிருந்து வடக்கில் 27 மைலில் உள்ள உபீர் அதிக விருந்தாளிகளை ஈர்க்கும் இடமாகவும் இருக்கிறது. இது ஒரு குகை போன்ற காலரியை கொண்டுள்ளது. அதனுடைய பதிப்பிக்கப்பட்ட வரலாறு கற்காலத்தி லிருந்து 20-ஆம் நூற்றாண்டு வரை.

இது வடக்கு கரையிலிருக்கும் டார்வினிக்கு கிழக்கே 241 கி.மீ -இல் உள்ளது. ஏப்ரல் முதல் அக்டோபர் வரை இங்கு சுற்றுலா செல்ல சிறந்த காலம்.

உ

முதலைத் தீவு

விடுதிகளின் ஊழியர்கள் மற்றும் அவற்றின் ஆட்கள் தவிர வேறு யாருமே குடியேறாத நிலையில், முதலைத் தீவு என்பது 2,500 ஏக்கர் நில பரப்பளவுள்ள தேசியப் பூங்காவாகும். இங்கு 3 அடி நீளமுள்ள முதலைகளைத் தவிர வேறு எந்த குடியிருப்பவர்களும் இல்லாததால், 1770-இல் கேப்டன் ஜேம்ஸ் குக் என்பவர் அதற்கு தகுந்தாற்போல் முதலைத் தீவுகள் எனவும் பெயரிட்டார். நாம் தங்கியிருக்கும் விடுதிக்கு எதிரில் பனைமரங்களுக்குக் கீழே, பசும்புல் தரையில் படுத்து ஓய் வெடுப்பதும் ஒரு சிறந்த அனுபவம். கடற்கரையிலிருந்து தூரமாகவும், கடல் பாறையின் உச்சத்திலிருந்து அருகிலும் உள்ள முதலைத் தீவு கொஞ்சம் சுத்த மான தண்ணீரும், கொஞ்சம் நீல நிற தண்ணீரையும் கூடவே நீரில் குதித்து விளையாட சில அருமையான இடங்களை யும் உடையது. 12 மைல்களுக்கப்பால் காட் ஹோல் என்ற ஓர் உஷ்ணமான இடமிருக் கிறது. வெகுகாலமாகவே இது மேலிருந்து தண்ணீரில் குதிக்கும் ஓர் இடமாக இருந்து வருகிறது.

அகில உலகத்திலிருந்தும், மீனவர் கள் இங்கு வருகிறார்கள். அதாவது ஆகஸ்டு முதல் நவம்பர் வரை இத் தீவுக்கு வருகிறார்கள். ஒவ்வொரு வருஷத்திலும் அக்டோபரில், வருஷ கொண்டாட்ட மாகிய ‘பிளாக் மார்லின் க்ளாஸிக்’ கொண்டாடி, மகிழ்கிறார்கள். கெய்ர்ன்ஸி லிருந்து அரை மணி நேர விமான பயணத்தில் முதலைத் தீவு அடையலாம்.

௩

கேபிள் பீச்

ஆஸ்திரேலியர்கள் தங்களுடைய கடற்கரைகளை, ரொம்ப முக்கியமாகக் கருதுகிறார்கள். ஆகையால் கண்டத்தின் மிக அழகானதாக அந்த கேபிள் பீச் இருக்க வேண்டும் என கருதுகிறார்கள். ப்ரூம் நகரத்தை 1900-இல் அரிய முத்துக்கள் கிடைக்குமிடமாக உலகப் படத்தில் கொண்டுவந்தார்கள். ஆனால் இன்றோ அது 14 மைல் நீளமும் ½ மைல் அகலமும் கொண்டதாக, கலை வல்லுநர்களையும் இழுக்கிறது. இந்திய பெருங்கடலின் தண்ணீர் எல்லாம் பளிங்கு போல் தெளிவாக இருக்கிறது. முத்துப் போன்ற கூடுகள், சூரிய ஒளியால் வெண்மை யாக்கப்பட்ட கடற்கரை மண்ணுடன் கலந்து, அதை மிக பிரகாசமாக்கி மினு மினுக்கவும் செய்கிறது. எல்லை ஊரான சின்ன ப்ரூமில், முத்தெடுக்கும் கலை இன்றும் பரவலாக, ஜப்பானியர்கள், மலேசியர்கள், பூர்வ குடிமக்களிடமும்

இருக்கிறது. தேர்ந்த முத்து வியாபாரிகளின் உள்நாட்டுக் கட்டடக் கலை, மரச்சட்டங்களால் குறுக்கு நெடுக்காக பின்னப்பட்ட திரைச்சீலை, மேடுபள்ளங்களுள்ள தகடுகளால், கூரை வேயப்பட்ட பங்களாக்கள், மற்றும் குடியேற்ற நாட்டிற்குரிய வராண்டாக்கள் ஆகிய அனைத்தும் இந்த கேபிள் பீச் கிளப்பில் மின்னுகின்றன.

எந்த ஓர் இடத்திலிருந்தும், இது அதிகமான தூரத்திலிருக்கிறது. அநேக விருந்தினர்கள் ஆர்வப் பசியோடுதான் வருகின்றனர். பின்புலத்தில்இருக்கும் சூழ்நிலையைக் காணவும், ஒவ்வொருவரும், அவரவர் வாழ்வுச் சுமையை உதிர்க்கவும் வருகின்றனர். மாலை சூரிய அஸ்தமனத்தின் போது, ஒட்டகத்தில் ஏறி, நீண்ட நேரம் கடற்கரை வழியாக செல்லவும் விரும்புவர். இது புது வெளிநாட்டு விமானதளத்திலிருந்து 4-5 கி.மீ. வர வேண்டும். மார்ச் முதல் நவம்பர் வரை சுற்றுலா செல்ல சிறந்த காலம்.

4

பிரிஸ்பேன்

ஆஸ்திரேலியாவின் மூன்றாவது பெரிய நகரம் பிரிஸ்பேன். குயின்ஸ்லாந்து மாநிலத்தின் தலைநகரமான பிரிஸ்பேன் ஒரு மிகச் சிறந்த சுற்றுலாப் பகுதி.

பிரிஸ்பேனின் மையத்தில் ஓடுகிறது பிரிஸ்பேன் ஆறு. நிறைய படகுகளை இந்த ஆற்றில் போக்குவரத்துக்காக விட்டிருக்கிறது குயின்ஸ்லாந்து அரசு. நகரம் முழுவதையும் சுற்றிப் பார்க்க இந்த படகில் செல்வதுதான் சிறந்த வழி.

பிரிஸ்பேனில் முக்கிய அடையாளமாக இருப்பது குயின்ஸ் ஸ்ட்ரீட் மால் மற்றும் கேசினோ ஆகியவைதான். முதலாவது, நகரின் மிகப் பெரிய கடைவீதி. இங்கு கிடைக்காத உள்நாட்டு, வெளிநாட்டுப் பொருள்களே இல்லை.

பிரிஸ்பேன் ஆற்றின் தெற்குப் பகுதி முழுவதும் ஏராளமான நாடக அரங்குகள், திரையரங்குகள் பொழுதுபோக்கு மையங்கள் உள்ளன. இங்குள்ள கொடாக் பீச், நீச்சல் பிரியர்களுக்கென்றே இயற்கை உருவாக்கிக் கொடுத்த மாதிரி இருக்கிறது. பிரிஸ்பேனிலிருந்து ஒரு மணி நேர பயணத் தூரத்தில் சன்ஷைன் கடற்கரை உள்ளது. வானமும் கடலும் ஒன்றாகவே இருப்பது போன்ற ஒரு தோற்றம் இங்கு.

திட்டுத் திட்டான வெள்ளை மேகங்கள் ஓவியம் எழுதியது மாதிரியான வானம் ரம்மியமான தோற்றம் தரும்.

பிரிஸ்பேனில் இந்தியர்களுக்காகவே ஹரே கிருஷ்ணா என்ற பெயரில் சைவ உணவகம் இயங்குகிறது. இந்த நகரில் மட்டும் மொத்தம் 8 பிரம்மாண்டமான உல்லாசப் பூங்காக்கள் உள்ளன. அதே போல கடலுக்கு அடியில் அமைக்கப்பட்டுள்ள குட்டி நகரம் காண்பவரை வியக்க வைக்கும். கண்ணாடி சுரங்கப் பாதைகள் வழியே நடந்து போனால் ஏராளமான டால்பின்கள், திமிங்கிலங்கள் மற்றும் விதவிதமான கடல் உயிரினங்களைப் பார்ப்பது பரவசமடையச் செய்யும்.

■■■

49

ஃபிஜி தீவுகள் - FIJI ISLANDS

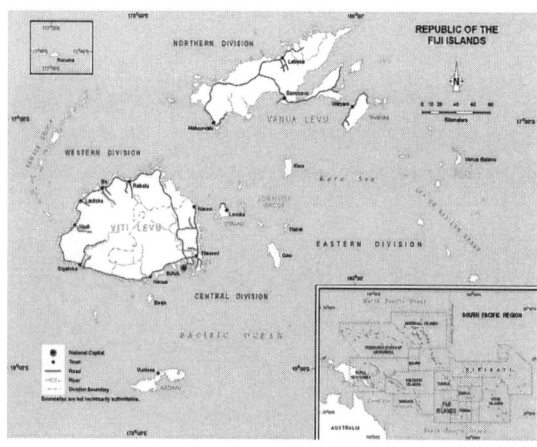

1

யாஸாவா தீவுகள்

நீங்கள் சினிமா செட் ஒன்றில் இருப்பது போன்ற உணர்வினை பெற வேண்டுமென விரும்பினீர்கள் என்றால் 'ஃபிஜி'யில் அவ்விதமே இருக்கலாம். முன்னேற்றமடையாத, சென்றடைந்திட இயலாத, யாஸாவா தீவுகளில், 1949-இலும், 1980-இலும் 'தி ப்ளூ லாகூன்' என்ற ஹாலிவுட் திரைப்படத்தின் படப்பிடிப்பு நடத்தப்பட்டது. இரு படங்களும், மிகவும் குறிப்பிடத்தக்க பஸிஃபிக் கடலின் இயற்கை காட்சிக்காக, மறக்க முடியாத தாகிவிட்டது. 1840-இல் நடந்த அமெரிக்கப் படையெடுப்பிலிருந்து, நடுவில் வந்த நூறாண்டுகளில் பெரிய மாற்றம் எதுவும் ஏற்படவில்லை. அதே சின்ன கிராமங் களையும், பனைமரங்களின் கீழ் அவை பின்னி கிடப்பது போன்ற தேசத்தையும், அப்படியே கொண்டிருக்கிறது. தெற்கு பஸிஃபிக்கில் வடக்கு கோடியில், கற்பனை யோடு விசித்திரமான தனித்துவிடப்பட்ட தீவு, மேற்கத்திய வசதியோடு, ஃபிஜியின் பண்பாட்டோடு இருக்கிறது. நாட்களைக் கழிப்பது ஒன்றும் கஷ்டமில்லை எனவும் கூறப்படுகிறது. அந்த ஹோட்டலின் வெண் மணல் கடற்கரை ஓரத்தின் 5 நிமிட நடை, குறிப்பிடத்தக்க, இடங்களுக்கு அழைத்துச் செல்லும். தவிர வேறு வழிதோன்றினால் அது 12 மைல் நீளமுள்ளதாக இருக்கும். அரைக்கப்பட்ட நண்டுகளின் சாறையோ, அல்லது பழரசமோ சாப்பிட தருவார்கள்.

தீவில், இன்னும் அதிக இடங்களை பார்க்க விரும்புபவர்கள், ப்ளூ லாகூன் கப்பல்களில் ஒன்றில் பதிவு செய்து கொண்டு சென்று பார்க்கலாம். இந்தத் தீவுகளின் தண்ணீரில் அது, ஒரு நாள், 4

நாட்கள் மற்றும் 7 நாட்கள் என திட்டமிட்டு எல்லா இடங்களுக்கும் அழைத்துச் செல்கிறது. ஃபிஜி நாட்டு வழிகாட்டிகளும், கப்பல் ஓட்டு கிறவர்களும், உள்ளூர் மக்களிடையே தீவினை பற்றிய எல்லா விவரங்களையும் அறிந்து, நமக்கும் வழங்குகிறார்கள். சூரிய அஸ்தமன பயணம் மூலம் ஒவ்வொரு நாளும், சுதந்திரமாக பல தீவுகளுக்கும், உள்ளூர் கிராமங்களுக்கும் அழைத்துச் செல்லப்படுகிறார்கள். ப்ளூ லாகூன் 1950 - இல் அதனுடைய பயணத்தை ஆரம் பித்தது. அப்போது ஒரே ஒரு 'w.w. II ship' மட்டுமே இருந்தது. 1996 - இல் பணக்கார அந்தஸ்தும், மிக்க ஆடம்பரங்களுடனும் கூடிய மிஸ்டிக் பிரின்ஸெஸ் என்ற கப்பலை விட்டது. இது 180 அடி நீளமானது. பன்னாட்டு பிரயாணிகளையும் அழைத்து சென்று, அங்குள்ள மிக தூரத்திலிருக்கும் இடங்களையும் காட்டியது. யாஸாவா தீவுகள், பிரதான தீவான விடிலேவுக்கு வட கிழக்கில் இருக்கிறது.

1

மௌ பிடி - ஃபிரென்ச் போலிநேசியா

இது 'தென் பசிஃபிக்கில் ஒரு தூங்கும் அழகு.' வழிகாட்டும் புத்தகங் களும் இந்த மௌபிடி என்ற தீட்டப்படாத வைரத்தை சேர்த்துக் கொள்ள தயங்கு கிறது. அதனால் பிரயாணம் செய்பவர் களுக்கு இது பற்றி எதுவும் தெரிய வருவ தில்லை. அது ஒரு விதத்தில் நற்செய்தி தான். ஒரு க்ஷண நேரத்துக்காகவாவது நினைத்துப் பார்த்தால், ஃபிரெஞ்ச் பாலிநேசியா ஆசீர்வதிக்கும் வகையில் அமைதியாக, தேவையான உஷ்ணபிரதேச சொர்க்கத்தை அளிக்கிறது.

ஒரு வங்கி பெண்மணி மட்டும் மாத மிருமுறை படகில் வந்து போகிறாள். சுற்றுலாப் பிரயாணிகள், அவர்களுடைய டிராவலர்ஸ் செக்குகளை மாற்ற வேண்டு மானால் அவரிடம் அதன் மதிப்பை தெரிந்து கொள்ளலாம். இல்லாவிட்டால் அந்நியர்களின் கருணையைத்தான் நம்ப வேண்டும்.

பல வீட்டின் சொந்தக்காரர்கள், அவர்கள் வீட்டு அறைகளை வாடகைக்கு விட்டு வருவாய் ஈட்டுபவர்களோ, குறைந்த முதியோர் தொகை பெறுபவர்களோ தான். அவர்களுக்கு ஒரு டெலிபோன் வசதி கூட கிடையாது. அதனால் நேரில் போய் கதவைத் தட்ட வேண்டும்.

தங்கியிருக்கும் இடத்தினரே இரவு உணவுக்காக உதவிசெய்யலாம். தீவின் அழகான பழமரங்கள், செம்பருத்தி மரங்கள் வரிசையாக உள்ள அல்லது ஓய்வாக தீவின் அழகான கிராமப்பகுதியின் பொடியான பவளப்பாறை சாலையில் நடை மேற்கொள்ளலாம். வழிகாட்டி களும் சுற்றிக்காட்ட இருக்கிறார்கள். தீவின் 1220 அடி எரிமலைக்கும் அழைத்து செல்வார்கள். அங்கே பிக்னிக் லஞ்ச் சாப்பிடலாம். எப்படி இருந்தாலும், இந்த மௌபிடி நம்மை ஏமாற்றாது.

பாபீடீயிலிருந்து, போரா போரா வழியாக வாரம்தோறும் நான்கு முறை ஆகாய விமான போக்குவரத்து உண்டு. இது போராபோராவிலிருந்து 40 கி.மீ. கிழக்கே இருக்கிறது. மே முதல் அக்டோபர் வரை இங்கு சுற்றுலா செல்வதற்கான சிறந்த காலம்.

2

மூரியா - ஃபிரெஞ்ச் போலிநேசியா

இது இயற்கையின் ஒரு தாராள மான வெகுமதி. 'உலகத்தின் மிக்க ஆடம் பரமான தீவு' என்ற பட்டத்தோடுபோரோ போரோ திருப்தி அடைந்தாலும், மூரியா வின் கூர்முனை உச்சிகள் மற்றும் கலசங் கள் போன்றவை, கணக்கிலடங்கா ஹாலி வுட் சினிமாப் படங்களுக்கு அரங்கமாக (Set) தெற்குக்கடலில் இருந்தன.

தயார்செய்து வைக்கப்பட்ட வளையம் போன்ற இந்தத் தீவின் சுற்றுப்பாதையை, சைக்கிளினாலும், ஸ்கூட்டர், மற்றும் கார் இவற்றாலும் கடக்கலாம். ஏன் நடந்தே கூடச் செல்லலாம். ஆனால், எப்படிச் சென்றாலும், அந்த 36.கி.மீ., நீள இயற்கை அழகுடன் கூடியவற்றைப் பார்த்துக் கொண்டு செல்லும் போது ரோட்டில் கண் வைத்துப் பார்க்கவே இயலாது. தென் பஸிஃபிக்கின் நம்பமுடியாத, வியப்பான காட்சிகளை காணவே விருப்பம் வரும். இதைச் செய்துகொண்டே, தீவின் உள் பகுதியில் உயரமான இடத்தில் இருக்கும் பெல்விடோரி செல்லலாம். இந்த இடத் திற்கு காரில்தான் செல்ல முடியும். தென் பசிபிக்கின் வியப்பூட்டும் காட்சிகளை இந்த உயரத்திலிருந்து பார்க்க முடியும்.

தங்குவதற்கான ஹோட்டல் ஸோபிடெல் லா ஓரா, போலிநேசியன் பங்களாக்கள், நல்ல அழகான தென்னை மர நிழலுள்ள கடற்கரையில் இருக் கின்றன.

இந்த லா ஓரா பார், அந்த ஆழமில் லாத ஏரிக்கரையில் பொய்காலுடன் நிற்கும் 'பார்.' இது தாஹிதிக்கு வட மேற்கில் 19-கி.மீ-இல் உள்ளது. ஆகாய விமானத்தின் மூலம் 10 - நிமிஷத்தில் சென்றடையலாம். படகில் சென்றால் ஒரு மணி நேரம். மூரியா இயற்கையின் தாராளத்திற்கு ஞாபகச்சின்னமாகும். மே முதல் நவம்பர் வரையான காலம் இங்கு சுற்றுலா செல்ல உகந்த காலமாகும்.

3

தி கோரல் அடோல்ஸ் ஆப் ரங்கிரோவா

இதை கடவுளின் 'நீர்வாழ் பிராணி களின் கண்காட்சி,' எனவும் கூறுவர். இது உலகின் இரண்டாவது பெரிய பவளத்தீவு. இது 240 கிளை இல்லாத மரங்களோடு கூடிய சிறு தீவுகளைக் கொண்டது. இவை 'முட்டை' வடிவத்தில் (Oval) உள்ள 100- மைல் கொண்டதும், ஒளிபுகாததுமான ஏரியைச் சுற்றியும் இருக்கிறது. நீரில் குதிப்பவர்களுக்கும், மற்ற விளையாட்டு விளையாடுபவர்களுக்கும், அதனுடைய தாராளமான நீர்விளையாட்டுகள் ஒரு கவர்ச்சியைக் கொடுத்து ஈர்க்கிறது.

நீந்துபவர்கள் இளங்காற்றோடு நீரில் நீந்த விரும்புவர். சூரியக் குளியலை விரும்புபவர்கள், பகட்டான ஊதாநிற கடற் கரைகளையே விரும்பி செல்கின்றனர்.

எதிர்பாராத ஓர் அளவு நாகரிகமும் மற்றும் வசதிகளும் கியா ஓரா கிராமத்தில் உண்டு. கூடவே தண்ணீரின் மேலுள்ள 10 ஆடம்பர பங்களாக்கள், தேர்ந்த உணவு விடுதிகள் உண்டு. விடுதிகளின் பின் புறத்திலேயே உணவுக்கான புதிய மீன்கள் பிடிக்கப்படுகின்றன. இங்கு கிடைக்கும் கடல் உணவுகள் சிறப்பானவை. அருகி லேயே நீல டால்ஃபின் க்ளப் மையமும், விடுதி விருந்தாளிகளுக்கு மகிழ்ச்சி தருகிறது.

இது பாபீ தஹிதிக்கு வடகிழக்கில் 351 கி. மீ -இல் உள்ளது.

1
சூக் லாகூனின் கோஸ்ட் ப்ளீட் மைக்ரோனேஷியா

இது உலகிலேயே மிகப்பெரிய நீருக்குள் இருக்கும் கண்காட்சியாகும். 1944, பிப்ரவரி 17-ஆம் தேதி 58 ஆவது அமெரிக்கன் டாஸ்க் ஃபோர்ஸ், அதனுடைய ஆப்ரே ஷன் ஹெயில் ஸ்டார்ம் என்ற நடவடிக்கை யின் போது, 500-டன் வெடிகுண்டுகளை போட்டு, ஜப்பானிய அரசாங்க கடற் படையின், 5-ஆவது பிரிவை, எதிர்பாராத நேரத்தில் திடீரென்று தாக்கியது. இது பேர்ல் ஹார்பர் தாக்குதலுக்கு அடுத்த

பதிலாக இருந்தது. இன்று சூக் லாகூன் (பழைய பேர் ட்ருக் லாகூன்) தன் வசம் 60- உடைந்த ஜப்பானிய கப்பல்களை, அதா வது மிக அதிகமான மூழ்கிய கப்பல்களை ஒரே இடத்தில் வைத்திருக்கிறது. இந்த பிரசித்திப் பெற்ற போர்க் கழிவுகள்/ சின்னங்கள், அவற்றின் துப்பாக்கிகள், ட்ரக்ஸ்/கார், லாரி போன்றவைகள், ஸ்டீல் கவசங்கள் முதலியன கொஞ்சம் கூட, கலைக்கப்படாமல் காப்பாற்றப்பட்டு வைக்கப்பட்டிருக்கின்றன. இவையாவும் 1970-இல் நீர்மூழ்கி கப்பல்கள் வெளிக் கொண்டு வரப்பட்டது மூலம். கிடைத் தவை. 437 - அடி ப்யுஜிகாவா மாரு கப்பல் மிகவும் பிரசித்தி பெற்ற ஞாபகச் சின்ன மானது. 40 முதல் 90 அடி வரை உள்ள தண்ணீரில் செங்குத்தாக உட்காரும், விமானம் தாங்கி கப்பல் இது. பக்கவாட்டில் - கப்பல்களைத் தகர்க்க உதவிய குண்டு ஓட்டையோடு இருக்கிறது.

■■■

United States of America
State Boundary
Road
River
National Capital
State Capital
City or Town
300 KM
300 Miles
© 2007 Geology.com
CANADA
U.S.A.
MEXICO
Atlantic Ocean
Pacific Ocean
Gulf of Mexico
THE BAHAMAS
Nassau
HAWAII
Honolulu
ALASKA
Anchorage
Juneau
RUSSIA
Washington, D.C.
Ottawa
Quebec
Montreal
Toronto
Winnipeg
Regina
Calgary
Victoria
Vancouver
Fredericton
Augusta
Concord
Boston
Providence
Hartford
Albany
New York City
Trenton
Philadelphia
Dover
Annapolis
Richmond
Raleigh
Columbia
Atlanta
Tallahassee
Montgomery
Jackson
Baton Rouge
New Orleans
Nashville
Frankfort
Charleston
Columbus
Indianapolis
Lansing
Detroit
Chicago
Springfield
Madison
Milwaukee
St. Paul
Minneapolis
Des Moines
Jefferson City
Little Rock
Oklahoma City
Topeka
Lincoln
Pierre
Bismarck
Austin
Houston
Dallas
San Antonio
Santa Fe
Denver
Cheyenne
Salt Lake City
Phoenix
Carson City
Sacramento
San Francisco
Los Angeles
San Diego
Boise
Helena
Salem
Olympia
Seattle
Portland
Las Vegas
Miami
Jacksonville

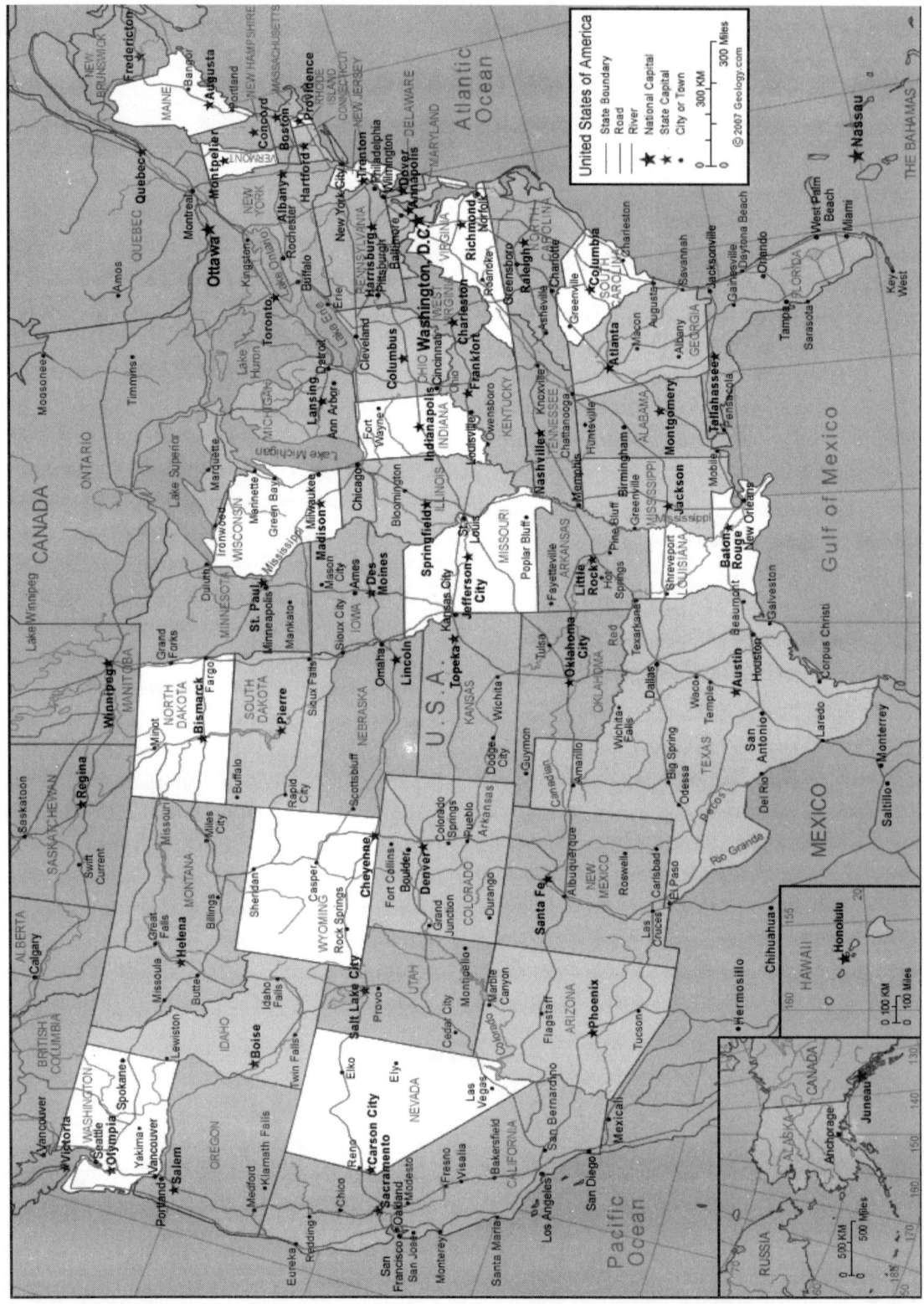

50

அமெரிக்கா - UNITED STATES OF AMERICA

அமெரிக்கா என்றதுமே மனக்கண் முன்நிற்பது, அதன் பிரம்மாண்டங்களும் வானுயர்ந்த கட்டட அமைப்புகளும், பணக்காரத்தனமும், நாகரிகமும், அறிவியல் வளர்ச்சியும்தான். அதன் சரித்திரம் பற்றி எந்த வரலாற்றுப் புத்தகமும் சொல்வதில்லை. 'அமெரிக்கா' என்ற 'தேசம்' பிறந்து இன்னும் 400 ஆண்டுகள் கூட நிறைவுறவில்லை. அமெரிக்காவை கொலம்பஸ் கண்டுபிடித்தது ஓர் எதிர்பாராத நிகழ்வு. இந்தியா, சீனா, ஜப்பான் நாடுகளைத் தேடி பசிபிக் கடலை குறுக்காக தாண்டியபோது, தட்டுப்பட்டதுதான் அமெரிக்காவின் 'சான்-சால் வடார்' பகுதி.

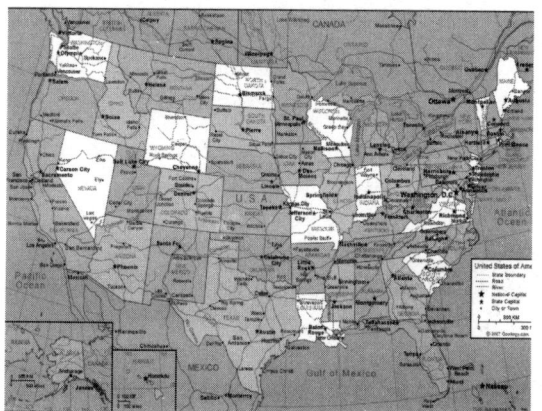

இன்று அமெரிக்க ஐக்கிய நாடுகள் என்பது, 50 மாநிலங்களை உள்ளடக்கிய ஜனநாயக கூட்டுக் குடியரசு. அலாஸ்கா, கனடா, அமெரிக்க ஐக்கிய நாடுகள், மெக்ஸிகோ அனைத்தும் இணைந்தது தான் வட அமெரிக்கா. ஆனால் நாம் அமெரிக்கா என்றதும், அமெரிக்க ஐக்கிய நாடுகள் என்றே கருதுகிறோம். கனடாவுக்கு வடமேற்கில் உள்ள பனிப்பிரதேச அலாஸ்கா அமெரிக்காவின் 49-ஆவது மாநிலம். அலாஸ்காவை ரஷ்யாவிடமிருந்தும், லூசியாரைப் பகுதியை பிரான்ஸிடமிருந்தும் விலைக்கு வாங்கியது அமெரிக்கா. அமெரிக்காவின் தலைநகர் வாஷிங்டன் டி.சி.

அமெரிக்காவில் நுழையும்போது நம்மை வரவேற்பது, நியூயார்க் வளைகுடாவில், லிபர்டி தீவில் நிறுவப்பட்டுள்ள, 306 அடி உயரமான, சுதந்திர தீபத்தை ஏந்திக்கொண்டு நிற்கும் சுதந்திர தேவியின் சிலைதான்.

அதிபர் மாளிகையான 'வெள்ளை மாளிகை' வாஷிங்டனில் போடோ நதிக் கரையில் உள்ளது. இதுவே ஜனநாயகத்தின் சின்னம், புனிதக் கோயில் என்று போற்றப்படுகிறது. இதற்கு வித்திட்டவர் அமெரிக்காவின் எட்டாவது அதிபரான ஜார்ஜ் வாஷிங்டன்தான். வெள்ளை மாளிகையை மக்கள் எல்லாரும் கட்டணமின்றி உள்ளே நுழைந்து சுற்றிப் பார்க்கலாம்.

சான் பிரான்ஸிஸ்கோவிலுள்ள கோல்டன் கேட் என்றழைக்கப்படும் பாலம் உலகப் பிரசித்திப் பெற்றது. பஸிபிக் மகா சமுத்திரத்தைச் சார்ந்த விரிகுடாவின் இருபக்கத்தையும் இணைத்து இப்பாலம் கட்டப்பட்டுள்ளது. 4200அடி நீளமுள்ள இப்பாலம் 1930-இல் கட்டப்

பட்டது. இடதுபுறமும் வலதுபுறமும் உள்ள மொத்தம் நான்கு தூண்களில் இப்பாலம் ஊஞ்சல் போல் தொங்குகிறது. இதை இயந்திரக் கலை வன்மையின் ஒரு சிறந்த படைப்பு என்று கூறலாம்.

அமெரிக்காவின் சரித்திர வரலாறு பெற்ற இடங்கள் பல இருப்பினும் குறுகிய காலத்தில் எல்லா இடங்களையும் முழுமை யாகப் பார்ப்பதென்பது அவ்வளவு சுலப மல்ல. மேலும், சில நிர்ப்பந்தங்களின் காரணமாக அது சாத்தியமுமல்ல.

1
வெள்ளை மாளிகை

அமெரிக்க ஜனாதிபதியின் அதி காரப்பூர்வ இல்லம்தான் வெள்ளை மாளிகை ஆகும். வாஷிங்டன் நகரில் பென்சில்வேனியா அவினியூவில் அமைந் துள்ள இந்த வெள்ளை மாளிகை 1792-ஆம் ஆண்டு அக்டோபர் மாதம் 13-ஆம் தேதி கட்டத் தொடங்கப்பட்டது. 1800-ஆம் ஆண்டு கட்டி முடிக்கப்பட்டது. இதை வடிவமைத்துக் கட்டிய பெருமைக்குரிய கட்டிடக் கலைஞர் ஜேம்ஸ் ஹோபன் ஆவார். அதே ஆண்டில் நவம்பர் 1-ஆம் தேதி வெள்ளை மாளிகையில் குடியேறிய அமெரிக்க ஜனாதிபதி ஜான் ஆதம்ஸ் ஆவார். மிகக் குறைந்த காலம்தான் அவர் வெள்ளை மாளிகையில் வசித்தார். அடுத்த ஆண்டு, அதாவது 1801-இல் ஜனாதிபதி தாமஸ் ஜெபர்சன் வெள்ளை மாளிகையில் குடியேறினார். அவர் வெள்ளை மாளிகை யில் யீசல விரிவாக்கங்கள் செய்து அழ கூட்டினார்.

ஆனால் 1814-ஆம் ஆண்டு போரின் போது இங்கிலாந்து படைகள் வெள்ளை மாளிகையில் தீ வைத்துவிட்டனர். இதில் உள்புறம் பலத்த சேதம் அடைந்தது. அதன் பின்னர் தீயினால் ஏற்பட்ட சேதம் சரி செய்யப்பட்டு வெள்ளை அடிக்கப்பட்டது. ஆனால் பல்லாண்டு காலம் சரியாக

பராமரிக்கப்படவில்லை. இதன் காரண மாக வெள்ளை மாளிகைக்கு எந்த நேரத் திலும் ஆபத்து ஏற்படலாம் என்று 1948- இல் அறிவிக்கப்பட்டது. அதன் பின்னர் வெள்ளை மாளிகையின் உள்ளும் புறமும் மறுசீரமைக்கப்பட்டது.

தற்போது வெள்ளை மாளிகை நிர்வாகப் பிரிவு, கிழக்கு மற்றும் மேற்கு பிரிவு என்ற பிரிவுகளை கொண்டு கம்பீரமாக காட்சி தருகிறது. வெள்ளை மாளிகையில் 6 மாடிகள் உள்ளன. தரைத்தளம் ஸ்டேட் தளம், இரண்டாம் தளம், மூன்றாம் தளம் மற்றும் 2 சுரங்கத் தளங்களாக இவை அமைந்துள்ளன.

கென்னடி காலத்திலிருந்து தொடர்ந்து அமெரிக்க ஜனாதிபதியான இருந்தவர்கள் அத்தனை பேரும் தங்கள் விருப்பப்படி வெள்ளை மாளிகையில் சிற்சில மாற்றங் களை செய்து அழகுபடுத்தி பந்துள்ளனர்.

2
கம்பீரமான கன்யான்

உலகத்திலேயே மிகவும் பழைமை யான பள்ளத்தாக்கு எது? மலைச் சிகரங் களுக்கு கடவுள் பெயரை வைத்துக் கொண் டாடும் இடம் எது? மிகவும் ஆழமான இடத்தில் பெருகி ஓடும் மிக நீளமான நதி எங்கே இருக்கிறது?

இவை எல்லாவற்றுக்கும் பதில் ஒன்றுதான். உலக அதிசயங்களில்

ஒன்றான 'கிராண்ட் கன்யான்'தான் அது. இது அமெரிக்காவின் மேற்கே ஐயோவா மாகாணத்தின் பாலைவனப் பகுதியில் அமைந்துள்ளது. அதன் வயது பத்துகோடி ஆண்டுகள். யாரும் வியாபார ரீதியாகப் பயன்படுத்தக் கூடாது என்று தடை விதித்து, இயற்கை அழகு பாழ்படாமல் பாதுகாக்கப்படும் மிகப்பெரிய வனப் பிரதேசமும் அதுதான். ஆம்! உள்ளே சென்று பார்ப்பதற்கு கூட பர்மிட் வேண்டும். அங்கே இல்லாத மிருகங்கள், செடி கொடிகள், இயற்கை தரும் உலோகப் பொருள்கள், நீர் ஊற்றுகள் - வேறு எங்கே யும் இல்லை. இது கடவுள் மனிதனுக்கு அளித்துள்ள இயற்கையான சொத்து. அதனால் அதில் அமைந்துள்ள மலைச் சிகரங்களுக்கு வெவ்வேறு மதக் கடவுள் களின் பெயர்களையே வைத்திருக்கிறார் கள். நம் தெய்வங்களான விஷ்ணு, பிரம்மா பெயர்களைக்கூட வைத்திருக்கிறார்கள்.

சுமார் ஆறாயிரம் அடிவரை பள்ளத் தாக்கு மளமளவென்று இறங்குகிறது. சுமார் எட்டாயிரம் அடி உயரம் வரை மலைகள் நிமிர்ந்து நிற்கின்றன. இருநூறு மைல்கள் நீளத்துக்கு மேல் கொலராடோ ஆறு வெள்ளமாகப் பெருகி ஓடுகிறது. இதன் சுற்றளவு சுமார் முன்னூறு மைல்கள்.

அமெரிக்க ஜனாதிபதியாக இருந்த ரூஸ்வெல்ட் இந்த பிரம்மாண்டமான

பள்ளத்தாக்கை சுமார் நூறு ஆண்டு களுக்கு முன் வந்து பார்த்தார். பொருள் சம்பாதிக்க விரும்புகிறவர்கள் இந்த இயற்கை அழகையும் அதன் கோடிக் கணக்கான உலோகப் பொருள்களின் சொத்தையும் சூறையாடி விடுவார்கள் என்று நினைத்தார். அதனால் இதை பாதுகாக்கப்பட்ட விளையாட்டுப் பகுதி யாக (Game - Reserve) அறிவித்து விட்டார். அதனால் இது மனித குலத்தின் சொத்து. அனுமதி இல்லாமல் உள்ளே செல்ல முடியாது. யாரும் எதையும் வெளியே எடுத்துக் கொண்டு போகவும் முடியாது.

ஆண்டுதோறும் இங்கே ஐம்பது லட்சம் உல்லாசப் பயணிகள் வந்து கூடுகிறார்கள். விடியற்காலை சூரியோதய அழகைப் பார்க்கவும் இரவில் நில வொளியை ரசிக்கவும் ஒவ்வோர் ஆண்டும் நாற்பத்தெட்டாயிரம் பேர் இரவு இங்கேயே கூடாரங்களிலும், ஹோட்டல் களிலும் தங்கி விடுகிறார்கள். ஹோட்டல் களில் தங்க அறைகளை ஓர் ஆண்டுக்கு முன்னதாகவே பதிவு செய்து கொள்ள வேண்டும். ஹெலிகாப்டரில் பறந்து பார்த் தும் ரசிக்க வசதி உண்டு.

மலைச் சிகரங்களை இரவு நில வொளியில் பார்ப்பது அருமையான காட்சி. அந்த மலை முடிகள் தெய்விகமாகவே தோன்றுகின்றன. அதனால் அவற்றுக்கு விஷ்ணு, பிரம்மா போன்ற பெயர்களை வைத்திருக்கிறார்கள். எகிப்திய, கிறிஸ்துவ, கிரேக்க கடவுளர்களின் பெயர்களும் உண்டு. மிக உயரமான 7635 அடி உயரச் சிகரத்தின் பெயர் விஷ்ணு!

கன்யான் பள்ளத்தாக்கில் வெயில் சுடும். திடீரென்று மழை பெய்யும். இரவு நேரத்தில் கடுங்குளிர் நடுங்க வைக்கும். ஒரே நாளில் முப்பது டிகிரி வரையில் உஷ்ண நிலை வேறுபடும். இரவு குளிர்ந்த பிறகு விடியற்காலையில் குளிரகுளிர கம்பளி உடை அணிந்து நடைப்பயணம் போவது

ஓர் அபூர்வமான அனுபவம். குளிர் காலத்தில் பனிப்பாறைகளில் சறுக்கி விளையாடுகிறார்கள். மலைகளும் பனிப் போர்வையில் வெண்ணிறத்தில் பளிச்சிடு கின்றன. சூரிய ஒளி படும் போது தங்கமாக மின்னுகின்றன.

ஒவ்வோர் ஆண்டும் அலைபுரண் டோடும் ஆற்றில் சுமார் 28000 உல்லாசப் பயணிகள் சிலிர்க்க வைக்கும் நீர் விளை யாட்டுப் பந்தயங்களில் ஈடுபடுகிறார்கள். ஊகிக்க முடியாத ஆழமும், பயங்கர வளைவு, சரிவுகள் கொண்ட ஆறும் அவர் களுக்கு திகில் ஊட்டும் சவாலாக இருக் கிறது. ஒரு விநாடிக்கு இரண்டு லட்சம் கன அடி தண்ணீர் பாய்ந்து ஓடிவிழுகிறது.

பள்ளத்தாக்குகளில் ஏராளமான பலவண்ண பூச்செடிகள் உள்ளன. அவற் றில் சில முப்பது ஆண்டுகள் வரை பூக் களைச் சொரியக் கூடியவை. மிருகங்களும் ஏராளம். ஆடு மாடுகளும், எருதுகளும் சுமார் ஒரு லட்சம். மான் வகைகள் மட்டும் சுமார் முப்பதாயிரம். அபூர்வமான பாம்பு கள், புலி வகைகள் ஆகியவையும் பயங்கர மான பிரமிப்பை உண்டாக்கி திகைக்க வைக்கின்றன.

இயற்கை தனது அழகை அள்ளிச் சொரியும் நந்தவனங்களுக்கு இடையே மாலையிலிருந்து நள்ளிரவு வரை வெவ் வேறு நிறங்களில் ஒளி படர்ந்து விளையாடு கிறது. கன்யான் பயணம் மறக்க முடியாத அனுபவங்களைத் தரும்.

தென்விளிம்பு ஃபீனிக்ஸிலிருந்து வடக்கில் 230 மைல் தொலைவில் உள்ளது. ப்ளாக் ஸ்டாப்பிலிருந்து வடக்கில் 352 மைலில் உள்ளது.

3

போவெல் ஏரி

இது தண்ணீரால் நிரப்பப்பட்ட ஒரு பெரிய மலைக்கணவாய். பின்னிக் கொண்டிருக்கும், துப்பாக்கியின் அடி பாகம் போலவும், கோபுரமுனை போல வும், மற்றும் தண்ணீரால் அரிக்கப்பட்ட, வெட்டப்பட்ட நிலப்பகுதியுடைய மேலும் தண்ணீருடன் கூடிய இது மேற்கத்திய வற்றில் மிக மிக சிறந்தது என கற்பனை செய்துபார்க்க வேண்டும். அதுதான் போவெல் ஏரியாகும். 186-மைல் நீளம் கொண்ட செயற்கையான ஏரி இது. இது க்லென் கன்யான் அணை கட்டும்போது, ஏற்படுத்தப்பட்டது. இது 1920 - இல் தீர் மானித்து, 1950 - இல் ஆரம்பிக்கப்பட்டு, 1960 - இல் முடிவடைந்தது. ஆனால் 1980வரை கொலொரோடோ ஆற்றி லிருந்து தண்ணீரை கொணர்ந்து அதாவது பளபளக்கும் நீல நிற தண்ணீரை கொணர்ந்து நிரப்பினர். மியெட் ஏரிக்கு பிறகு இதுதான் இரண்டாவது செயற்கை யான பெரிய ஏரி. இந்த மியெட் ஏரி நொவாடாவின் மோஜோவி பாலை வனத்திலிருக்கிறது. இது மேஜர் ஜான் வெஸ்லி போவெல்லின் பெயரைக் கொண்டுள்ளது.

இவர் முதன் முதலாக, 1869-ஆம் ஆண்டில் இந்த இடத்திற்கான வரை படத்தை உருவாக்கினார். தெற்கு மேற்கி லிருந்து வட கிழக்குவரை வியாபித் திருக்கிறது இந்த ஏரி. இது பிறைச்சந்திரன் போல, அரிஸோனா உட்டா எல்லை பிரதேசங்களை சுற்றிக்கொண்டு கன்யானின்

90-கிளைகளாக (சில 10-மைல் நீளத்துக்கு மிருக்கிறது) எல்லாமாக சேர்ந்து 2000 மைலுக்கு ஆற்றின் கரையமைத்து விட்டது. இது அமெரிக்காவின் 'பஸிபிக்' கரையை விட நீளமாக உள்ளது. சுற்றி சுற்றிச் செல்லும் இந்த ஆற்றின் கரையில், சாலை எதுவுமே கிடையாது. ஆகையால் படகில் செல்லும்போது கண்டுபிடிப்பது என்பது, ஒருபெரிய வெகுமதியாக மட்டுமல்ல, நன்கு அநுபவிக்கும்படியாகவும் இருக்கும். ஆனால் இந்த ஏரியின் செல்வத்தை அநுபவிக்க இது ஒன்றேதான் சிறந்த வழியாகும்.

இதில் எண்ணற்ற தனித்து விடப் பட்ட மண்மூடிய, குகைகளை காணலாம். இந்த குகைகளில்தான் படகு விடுபவர்கள் தங்கிச் செல்வார்கள். படகு பிரயாணங் கள், மற்றும் கன்யான் உல்லாசக் கப்பல் பிரயாணங்கள், இங்குள்ள ஏரியின் ஐந்து கடற்கரையில், மூன்றில் பிரயாணத்தை துவக்குவார்கள். படகுவீடுகள் சுலபமாக வாடகைக்கு கிடைக்கும். இது அமெரிக்கா வின் படகு வீடுகளின் சொர்க்கம். ஒவ் வொன்றிலும் 8 முதல் 12 நபர் வரை தங்கும் வசதியோடு சற்றேறக்குறைய 400 வீடுகள் இருக்கின்றன.

போவெல் ஏரியானது க்லென் கன்யான் தேசீய பொழுது போக்கு பகுதி. பீனிக்ஸிலிருந்து 5-மணி நேர வடக்கே செல்லும் பிரயாணம். ஜூன்-அக்டோபர் கால கட்டம் நீர் விளையாட்டுகளுக்கும், ஏப்ரல், ஜூன், அக், நவம்பர் மீன் பிடிப் பிற்கும் உகந்த காலம்.

4

மரண பள்ளத்தாக்கு தேசியப் பூங்கா

மொஜாவே பாலைவனத்தின் மத்தியில், மரண பள்ளத்தாக்கு தேசிய பூங்கா மிகத் தாழ்ந்த, காய்ந்த மற்றும் வெகு சூடான அமெரிக்காவில் உள்ள இடமாக வும், நம்பத்தகாததாகவும் உள்ள பெரிய ஸ்தானத்தைப் பெற்றிருக்கிறது. இதனு டைய பயமுறுத்தும் பெயரானது, உலகத் தின் எல்லா பகுதிகளிலிருந்தும், கும்பலை இழுக்கிறது.

இந்த பள்ளத்தாக்கு என்பது ஒரு பள்ளத்தாக்கு அல்ல. ஆனால் தொடர்ந்து இரு மலைகளுக்கு இடையே விழுந்து கொண்டிருக்கும் ஒன்று. ஆனால் மலை களோ தொடர்ந்து உயர்ந்து கொண்டே யிருக்கிறது. பக்கங்களில் நகர்ந்து கொண்டே யிருக்கின்றன. 10,000 வருஷங்களுக்கு முன்பு, ஒரு பரந்த புது தண்ணீர் ஏரி ஒருமுறை மரண பள்ளத்தாக்கை 600-அடி ஆழத் துக்கு நிரப்பியது. இன்று சில ஆயிரக் கணக்கான வருஷங்களில் உலர்ந்த பூமி யாக, உஷ்ணமான சீதோஷ்ண நிலையில், ஓடுள்ள மணல் தரையாக இருக்கிறது. நீண்ட மற்றும் குறுகிய பூங்கா, அதாவது 140 மைலுக்கு ஒருமுனையிலிருந்து மற்றொரு முனைவரை, கனெக்டிகட் அளவுக்கு, பிரபல்யமான இடங்களில் ஒன்றாக, இருப்பது 'ஆர்டிஸ்ட் பாலெட்' என்பது தான். இங்கு தாதுப்பொருள்களின் குவியல்கள், சிவப்பு, ஊதா, ஆரஞ்சு, பழுப்பு மற்றும் பச்சை ஆகியவை மலை களுக்கு நிறம் கொடுப்பது போல உள்ளன. இந்த சாலையின் கடைசி முனைக்குச் சென்றால், அது ஒரு மைல் உயரமுள்ள

'டான்டியின் பார்வை' என்னுமிடத்துக்கு இட்டுச் செல்லும். அங்கிருந்து 360-டிகிரி சுற்றுப்புறத்தையும், 100-மைல் தூரத் துக்குப் பார்க்கலாம். மிக உயர்ந்த இந்த இடத்திலிருந்தும் கீழேயுள்ள தாழ்ந்த இடத்திலிருந்தும் காணலாம். 14, 494 - அடி யில் உள்ள மவுண்ட் விட்நே மற்றும் 282 - அடி கீழே பேட்வாட்டர் இரண்டும் தான் அவை.

இரவில் பாலைவன ஆகாயத்தில் கடல்போல பளபளக்கும் நட்சத்திரங் களை பார்த்து வியப்பது ஆச்சரியம் தரும் அனுபவம்.

இவ்விடம், லாஸ் ஏன்ஜல்ஸுக்கு வட கிழக்கில் 300-மைலிலும், லாஸ்வே காஸுக்கு வடமேற்கில் 120 மைலிலும் இருக்கிறது.

5

ஹாலிவுட்

அமெரிக்கா தன்னைத் தானே கண்டுபிடித்துக் கொள்ளும் இடமாகும் இது. ஸெஸில் B. டிமில்லி மற்றும் ஜெஸ்ஸி லாஸ்கி எப்போது சுகமான சீதோஷ்ண மேற்குக் கடற்கரை பக்கம் வந்தார்களோ, அதாவது 1911லிருந்து, ஹாலிவுட் பள பளக்கும் சினிமா படமெடுக்கும் இட மாக மாறியது. ஒரு மறுமலர்ச்சி நிலை யோடு, பேராசையும் உண்டாயிற்று.

ஹாலிவுட்டில் நீங்கள் பார்த்த நட்சத்திரங் களை உள்ளூர் மெழுகு காட்சி சாலையில் பார்ப்பது என்பது நீண்ட கால உண்மை ஆயிற்று. ஆனால் ஹாலிவுட் "டைம்ஸ் ஸ்கொயர்" என்ற இடத்தின் மறுமலர்ச்சி போல, இந்த இடம் சினிமாவுக்கு விறுவிறுப்பைக் கொடுத்து திரும்பவும் தூக்கி நிறுத்தத் தொடங்கியது.

பெரும்பாலான படப்பிடிப்பு தளங்கள் (ஸ்டூடியோக்கள்) வெகு நாட்களுக்கு முன்பே இங்கிருந்து நகர்ந்து விட்டன. ஹாலிவுட்டில் தொடர்ந்து இருக்கிறது. படங்கள் எவ்வாறு தயா ரிக்கப்பட்டன என்பதைத் தெரிந்து கொள்ள, ஹாலிவுட் குன்றுகளிலிருந்து ஸான்பெர்ணாண்டோ பள்ளத்தாக்கு மற்றும் யூனிவர்சல் சிடி செல்லவேண்டும். திரைப்பட தயாரிப்பில் பல ஆண்டுகள் சரித்திரம் படைத்த யூனிவர்சல் ஸ்டூடியோ இன்று முக்கியமான சுற்றுலா இடமாக மாறிவிட்டது. மேலும் அத னுடைய மிகப்பெரிய டெலிவிஷன் மற்றும் சினிமா ஸ்டூடியோ உலகளாவிய அளவு பெரியதாகவும் அனைவருக்கும் ஆனந்தம் தரும் இடமாகவும் விளங்குகிறது.

பிரசித்திப் பெற்ற ஹோட்டல் பெல் ஏர் என்பது வீட்டில் உள்ள உணர்வை ஏற்படுத்தும். 12 ஏக்கர் பூக்காடுகளும், தாவரவகைகளும் நிறைந்தது. ஜூலை மாத முன்பகுதியும், செப்டம்பர் மாத நடுப் பகுதியும் இங்கு சுற்றுலா செல்ல உகந்த காலம்.

6

யோஸிமைட் தேசியப் பூங்கா கலிஃபோர்னியா

இதைப் பற்றி இயற்கைப் பொருள் ஆராய்ச்சி காட்சிகளில் ஈடுபடுபவரான, ஜான்முயிர் என்பவர் எழுதியிருப்பது,

"மனிதனால் படைக்கப்பட்ட எந்த ஒரு கோயிலும், யோஸிமைட்டோடு ஒத்துப் பார்க்க முடியாது" - என்று. இவருடைய முயற்சியால் 1890 - இல் உருவாகியது தான் யோஸிமைட் தேசியப் பூங்கா. உன்னதமான சீசனில் இங்கு வந்து அதாவது இயற்கையின் கோயிலில் கூடும் மில்லியன் கணக்கான கூட்டத்தில் பெரும் பாலானோர், 1 - மைல் அகலமும், 7 - மைல் நீளமும் கொண்ட யோஸிமைட் பள்ளத் தாக்கை நோக்கி செல்கின்றனர். அந்த பூங்காவின் பிரதான சாலை ஓர் ஆற்றினால் துண்டிக்கப்பட்டு, வெறும் கிரானைட், பாறையாலும், அதன் 2000 முதல் 4000 அடி வரை செங்குத்தான கோபுரங்களாலும் காப்பாற்றப்படுகிறது.

பூங்காவின் தன்மையை கெடுக்கும் கோடை கால மக்கள் நெரிசலை தவிர்க்க வேண்டுமானால் ரோடே தீவின் அள வான 7,50,000 ஏக்கர் நிலபரப்பின் 95 சதவீதம் உள்ள புதிய இடத்தை கண்டு பிடித்தாக வேண்டும்.

அந்த பூங்காவின் பெரும்பாலான இயற்கையான கவர்ச்சி, அமெரிக்க நிலத் தோற்றத்தின் உருவமாகி விட்டன. அன்ஸால் ஆடம்ஸ் அவர்களின் புகைப் படங்கள் இதற்கு சாகாவரம் பெற்று தந்துவிட்டன. இந்த நிலப்பகுதியிலுள்ள

2425-அடி உயரமுள்ள பிரமிக்க வைக்கும் யோஸிமைட் நீர்வீழ்ச்சியை மிகப் பெரி யது என யார்தான் ஒப்புக் கொள்ள மாட்டார்கள்.

இந்த நீர்வீழ்ச்சியின், மேல் பகுதி, 1.430 அடி உயரத்திலிருந்து கொட்டுவதும், மத்திய பகுதி 675 - அடியில் கொட்டுவதும் கீழ்பகுதி 320 - அடியில் விழுவதாகவும் இயற்கையாகவே பிரிக்கப்பட்டிருக்கிறது. மழைக்காலம் பூராவும் இவ்விதம் இருந் தாலும், கோடையில் வறண்டு விடுகிறது.

இந்த பூங்காவில் நடந்து சென்று பார்ப்பது மிகவும் விரும்பப்படுகிறது. மைல் நீளத்துக்கு உள்ள பாதையை குதிரை, கோவேறு கழுதை, அல்லது கால்நடையாகச் சென்று கடக்கலாம். மிகவும் பிரபலமானவற்றில் ஒரு வழி கார் செல்லக்கூடிய பாதையான மிஸ்ட் ட்ரெயில் ஆகும். இது 317 - அடி வெர்நால் நீர்வீழ்ச்சியையும், 594 - அடி நெவாடா நீர்வீழ்ச்சியையும், அருகிலிருந்து பார்க்க வசதியுள்ளதாக இருக்கிறது. காரிலேயே பயணம் மேற்கொண்டு, இருப்பவர்களுக்கு, 196 - மைல் தளவரிசை செய்த சாலைகள், கீழே உள்ள பள்ளத்தாக்கின் அதிசயமான தோற்றத்துக்கு க்ளேஸியர் வரை சென்று பார்க்க வசதியாக இருக்கிறது.

மாரிபோஸா தோப்பில் அடைக்கல மான, 500 மாபெரும் சாம்பல் நிறமுடைய கரடிகளும், மிக மிக பழைமை வாய்ந்தவை எனச் சொல்லப்படுகிறது.

யோசிமைட் பள்ளத்தாக்கின், 1927 - ஆம் வருடத்திய அஃவாஹ் நீ ஹோட்டல், ஒரு முழுமையான, முற்றிலும் பூர்த்தியான, பூங்காவின் விடுதி. பூர்வீக அமெரிக்கர் கள் இந்த இடத்தில் முன்பு வசித்து வந்த தால், அவர்கள் மொழியில் யோஸிமைட் என்பது பயங்கரமான கரடிகளைக் குறிப்பதால் இதற்கும் அந்தப் பெயர் சூட்டப்பட்டிருக்கிறது. ஒரு கண்காட்சிப்

பொருளாக இருக்கும் கல் மற்றும் உள்ளூர் தேக்கு, ஆகியவற்றின் தோற்றம் மிகவும் நேர்த்தியாக இருக்கின்றன. அந்த தோற்றம் மனதைக் கொள்ளையடிக்கின்றன. உள் பக்கத்தில் அலங்காரம் செய்யப்பட்டவை, 'அஃவாஹ் நீ' யின் கைவேலைப்பாடுகளை பிரதிபலிக்கின்றன.

பெரிய தொங்கும் சரவிளக்குகள், அதை ஒரு பெரிய கோட்டையைப் போல் நேர்த்தியாக உயர்த்திக் காட்டுகிறது. விருந்தாளிகளும், மற்றவர்களும், பாகுபாடின்றி ஒரே நேரத்தில் சாப்பிடவும் செய்யலாம். குகைகள் போல அமைக்கப்பட்டு, இந்த சாப்பாட்டு அறைகள் கவர்ச்சி 25 அடி கதவுகள், அப்பூங்காவின் மூலதனமாகவும் செயல்படுகின்றன.

இங்கு சுற்றுலா செல்ல உகந்த காலம் ஆகஸ்ட் மத்தியில்; அக்டோபர்; நவம்பர். நவம்பரிலிருந்து மார்ச் வரை கூட்டம் குறைவாக இருக்கும். கிறிஸ்துமஸ் பண்டிகையின்போது நடைபெறும் விருந்து அழகான ஐதிகம். முன்னதாக பதிவு செய்யவேண்டும். யோஸிமைட் தேசியப் பூங்கா, ஸான் பிரான்ஸிஸ்கோவிற்கு கிழக்கே 190 மைலிலும், லாஸ் ஏஞ்சல்ஸுக்கு வடகிழக்கே 380 மைலிலும் இருக்கிறது.

7

மேஸா வெர்டே தேசியப் பூங்கா

அமெரிக்காவிலுள்ள 300 தேசியப் பூங்காக்களில், 52,000 ஏக்கர் மேஸா வெர்டே (ஊசி இலை மரம் - ஜுனிபர் காடுகளால், இதற்கு பசுமை மேஜை என்ற பெயர் வந்தது.) என்ற ஒன்று மட்டுமே, கட்டடக்கலைக்கு முற்றிலும் அர்ப்பணம் செய்து கொள்ளப்பட்டதாகும். இங்கே, அநாஸாஸி ஜனங்கள் கி.பி. 600 முதலே அபிவிருத்தி அடைய ஆரம்பித்தார்கள். நாகரீகத்தின் உச்சிக்குச்சென்று, 11, 13 நூற்றாண்டுகளுக்கு மத்தியில் இருந்த போதே, அவர்கள் தாங்களே பல அடுக்குகளுடைய கட்டடங்களின் நுணுக்கங்களை அறிந்து செயல்பட ஆரம்பித்தனர். கன்யான் சுவரைச் சுற்றியே, அவர்கள் வீடுகளை அமைத்துக் கொண்டார்கள். ஆனால் 14-ஆம் நூற்றாண்டிலேயே அவர்கள் எல்லாவற்றையும் விட்டுவிட்டுச் சென்றுவிட்டனர். இதுவரை அவற்றிற்குண்டான காரணம் மட்டும் தெரியவில்லை.

மேஸா வெர்டேயானது ஃபோர் கார்னர்ஸ் மாகாணத்திலிருக்கிறது. இங்கு உடாஹ், கொலொரோடோ, நியூ மெக்ஸிகோ, மற்றும் அரிஸோனா எல்லாம் ஒன்றாக கூடுகிறது. பூங்காமுனையிலிருந்து அந்த பூங்காவின் 8,572 - அடி உயரத்திலிருந்து, அனைத்தையும் பார்க்கலாம். உள்ளேயே தங்கி, அனைத்தையும் பார்க்க, இந்த ஓர் இடமே மிகச்சிறந்தது. பொருத்தமான பேரை கொண்ட ஃபார் வியூ லாட்ஜ் (Far Viewlodge) தங்குவதற்கு சிறந்த இடமாக இருக்கிறது. இதில் உள்ள எந்த அறையிலிருந்து பார்த்தாலும் ஃபோர் கார்னர்ஸ்-ன் பக்கங்களிலுமுள்ள தோற்றத்தை 100 மைல் வரை பார்க்கலாம் என்பது குறிப்பிடத்தக்க ஒன்றாகும்.

இது துரங்கோவிலிருந்து மேற்கில் 35 மைலிலும் கார்டெஸிலிருந்து கிழக்கில் 10 - மைலிலும் இருக்கிறது. இவை யாவும்

கொலோரடோவிலிருந்து தென்மேற்கில் வெகுதொலைவிலும் இருக்கின்றன.

8

பாறை மலை - தேசியப் பூங்கா

415 - ச.மைலில், 191 - செங்குத்துப் பாறைகளைக் கொண்டது இது. இவற்றில் 113 பாறைகள் 10,000 அடிக்கு மேலாகவும், 78 பாறைகள் 12,000 அடிக்கு மேலாகவும், இருக்கின்றன. இவை அனைத்திலும் நீண்ட சிகரம் என்பது 14,255அடி. இதுவே மகிழ்பயணம் பற்றி எழுதுவோரை, அமெரிக்காவின் ஊதாநிற மலைகளின் கம்பீரத்தைப்பற்றி எழுத தூண்டியிருக்கிறது. அமெரிக்காவிலேயே உயர்ந்த தொடர்ச்சியான நெடுஞ்சாலை ட்ரெயில் ரிட்ஜ் ரோடு என்பதே. இது 12,000 அடி உயரத்தில் இருக்கிறது. 1932 - இல் அமைக்கப்பட்ட இந்த ரோடு, கண்டத்திற்குரிய பிரிவு என்ற இடத்தில் குறுக்காக செல்லும். இதில் செல்லும் சமயங்களில் தலையைச் சுற்றினாலும், பார்க்காமல் செல்ல முடியாது இவற்றை என்ற எண்ணமும் உதிக்கச் செய்கிறது.

350 மைல்களுக்கு மேலான பயணத்திற்குப் பின் பிரயாணிகளை இந்த சுறுசுறுப்பான ட்ரெயில் ரிட்ஜ் ரோடை ரோடை அமைதியான, பூங்காவினுள் தங்கி ஓய்வெடுக்கவும் தூண்டுகிறது. இங்கு

அடர்த்தியான காடுகள், அடித்துக் கொண்டு ஓடிவரும் நீரோடைகள், பனி மூடிய ஏரிகள், போன்ற யாவும், மனதில் நிலைக்கச் செய்து ஆச்சரியத்தைத் தரும். இந்த முழு பூங்காவும் கொடிய மிருகங்களின் இருப்பிடமுமாகும். சில பறவைகள் மற்றும் சில மிருகங்கள் மட்டும் கொடுமை யற்றவை. உதாரணமாக கடம்பை மான், கோவேறு கழுதை, மான், ஆடு, இவை பூங்காவின் அடையாளங்கள்.

அந்த பூங்காவினுள் தங்குவதற்கு வசதி எதுவுமில்லை. ஆனால் கிழக்கு நுழைவாயிலிலிருந்து 3-மைல்களுக்கப்பால், ஈஸ்டேஸ் பூங்கா மற்றும் பிரபல மானஸ்டான்லிஹோட்டலும்இருக்கின்றன.

9

வெய்ல் - கொலாரடோ

வணக்கம் செய்து மரியாதை தெரிவிக்கும் விதத்தில் உள்ள 193 - மிருதுவான இயற்கையான அடிச்சுவட்டுப் பாதைகளுடன், குறுக்கும் நெடுக்குமாக 10 ச. மைலில் (5,289 - ஆகாய பரப்பு) கம்பீரமான, பனிமூடிய நிலத்தோற்றத்துடன், கூடிய இது, அமெரிக்காவின் மிகப்பெரிய, ஒரே மலையின், உறைபனிமூடிய கோடை வாசஸ்தலம். எல்லாரும் தங்கிச் செல்வதற்கு முற்றிலும் சரியான ஒன்று. முதல் முறையாக வருகிறவர்களை இங்குள்ளவை யாவும் பிரமிக்கச் செய்கின்றன.

அங்கு நிறைய பணமிருக்கிறது. முதல் தரமான தொழில் நுட்பம், உயர்ந்த அளவுக்கு நிர்வாகமும், செய்கைகளுமிருக்கின்றன. உலகின் மிகப்பெரிய பனிச் சறுக்கு விளையாட்டும் இருக்கிறது. அதனை கற்றுக் கொடுக்கும் பள்ளியும் இருக்கிறது. (850க்கு மேற்பட்ட பயிற்சியாளர்களை கொண்டது) 100க்கு மேற்பட்ட உணவு விடுதிகளும் உள்ளன. நடைபாதைகள் மட்டுமே உள்ள கிராமத்தில் இருக்கும் கடைகளைப் போல், இருமடங்கு கடைகள்

314 உலகில் பார்க்க வேண்டிய இடங்கள்

8,120-அடி செங்குத்துக் கோட்டின் உயரத்தில் உள்ளன.

1962 - இல் வெய்ல் திறந்து வைக்கப் பட்ட போது, அங்கிருந்த விடுதி, அங்கு பணிபுரியும் ஊழியர்களுக்கான தங்குமிட மாக ஏற்படுத்தப்பட்டது. ஆனால் இப் போது அது ஒரு பெரிய ஹோட்டல்களில் ஒன்றாகவும், ஆடம்பரமானவர்களுக்கு கவர்ச்சியான அழைப்புவிடுப்பது போல வும் இருக்கிறது.

இது டென்வரிலிருந்து மேற்கில் 100-மைல் தொலைவிலிருக்கிறது.

10

வின்டார்தர் கண்காட்சி - USA

ஒரு மனிதனின் அனுபவத்தின் கொண்டாட்டம் இது. அமெரிக்காவுக் கான அவருடைய வெகுமதியும் கூட வளம் மிக்க பிராண்டிவைன் பள்ளத்தாக்கில் 12-அறைகளைக் கொண்ட டுபோன்ட் குடும்ப விடுதியில், ஓர் அறையை எடுத்துத் தங்க வேண்டும். இந்த பள்ளத்தாக்கு, அதனுடைய சொந்தக்காரர் ஹென்றி பிரான்ஸிஸ் டு போன்ட் அவர்களுடைய, பிறருடைய நன்மைக்காக பாடுபடும் எண்ணமும், அவருடைய கலை பொக்கிஷ ஆசைகளும், இதற்கு மேலும் மெருகூட்டி, முக்கியத்துவம் அளிக்கிறது. கடைசியாக, 19-ஆம் நூற்றாண்டின் அமெரிக்க பழங் காலத்திய மற்றும் அலங்காரம் செய்யும் கலை மூலம் உலக முக்கியத்துவம் பெற்ற முதன்மை கண்காட்சியை கண்டு, மகிழ்ந்த பின்பே டூரை முடித்துக் கொள்ளவேண்டும். 1951 - இல் அதிகாரபூர்வமாக திறக்கப்பட்டு, கலை வல்லுநர்களின் ஆசைப்படி சேர்க்கப்பட்டுள்ள, 60,000 பொருள்களில் (பின்பு இதுவே 85,000 ஆக அதிகரித்தது) வெள்ளி சாமானிலிருந்து சுற்றிச் சுற்றிச் செல்லும் மாடி படிவரையும், மேஜை, நாற்காலிகளிலிருந்து அநேகமாக 200 ஆண்டுகால முந்திய அறைகளும், காலரி களும் ஆகிய அனைத்தையும், தேர்ந்த ழிகாட்டிகளைக் கொண்டு நன்கு பார்த்து அறியலாம்.

இருந்த போதிலும், இந்த பண்ணை யின் சொந்தக்காரர் H.F. டு போன்டி னுடைய முதல் ஆசை அந்த பண்ணைத் தோட்டம். முதலில் அவர் தோட்டத்தின் மேல் பேரன்பு கொண்டவர். இவை கண் காட்சி சாலைக்கு அருகிலேயே இருக் கின்றன. மேலும் அவற்றை தோட்டத்தின் டிராம்கார் மூலமாகவும் சென்று பார்க்கலாம்.

தோட்டத்தை நேசிப்பவர்கள், பென்சில்வேனியா எல்லை வழியாக சுற்றிப் பார்க்க வேண்டும். இப்பிர

யாணத்தை கென்னெத் சதுக்கம் வழியாகவும். மேற்கொள்ளலாம்.

இது வில்மிங்டனிலிருந்து வடமேற்கில் 52வது வழியில் 6-வது மைலிலும், ஃபிலடல்ஃபியாவிலிருந்து தென்மேற்கில் 36 -வது மைலிலும் இருக்கிறது.

11

அமேலியா தீவு: ஃப்ளோரிடா

அந்த சிறிய அமேலியா தீவில், கடந்த காலமும், நிகழ்காலமும், மிக அபூர்வமாக இணைந்தே இருக்கின்றன. அதனுடைய வடகோடியில், பெர்னான்டினா கடற்கரை அதாவது அந்த தீவின் ஒரே நகரம், சோம் பேறித்தனமான 50-பிளாக்குகள் உள்ள பகுதி. அது மெதுவாக, தேசிய சரித்திர பிரசித்திப் பெற்ற இடங்களின் வரிசையில் சேர்க்கப்பட்டிருப்பதுடன், ராணி ஆந்நே, விக்டோரியா, மற்றும் இத்தாலிய முறையான விடுதிகள் போல நேர்த்தியான மாதிரியாகவும் விளங்குகின்றது. மொத்தத்தில் 450க்கு மேற்பட்ட சரித்திர புகழ் பெற்ற கட்டடங்கள், 1927 - க்கு முன் கட்டப்பட்டவையே. குட் இயர், புலிட்ஸர், கார்நெசி ஆகிய பொதுவுடைமையாளர்களுக்கு இவை மழைகால விடுமுறை ஓய்வு இல்லங்களாக விளங்கின.

கூழாங்கற்கள் பதித்த மத்திய தெரு, மனத்தை மிகவும் இளகச் செய்யும் இடம். இதன் இருபக்கங்களிலும் படிக்கட்டு, பார்வையாளர் உட்காருமிடங்கள் (Galleries), படுக்கை வசதிகள், காலை உணவு, மற்றும் சுற்றுலாப் பயணிகளின் தேவையான வகைகள் மலிவான விலையில். இவையாவும் மிக்க இன்பத்தைக் கொடுக்கக் கூடியவையாக இருக்கின்றன. இந்தத் தெருவில், மிகவும் அலங்காரம் செய்யப்பட்ட 1878 - ஆம் ஆண்டு கட்டப்பட்ட அரண்மனை - வண்டிகள், மற்றும் ப்ளோரிடாவின் பழைமைவாய்ந்த நீர் குழாய்கள், உள்ளூர் மீனவர்களுக்கு அவை இன்றும் விருப்பப்படும் வகையில் இருக்கின்றன. விரும்பி வந்து பார்ப்பவர்களுக்கும் அவ்விதமே. தீவின் மிகுந்த மகிழ்ச்சி தரக்கூடிய வருடாந்திர ஷ்ரிம்ப் திருவிழாவின்போது இது நகரத்தின் அதிகாரப்பூர்வமல்லாத தலைமையிடமாக இருக்கும்.

இந்த 13-மைல் நீள தீவு, ஃப்ளோரிடாவில் விடுபட்ட தீவுகளில் ஒன்றாகும். இங்கு இன்றும் கடற்கரையில் குதிரை சவாரி செய்யலாம். இங்கு உற்சாகமுள்ள காற்று, கரையில் மோதும் அலைகள், மீன் கொத்தி கழுகு இவற்றின் மோதல்களும் உற்சாகமூட்டுகிற அனுபவத்தைத் தரும்.

செலவுக்கு கையில் பணம் உள்ளவர்களுக்கு, இந்த அமேலியா தீவு முடிவான ஒரு விளையாட்டு மைதானமாகப் புலப்படும். அமேலியா தீவு ஜாக்ஸன் வில்லே விமானநிலையத்திற்கு வடக்கே 25 மைலில்; ஜார்ஜியா, சாவன்னாவிற்கு தெற்கே 105 மைலிலும் இருக்கிறது.

12

கென்னடி விண்வெளி மையம்

உங்களில் பலர், விண்வெளி வீரராக ஆக வேண்டும் என்கிற ஆவல்கொண்டவர்களாக இருப்பீர்கள். நீங்கள் அமெரிக்கா சென்றால்கூட கென்னடி விண்வெளி மையம் செல்லும் வாய்ப்பு மிகச் சிலருக்கே கிடைக்கும்.

அப்படி வாய்ப்பு கிடைக்காதவர்களும் கென்னடி விண்வெளி மையத்தைப் பற்றிய சுவையான தகவல்களைத் தெரிந்து கொள்ளத்தான் இந்தத் தகவல்.

அமெரிக்காவில் ஃப்ளோரிடா மாநிலத்தில் உள்ள டிஸ்னி உலகத்தைப் பார்க்க வரும் யாரும், அங்குள்ள கென்னடி விண்வெளி மையத்தைக் காணத் தவறுவதில்லை.

கென்னடி விண்வெளி மையம் சரித்திரப் புகழ்பெற்றது. சந்திரனுக்கு மனிதனை ராக்கெட் மூலம் அனுப்பியது இங்கிருந்துதான். ராக்கெட் போலப் பறந்து சாட்டிலைட் மாதிரி பூமியைச் சுற்றி, விமானம் போல பூமிக்குத் திரும்பி வரும் 'ஸ்பேஸ் ஷட்டில்' ஏவப்படுவது இங்கிருந்துதான். அது திரும்பி வருவதும் இந்த இடத்திற்குத்தான்.

அமெரிக்க நாட்டிற்கும் அமெரிக்க மக்களுக்கும் புகழைத் தேடித் தருகிறது இந்த விண்வெளி மையம். 'நாஸா' கடந்த காலத்தில் செய்த சாதனைகளையும் நிகழ் காலத்தில் செய்து வரும் சாதனைகளையும், எதிர்காலத்தில் செய்யப்போகும் சாதனைகளையும் தாங்கி நிற்கிறது இந்த மையம்.

கென்னடி விண்வெளி மையத்தின் பரப்பளவு 1 லட்சத்து 40 ஆயிரம் ஏக்கர். ஸ்பேஸ் ஷட்டில் வந்து இறங்கும் 'ரன்-வே'

Kennedy Space Center
AwesomeFlorida.com

உலகத்தின் நீளமான ரன்-வேக்களில் ஒன்று. இங்கே அமெரிக்காவின் மூன்றாவது பெரிய கட்டடம் இருக்கிறது. 525 அடி உயரம் (LAB). ஆராய்ச்சிக்காக மொத்தப் பரப்பளவில் பத்து சதவிகித இடம்தான் உபயோகப்படுத்தப்படுகிறது. மற்ற இடமெல்லாம் காடுகள். மிக உயரமான பைன் மரங்கள் ஏராளமாக உண்டு.

பலவிதப் பறவைகளும், விலங்குகளும் காடுகளில் வசிக்கின்றன. கென்னடி விண்வெளி மையத்தில் 15 ஆயிரம் பேர் வேலை செய்கிறார்கள்.

முன்பு இருந்ததைவிட, தற்போது காவல் மிக மிக கடுமையாக இருக்கிறது. பல ஆராய்ச்சி ரகசியம் மிக்க இடங்களும், பொது ஜனங்கள் நெருங்க முடியாத அளவுக்கு இருக்கிறது. ஆனால் மக்கள் பார்க்க வேண்டிய இடங்கள் பல இருக்கின்றன. கூடவே பலவிதத்தில் காட்டப்படும் விண்வெளிக் காட்சிகளை பார்க்கவும், விண்வெளிப் பிரயாணியுடன் பேசவுமான ஆவல் பெரியவர்கள் சிறியவர்கள் அனைவரிடமும் இருக்கிறது. பார்வையாளர்கள் இருக்குமிடத்தில் தொடங்கி, அதாவது ராக்கெட் தோட்ட மரங்களும், சேர்ந்து 8 - ராக்கெட்டுகள், மெர்க்குரி, அட்லாஸ் ஆகியவையும் சேர்ந்து, கூடவே 1962 - இல் ஜான் க்ளீன் விண்வெளிக்குச் செலுத்தியதும் உள்பட பலவற்றுக்கும் சொந்தமானது இவ்விடம். ப்ளாஸாவின் மறு கோடியில், இரண்டு ஐ மாக்ஸ் தியேட்டர்கள், 6 கட்ட திரைகள், மேலும் உட்காருமிடம் அதாவது விண்வெளி நாற்காலிகள், மிகப்பெரிய அளவில் பார்வையாளர்களுக்கு உண்மையான டிஸ்கவரியின் பிரயாண அனுபவத்தை உணரச் செய்கிறது. போலி வான்வெளி ஷட்டில் மேலே ஏவப்படும் இடத்தருகில், உட்கார்ந்து, அன்றைய தேதி வரையுள்ள விஷயங்கள் அதாவது விண்வெளி விஷயங்களைப் பற்றி பேசலாம்.

அமெரிக்கா

இது ஆர்லாண்டோவிற்கு கிழக்கே 45-மைலிலிருக்கிறது. மியாமிக்கு வடக்கே 220-மைலிலிருக்கிறது.

13
எல்லோஸ்டோன் நேஷனல் பார்க்

உலகிலேயே மிகப் பெரிய பார்க் எதுவென்று கேட்டால் அது அமெரிக்காவில் உள்ள எல்லோ ஸ்டோன் நேஷனல் பார்க்தான். இதன் பரப்பளவு 5 ஆயிரத்து 500 சதுர கிலோ மீட்டர் ஆகும்.

இங்கு வரலாற்று சிறப்பு மிக்க இடங்களும், தேசிய நினைவுச் சின்னங்களும், ராணுவ தளங்களும், போர்க்கள இடங்களும், தேசிய கற்பாறைகளும், பூங்காக்களும் இருக்கின்றன. இவையெல்லாம் சேர்ந்து தேசிய பூங்காவாக மாறியிருக்கிறது. இது அமெரிக்க தேசிய நிர்வாகத்தின் மூலம் நிர்வகிக்கப்பட்டு வருகிறது.

1872-ஆம் ஆண்டில் இந்த பூங்கா அமைக்கப்பட்டது. இதை பராமரிப்பதற்கு அரசே ஆட்களை நியமித்துள்ளது. வன உயிரினங்களைப் பற்றி நன்கு தெரிந்த விஞ்ஞானிகள் இங்கே பணியாற்றுகிறார்கள். காட்டில் எப்படி விலங்குகள் சுற்றி வருமோ அதுபோன்று இங்கு விலங்குகளை திரிய விட்டுள்ளனர். பூச்சிகளை பற்றியும் அவை எப்படி செடி கொடிகளுக்கும் பூக்களுக்கும் தீங்கு உண்டாக்குகின்றன என்பது பற்றியும் அறிந்துகொள்ள அறிவியல் அறிஞர்கள் ஆய்வுகளை நடத்துகின்றனர்.

பூங்காவின் கட்டுப்பாடுகளை சுற்றுலாப் பயணிகள் மதிக்கிறார்களா என்று கண்காணிக்க பாதுகாப்பு அதிகாரிகள் உள்ளனர். மிக நேர்த்தியான விளையாட்டு மைதானங்கள் உள்ளன. இயற்கையான நீரோடைகளில் படகு சவாரி செய்யலாம். மலையேறி பார்க்கலாம். நீண்ட பயணம் செய்யலாம். காட்டுப் பகுதிகளை ஆராயலாம்.

சுற்றுலாப் பயணிகள் தங்குவதற்கு ஓட்டல்கள், விடுதிகளில் அறைகள் வாடகைக்கு விடப்படுகின்றன. இந்த பூங்கா அழகாகவும், உற்சாகம் அளிக்கக் கூடியதாகவும் இருக்கிறது. உலகின் மிகப் பெரிய கோடை காலப் பள்ளி என்று இந்த பூங்கா குறிப்பிடப்படுகிறது.

சுற்றுலாப் பயணிகளுக்கு ஏற்படும் சந்தேகங்களை நிவர்த்தி செய்யும் விதத்தில் அது குறித்து படித்த வழிகாட்டிகள் உள்ளனர். கண்காட்சி அரங்குகளும் உள்ளன.

14
அகாடியா தேசியப் பூங்கா

பிரெஞ்சு வார்த்தையில் திறந்து வைக்கப்பட்டுள்ள அல்லது மூடப்படாத மேலும் ஆங்கிலத்தில் பாலைவனம் என

அர்த்தம் கொடுக்கக் கூடிய இடம்தான், பாலைவனத் தீவு. இதுவும் தேசிய பொக்கிஷ மாகும். ஒரு சில மைல் நடந்தும், காட்சிகள், விடுதிகள், மேலும் உணவு சாப்பிடும் இடங்கள் ஆகிய இவை இன்று 'வசியம்' செய்யும் இடமாகவும் மாறி யிருக்கிறது. 20 -ஆம் நூற்றாண்டில் இங்கு ராக்பெல்லர்ஸ், ஆஸ்டோர்ஸ், போர்டு கள், வான்டர் பில்ட்ஸ் மற்றும் அவர்க ளுடன் இணைந்து வரும் நாட்டுப்புறத் தார்கள், ஆகிய அனைவரும் ஒன்று பட்டு ஒரு கோடைகால காலனியை கண்டு பிடித்திருக்கிறார்கள். பிற்காலத்தில் இதை அரசிடம் ஒப்படைத்து விட்டனர். 1929-இல் 60 சதவிகிதத்தை அகாடியா தேசியப் பூங்காவாகச் செய்தார்கள். 35,000 ஏக்கர் பரப்பளவு கொண்டது இது அசாதாரணமான சமுத்திரக்கரை பெற் றிருக்கிறது.

இந்தத் தீவின் குறுக்கிலும், நெடுக் கிலுமாகச் செல்லும் 120-மைல் நீண்ட நடைப் பயண பாதைகள், உயர்ந்த தோற்ற பெரிய இடங்களைப் பார்ப்பதற்கு வசதி யாக அதுவும் குறைந்த செலவில் உள்ளது. ஆனாலும் 1,530 அடி உயரத்தில் காடிலாக் மலையின் உச்சியிலிருந்து, சூரிய உதயத்தைப் பார்க்க, அநேக மக்கள் கார் சவாரியையே விரும்புகின்றனர். இந்த இடத்திலிருந்துதான் அமெரிக்கர்கள் காலையில் முதன் முதலில் சூரியனின் முதல் ஒளியைப் பார்க்கின்றனர். மாலைவேளை தேநீருக்கு பார்க் லூப்ரோடில் உள்ள ஜோர்டான் பாண்டு ஹவுஸ் வரு வார்கள். இது 100 வருஷங்களாக நடந்து வரும் பரம்பரை பழக்கம். தீவின் க்ளோமோன்ட் ஹோட்டலின் முன் தாழ்வாரத்தில் உட்கார்ந்து, நடந்து, இலக்கிய தரத்துடன் கூடிய காட்சிகளை கண்டு களிக்கவும் வேண்டும். சாப்பாட்டு அறையில் ஜன்னல் களுக்கு அருகில் பெஞ்ச்களை போட்டு உட்கார்ந்து கொண்டு அவற்றை நன்றாகப் பார்க்கவும் இயலும். இது பான்கார்க்கு தென்மேற்கில் 36 - மைல்களில், தண்ணீரின் மேல் உயரமாக குறுக்கே போடப்பட்ட சாலையிலிருக்கிறது.

15

இஸெபெல்லா ஸ்டூவர்ட் கார்ட்நர் மியூஸியம்

இது ஒரு பெண்மணியின் சொந்த விருப்பத்திற்கான ஒப்பற்ற சிருஷ்டி. பீன் நகரம் மியூஸியம் நகரத்தின் இரத்தினமாகும். மியூஸியங்கள் நிறைந்த ஓர் ஊரின் அபாரமான விஷயமானது, அழகு கலை களின் கண்காட்சியே. இது அந்த தேசத் தின் மிக நேர்த்தியானவற்றில் ஒன்று. முக்கியமாக அதனுடைய ஆசிய மற்றும் ஜப்பானியர்களின் கலை பொக்கிஷங் களை போட்டி போட முடியாத அளவுக்கு சேகரித்து வைத்துள்ளதுதான் காரண மாகும். மிகவும் நெருக்கமாக மியூஸியங் களிடையே இருந்தாலும் அந்த மிக அழகான கார்ட்னர் மியூஸியம் மட்டும் தனித்து நிற்கிறது. இதில் சேகரித்து வைக்கப்பட்டுள்ள விநோதமான ஐரோப்பிய, ஆசிய மற்றும் அமெரிக்க

கலை அற்புதங்கள் யாவும் மியூஸியத்திற்குச் செல்லும் அனைவரையும் திணற அடித்துவிடும்.

1890-இல், தனி நபரும் பணக்காரருமான திருமதி. கார்ட்நர் அவர்கள், கலை சரித்திரப் புகழ்பெற்ற பெர்னார்டு அவர்களைக் கூப்பிட்டு அமெரிக்காவின் மிக முக்கியத்துவமுள்ள தனிப்பட்டவர்களின் சேகரிப்பு எல்லாவற்றையும் பெற்றுத்தர தனக்கு உதவும்படி கேட்டார். 1903-இல் கிடைத்த 2,500க்கு மேற்பட்ட, கியோட்டோ, ராபெல், ரெம்பிரெண்ட் ஆகியோரின் படைப்புகளையும் வைத்து, அந்த மியூஸியத்தைத் திறந்து வைத்தார். அமெரிக்காவில், இத்தாலியின் மிக அழகான வர்ணப்படத்தை வைத்திருப்பது முக்கியத்துவம் பெறுகிறது.

16

கேப் காட் நேஷனல் ஸீ ஷோர்

இதை 'இயற்கையானது, புராதனமானது, வனாந்திரம்' எனவும் கூறுவர். 40 மைலுக்கு சமுத்திரத்தின் மணல் படர்ந்த மண் மேடுகளால் ஆன கேப்காட் நேஷனல் ஸீஷோர், அரசின் பாதுகாப்பு 1961 - இல் கிடைத்து, அது முதல் அதை அனுபவித்து வருகிறது. "ஒரு மனிதன் இங்கு நிற்கலாம், அதே நேரத்தில் மொத்த அமெரிக்காவையும் தனக்குப் பின்னால் நகர்த்தலாம்" என்று 1850 - இல் ஹென்றி டேவிட் தோரூ அந்த இடங்களை எல்லாம் சுற்றி பார்த்து இவ்வாறு சொன்னார். லைட்ஹவுஸ், பெரிய கடற்கரை, 43,000 ஏக்கரில் நாடகபாணி கோபுரம் போன்ற பசுமை வாய்ந்த மேடு, எங்கும் நிறைந்துள்ள சமுத்திரம், எப்போதும் மாறி மாறிக் கொண்டிருக்கும் விளக்குகள் ஆகியவையும் அதன் சிறப்பைக் கூட்டுகின்றன. அந்த இடங்களின் மிக இனிமையான காலங்களில், இலையுதிர்காலத்தில், 300 வகைகளுக்கு மேலான இடம் மாறும் பறவை வகைகள் வந்து செல்வது முக்கியமான ஒன்று.

ஒரு காலத்தில் மணலில் இந்தியர்களின் சுவடு பதித்து இருந்ததான ஓல்டு கிங்கின் நெடுஞ்சாலை, இன்று 2 - பாதை கொண்ட சாலையாக உள்ளது. அது முற்றிலும் 'மால்' போன்ற கடைகள் எதுவுமில்லாமல், தொந்தரவு இன்றி செல்ல வசதியாகவும் இருக்கிறது. அந்த வடக்கு முனையிலிருந்து, பல ஊர்களின் வழியாக, அதாவது ட்ரூரோ, ஈஸ்தம், போன்ற பல சுத்தமான ஊர்களைத் தாண்டி வரும் இதை காட்மீன் முனையின் சுத்திகரிப்பு எனவும் கூறுவர்.

நியூயார்க் நகரத்துக்கு வடக்கில் 270 மைல்களும், பாஸ்டனிலிருந்து 90 - மைல்களும் ஆகும் தொலைவிலிருக்கிறது.

17

கிளேசியர் தேசியப் பூங்கா

இது ஒரு கம்பீரமான ஐஸாலான சிற்பவேலை. ஐஸ் பூங்கா மனித மனதைத் தூண்டும் சக்திகொண்ட நிலக் காட்சி. பிரம்மாண்டமான பனிக்கட்டி ஆறுகளின் அசைவினால் செதுக்கப்பட்ட நிலத் தோற்றமே அழகுதான். ஆனாலும் அச்சுறுத்தலானது அதன் அழகு. ஆதிவாசிகளான செவ்விந்தியர்கள்

இதையே ஒரு புனித ஸ்தலமாக நினைக்கின்றார்கள். "இது ஆண்டவனின் வீட்டின் பின்புறமுள்ள திறந்தவெளி இல்லை என்றால், அவர் நிச்சயமாக அருகிலேயே வாழ்கிறார்" என்றார் காமெடி நடிகர் ராபின் வில்லியம்ஸ். சின்ன சுவிட்சர்லாந்து அல்லது அமெரிக்காவின் ஆல்ப்ஸ் என்று அடிக்கடி அழைக்கப்படும், இந்தப் பூங்காவின் நாடக விதமாக ஐஸ் மூடப்பட்ட தரைப்பகுதி, பிரதான நடைப் பயணம் செய்யுமிடம். இது 700 மைல்களுக்கு மேல் பராமரிக்கப்பட்ட வழித் தடம். இது காட்டுப் பூக்களை தரை விரிப்பாய்க் கொண்ட தலையணை மைதானம். நிறைய கொடிய மிருகங்களைப் பார்க்கவும் சந்தர்ப்பம் இங்கு அதிகம். எலியில் தொடங்கி, மலைவாழ் வெள்ளை ஆடுகள், பெரிய, பெரிய செம்மறியாடுகள், மான்கள் எனப் பலவும் கடம்பை மான், ஓநாய்கள், போல 300க்கும் மேற்பட்டவை மிக்க அச்சம் ஊட்டுபவையாகவே இருக்கின்றன.

அந்த 2 - மணி நேர, 50-மைல் சூரியனுக்குச் செல்லும் பாதையில், செல்லும்போது கொஞ்சம் ஆர்வம் குறைந்தாற்போல இருக்கும். இப்பயணம் அந்த மில்லியன் ஏக்கர் பரப்புள்ள வனாந்திரத்தை இரண்டாகப் பிரிக்கிறது. பனிகட்டியால் செதுக்கப்பட்டது போன்ற மலைகளைக் கடந்தால், அது பூங்காவின் தாழ்ந்த நிலை உயரத்திலிருந்து, 6,646 - அடி லோகன் என்ற கணவாய் வழியாக கண்டத்தை பிரிக்கும் இடத்திற்கு செல்ல முடியும். இவ்வழியில் பல ஏரிகளையும், அந்தந்த காலங்களில் ஏற்படும் நீர்வீழ்ச்சியையும், மற்றும் அடர்ந்த எப்போதுமே பசுமையாக இருக்கும் தோட்டங்களையும் கடந்து செல்லவேண்டும். அந்தப் பூங்காவுக்குள்ளே மிதக்கும் பனிக்கட்டிகள் இருக்கின்றன. ஆனால் அவை சுமார் 150 மெதுவாக நகரும் பனிக்கட்டிகளாக 1800 - இல் இருந்த இடம். இந்த விகிதத்தில் போனால், கைதேர்ந்தவர்கள் சொல்லுவதாவது, இந்த பூங்காவில், அந்த பனிக்கட்டிகள் பேருக்காகவுள்ள அனைத்தும், 2030 - இல் காணாமல் போய்விடும். கான்வாஸ் துணி கொண்டு மூடப்பட்ட 'சிவப்பு பஸ்' களில் சென்று வரலாம். 1930 - இல் ஆரம்பிக்கப்பட்ட இவ்வழிப்பயணம், இப்போது திரும்பவும் பயன்பாட்டுக்கு வந்திருக்கிறது. மேலும், இது இடத்துக்குத் தகுந்தாற் போல ஃபோர்டு மோட்டார் கம்பெனியால் மாற்றியமைக்கப்பட்டிருக்கிறது. இங்கு சுற்றுலா செல்ல கோடை காலம் உகந்த காலமாகும்.

18
கார்ல்ஸ்பாட் கவர்ன்ஸ் தேசியப் பூங்கா

இது பூமிக்கடியிலுள்ள ஓர் அதிசயம். கார்ல்ஸ் பாட் கவர்ன்ஸ் - தேசியப் பூங்கா,

100க்கு மேற்பட்ட குகைகள் அனைத்தையும் சேர்த்து வளைத்து இருக்கிறது. பிக் ரூம் (பெரிய அறை) என்ற பெயருக்கேற்ப, கோல்பந்து விளையாட்டு மைதானத்தின் அளவு உள்ளது. அது (225 - அடி உயர கூரையையும் கொண்டது. லெசுகுயில்லா குகை, உலகின் பிரம்மாண்டமான குகைகளில் ஒன்று. இந்த குகைகள் உருவாக மில்லியன் வருஷங்கள் ஆகியிருந்தாலும், இது சுதேசி அமெரிக்கர்களுக்கு 10 -ஆம் நூற்றாண்டு முதல்தான் தெரிய வந்திருக்கிறது. இது அங்கு சுவர்களில் மாட்டப்பட்டிருக்கும் படங்கள் மூலமாகத்தான் தெரியவருகிறது. ஆனால் குடிபெயர்ந்து வந்தவர்களுக்கு இதுபற்றி 100 வருஷங்களுக்கு முன்தான் தெரியவந்தது.

தன்னைத்தானே வழி நடத்திச் செல்பவர்களாக கொண்டு, கண்களை அகலத் திறந்துகொண்டு வரும் அந்த பார்வையாளர்கள், சிஹுவாஹுன் பாலை வனத்துக்குக் கீழே பூமியின் வயிற்றில் இறங்குகின்றார்கள். கூடவே விட்டு விட்டு சப்தத்தை ஏற்படுத்திக் கொண்டும், இனிமையான கடற்பறவையின் உரத்தின் வாசனையும், உண்மை போலவுள்ள தோற்றத்தையும் மற்றும் நுட்பமான தாதுப்பொருள்களின் குவியல்களையும் ஆகிய யாவற்றையும் பார்ப்பதற்காக ஆர்வமுள்ளவர்கள் வருகின்றனர். 1923 - இல் இது தேசியப் பூங்காவானதற்கு பிறகு, 30 - மில்லியன் பார்வையாளர்கள் வந்து சென்றிருந்தாலும், இதன் இயற்கையான அனுபவம் இன்னமும் இருந்து கொண்டே இருக்கிறது. 3-மைல் நீளத்துக்கு ஏற்படுத்தப்பட்ட வழிமூலம், பார்வையாளர்கள் 800-அடி வரை பூமிக்குக் கீழே சென்று பார்க்க இயலும்.

இது எல் பாஸோவுக்கு வடகிழக்கில் 143-மைல்களிலிருக்கிறது. மற்றும் ஸான்தா பேயிலிருந்து தென்கிழக்கில் 238 - மைல்களில் இருக்கிறது.

19

புகைமலை தேசியப்பூங்கா

தேசத்தின் வெகு பிரசித்திப் பெற்ற பூங்கா இது. செரோக்கி என்பவர் இதை, அதாவது வடக்கு கரோலினா ஷாகோனேஜின் மேற்குப் பகுதியை அங்கு அதிக புகை இருப்பதால், 'நீலப் புகையின் மலை' என்று வர்ணித்தார். இப்போது இருப்பது போலவே அன்று, நெருப்பினால் உண்டாகாத புகை, ஆனால் ஆவியாவதனாலும், மற்றும் தோல், இலை வகையறாக்களால் வெளியிடப்படும் வியர்வையாலும் உண்டாவது, மலைகளின் உச்சிக்குச் சென்று வாயுவாக மாறிவிடுகிறது. இன்று, 800 ச.மைல் கொண்ட பெரிய 'புகைமண்டல மலைகளின் தேசியப் பூங்கா,' அமெரிக்காவின் 300க்கும் மேற்பட்ட தேசியப் பூங்காக்களைக் காட்டிலும், இருமடங்கு பார்வையாளர்களை ஈர்க்கிறது. கிரேட் கன்யான் கூட தூரத்தில் வைக்கப்பட்ட இரண்டாவது இடமாக இருக்கிறது.

6,000 அடிக்கு மேல் உயரமுள்ள 16- உச்சிகளைக் கொண்ட மலைகளைக் கொண்ட இது, அதற்கான பெருமை கொள்கிறது. மேலும் 36-மைல் பரப்பில், 5,000 அடி உயரத்துக்கு குறைந்தது எதுவு

மில்லை என்பதும் அதற்குக் காரண மாகிறது. சிகரங்கள் அனைத்தும் சிறிது மாறுபட்டு இருப்பதாலும், பல தாவர வகைகளும், 120 மரவகைகளும், உட்பட 1,600 பூச்செடிகளும், அம்மலைகளை துணிபோட்டு மூடியிருப்பது போல இருக்கும். வசந்த காலத்தின் தொடக்கத்தி லிருந்து இலையுதிர் காலம் வரை, இப்படியே இருக்கும். பூங்காவின் 800 மைல் பரப்பளவில், ஏறக்குறைய பாதி அளவு நடமாட்டத்தின் அடிச்சுவடு இருப்பதால், பார்வையாளர்களை அவை வழிநடத்திச் சென்று, அவர்களின் முன்னோர்கள் செய்தது போல நடக்கவும் வைக்கிறது. 4-தொழுவங்களிலிருந்து வாடகைக்குக் கிடைக்கும் குதிரைகள் மேல் சவாரி செய்தும் சென்று பார்க்கலாம்.

5,000 அடி உயரத்தில், 'தி ஸ்வாக் கன்ட்ரி இன்' என்ற உணவு விடுதி இரு மலைகளுக்கு மத்தியிலிருப்பதால் இப் பெயர்), அதுதான் அதிக உயரத்தில் இருக்கும் விடுதி. மேலும் அமெரிக்காவின் கிழக்குப் பகுதியில் இதுவே மிக உயர மானது. மற்றும் பூங்காவிற்குள் நுழைவதற்கான தனியாருக்கு சொந்தமான நடைபாதையும் உள்ளது.

இந்த உணவு விடுதியின் உயர்ந்த தோற்றத்திலிருந்து, இந்த போற்றத்தக்க மலைத் தோற்றம் எவ்வாறு தெய்வ நம்பிக்கையுள்ளவர்களையும், மற்றும் உள்ளூர் கவிஞர் ஜோய்ஸி கில்பெர் அவர் களையும் கவர்ந்து, அவரை ஒரு சாதாரண செய்யுளை அதாவது "நான் நினைக் கிறேன், நான் இனி ஒருபோதும் பார்க்க முடியாதென்று" - என எழுத வைத்தது.

20

எரிமலை ஏரி தேசியப் பூங்கா

இது வட்ட வடிவமாக உள்ள இயற்கையின் தியேட்டர். 6 - மைல் அகலத்தில் உள்ள இந்த இடத்தில் எரிமலை ஏரியானது இருக்கிறது. இது 7000 வருஷங்களுக்கு முன் உண்டாக்கப்பட்டது. மிகவும் ஆபத்து நிறைந்த வெடிப்புகளால், அவை ஓர் எரிமலையை தன் மேலேயே வழியச் செய்து கொண்டு, பின்பு சிறிது சிறிதாக தண்ணீரை நிரப்பிக் கொண்டு வந்தது. இன்று அது அமெரிக்காவின் ஆழமான ஏரியாக (1,932 அடி) இருக்கிறது. மேலும் ஓரிகானில் உள்ள, ஒரே தேசியப் பூங்காவாக இருக்கிறது. 33 - மைல் நீளமுள்ள 'ரிம் டிரைவ்'வில், இது சராசரி 7,000 அடி உயரத்தில் சுற்று கிறது. கூடவே இது ஆச்சரியப்படக்கூடிய இடங்களை, மோட்டார்களில் வரு வோர்க்கும், சைக்கிளில் வருவோருக்கும், ஏனையோருக்கும் அந்த அழகு காட்சி களை இயல்பாக பார்க்கும்படி செய்கிறது. கண்ணாடிபோல் ஆடாமல், அசையாம லிருக்கும் தண்ணீரில் படகிலிருந்து பார்க்கும் போது கூர் உருளை போல இருக்கும் சின்ன எரிமலை - மந்திரவாதி தீவு பார்ப்பது ஆத்ம உணர்ச்சி தருவதாக இருக்கும்.

இப்போதுள்ள தேசியப் பூங்காக்களி லேயே ஒரு வைரமாகக் கருதப்படுகிறது எரிமலை ஏரி தேசியப் பூங்கா.

இது ஓரிகானிலிருந்து தென்மேற்கில், ஒரு தீர்க்கமான 256 - மைல் பிரயாணம். இங்கு சுற்றுலா செல்ல உகந்த காலம் ஜூலை மற்றும் ஆகஸ்ட் மாதங்கள். அப்போது சீதோஷ்ணம் சிறப்பாக இருக்கும்.

21

பார்ன்ஸ் ஃபவுண்டேஷன்

இது மனிதன் ஒருவனின் மதிப்பு மிக்க செல்வத்தின் புதையல். 3,00,000 கலை வேலைப்பாடுகளை பார்ப்பதை ஒரு சிலர் இழந்து விடுகிறார்கள். இது அமெரிக்கா வின் மூன்றாவது மிக பெரியது; எப்போதுமே அழகில் முதலாவது என்ற இந்த முதல் நிலையை தக்க வைத் துள்ளதும் ஆகும்.

துருப்பிடித்த கதவு, பூட்டு, மற்றும் பல தச்சு வேலை சம்பந்தமான பொருள் களும், தாடை எலும்பு போல வரிசைப் படுத்தி அவற்றின் ஏற்பாடுகளைப் புகழவும் செய்கிறார்கள். உள்ளூர் கட்டுப்பாடு களால் அதாவது அந்த காலரிகள் எப்போதும் கூட்ட நெரிசலாக இருக்கக் கூடாது என்பதற்காக ஒரு வாரத்துக்கு முன்பாகவே நுழைவுக்குப் பதிவு செய்யப் பட வேண்டும் என்பதெல்லாம் சிரம மானவைகளாகப்படுகின்றன. அந்த காலரி களின் 12 - ஏக்கர் மரக்காடுகளைப் பார்ப் பது, அதை அனுபவிப்பது என்பதானது ஒரு ரகசியமாகவே இருக்கிறது.

இந்த ஸ்தாபனமானது டாக்டர் ஆல்பர்ட் பார்ன்ஸ் பெயரில் இருக்கிறது. இவர் மிக்க ஏழைக் குடும்பத்தில் பிறந்து ஃபிலெடெல்பியாவில் படித்து, பின்பு 40 வயதில் மருந்து தயாரிக்கும் தனி உரிமை பெற்று, பெரும் பணக்காரரும் ஆனார்.

இது மெரியான் பிரதான சாலையில் ஃபிலெடெல்பியாவிலிருந்து சுமார் 10 மைல் தூரத்தில் இருக்கிறது. இங்கு சுற்றுலா செல்ல சிறந்த காலம் இளவேனிற் காலம் மற்றும் இலையுதிர் காலம். அப்போது தோட்டங்கள் வண்ணமயமாக இருக்கும். ஆனால் அந்த சீசனில் காலரி டிக்கெட் கிடைப்பது கடினம். ஜூலை ஆகஸ்ட் மாதங்களில் டிக்கெட் சுலபமாக கிடைக்கும்.

22

சுதந்திர தேசிய சரித்திரப் பூங்கா

இதற்கு அமெரிக்க அரசு பிறந்த இடம் என்றும் பெயருண்டு. அமெரிக்க நகரங்கள் அனைத்தையும் விட அதிக சிறப்போடு, சரித்திரம் படைத்ததாகவும் இருப்பது மனித நேயம் உள்ள நகர மாகக் கருதப்படுகிறது இது. 'L' வடிவமைப் பில் 17-பிளாக்குகளை கொண்ட இது, 1948-இல் ஒரு சட்டத்தின் மூலம் உண்டாக் கப்பட்டது. சிவப்புச் செங்கற்களால் கட்டப்பட்ட சுதந்திர அரங்கில், கார்ஜி யன் பாணியில் எல்லாமே கொண்ட 15 - கட்டடங்களைச் சுற்றிலும் இருக்கின்றன. 1732-இல் கட்டப்பட்ட இது பென்ஸில் வேனியா ஸ்டேட் ஹவுஸாக விளங்கு

கிறது. சுதந்திரப் பிரகடனம் இங்குதான், ஒட்டுக்கு விடப்பட்டது. ஜூலை 4, 1776-இல் கையெழுத்து இடப்பட்டது. வாஷிங்டன் வந்த பின்பு உரிமைச் சட்டமும், முதல் பத்து சட்டத் திருத்தங்களும் இங்கு தான் நிறைவேற்றப்பட்டன. அருகிலேயே 2,080 பவுண்டு 'சுதந்திரமணி,' 1752 - இல் ஓர் ஆங்கிலேய வார்ப்படச் சாலையில் உருவாக்கப்பட்டது. இது, இரு நூற்றாண்டுகளுக்கும் மேலாக உலகின் மிக முக்கிய சுதந்திரத்தின் அடையாளமாக இருந்தது.

அனுமதி இலவசம். ஆனால் அதற்கான நுழைவுச் சீட்டை தேசியப் பூங்கா சேவை மூலம் முன்பதிவு செய்து பெற்றுக் கொள்ள வேண்டும். ஜூலை மாதம் நடைபெறும் 10 நாள் திருவிழாவில் நகரை சுற்றி வாணவேடிக்கை, கண்காட்சி, இசை நிகழ்ச்சி என அமர்க்களமாக இருக்கும்.

23

ப்ரைஸி கன்யான் தேசியப் பூங்கா

இது ஒரு தடையில்லாத இயற்கை. ப்ரைஸி கன்யான், கன்யானே இல்லை. ஆனால் மில்லியன் கணக்கான வருஷங்களில் மழையாலும், பனியாலும், ஐஸினாலும் ஊதா மற்றும் வெண்மை சுண்ணாம்புக்கல் மலையின் முகப்பு, பள்ளமாகி, அற்புதமானது. மேல்கூரை இல்லாத குகைபோல, அச்சுறுத்துவதைப் போன்ற அமைப்போடு, மெல்லிய, கூர்மையான கோபுரங்களுடனும், கல்தூண்களோடும், தரையைவிட்டு மேலே கிளம்பி, அவற்றின் பளபளப்பும், பொலிவும், தாதுப் பொருள் கலந்த சாயத்துடனும், மற்றும் மிக கனமான உச்சியுடன் கூடியதாகவும் இருந்து கீழ் மட்டத்தில் அரித்திருந்தாலும், மேல் மட்டம் மிக்க ஸ்திரமாகவே இருந்து கொண்டிருக்கிறது.

'பெய்யூட்' இந்தியர்கள், இந்தப் பாறைகள் யாவும் முற்காலத்தில் வீடுகளாகவும், பின்பு அதுவே அவர்களுடைய கெட்ட செயலினால் கற்பாறைகளாக மாறியதாகவும் கூறுகின்றனர். மேகங்களின் கூட்டம் போல, நுட்பமாக செதுக்கப்பட்ட கோபுரங்களானது, பார்ப்பவர்களின் பார்வைக்குத் தக்கவாறு அவை பல ரூபத்தில் தெரியும். இந்த இடத்தின் ஆழ்ந்த சக்தியைப் பார்க்க வேண்டுமானால் தகுந்த நேரத்தில், சூரிய அஸ்தமன இடங்களுக்குச் சென்று, ஆகாயத்தைப் பார்த்தால், அது அந்த பாறைகளின் கலர்களை மாற்றும் செய்கையைப் பார்க்க லாம்.

இது சால்ட் லேக் சிடியிலிருந்து தெற்கில் 260 மைலில் இருக்கிறது. இங்கு சுற்றுலா செல்ல கோடை காலம் உகந்தது. பூங்காவின் 8000 அடி சமுத்திரமட்ட உயரம் சீதோஷ்ணத்தை குளிர்ச்சியாக வைத்திருக்கும்.

24

ஸியான் தேசியப் பூங்கா

மேல்நோக்கியிருக்கும் பூங்கா இது. 19-ஆம் நூற்றாண்டின் 'மோர்மோன்' குடியேற்றக் காரர்கள், இந்த செங்குத்தான சிற்பங்களையும், செங்குத்தான 2,000 முதல் 3,000 அடி உயரமுள்ள சுவர்களின் அழகையும், செதுக்கப்பட்ட பாறைகளையும், பார்த்து, அதுவே தங்களுக்கு

கிடைத்தவை, மேலும் கடவுளின் இயற்கைக் கோயில்கள் எனவும் எண்ணினர். அதனாலேயே அதற்கு 'ஸியான்' எனவும் பெயரிட்டனர். அதன் ஓசை மிகைப்படுத்தப் பட்டிருக்கிறது என்றால், அதை அங்கு சென்று பார்க்க வேண்டும். 229 - ச. மைல் கொண்ட இந்த பூங்காவின் செங்குத்தான ஸ்தல அமைப்பு, முக்கியமாக ஸியான் கன்யான் பாதாளம் மற்றும் மணல் கற்களின் கலை வேலைப்பாடுகளின் சாயங்களும், அவற்றின் உச்சிகளும், போஸ்ட் கார்டுகளில் பதித்தும், பூங்காவுக்கு வருகை தரும் எல்லா பார்வையாளர்களையும் கவரும். வரிசையாக உள்ள பஞ்சு மரங்களின் கீழே மில்லியன் வருஷங்களுக்கு முன்பாகவே வர்ஜின் ஆறினால் அமைக்கப்பட்டது போல அவை விளங்கும்.

வானவில்லைப் போன்ற மலைக்கணவாயின் பூமியில் இரும்பு, மற்றும் இதர தாது பொருள்களும், அந்த மணல்கற்களில் உண்டு. அவைக் சிவப்பு, ஊதா, இளஞ் சிவப்பு, மஞ்சள், மற்றும் ஆரஞ்சு கலர்களில், ஒவ்வொரு நாளின், எந்த நேரத்திலும் பளபளப்பதை கண்டுகளிக்கலாம்.

50 - மைல் கொண்ட தளம் அமைக்கப்பட்ட சாலையில் கார் அல்லது பூங்காவின் பேருந்து மூலம் செல்வது ஸியோனை மேலும் மேலும் கவனம் செலுத்தி புதிது புதிதாக கண்டுகளிக்க சுலபமாக இருக்கும். பிரசித்திப் பெற்ற ஆற்றங்கரையோரம் நடந்து செல்லுதல், குறுகலான பாதைக்கு இட்டுச் செல்லும். இங்கு பல வர்ணங்களோடு கன்யான் சுவர்கள், 20 - அடி உயரமே கொண்ட மேல் கூரை ஆகியவை வண்டிகளில் செல்பவர்களை, ஆற்றின் குளிர்ந்த நீரின் மூலம், நீந்திச் செல்லவும் வைக்கிறது. அந்த ஆச்சரியப்பட வைக்கும் சுலபமான, கன்யான் அடிச்சுவடுப் பாதை மிக அழகாக தெரியுமளவுக்கு செய்கிறது. மற்றும் பிரசித்திப் பெற்ற, எமரால்டு குள அடிச்சுவடுப் பாதை காடுகள் வழியாக இட்டுச் செல்கிறது. அந்த மூன்று சின்ன நீர்வீழ்ச்சிகளால் நிரப்பப்படும் பள்ளங்களுக்கு (சின்ன ஏரிகளுக்கு) ஆழ்ந்த, மிக அதிக அழகான பசுமையான இடமாகவும் உள்ளது இது. ஸியான் விடுதி, அந்த பூங்காவின் சரித்திர பிரசித்திப் பெற்ற விடுதி. 1920-இல் கட்டப்பட்ட அதில் ஓர் அறை கிடைத்து விட்டால் நன்றாகவே யிருக்கும். இது 'உப்பு ஏரி' நகரத்திலிருந்து 320 - மைல் தெற்கிலிருக்கிறது.

இங்கு சுற்றுலா செல்ல சிறந்த காலம் இளவேனிற் மற்றும் இலையுதிர் காலம். அப்போது உள்ள சீதோஷ்ணம் நடை

பிரயாணத்திற்கு சிறப்பாக இருக்கும். சீதோஷ்ணம் 100 டிகிரிக்கு மேல் இருக்கும் உச்ச கோடை காலத்தில் இங்கு செல்வதை தவிர்க்க வேண்டும்.

25

தேசிய கடைகள் நிரம்பிய இடமும் மற்றும் அதனுடைய ஞாபகச் சின்னங்களும்

அமெரிக்காவின் தலைநகரமான வாஷிங்டன் என்பதைக் குறிப்பிடும் போதெல்லாம் டி.சி. என்னும் எழுத்துக் களும் சேர்ந்தே இருக்கும். இந்த டி.சி.யின் விரிவாக்கம் : District of Columbia.

இங்குள்ள வாஷிங்டன் நினைவுச் சின்னம் அனைவரும் பார்க்க வேண்டிய ஒன்று. நம் நாட்டின் தந்தையாக மகாத்மா காந்தி கருதப்படுவது போல அமெரிக்க நாட்டின் தந்தையாகக் கருதப்பட்டவர் ஜார்ஜ் வாஷிங்டன். அமெரிக்காவுக்கு சுதந்திரம் வாங்கித் தரவும், சுதந்திரம் அடைந்த நாட்டை எப்படி வழி நடத்திச் செல்வது என்பதையும் செய்து காட்டிய அந்த மாமனிதரை நினைவு கூரும் சின்னம் தான் வாஷிங்டன் நினைவுச் சின்னம்.

இந்தக் கட்டடம், வாஷிங்டனில் உள்ள இதர கட்டடங்களைவிட அதிக உயரத்தில் கட்டப்பட்டுள்ளது. இதன் உயரம் 555 அடி சதுர வடிவில் உள்ள ஒரு ஸ்தூபி. வெகு தூரத்தில் இருந்து பார்த் தால் சதுர வடிவில் உள்ள சற்று பருமனான கூரான முனை உள்ள ஒரு பென்சிலைத் தரையில் நட்டு வைத்திருப்பது போலத் தோன்றும். முனையும் கூரானது. 3300 பவுண்டு எடையுள்ள பளிங்கினால் ஆன பிரமிட் வடிவ கல் இந்த ஸ்தூபியின் உச்சி பாகத்திலும் அதற்கு மேலாக அலுமினிய உலோகத்தால் ஆன பிரமிட் ஒன்றும் பொருத்தப்பட்டுள்ளது.

வெளியில் இருந்தே பார்த்துவிட்டுச் செல்லும் நினைவுச் சின்னம் இது என்று நினைக்க வேண்டாம்.

எலிவேட்டர் மூலமாக உள்ளே சென்று வாஷிங்டன் நகரத்தை 500 அடி உயரத்தில் இருந்து பார்க்கலாம். இந்த உயரத்தை அடைய 70 வினாடிகள்தான் ஆகின்றன.

இதற்கான அனுமதி இலவசம். ஆனால் ஒவ்வொருவரும் க்யூவில் நின்று அனுமதிச் சீட்டு வாங்க வேண்டும். அந்த சீட்டில் நாம் செல்லும் தேதி, செல்லும் நேரம் எல்லாமே அச்சிடப்படுகின்றன. இன்டர்நெட் மூலமாகவும் அனுமதிச் சீட்டுகளை முன்கூட்டியே பெறலாம்.

உள்ளே உணவுப் பொருள்களையோ, 18 அங்குலத்துக்கு மேற்பட்ட பைகளையோ கொண்டு செல்லக்கூடாது. குழந்தைகளை அழைத்துச் செல்லும் ஸ்ட்ரோலர் களுக்கும் (Stroller) அனுமதி இல்லை.

நாம் உள்ளே சென்றதும் முதலில் பார்ப்பது வாஷிங்டனின் உருவச்சிலையை. அடுத்ததாக வாஷிங்டன் கையெழுத்துடன் காணப்படும் வாஷிங்டனின் கழுத்தளவு உள்ள ஒரு சிற்பத்தைப் பார்க்கலாம்.

எலிவேட்டரில் ஏறி 500 அடி உயரத்தை அடையலாம். அங்கிருந்து வாஷிங்டனைப் பார்க்க பல இடங்களிலும்

காணப்படும் கண்ணாடி பொருந்திய ஜன்னல்களை நோக்கி வேகமாகப் போகலாம். குறிப்பாக, கிழக்கு, மேற்கு, தெற்கு, வடக்கு என்று குறிப்பிடப்பட்ட திசைகளில் காணப்படும் ஜன்னல்களின் அருகே கூட்டமாக இருக்கிறது.

கிழக்குப் பக்கத்தில் உள்ள கண்ணாடி ஜன்னல் வழியாகப் பார்த்தால் நடுவில் பச்சைப் புல்வெளியும் இரண்டு பக்கமும் மரங்களும் உள்ள நேஷனல் ஏர் அண்ட் ஸ்பேஸ் மியூசியம், அமெரிக்கன் ஹிஸ்டாரி மியூசியம் போன்ற பல மியூசியங்களும் தெரிகின்றன. புல்வெளியின் ஒரு கோடியில் கேபிடல் என்று சொல்லப்படும் பார்லிமென்ட் கட்டடம் இருப்பது தெரிகிறது.

வடக்குப் பக்கமாகப் பார்த்தால் வெள்ளை மாளிகை தெரிகிறது.

தெற்குப் பக்கம் பெரிய ஏரியும் அதன் முடிவில் தாமஸ் ஜெபர்ஸன் மெமோரியல் கட்டடமும் ஒரு பக்கத்தில் போடாமக் நதியும் தெரிகின்றன.

மேற்கு புறமாகப் பார்த்தால் நீளமான செவ்வக வடிவில் உள்ள ஒரு குளமும் அதன் முடிவில் லிங்கன் மெமோரியலும் தெரிகிறது. இந்தக் குளத்தில் இரவிலும் பகலிலும் வெளிச்சம் பிரதிபலித்து பார்க்க வேகு ஜோராக இருக்கிறது.

லிங்கன் ஞாபகார்த்த சின்னத்தருகில், ‘V’ வடிவத்தில் வியட்நாம் ஞாபகச் சின்னமும் இருக்கிறது. இது அனைவரையும் நெகிழச்செய்யும் வடிவில் இருக்கிறது. ஒரு சாதாரண கறுப்பு ‘க்ரானைட்’ கல்லாலான சுவர் ஒன்று, பூமியில் வைக்கப்பட்டிருக்கிறது. அதன்மேல் 58,299 அமெரிக்க ஆண்கள், பெண்கள் பெயர்களும் செதுக்கப்பட்டிருக்கின்றன. இவர்கள் அனைவரும் அமெரிக்காவின் நீண்ட சண்டையில் உயிரைக் கொடுத்தோ, அல்லது காணாமல் போய்விட்டவர்களோ தெரியவில்லை. ஆனால் அவர்கள் அனைவரின் பெயரும் செதுக்கப்பட்டிருக்கின்றன. இரண்டாம் உலக யுத்த ஞாபகார்த்த சின்னம் இந்த மாலின் கடைசி சேர்க்கை. இதுவே சமீபமானதுங்கூட.

புல் அடர்ந்த எலிப்ஸ், வாஷிங்டன் ஞாபகச் சின்னத்துக்கு வடக்கில், மால் கடைகள் நிரம்பிய இடத்தை பிரசித்திப் பெற்ற வெள்ளை மாளிகை இணைக்கிறது. இது உலகப் பிரசித்திப் பெற்ற ஜனாதிபதி வீடு.

வெள்ளை மாளிகையில் 32 - படுக்கை அறைகளுடன் கூடிய 132 அறைகள் உள்ளன. சில நேரங்களில் எல்லாவற்றையும், பல நேரங்களில் சிலவற்றை தவிரவும், பொதுமக்கள் சென்று பார்க்கலாம். சுற்றுப்பயணம் ஏற்பாடு செய்துகொண்டு, டிக்கெட்டும் கிடைத்துவிட்டால் ஓவல் ஆபீஸையும் சென்று பார்க்கலாம். சில நேரங்களில், சுற்றுலாப் பயணிகளின் எண்ணிக்கை மிக அதிகமாக இருந்தாலும், கொஞ்சநேரம் ஒதுக்கி, காபிடலையும், லைப்ரரியையும், தேசிய வரவேற்பு வளையங்களையும் பார்க்க வேண்டும்.

தங்குவதற்கு ஹே ஆடம்ஸ் ஹோட்டல், ஹோட்டல் வாஷிங்டன் இருக்கிறது. செர்ரி ப்ளாஸ்ஸம் திருவிழா நடைபெறும் மார்ச், ஏப்ரல் மாதமும், சிறந்த சீதோஷ்ணத்திற்காக வசந்த காலத்தின் பிற்பகுதி இலையுதிர் காலமும் இங்கே சுற்றுலா செல்ல உகந்த காலமாகும்.

26

கிராண்ட் டெடோன் தேசியப் பூங்கா

அமெரிக்காவின் மற்ற எல்லா இடங்களையும்விட, அதிக பரிமாணத்துடனும், அதிக பனிப்பிரதேசமாகவும் உள்ள டெடோன் பகுதியில் உள்ள 12 சிகரங்கள் இன்றும், அமெரிக்காவின் பூகோள

சாஸ்திரத்தின் அழகை கொண்டுள்ளது. இது எல்லாவற்றையும் விட மிகுந்த அழகுடனும் விளங்குகிறது. பல நேரங் களில் இதை கிராண்ட் டெடோன் என்றே கூப்பிடுகிறார்கள். 12-இல் உயரமாக இருப்பதை குறிப்பிடுவாதாக இருக்கலாம்.

இந்த மலைப்பிரதேசத்தின் அடி வாரத்தில் பனியால் மூடப்பட்டும், மிக குளிர்ச்சியுமான நீல ஏரிகள் உள்ளன. அதில் ஜென்னி ஏரி மிக அழகாகவும், இருப் பதால், மிக பிரசித்திப் பெற்றதாகவும், மற்றும் பயணிகளை கவர்வதாகவும் இருக்கிறது. 230 மைல் பாதை கொண்ட, கிரான்ட் டெடோன் தேசியப் பூங்கா நீண்ட நடைப்பயணம் செய்பவர் களுக்கு உகந்ததாக இருக்கிறது. மிகப் பெரிய ஏரியான, ஜாக்ஸன் ஏரி 15 - மைல் நீளமும், எல்க் தீவுக்கு செல்லும் சிறு பகுதிகளையும் கொண்டுள்ளது.

இதன் மேற்குக் கரையில், மலைகள் ஆரம்பமாகுமிடமாகவும் இருக்கிறது. வழிகாட்டிகளோடு கூடிய படகுகளும் கிடைக்கும். 15-மைல் வளைவு வழியில் சென்றால், அது பாம்பு ஆற்றின் அமைதி நிலையை காண கொண்டுவிடும். 45 - மைல் வளைவுபயணம், மூஸ்லிலிருந்து, மோரான் ஜங்ஷன் ஆகியவையும் அதே கவர்ச்சி யான இயற்கை அழகை அள்ளித் தரும்.

பிரசித்திப் பெற்ற ஜென்னி லேக் லாட்ஜ், மிக சிறந்ததும், நல்ல இடத்தில் அமைந்திருப்பதும், கூடவே மிகவும், அதிக செலவும் கூடியதாக உள்ளது. இந்த மனதிற்குகந்த விடுதி அநேகமாக எல்லா நேரங்களிலும், பதிவு செய்யப்பட்டு விடுகிறது. சில நேரங்களில் ஒரு வருடத் துக்கு முன்பேகூட 'புக்' செய்து விடப்படு கிறது. எல்லாவற்றிற்கும் மேலாக, இந்த விடுதியின் தேக்குமர சாப்பாட்டு கூடத் தில், சாப்பிடுவதையும் விட்டுவிடக் கூடாது. இது ஜாக்ஸனுக்கு 12 - மைல் வடக்கே உள்ளது.

ஜூலை, ஆகஸ்ட் மாதம் கத கதப் பாகவும், 900 வகையான காட்டுப் பூக்கள் மலர்ந்துள்ள அழகான தோற்றத்துடனும் இருக்கும். ஜூன் - செப்டம்பர் சுற்றிப் பார்க்க உகந்த காலம். இந்த சமயம் கூட்டம் குறைவாக இருக்கும். இங்கு சுற்றுலா செல்பவர்கள் இதனை கவனத்தில் கொள்க.

27

டிஸ்னி லாண்ட்

மிக்கிமௌஸ், மின்னி, டொனால்டு டக், டெஸ்ஸி, சின்ட்ரெல்லா, அல்லாவுதீன், ஸ்நோஓயிட், ஜாஸ்மின், கூஃபி போன்ற பல கதாபாத்திரங்களையும் நேரில் சந்தித்து கைகுலுக்கி, பேசி போட்டோ எடுத்துக்கொள்ள ஆசையா?

டிஸ்னிலாண்ட் செல்லுங்கள். அங்கே வால்ட் டிஸ்னியின் கார்ட்டூன் கதாபாத்திரங்கள் உயிருடன் உலவு கின்றன.

இங்கே மேஜிக் கிங்டம், டிஸ்னிஸ் அனிமல் கிங்டம், டிஸ்னி எம்.ஜி.எம். ஸ்டூடியோஸ், எப்காட் என்று நான்கு தீம் பார்க்குகள் உள்ளன. இன்டர்நெட் மூலம் இந்த தீம் பார்க் திறந்திருக்கும் நேரம், மூடும் நேரம் தெரிந்து கொள்ளலாம்.

டிக்கெட்டுகளின் எண்ணிக்கை, வயது, செலுத்த வேண்டிய தொகை எல்லாவற்றையும் ஓர் இயந்திரத்தில்

உள்ளிட்டால் டிக்கெட்டுகள் கிடைக்கும். டிக்கெட்டின் விலை பெரியவர்களுக்கு 59,75 டாலர் (சுமார் 2,600 ரூபாய்) 9 வயது வரை உள்ளவர்களுக்கு 48 டாலர்.

உள்ளே சென்று பார்த்து திரும்பி வரும்போது நாம் கொடுத்தத் தொகை அதிகம் இல்லை என்றே தோன்றும். ஒவ்வொருவரும் டிக்கெட்டின் பின்னால் கையெழுத்திட வேண்டும். பிறகு, நம்மை விமான நிலையங்களில் பரிசோதனை செய்வது போல மெட்டல் டிடெக்டர் வைத்து பரிசோதிப்பார்கள்.

மாஜிக் கிங்டமின் உள்ளே முதலில் நம்மை வரவேற்பது வால்ட் டிஸ்னியும், மிக்கி மௌஸும்தான். இவர்களது உலோகச் சிலை ஒன்று உயரத்தில் இருக்கிறது.

எல்லோரும் நேசிக்கும் கதாபாத்திரமான மிக்கிமௌஸை உருவாக்கியவர் வால்ட் டிஸ்னி. வால்ட் டிஸ்னிக்கு புகழ் தேடித் தந்தது மிக்கிமௌஸ். பல கார்ட்டூன் படங்கள் மட்டும் அல்ல, இந்த டிஸ்னிலாண்ட் உருவாவதற்கும் காரணமாக இருந்தவர்கள் இவர்களே.

முதல் டிஸ்னிலாண்ட், லாஸ் ஏஞ்சல்ஸ் நகரத்தில் 1955-ஆம் ஆண்டில் உருவானது. அதற்குக் கிடைத்த ஆதரவைக் கண்ட வால்ட் டிஸ்னி அதைவிடப் பெரிதாக, மேலும் சிறப்பானதாக ஒரு டிஸ்னிலாண்ட் உருவாக்க வேண்டும் என்று ஆசைப்பட்டார்.

ஆனால் 1966-ஆம் ஆண்டு அவர் மறைந்துவிட்டார். 1971-ஆம் ஆண்டு உருவானதுதான் ஆர்வாண்டோவில் உள்ள, உலகின் மிகப் பெரிய தீம் பார்க்கான டிஸ்னி உலகம். அதன் ஒரு பகுதிதான் மேஜிக் கிங்டம்.

மாயாஜாலம் போன்ற காட்சிகள் நிறைந்த இடத்தை மாயாஜால ராஜ்யம் என்று கூறுவது பொருத்தமானதுதான்.

அமெரிக்கா சில முக்கிய குறிப்புகள்:
சிகாகோ

அமெரிக்காவிலுள்ள மாபெரும் நகரங்களில் சிகாகோவும் ஒன்று. (இந்த வார்த்தை Che-Cha-Gou என்பதிலிருந்து வந்ததாம். Great என்று இதற்குப் பொருள்) மிகப் பொருத்தமாகத்தான் பெயர் வைத்திருக்கிறார்கள். பசுமையும் அழகும் மிளிரும் அற்புத நகரம் சிகாகோ. சிகாகோவை காற்று நகரம் (wind city) என்றும் குறிப்பிடுவதுண்டு.

சுற்றுலாவைத் தொடங்குகிறவர்கள் சிகாகோ நதிக்கரையிலிருந்து தொடங்கலாம். இந்தப் பகுதிதான் டௌன் டவுன்

(Down Town) நதியின் இரண்டு கரைகளிலும் பரவி வியாபித்திருக்கிறது. வானைத் தொடுகிறதோ என்கிற பிரமையை ஏற்படுத்தும் பன்மாடிக் கட்டடங்கள். அதில் உலகிலேயே உயரமானது என்று கருதப்படும் ஸியர்ஸ் கட்டடம் (Sears Building) நெடிதுயர்ந்து நிற்கிறது. இதன் உயரம் 1707 அடி. இத்தனை உயரத்தி லிருந்து சிகாகோ நகரம் எப்படி இருக்கிறது என்று பார்ப்பது தவிர்க்க முடியாதது.

சிகாகோ நதியின் கரைகளை அங் கங்கே இணைக்கும் பாலங்கள் உள்ளன. இங்கெல்லாம் கார் ஓட்டுவது என்பது சாமானியர்களுக்கு பெரிய சவாலாகத் தான் இருக்கும். மெட்ரோ என்கிற மின் ரெயிலில் பயணம் செய்து சுலபமாக இந்தப் பகுதியை அடையலாம்.

சிகாகோ நதி மிச்சிகன் ஏரியில் சங்கமிக்கும் இடமும் இதற்கருகில்தான் உள்ளது. Ferry என்கிற படகுச் சவாரி செய்து வலம் வந்து சுற்றிக் காட்டுகிறார் கள். அதற்கு ஒருவருக்கான கட்டணம் பத்து டாலர்.

மிச்சிகன் ஏரி என்பது கரை தெரியாத சமுத்திரம் போல் உள்ளது. அதில் சிறிது தூரம் படகுகள் போய் வரும் வகையில் ஏரியின் நீர் மட்டத்தோடு நதியின் நீர் மட்ட அளவையும் உயர்த்தி சமப்படுத்தி அனுமதிக்கப்படுகின்றன. சிகாகோ நதியின் கரைகளில் வரிசை கட்டி நிற்கும் பன் மாடிக் கட்டடங்களில் பலவற்றில் அலு வலகங்கள்தான் இருக்கின்றன. இரவு நேரங்களில் அத்தனை மாடிகளிலும் விளக்குகள் எரியும்போது தீப நகரம் போல் அழகுறத் தோற்றம் தருகிறது. வாழ்நாளில் தவறவிடக் கூடாத காட்சி இது.

டௌன்டவுன் வரையில் போனபின் அங்குள்ள கடைவீதிகளை நிச்சயம் சுற்றிப் பார்க்க வேண்டும். அங்கே போய் ஏதாவதொரு பகுதியில் இறங்கிக் கொள்ள கேப் (Cab) என்கிற டாக்ஸிகள் வசதியாகக் கிடைக்கின்றன. கடைவீதிகள் அனைத்தும் தண்ணீர் விட்டுக் கழுவின மாதிரி அத்தனை சுத்தம். ஓயாமல் அங்கும் இங்கும் நகர்ந்து கொண்டிருக்கும் மனித நெரிசல்.

நடைபாதையில் நம்மை வழி மறித்து ஸ்கெட்சிங் செய்யவா என்று கெஞ்சும் அமெச்சூர் ஓவியர்கள், கிடாரில் சோகத்தை வடிக்கும் கலைஞர்கள், குழந்தைகளுக்கான விளையாட்டு பொம்மைகள் மட்டுமே பல தளங்களில் அடுக்கி வைக்கப்பட்டிருக்கும் பொம்மைக் கடைகளின் பிரம்மாண்டம் பிரமிக்க வைக்கிறது. இன்னும் க்யூரியோக்கள், கண்ணாடி பீங்கான் தட்டுகள், கோப்பை கள் விற்கும் 'கட்லரி' ஷாப்கள், அத்தர் கள், உடைகள், கால்கள் வலிக்கும் வரையில் நடக்கலாம்.

சிகாகோவில் பிரபல மால்கள் (கடை வீதிகள்) பல உள்ளன. அவற்றில் ஐக்கியா (Ikea) கொஞ்சம் வித்தியாசமானது. அப்படி இருக்க வேண்டும் என்பதற் காகவே ஷான் பார்க்கில் உள்ள ஐக்கியா வுக்கு வெளியில் நீல நிறம் பூசியிருக் கிறார்கள்.

ஒரு குடும்பத்துக்குத் தேவையான அத்தனை சாமான்களும் இதில் 'ஐக்கியம்.' சமையலறை சாதனங்கள், ஷெல்புகள், அடுப்புகள், கத்தி, வாள், டப்பா செட்டு கள், பிரஷ்கள், படுக்கை, தலையணை, குஷன்கள், மேஜைகள், கட்டில்கள், விளை யாட்டு சாமான்கள், சமையல் பாத்திரங் கள், அடடா, நான்காவது மாடியில் தள்ளுவண்டியில் பொருள்களை வாங்கி அடைத்துக் கொண்டு எப்படி எடுத்துப் போவது என்ற கவலை தேவையில்லை. எஸ்கலேட்டர்களுக்கு மத்தியில் தள்ளு வண்டிக்கான சரிவான டிராக்கில் அதை மாட்டிவிட்டால் நம்மோடு கூடவே அது இறங்கி வருகிறது.

அடுத்து குர்னி மில்ஸ் என்கிற மால். எல்லா மால்களுமே குளிருக்கு அடக்கமாக இருக்கும் வகையில் மிதமான இதமாக சூடுபடுத்தப்பட்டவை. எதை எடுத்தாலும் 'ஒரு டாலர்' விலையுள்ள 'டாலர் ட்ரீ' கடைகளில் பயனுள்ள பல பொருள்களை வாங்க முடிகிறது. இந்தியர்கள் இருக்கிறார்கள் என்றால் அந்த ஊரில் கோயில்கள் நிச்சயம் இருக்கும்.

அரோரா என்கிற இடத்தில் வெங்கடேஸ்வரர் கோயிலும் 'லெமான்ட்'டில் இராமர் கோயிலுடன் இணைந்தாற் போல் சிவன் கோயிலும் தரிசிக்கத் தக்கவை. இங்கு இந்திய பூஜைகளும், பண்டிகைகளும் பண்பாடுகளும் அனுசரிக்கப்படுகின்றன. பஹாய் கோயிலும் பார்க்க வேண்டிய ஒன்று. பாப் என்கிற பாரசீக இளைஞர் மனிதவர்க்கத்திற்காக அகில உலக அளவில் தொடங்கிய இயக்கம் பஹாய். சர்வ மதங்களும் போதிக்கும் தார்மீக சிந்தனைகளை அடிப்படையாகக் கொண்டு நிறுவப்பட்ட 'வேற்றுமையில் ஒற்றுமை' என்பதை விளக்கும் ஒருமைப் பாட்டு இயக்கம். தாமரை மொட்டுப் போன்ற கோபுர அமைப்புக் கொண்ட இந்தக் கோயிலில் விக்கிரக ஆராதனை, அபிஷேகம் எதுவுமே இல்லை. மத போதனையும் இல்லை. அமைதியான சூழ்நிலையில் தியானத்தில் அமர்ந்து மனத்தை ஒருமைப்படுத்துவதற்கு ஏற்ற பெரிய தியான கூடம் உள்ளது.

சிகாகோவிலிருந்து இரண்டு, மூன்று மணி நேரம் பிரயாணம் செய்தால் பார்த்தாக வேண்டிய சுற்றுலாத் தலங்கள் பல உள்ளன. அவற்றில் 'ஸ்பிரிங் பீல்டு' (Spring field) முக்கியமானது. அமெரிக்க ஜனாதிபதியாக இருந்த ஆபிரகாம் லிங்கன் இந்த ஊரைச் சேர்ந்தவராம். அவர் வசித்த இடங்களைப் பாதுகாத்து வைத்துள்ளனர்.

ஹாலன்டு என்கிற ஊரில் 'ட்யூலிப் விழா' மே மாதத்தில் நடைபெறுகிறது. பார்க்க வேண்டிய காட்சி. பல வண்ணங்களில் ட்யூலிப் மலர்கள் பூத்துக் குலுங்கி இருப்பதைப் பார்த்து ரசிப்பது கண்களுக்கு நல்ல விருந்தாகும். சிகாகோவில் லீலாக் (Lilac) மலர்கள் அதிகம். எல்லாருடைய இல்லங்களிலும், பூங்காக்களிலும், நாற்சந்தி வளைவுகளிலும் லீலாக் மலர்கள் பல நிறங்களில் மே, ஜூன் மாதங்களில் மலர்ந்து ஊரையே வண்ணமயமாக்குகின்றன.

விஞ்ஞானத்துறை கண்காட்சி - சிகாகோ

சிகாகோவில் 'சையன்ஸ் ஃபீல்டு மியூஸியம்' (Science Field Museum) மிகவும் பிரசித்தமானது. நுழைவுச்சீட்டு வாங்கிக் கொண்டதுமே அதன் வரைபடத்தைக் கையில் கொடுத்துவிடுகிறார்கள். எது எங்கே இருக்கிறது அதற்கு எப்படிப் போக வேண்டும் என்பன போன்ற விவரங்கள் அனைத்தையும் அதில் பார்க்கலாம். நம்முடைய விருப்பத்திற்கேற்ப எங்கிருந்து தொடங்குவது என்பதைத் தீர்மானித்துக் கொண்டு சுற்றிப் பார்க்கத் தொடங்கலாம்.

ஆதிநாளில் தொடங்கி ஒவ்வொரு துறையிலும் படிப்படியான வளர்ச்சி அந்த நாட்டில் எப்படி ஏற்பட்டது என்பதைப் புரிய வைக்க முயன்றிருக்கிறார்கள். முதலில் கண்டுபிடிக்கப்பட்ட புகை வண்டியின் என்ஜின், ஆகாய விமானத்தின் தோற்றம், போயிங் வரையில் வந்த விதம், விவசாயத்தில் நவீன உபகரணங்களின் பயன், விண்வெளியில் அமெரிக்காவின் சாதனை என்று பார்த்துக் கொண்டே போகலாம். ஓர் இடத்தில் நிலக்கரிச் சுரங்கத்துக்குள் (செயற்கையானது) நம்மை அழைத்துச் செல்லுகிறார்கள். அங்கே எப்படிப் பணியாற்றுகிறார்கள். நிலக்கரி நமக்கு எப்படிக் கிடைக்கிறது என்றெல்லாம் விளக்குகிறார்கள்.

ஒவ்வொரு தளத்திலும், 'ஓய்வு அறைகள்' எனப்படும் கழிப்பறைகள், சிற்றுண்டிச் சாலைகள், பளிச்சென்று எரியும் விளக்குகள், சுத்தமான சுற்றுப்புறம் எல்லாம் இது மியூசியம்தானா என்று நம்மை வியக்க வைக்கின்றன. தாயின் கருவில் ஒரு நிஜக் குழந்தை எப்படி வளர்கிறது என்பதை நிஜக்குழந்தையை (உயிர் இல்லாத) அமிலத்தில் வைத்தே காட்டி இருப்பது மனத்தை என்னவோ செய்யும். கீழ்த் தளத்திலுள்ள கடைகளில் டீ ஷர்ட்கள், க்யூரியோக்கள், தொப்பிகள், பொம்மைகள் என்று குழந்தைகளை கவரும் விஷயங்கள் கிடைக்கின்றன.

சிகாகோ கலை ஸ்தாபனத்தில் ஆயிரக்கணக்கான ஓவியங்களைப் பார்க்க முடிகிறது. பிரபல ஐரோப்பிய ஓவியர்களான மோனே, மேனே, ரெநாய்ச், ரெனால்ட்ஸ், பஸ் டிடாகாகின், வேன்கோ போன்றவர்களின் ஓவியங்கள் இந்தக் கூடங்களை அலங்கரிக்கின்றன.

இந்த பிரம்மாண்ட ஓவியங்களில் மிகப் பிரபலமானவை அஞ்சல் அட்டை அளவில் பிரின்ட் செய்யப்பட்டுக் கிடைக்கின்றன. அதே போல் டீ ஷர்ட்களிலும் இந்த ஓவியங்களைப் பதித்து விற்கிறார்கள். ஸ்யூ மியூஸியத்தில் பல்லாயிரக்கணக்கான ஆண்டுகளுக்கு முன் இருந்த வன விலங்கான டைனோஸரின் எலும்புகளைச் சேகரித்து 42 அடி நீளமுள்ளதாக இருந்த அதன் உருவத்தை உருவாக்க முயன்றிருக்கிறார்கள்.

ஷாப்பிங் காம்ப்ளெக்ஸ்

இந்தியாவைப் போல, தெருவுக்குத் தெரு கடை என்றில்லாமல், ஊரை விட்டு வெளியே செல்லுமிடத்தில் (Exit roads), ஒரே இடத்தில் அனைத்து கடைகளும் இருக்கும். இவற்றுக்கு 'மால்' (Mal) என்று பெயர். ஓர் ஊருக்கு ஒரு 'மால்'தான் இருக்கும். அவற்றில் ஸியர்ஸ் பஸார், வால் மார்ட், க்ரோஜர், லோவிஸ் முதலியன முக்கியமானவை.

பிரம்மாண்டமான மாலின் உள்ளே சென்று தேவையானவற்றை நாமே எடுத்துக் கொள்ளலாம். ஒவ்வொரு பொருளின் மேலும் விலை ஒட்டியிருக்கும். வாய்திறந்து ஒரு வார்த்தைகூடப் பேசத் தேவையில்லை. காய்கறிகளை நமக்குத் தேவையானவற்றை பொறுக்கி, பக்கத்திலேயே இருக்கிற எலெக்ட்ரானிக் தராசில் வைத்துவிட்டால், பட்டனைத் தட்டியவுடன் விலையோடு கூடிய சீட்டு வெளியே வரும். கைவண்டியுடன் கவுண்டருக்குச் சென்றால் ஒட்டியிருக்கும் சீட்டுகளை ஸென்ஸார் லைட் மூலம் படித்து பில் போட்டு விடுவார்கள். மாமிச பதார்த்தங்கள் ஓர் ஓரத்தில் கண்ணாடி பீரோவினுள் இருந்தாலும், ஒருமுறைகூட மூக்கை பொத்திக் கொள்ள வேண்டிய

அமெரிக்கா

சந்தர்ப்பம் ஏற்படாது. மற்றும் ஈரத்தோடு இருக்க வேண்டிய பொருள்களை ஒரு கண்ணாடி பீரோவுக்குள் வைத்து, விட்டு விட்டு தண்ணீர் 'ஸ்ப்ரே' ஆகிக்கொண் டிருக்கும்படி செய்திருக்கிறார்கள். ஒரு பொருளும் கெடாது. குறைந்தது 4 - ஏக்கர் பரப்பிலுள்ள ஒவ்வொரு மாலிலும், ஒரு கொசு அல்லது ஒரு ஈ எதையுமே பார்க்க முடியாது. சுத்தத்தின் பரிபூரண அர்த்தம், டிக்ஷனெரிக்கு அடுத்தபடியாக அங்குதான் இருக்கிறது.

கோங்கூரா சட்னியிலிருந்து, பாஸு மதி அரிசி வரை, பப்படம், அப்பளம், ஆகிய அனைத்தும், நம் ஊர்களில் இருப் பதைவிட மிக சுத்தமாகவும், அதிக ருசி யுடனும் கிடைக்கும்.

சாலைகள்:

இங்குள்ள சாலைகள் 4 - வகையாகப் பிரிக்கப்பட்டிருக்கின்றன. அதாவது

1. கவுன்டி ரோடு
2. ஸ்டேட் ஹைவேஸ்
3. இன்டர் ஸ்டேட் ஹைவேஸ்
4. எக்ஸ்பிரஸ் வேஸ்.

முதலாவதில் 2 - லேன்களே இருக் கும். 'கவுன்டி' என்ற பகுதிக்குள்ளேயே சென்று வர உபயோகப்படுத்தும் ரோடு.

இரண்டாவது, ஒரு மாகாணத் துக்குள்ளேயே, ஓர் ஊரிலிருந்து/நகரத்தி லிருந்து மற்றோர் ஊருக்கு/நகரத்துக்கு செல்ல. இது 2 - ரோடுகளாக போவதற்கு ஒன்றும், வருவதற்கு ஒன்றுமாக இருக்கும். ஒவ்வொன்றிலும் இரண்டு 'லேன்'கள் உண்டு.

அடுத்து மூன்றாவது வகையில், ஒரு மாகாணத்திலிருந்து மற்றொரு மாகாணத் துக்குச் செல்ல இதில் போக வேண்டும். இதிலும் போவதற்கும், வருவதற்குமாக இரு தனித்தனி பாதைகள் பக்கத்திலேயே இருக்கும். ஒவ்வொன்றிலும் 4 - லேன்கள் உண்டு. ஒரே நேரத்தில் நூற்றுக்கணக்கான கார்கள் சென்றாலும் ஒருவர் கூட 'ஹார்ன்' ஒலி எழுப்பமாட்டார்கள். எந்த ஒரு வாகனத்திலிருந்தும் ஒரு துளி புகை கூட வராது. ஓவர் டேக் செய்ய வேண்டு மானால், பின்னால் வருபவர் 'சிக்னல்' மூலம் (Through head light) பேசி, முன்னிருப் பவர் ஒப்புதல், 'லைட்' மூலம் கிடைத்தால் தான், பின்னவர் முந்த முடியும்.

கடைசியாக 'எக்ஸ்பிரஸ் வேஸ்' என்பது ஓர் அதிசயம். முதலில் 'இன்டர் ஸ்டேட்' என்ற ஒரு மாகாணத்திலிருந்து, மற்றொரு மாகாணத்துக்குச் செல்ல உள்ள இந்த ரோடிலும், போவதற்கும் வருவ தற்கும் தனித்தனி ரோடுகள் உண்டு. இந்த ஒவ்வொரு பாதையிலும் 4 - லேன்களி ருக்கும். போகும் பாதையிலிருந்து, வண்டி யைத் திருப்பி - வரும் பாதைக்குச் செல்வது

என்பது முற்றிலும் இயலாத காரியம். மைல்கணக்கில் முன்சென்று, 'ஓவர் பிரிட்ஜ்' மூலமோ அல்லது 'அண்டர் கிரவுண்டு' மூலமோ சென்றுதான் கிராஸ் செய்து போகும் திசையை மாற்றிக் கொள்ள இயலும். ஆக 4 + 4 = 8 லேன்கள் கொண்ட இரு வழிப்பாதை இது.

காஸ் ஸ்டேஷன்

இது ரெயில்வே ஸ்டேஷனைப் போன்ற எந்த ஒரு ஸ்டேஷனும் இல்லை. நம்ம ஊர் பெட்ரோல் பங்குக்கு அந் நாட்டிலே காஸ் ஸ்டேஷன் எனப் பெயர்.

நாமே நமது காரை யூனிட்டுக்கு முன் நிறுத்தி, எவ்வளவு தேவையோ, (அமெரிக்காவில் லிட்டரோ அல்லது கி.மீ. கிடையாது - காலன், மைல் இவைதான் - இன்னும் மாறவில்லை) அதற்குத் தகுந்த பட்டனை அழுத்தி, நோட்டையும் ஸ்லாட்டில் வைத்துவிட்டால் போதும். ட்யூபை எடுத்து, காரிலிலுள்ள பெட்ரோல் (அங்கு 'Gas' என்ற பெயர்) டாங்க்கில் சொருகிக் கொள்ள வேண்டும். கடைசியில் மெஷின் தானாகவே நின்றுவிடும், பாக்கி சில்லறையும் வந்துவிடும். ஒரே நேரத்தில் 4 அல்லது 6 வண்டிகள் நிறுத்திப் பிடித்துக் கொள்ளலாம். அந்த பங்கில் ஒரே ஒருவர் தான் இருப்பார். அவரிடம் பணத்தைக் கட்டிவிட்டால், அவர் நெம்பர் சொல்வார் - அந்த இடத்துக்குச் சென்றும் பிடித்துக் கொள்ளலாம். ஆனால் அவர் உட்கார்ந்த இடத்தைவிட்டு நகரவே மாட்டார். யார் வருகிறார்கள், எவ்வளவு 'காலன்' பிடித் தார்கள், எதுவும் அவருக்குத் தெரியாது. ஆனாலும் எல்லாமே எலக்ட்ரானிக் கண்ட்ரோலில் இருப்பதால், நூற்றுக்கு நூறு, நேர்மையாகவே இருக்கும்.

இந்து கோயில்கள்

அமெரிக்கா முழுவதிலும் 85 - இந்து கோயில்கள் இருப்பதாக கூறப்படுகிறது. சின்னது, பெரியது என்று எல்லாமாக சேர்ந்தது இந்த 85.

வாடகைக் கார்கள்

அங்குள்ள (அமெரிக்காவில்) தெருக் களில் கார் 'பார்க்கிங்' என்பதே நடக்காத காரியம். கால்டாக்ஸிதான் - போன் செய்தால் உடனே வந்துவிடும். நம்ம ஊரில் வாடகை சைக்கிள் எடுப்பதற்குக் கூட தெரிந்த ஒருவர் சொல்ல வேண்டும். ஆனால் அங்கு கார் பார்க்கிங் ஷெட்டில் ஏராளமான கார்கள் உண்டு. எந்த கார்களை கேட்கிறோமோ அதை உடனே

'சிடிசன்' கார்டையோ, ஓட்டும் லைசென் ஸையோ பார்த்து நம்பரைக் குறித்து கொண்டு கார்டையும், காரையும் கொடுப் பார்கள். அப்போது கார் நல்ல கண்டிஷ னுடனும், 'டாங்க்' பூரா பெட்ரோலையும் நிரப்பித் தருவார்கள். நாம் திரும்ப ஒப்படைக்கும் போது அதே நிலையில் இருக்க வேண்டும். பல நம்பமுடியாத உண்மைகளில் சில இவை.

சினிமா

அமெரிக்காவில் கண்ட இடங்களில் தியேட்டர்கள் கிடையாது. ஓர் ஊருக்கு

ஒரே கட்டடத்தில் 2,3 தியேட்டர்கள்தான் இருக்கும். பல வகையான நாற்காலி, பெஞ்ச், காலரி, தரை என்றெல்லாம் கிடையாது. முழுவதிலும் ஒரே மாதிரி யான உட்காரும் நாற்காலிகள். தரை மட்டத்தில் ஒரே ஒரு டிக்கெட் கொடுக்கும் இடம்தான் இருக்கும். ஒரு சீட்டு வாங்கி னால் போதும், எந்த தியேட்டரிலும், எந்த படத்தையும் பார்க்கலாம். ஒன்றில் போரடித்தால், எவருடைய அனுமதியு மின்றி மற்றொன்றில் எந்த நேரத்திலும் அதே சீட்டை வைத்துக் கொண்டே பார்க்கலாம். தேவையானால் 3ஆவது தியேட்டருக்கும் போகலாம். கட்டுப்பாடு எதுவுமில்லை. தியேட்டர்களும், நம்ம ஊர்களில் உள்ளது போல பெரியதும் இல்லை. கும்பலும் இருக்காது. நம்ப முடியலையா. அப்போ உடனே டிக்கெட் புக் பண்ணி பறந்து சென்றுதான் பார்க்க வேண்டும்.

சிட்ட நூகா

'டென்னிஸி'யிலிருந்து 280-மைலில் உள்ளது 'சிட்ட நூகா.' இது ஒரு பெரிய கேளிக்கையிடம். பார்க்க வேண்டிய நூற்றுக்கணக்கானவற்றில் மிக முக்கிய மானவை சில. அதாவது:

1

ரூபி நீர்வீழ்ச்சி

'மெனு' என்ற பாறைப் பகுதியில் உள்ளது இது. குகையின் உள்ளே, கூரையிலிருந்து ஒரு சந்து வழியாக சூரிய வெளிச்சமோ, செயற்கை வெளிச்சமோ உள்ளே வரும். வெளிச்சம் விழும் பகுதி யில் ஒரு நீர்வீழ்ச்சி (செயற்கையானது) இருக்கும். விழும் தண்ணீரின் பின் புறம் பார்க்கமுடியாத பல வண்ணங் களுடைய விளக்கு வெளிச்சம் விழும். தண்ணீர் அந்த வெளிச்சத்தை கடந்து வரும்போது, கீழே விழும் தண்ணீரானது,

மேலிருந்து கொட்டும் ரூபி - கற்கள் போல தோன்றும் அழகே அலாதி.

2

ராக் ஸிட்

இயற்கையானதும், நன்கு செதுக்கப் பட்ட, பிம்பங்களுடனும் அழகாக இருக்

கும். இரு மலைகளை உச்சியில் சேர்த்து வைப்பது ஒரு தொங்கும் பாலம். இதில் நடக்கும் போது, கண்களைத் திறந்து, கீழே பார்த்தால் தலை சுற்றும். மயக்கமடை யாமல் அடுத்த பக்கம் போய்விட்டால், உங்கள் உடம்பை திடகாத்திரமானதாக கொள்ளலாம்.

3

சதர்ன் போல்லி ரிவர் போட்பிரயாணம்

இது 'டென்னிஸ்' ஆற்றின் மேல் உள்ளது. 3 - அடுக்கு உள்ளது. மேல் அடுக்கு பார்க்குமிடம். நடுவில் உணவகம்.

4

மலைக்கு செல்லும் ரெயில்

இது கீழிருந்து 1000 - அடிக்கு மேலே உள்ள பக்கத்து மலைக்கு அழைத்து செல் லும் ரெயில். போகும் போது முன்பக்கம் பார்த்தால் சாய்ந்து ஏறுவது ஜாலியாக

இருக்கும். "ஏதோ தப்பு நடந்து ரெயில் மேலே செல்லாவிட்டால்" - இந்த எண்ணம் வந்தால் கஷ்டம்.

5

ஐமாக்ஸ் தியேட்டர்

இங்கு திரையில் வருவதற்கு தக்க வகையில், நாம் உட்கார்ந்திருக்கும் நாற்காலிகளும், மின்சாரம் மூலம் அசைக்கப்படுகின்றன. குத்துவிட்டால் (படத்தில்)

அது நம்மீது விழுவது போலவும், இன்னும் பல.... பல... ரசனைகளும் உள்ளது இவ் விளையாட்டு.

இவை போன்று எண்ணிலடங்கா வகையில் நிறையவே இருக்கின்றன.

கட்லின் பார்க்

இங்குள்ள பலவற்றிலும், முக்கிய மானவை மட்டும்:

1

ஸ்மோக்கி மவுண்டன்

இதில் 'விஸிட்டர்ஸ் காலரி' 5,048 அடி உயரத்தில் இருக்கிறது. 6,643 - அடியில் 'க்ளிங் மான்ஸ் டோம்' இருக்கிறது. இந்த பனிபடர்ந்திருக்கும் பாதையில்

நடப்பது, அந்த காலத்து சினிமாக்களில் ஆகாயத்திலிருந்து 'நாரதர்' வருவது போல, நமது காலை, நாமே பார்க்க முடியாது.

உ

ஸ்கை லிஃப்ட்

இதுவும் ஒரு 'ரோப் வேசேர்' பயணம். ஆனால் இது மிகவும் செங்குத்தாக மலை உச்சிக்கு ஏறும்.

3

ரிப்ளையின் மூவிங் தியேட்டர்

இதுவும், சிறு மாறுதல்களைத் தவிர, மற்றபடி மேலே சொன்ன 'ஐமாக்ஸ் தியேட்டர்' போலத்தான். B. P. இல்லாத வர்களே இவற்றைப் பார்ப்பது நல்லது.

4

சவாரியில் 'பூகம்பம்'

இதுவும் 'ஷேக்கிங்' தியேட்டர் மாதிரி ஒரு விஷயம்தான்.

5

ஓபர் கெட்லின் பார்க்

அது ஓர் 'அல்பைன் ஸ்லைட் ப்ரெயின்கார்.' 10 நிமிடத்தில் 1,800 அடி இருவழிப் பாதையுடன், மணிக்கு 17-மைல்

வேகத்துடன் செல்லும், 'ஏரியல் ட்ராய்வே.' மலை உச்சியில் கோ கார்ட், ஆர்கேட் சென்டர், வெல்க்ரோ வால் ஜம்ப், பன்கி டவர், பன்கி ரன், போன்ற விளையாட்டுகளுடன், கீழ்க்கண்டவையும் உண்டு.

6. பிலீவ் இட் ஆர் நாட் (Believe it or Not)
7. மெகா தியேட்டர்
8. ஸ்டார் கார் மியூஸியம்.
9. தேசியப் பூங்கா
10. ஃபன் மவுண்டன் (Fun Mountain)
11. ராம்ஸே காஸ்கேட். (Romsey Cascade)
12. அமிஷன் பார்க் (Amision Park)

டைம் ஸோன்

அமெரிக்கா அகலத்தில் (கிழக்கு - மேற்கு அகலத்தில்) 4 - மடங்குக்கு மேல் உள்ளது. இந்தியா 78 டிகிரி முதல் 90 டிகிரிவரை மேற்கிலும், கிழக்கிலும் இருக்கிறது. வித்தியாசம் அதிகமில்லாததால், சராசரியான 84 - ஐ எடுத்துக்கொண்டு, நேரத்தைக் கணித்து 'இந்தியன் ஸ்டான்டார்டு டைம்' என்றார்கள். ஆனால் அமெரிக்காவிலோ கிழக்கில் 75 - டிகிரியில் ஆரம்பித்து, மேற்கில் 135 டிகிரியில்

அமெரிக்கா

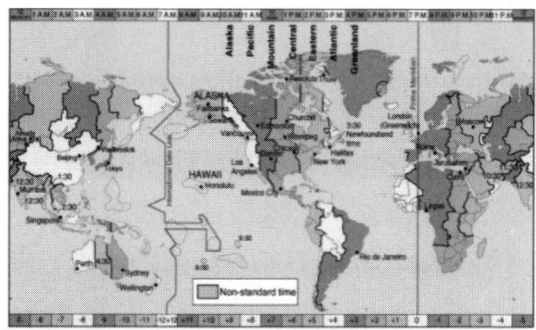

முடிகிறது. வித்தியாசம் மிக அதிகம். ஃபிலெடல்பியாவில் (கிழக்கு) காலை மணி 4 என்றால், மேற்கு ஸான் ஃபிரான்சிஸ்கோவில் இரவு மணி 1 - ஆக இருக்கும். ஆகவே அத்தேசத்தை 1. பஸிபிக் டைம் ஸோன், 2. மவுண்டெயின் டைம்ஸோன், 3. மத்திய டைம் ஸோன் மற்றும் 4. ஈஸ்டர்ன் டைம் ஸோன், எனப் பிரித்திருக்கிறார்கள். பயணம் செய்பவர்கள் அதற்கேற்றாற் போல நேரத்தை கூட்டியோ, கழித்தோ சரி செய்து பார்த்துக் கொள்வார்கள்.

அட்லாண்டா

இது ஜியார்ஜியா மாகாணத்தின் தலைநகர். பனிக்காலத்தில் 50, 60 அடிக்கு முன்னால் போகும் கார் கூட சரிவர தெரியாது.

1
C.N.N. டவர்ஸ்

இந்த டவரின் தளத்தில் C.N.N. டிவி. சேனலின் நிலையம் இருக்கிறது. 200 நாடுகளில் இது ஒளிபரப்பப்படுவதால், அந்த எல்லா நாட்டுக் கொடிகளும் வரிசையாக பறக்கவிட்டிருக்கிறார்கள். இங்கு மேலே செல்லும்போது, ஆறாவது மாடி வரை நிற்காமல் செல்லும் 'எலிவேட்டர்' இருக்கிறது. இறங்கி வரும்போது ஐந்தாவது தளத்திலிருந்து கீழ்தளம் வரை நிற்காமல் செல்லும் எலிவேட்டர்.

2
சார்ஜியன் வோர்ல்டு காங்கிரஸ் சென்டர்

இங்கு பல அகில உலக மாநாடுகள் நடந்திருக்கின்றன. இன்றும் பல உலக மாநாடுகள் அங்கு நடத்தப்படுகின்றது.

3
கோகோ கோலா டவர்ஸ்

இதுவும் ஒரு பெரிய, உயரமான கட்டடம். அங்கு சுற்றுலாப் பயணிகள் சுற்றி வந்து பார்த்துக்கொண்டிருந்தாலும், அவர்கள் தொந்தரவின்றி பணிபுரிகின்றனர்.

4
கடைசிக் கடல் (The Last Sea)

பெயருக்கு ஏற்ற மாதிரி, இக்கடலானது பூமிக்கு மேலே மறைந்துபோய், பூமியின் அடியில் மறைந்து கிடக்கிறது. ஆனால் இது இருக்குமிடத்தின் பெயர், 'ஸ்வீட்வாட்டர்.' ஒரு காலத்தில் இயற்கையாக இருந்த இக்குகையை, செயற்கையாக விஸ்தரித்து, பாம்பு வளையம்போல அழகு செய்திருக்கிறார்கள். அக்குகையின் அடி பாகத்தில் 200 - மீட்டர் நீளமும், 25 முதல் 30 மீ. வரை ஆழமும், 40 மீ. முதல் 100 மீ. வரை அகலமும் கொண்ட ஒரு நீர்த் தேக்கம் பூமியின் மேல் மட்டத்திலிருந்து 25-மீ. ஆழத்தில் இருக்கிறது. இந்த தெளிவான நீரின் கீழ், எலெக்ட்ரிக் லைட் அமைப்பு பிரமிக்க வைக்கும். படகு சவாரியும் உண்டு. அடியில் கண்ணாடியால் அமைக்கப்பட்ட படகில் செல்லும் போது, குட்டையிலுள்ள வளர்ப்பு மீன்கள், அக்கண்ணாடியை முட்டும்போதெல்லாம், அவை நமது காலைத் தொடுவது போல உணரச் செய்யும்.

மெட்ரோ ரெயில்

இந்த வகை நகர ரெயில்கள் செல்லும் எல்லா ரெயில் நிலையங்களிலும் ஒருவர் அல்லது இருவர் பணியில் இருப்பர். ஓடும் ரெயில்களிலும், டிரைவர் ஒருவரைத் தவிர கார்டு என்று யாரும் இருக்கமாட்டார்கள். ரெயில் அந்த ஸ்டேஷனில் நிற்குமா, நிற்காதா என்ப தறிய, பிளாட்பாரம் விளிம்பில், ஒவ்வொரு மீட்டரிலும் சிவப்பும் நீலமுமாக மாற்றி பொருத்தப்பட்டிருக்கும். வண்டி நிற்குமா, நிற்காதா, வண்டி வருகிறதா என்று எட்டி பார்க்கவும், யாரையும் கேட்கவும் தேவை யில்லை. எரியும் விளக்குகளிலிருந்து நாமே தெரிந்துகொள்ளலாம்.

எம்பயர் ஸ்டேட் கட்டடம்

இதில் 86 - தளங்கள் உண்டு. 87 ஆவதில் 'அப்ஸர்வேஷன்' வசதி உண்டு. இரு எலிவேட்டர்கள் பார்வையாளர் களை 1 நிமிடத்தில் கட்டடத்தின் உச்சிக்கு கொண்டு விட்டுவிடும்.

U.N. பில்டிங்

இந்த உணர்ச்சிகரமான கட்டடத் தின் தலைவாசலில் அங்கத்தினர் தேசங் களின் அத்தனை தேசியக் கொடிகளும் பறக்கின்றன.

சுதந்திரதேவி சிலை (Statue of Liberty)

மேலுள்ள அப்ஸர்வேஷன் டவரி லிருந்து, நியூயார்க் நகரம் முழுவதும் உள்ள பல கட்டடங்கள், லிபர்ட்டி சிலை யாவையும் பார்க்கலாம். உள்ளே ஸ்க்ரீனில் மிக அருகில் தொட்டுப் பார்க்கும் இடைவெளியிலும் காணலாம்.

பென்டகன்

இது அமெரிக்க இராணுவத்தின் தலைமையகம். அவர்களுடைய இராணு வத்தை போலவே, இந்த அலுவலக கட்டடமும், அதன் அமைப்பும் கூட சிறந்தவற்றில் ஒன்று. சித்திரவேலைப் பாடுபோல, 5 - பக்கக் கட்டடமும் ஆகும் இது.

லிங்கன் டன்னல்

இது நியூயார்க் - வாஷிங்டன் பாதையில் பென்ஸில்வேனியாவையும், நியூயார்க்கையும் சேர்க்கும் குகைப் பாதை. இங்கும் போவதற்கும், வருவதற்கும் தனித் தனியாக இரண்டு குகைப்பாதைகள் உள்ளன. மேலும் இப்பாதைகளும் 1 - மைல் நீளத்துக்கு உள்ளன. அதாவது அமெரிக்காவில் உள்ள மற்ற 'டன்னல்' களைப் போல, படு சுத்தமாகவும், பகல் - இரவின்று 24 - மணி நேர வெளிச்சத் தோடும் இருக்கும்.

நியூயார்க்

நியூயார்க் நகரம் பூமியில் இருக்கிற சொர்க்கபுரிதான். உலகின் வர்த்த கத்தையே இங்குதான் நிர்ணயிக்கிறார்கள். இதில் வேடிக்கை ஒன்று உள்ளது. அமெரிக்காவிலேயே அதிக பிச்சைக் காரர்கள் இருப்பதும் இந்த நகரில்தான். நியூயார்க்கின் மன்ஹாட்டன் தீவுப்பகுதி யில் நிறைய தமிழ்க் குடும்பங்கள் வசிக் கின்றன. இங்குதான் உலகின் நவீன அதிசயங்களில் ஒன்றாகக் கருதப்படும் எம்பயர் ஸ்டேட் கட்டடம் உள்ளது.

நியூயார்க் நகரை ஒட்டிதான் ஐக்கிய நாடுகள் சபையின் தலைமைச் செயலகம் உள்ளது. அமெரிக்காவின் தலைநகரம் வாஷிங்டன் என்றாலும், அந்த நாட்டின் பொருளாதாரத்தை நிர்ணயிப்பது நியூ யார்க்தான்.

உலகின் மிகப்பெரிய விமான நிலை யங்களில் ஒன்றான கென்னடி விமான

நிலையம் இங்குதான் உள்ளது. நம்மூரில் சாலைப் போக்குவரத்து மாதிரி இந்த விமான நிலையத்தில் விமானங்கள் வந்து செல்கின்றன.

சர்வதேச நிறுவனங்களின் பங்குகள் விலையை தீர்மானிக்கும் வால்ஸ்ட்ரீட் நியூயார்க்கில்தான் உள்ளது. நியூயார்க் நகரத்துக்கு செல்பவர்கள் அருகிலேயே இருக்கும் உலகின் சினிமா தலைநகரமான ஹாலிவுட்டை பார்க்காமல் வர முடியாது. பல புகழ்பெற்ற ஆங்கிலப் படங்களில் நீங்கள் பார்த்த நிஜமான காடுகள், நிஜமான நீர்வீழ்ச்சிகள், நிஜமான கடல்கள், ஜுராசிக் பார்க் மிருகங்கள் போன்றவை யெல்லாம் செட்டுகளாக காட்சி தரு வதைப் பார்த்து ரசிக்கலாம். (ஹாலிவுட் பற்றி கூடுதல் செய்திகள் தனியே தரப் பட்டுள்ளது)

அமெரிக்காவில் உள்ள நியூயார்க் நகரத்தின் விலை வெறும் 20 டாலர்கள் தான் என்று சொன்னால் ஆச்சரியமாக இருக்கும். ஆனால் அதுதான் உண்மை. 300 ஆண்டுகளுக்கு முன்னால் காடாக கிடந்த நியூயார்க் பகுதியை, டச்சுக்காரர்கள் 20 டாலர் விலை கொடுத்து வாங்கினார்கள். அந்த காடுதான் இன்று மிகப் பெரிய நகரமாக மாறி, காண்போரை பிரமிப்பில் ஆழ்த்துகிறது.

நியூயார்க் நகர தெருக்களில் அமைந்துள்ள வீடுகள் ஒவ்வொன்றும் பல மாடிக் கட்டிடங்களாகும். நியூயார்க் நகருக்கு அழகு சேர்ப்பது தெருவெங்கும் வரிசை வரிசையாக அமைந்திருக்கும் பசுமையான மரங்கள்தான். நகரம் முழுவதிலும் ஏறத்தாழ 24 லட்சம் மரங்கள் உள்ளன. நியூயார்க் என்பது பொதுவாக மன்ஹாட்டன் தீவைத்தான் குறிக்கும். ஆனால் இப்போது நியூயார்க்கின் எல்லை கள் விரிந்து மிகவும் விசாலமடைந்துள் ளன. வேறு பல தீவுகளும் நியூயார்க் நகரத்துடன் சேர்க்கப்பட்டிருக்கின்றன.

நியூயார்க் நகரில் பெரிய ஓட்டல்கள் மட்டும் 500க்கும் மேல் இருக்கின்றன. ஒரு

கோடிக்கும் மேற்பட்ட கார்கள் இருக்கின்றன.

குளுஸ்கேப் டி.ரெயில்

வட அமெரிக்காவில் நோவாஸ் கோடியா நகரில் அமைந்துள்ள நகரம் குளுஸ்கேப் டி ரெயில். இயற்கையன்னையின் தங்க பெட்டகம் இந்த கடற்கரை நகரம். உலகின் மிகப் பெரிய பாறைகளின் அடுக்குகளை இங்கு கண்டு வியக்கலாம். ஏதோ பெரிய சிற்பிகளைக் கொண்டு வடித்தது போன்ற பிரம்மாண்டமான பாறைகள் இயற்கையிலேயே அமைந்துள்ளது. இவற்றைக் காண உண்மையிலேயே கண் கோடி வேண்டும். வேறு எங்கும் காணவும் முடியாது.

வாழ்நாளில் ஒரு முறையாவது காண வேண்டிய இடம் இது. குளுஸ்கேப்பில் உள்ள மினாஸ் பேசின் வட அமெரிக்காவின் இயற்கை பொக்கிஷங்களில் ஒன்று. இந்த கடற்கரையில் எழும் அலைகள் அதி அற்புதம். இங்குள்ள காடுகள் மிகவும் பசுமையானவை.

பிக்னிக் பிரியர்களுக்கு ஒரு சொர்க்க லோகம். இங்கு கழுகுகள் ஏராளம் உள்ளன. மேலும் வேறு நாட்டில் இருந்து பறவைகள் கூட்டம் கூட்டமாக இங்கு இடம் பெயர்ந்து வருகின்றன. இங்கு நீர்வீழ்ச்சிகளும் உள்ளன. குளுஸ்கேப்பில்

உள்ள நகரங்களிலும், கிராமங்களிலும் சுற்றுலா பயணிகளை மனமார வரவேற்கின்றனர். இங்கு தங்கும் விடுதிகள், உணவு விடுதிகள், காட்டேஜ் போன்ற யாவும் நமது வீட்டில் உள்ளது போன்ற உணர்வையே ஏற்படுத்தும்.

இந்த நகரம் மியூசியங்களுக்கு பெயர் போனது. பார்ஸ் போரோஸ் பண்டிஜியாலஜிக்கல் மியூசியம் டைனசர்களைப் பற்றிய ஏராளமான தகவல்களைத் தருகின்றன. மேலும் மினாஸ் ஷோர் எப்படி பாறைகளில் சூழ்ந்துள்ளது என்பது பற்றிய விரிவான செய்திகளும் உள்ளன.

■■■

51

கனடா - CANADA

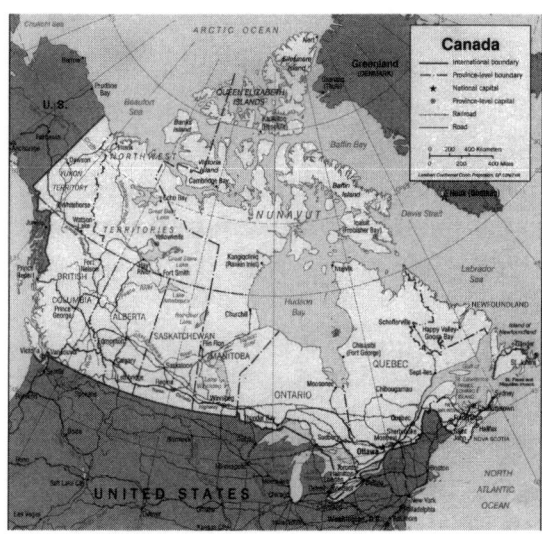

1

கொலம்பியா கண்காட்சி மற்றும் மனிதவள சாஸ்திர கண்காட்சி

இது ஒரு பூர்வீக சரித்திரம், கலை மற்றும் நாகரிகம் ஆகியவற்றின் களஞ்சியம். வட அமெரிக்காவில் உள்ள சிறந்த முதல் பத்து கலைக்காட்சிகளில் ஒன்றாக, தொடர்ந்துகொண்டேயிருக்கிறது. விக்டோரியாவின் அரசர்க்குரிய பிரிட்டிஷ் கொலம்பியா, குழந்தைகளுக்கு ஒரு விளை யாட்டுப் பொருள் போலவும், பெரிய வர்களுக்கும் குறைவின்றி அதேபோலவும், மற்றும் உள்ளூர்வாசிகளுக்கும், வெளி நாட்டவர்களுக்கும், மர்மமாகவும் தோற்ற மளித்தது. கண்காட்சிக்கு நேர் பின்புறத்தில் உள்ளது தண்டர்பேர்ட் பூங்கா - மிகப்பெரியதும், அதிகப் பொருள்களைக் கொண்டதாயும், மற்ற எல்லா இடங்களையும் விட, நேர்த்தி யாக வைக்கப்பட்டு இருக்கின்றன. வைக்கப் பட்டிருக்கும் மரவேலைப்பாடு பொருள்கள் சில நேரங்களில் அவற்றின் பழைய காலத்து வழிகளை பிரதிபலிக்கின்றன.

அந்த மாகாணத்தின் பெரிய நகரமான வான்குவரில், அருங்காட்சியகத்தில் பதவி வகிப்பவர் உறுதியாக சொல்வதாவது: "மனிதவள சாஸ்திர அருங்காட்சியகத்தின் சேகரிப்பான உள்ளூர் கலை மற்றும் நாகரிகத்தின் நட்சத்திர ஒளி எந்த விதத் திலும் குறைந்ததல்ல. அதற்கான கிரான்வில் தீவுக்கு மேற்கிலிருந்து பிரிட்டிஷ் கொலம்பியா பல்கலைக் கழகம் வரை பயணிக்கும் 30 நிமிட பயணம் பயனுள்ளது." பரிசும், பாராட்டும் பெற்ற ஆர்தர் எரிக்ஸன் கட்டடத்தில் உள்ள நுட்பமாக செதுக்கிய சிற்பம் காணவேண்டியதாகும்.

இது செயின்ட் விக்டோரியாவில் உள்ளது. தினமும் அனுமதி உண்டு. சீசன் இல்லாத காலங்களில் திங்கட்கிழமைகளில் மூடி இருக்கும். பொதுவாக நுழைவுக் கட்டணம் 4.50 டாலர். செவ்வாய் மாலை வேளைகளில் அனுமதி இலவசம்.

உ

போலார் பியர் ஸஃபாரி

வெண்கரடிகள் வசிக்கும் குளிர்ந்த பிரதேசத்திலுள்ள சதுப்பு நில பாகம் இது. ராஜாக்களைப் போல இங்கு வசிக்கும். பிராணிகளை கொன்று தின்கின்ற (Predators)வற்றில் வெண்கரடிகளும் ஒன்று. இவற்றில் சில 1,500 - பவுண்டுகள் வரை இருக்கும். வெள்ளைக் கரடிகள் பொதுவாக தந்திரமானவையாகவே இருக்கும். இருந்தாலும் அவை ஒவ்வொரு வருஷமும் 'ஹட்ஸன் பே'க்கு முன்பாக உள்ள கேப் சர்ச்சிலில் கூடி, பனிக்கட்டிகளுடன் உறைந்து, நீர்நாய் (Seal)களை வேட்டையாடி, அங்கு மிதந்து வரும் ஐஸ்கட்டியில் வேட்டையாடும். பார்வையாளர்கள் அந்த ஐஸ்கட்டியோடு குளிர்ந்த இடங்களில் பஞ்சு பொதியைப் போல, வெண்கரடிகள் கேளிக்கைகளில் குதிக்கும் போதும், அதன் குடும்பத்துடன் விளையாடும் போதும், புதிதாகப் பிறந்த குட்டிகள், கறுப்பு மூக்கோடும் கண்களோடும் அந்த வெண்மையான ஐஸ் கட்டிகளோடு விளையாடும்போது பார்க்க ரம்மியமாக இருக்கும். அந்த தாவர வகையும், 'ஆர்க்டிக்'கின் மரங்களற்ற சதுப்பு நிலத்தில் ஏற்படும் அழகான தொங்கும் திரைபோல, இயற்கையை விரும்பிப் பார்ப்பவர்களுக்கு விருந்தாகும். இது 'வின்னிபெக்'கிலிருந்து சற்றேறக்குறைய 1,104 கி.மீ. வடக்கே உள்ளது.

௩

நயாகரா நீர்வீழ்ச்சி

'தேனிலவுத் தம்பதியரின் உல்லாச மையம்' என்று ஒரு இடத்தைச் சொல்ல முடியுமா? ஒரே இடத்தை பகலில் ஒரு விதமாகவும் இரவில் வண்ணமயமாகவும் பார்க்க முடியுமா? அதே இடம் கோடையில் ஒரு காட்சியாகவும் குளிர்பருவத்தில் இன்னொரு காட்சியாகவும் தோன்ற முடியுமா? ஒரே இடம் இரண்டு வெவ்வேறு நாடுகளுக்கு சொந்தமாக முடியுமா? இந்தக் கேள்விகள் எல்லாவற்றுக்கும் பதில் ஒன்றுதான். அதுதான் இவை எல்லாமே முடியும் என்பது. அந்த இடத்தின் பெயர்தான் நயாகரா.

பொங்குமாக்கடல் என்பார்களே அதைப் போலத் தண்ணீர் பெரு வெள்ளமாக மலை முகட்டிலிருந்து இறங்குகிறது. கனடா பகுதியில் அதற்கு குதிரை லாட வடிவம் இருக்கிறது.

அதனால் அதை 'ஹார்ஸ் - ஹு ஃபால்ஸ்" என்று அழைக்கிறார்கள். கனடா பகுதியில் 170 அடி உயரத்திலிருந்தும் அமெரிக்கப் பகுதியில் எழுபது முதல் நூறு அடி உயரத்திலிருந்தும், பெருவெள்ளம் பேரிரைச்சலோடு விழுகிறது.

நயாகரா பூங்கா முற்றிலும் மாறு பட்ட ஓர் உலகைத் தருகிறது நமக்கு. மிக அழகான பூந்தோட்டங்கள் சிறிது இடம் விட்டு விட்டு காணப்படுவது ஒரு கண் கொள்ளாக் காட்சி. இந்த சாலையின் முடிவில் 19-ஆம் நூற்றாண்டின் ஏரியி லுள்ள நயாகரா, கனடாவிலுள்ள மிக மிக அழகானவற்றில் ஒன்றாக விளங்குகிறது.

நயாகரா நீர்வீழ்ச்சியை எப்படிப் பார்க்கலாம்? நடந்து பார்க்கலாம். பஸ்ஸில் போனபடி பார்க்கலாம். கப்பலில் போய்ப் பார்க்கலாம். ஆகாயத்திலிருந்து பார்க்கலாம். வியப்பாக இருக்கிறது இல்லையா?

ஆனாலும் நயாகரா நீர் வீழ்ச்சியை முழுமையாகப் பார்க்க சிறப்பான வழி 'மெய்டு ஆஃப் தி மிஸ்ட்' லிருந்து பார்ப்பது தான். ஒரே மாதிரி பெயருள்ள பத்து சிறு கப்பல்களில் ஒன்றில் சென்று பார்ப்பது, சொர்க்க அனுபவமாகும். 600 பார்வை யாளர்களை அழைத்துச் செல்லும் கப்பல் இது. குதிரை லாட நீர்வீழ்ச்சியின் மத்தியில், அதாவது பாறை சுவருக்கும், விழும் தண்ணீருக்கும் மத்தியில், அழைத் துச் செல்லும் போது, வீழ்ச்சியின் நீர் சிதறும் போது நம்மை நனைக்காமலிருக்க, 'ஓவர் கோட்' தருகிறார்கள். இது ஒரு பயங்கரமான, இன்ப அனுபவம். இது 1846இலிருந்து தொடர்ந்து நடக்கிறது. 150 அடி பாறையில், மனிதர்களால் செய்யப் பட்ட, குகைப்பாதை நீர் வீழ்ச்சியின் துல்லியமான தோற்றத்தைத் தரும். U.S - பக்கமுள்ள அமெரிக்கன் நீர்வீழ்ச்சிக்கு 'கேவ் ஆஃப் தி விண்ட்ஸ்' டூர், அந்த வீழ்ச்சியின் மிக அருகில் அழைத்துச் செல்லும். கூடவே 400 - அடிக்கு மேல் பறந்து கொண்டு இந்த அதிசயங்களைக் காண, 'ப்ளைட் ஆஃப் ஏன்ஜல்ஸ்' என்ற ஒருவித பலூனும் இருக்கிறது.

நயாகரா நீர்வீழ்ச்சி நியூயார்க் நகரத்திலிருந்து 644 கி.மீ.லும் டோரண்டோ விலிருந்து 145 கி.மீ.-லும் இருக்கிறது.

'மெய்ட் ஆப் தி மிஸ்ட்' கப்பல் ரெயின்போ பாலத்திற்கு கீழ் உள்ள துறையி லிருந்து புறப்படுகிறது.

நீர்வீழ்ச்சிக்கு பின்னால் பயணம் ஹார்ஸ் ஷு நீர்வீழ்ச்சிக்கு அடுத்துள்ள டேபிள் ராக் ஹவுஸிலிருந்து ஆரம்பம். இங்கு சுற்றுலா செல்ல உகந்த காலம் ஏப்ரல் - நவம்பர்.

4

ஸ்கை லோன் டவர்

கடவுள்/இயற்கை பல அதிசயங் களைத் தருகிறது. ஆனால் மனிதனின் புத்தி

சாதுர்யம் புகுந்து, அதனுடைய எல்லா எழில்களையும் கூட்டுகிறது. கூடவே அதிலிருந்து புதிய கண்டுபிடிப்புகளை அள்ளித் தருகிறது. இந்த ஸ்கை லோன் டவரும் அப்படியே. நயாகரா நீர்வீழ்ச்சியின் பரிமாணத்தை, பரிபூரணமாக பார்க்க, வெளிப்புறத்தில் பூராவும் கண்ணாடியால் மூடப்பட்ட லிஃப்ட் (Elevator) ஏறி 50 - நொடிகளில், ஸ்கை லோன் டவரின் உச்சிக்கு சென்றுவிடலாம்.

உச்சியில் நீர்வீழ்ச்சியை அருகில் இருக்கும் தன்மையில் பார்க்கக்கூடிய சாதனங்களும், கூடவே வசதியாக சாப்பிடும் இடமும், மற்றும் சதா சுற்றிக் கொண்டே இருக்கும் சாப்பாட்டு அறைகளும் உண்டு. இந்த டவரின் உயரம் 775 - அடி (நீர் வீழ்ச்சி மட்டத்துக்கு மேல்); இங்கிருந்து நயாகரா நீர்வீழ்ச்சியின் பரந்த காட்சியையும், நயாகரா ஆறு மற்றும் 'ஒன்டாரியோ' முழுமையும் காணலாம். வாழ்நாள் பூராவும், தொடர்ந்து நினைவில் நிற்கும் அனுபவம் இது.

நயாகராவில் எண்ணிலடங்கா பார்க்க வேண்டிய இடங்களிருந்தாலும், முக்கியமானவற்றில் சில:

1. மரைன் லான்ட் - திமிங்கலம், மீன் வகையறா, மான்கள், கரடிகள் ஆகிய பலவற்றையும் பார்க்கலாம்.

2. ஸ்டீல் ரோலர் கோஸ்டர் - உட்காருவதற்கு தொட்டில் போன்ற சாதனங்களுடன் கூடிய, கீழிருந்து மேலும், மேலிருந்து கீழுமாக சுழலும் ஒன்று.

3. கிளிப் டன் பார்க்

4. டினோஸர் பார்க்

5. டாஸெல் லான்ட்

6. கின்னஸ் உலக சாதனை பவுலியன்

7. மூவிங் தியேட்டர் - இது அற்புதமான ஒன்று. திரையில் ஏற்படும் படங்களின் அசைவுக்குத் தக்க உட்கார்ந்திருக்கும் சாதனங்களும் ஆடும் விந்தை

8. சிரிப்பு ஹவுஸ்

9. அட்வென்சர் டேம்

10. ஐமாக்ஸ் தியேட்டர்.

11. ஹாண்டப் ஹவுஸ் முதலியன.

5

ஒன்டாரியோவின் கலைக்கூடம்

கடந்த காலம், நிகழ்காலம் மற்றும் எதிர்காலத்திய கனடிய நாட்டு கலை படைப்புகளை கொண்டது. சர்வதேச மற்றும் கனடா நாட்டின் கலைகள் இதிலடங்கும். வட அமெரிக்காவின் கண்காட்சிகள், அனைத்திலும் முக்கியமான ஒன்று. 1900 - இல் டொரெண்டோ மக்களால் உருவாக்கபட்டது இது. தற்போது 36,000க்கும் மேற்பட்ட சிறந்த படைப்புகளை தன்னுள்ளே கொண்டுள்ளது. இதில் 11-ஆம் நூற்றாண்டு முதல் தற்காலம் வரை உள்ள படைப்புகள் அனைத்தும் உள்ளன.

1974-இல் பிரபலமாக இருந்தவர் பிரிட்டிஷ் சிற்பி ஹென்றி மூர். டொரொண்டோவின் மக்கள் இவருடைய 'தி ஆர்ச்சர்' என்ற சிற்பத்தை அவர்களுடைய புதிய நகர ஹாலுக்கு வாங்க விரும்பினர். சட்டமன்ற உறுப்பினர்கள் இதை வாங்குவதற்கு நிதி ஒதுக்க மறுத்தனர். இதன் காரணமாக, ஹென்றி மூர் அவர்களே இதை அதாவது வெண்கலம், மரம், லிதோகிராப், எட்சிங், ப்ளாஸ்டர்ஸ் மற்றும் ஓவியங்கள் போன்ற 800-க்கு மேற்பட்ட பொருட்களை அன்பளிப்பாக வழங்கினார்.

விமர்சகர்களும் அங்கு விஜயம் செய்து, அதாவது ராயல் ஒன்டாரியோ கண்காட்சிக்கு விஜயம் செய்து, மாற்றப்பட்டுவரும் கட்டடத்தை பார்க்க விரும்புவர். சீனர்களின் கலை சேகரிப்பும், ஐரோப்பாவின் அழகு கலை பொருள்களும், கனடியர்களின் கலைப்பொருள்கள், மற்றும் பலவும் சேர்ந்து 6 - மில்லியன் பொருள்களை எட்டும்.

6
ஆட்டோவா

உலகத்திலேயே மிகக் குளிர்ச்சி யான நகரம் ஆட்டோவாதான். அது கனடாவின் தலைநகரம். இங்கே மிகக் குளிர்ச்சியான பருவத்தில், சாலையிலும், வீட்டைச் சுற்றியும் பனிமழை பொழிந்து பாறையாகி விடுகிறது. அதன் மீது நடக்கவோ, காரில் செல்லவோ முடியாது.

ஆட்டோவாவில் உள்ள உல்லாச ஏரி 'டோவ் ஏரி' என்று அழைக்கப்படுகிறது. சுமார் 150 ஆண்டுகளுக்கு முன்பு, கலோனல்-பை என்ற ஆங்கிலேயர் சதுப்புநிலமாக இருந்த அந்தப் பகுதிக்கு ஆற்று நீரைக் கொண்டு வந்து அந்த ஏரியை அமைத்தாராம். பனிக்காலத்தில் அந்த ஏரி, பெரிய பனிச்சறுக்கல் மைதானமாக மாறிவிடுகிறது. உலகத்திலேயே பனிச் சறுக்கல் மைதானங்களில் மிகப் பெரிய தாக அது விளங்குகிறது.

வேனிற்காலத்தில் அது குளிர்ச்சி யான நீர் நிறைந்த ஏரியாக மாறிவிடுகிறது. அப்போது அதில் காஷ்மீரில் செல்லு வதைப் போல உல்லாசப் படகுகளில் செல்லுகிறார்கள். படகுப் போட்டிகளும் நடைபெறுகின்றன.

வசந்தம் அங்கே பூத்துக் குலுங்கு கிறது. வண்ண மலர்கள் பூத்துச் சொரிந்து பச்சை இலைகளை மறைத்துவிடுகின்றன. அப்போது நெடுஞ்சாலைகளும் சரி, வீட்டைச் சுற்றியுள்ள பாதைகளும் சரி, நடந்து செல்லவும் கார்களில் செல்லவும் உரிய உல்லாசப் பாதைகளாக மாறிவிடு கின்றன. பிரயாணமே உல்லாசமானதாக மாறிவிடுகிறது.

■■■

Boundary representation is not necessarily authoritative
Los Angeles
San Diego
United States
El Paso
Houston
New Orleans
Bermuda (U.K.)
Monterrey
Gulf of Mexico
Miami
Nassau
The Bahamas
North Atlantic Ocean
Mexico
Havana
Guadalajara
Mérida
Cuba
Dominican Republic
Mexico
Santo Domingo
Puerto Rico (U.S.)
Jamaica
Haiti
Kingston
Port-au-Prince
Belize
Belmopan
St. Kitts and Nevis
Antigua and Barbuda
Honduras
Dominica
Guatemala
Guatemala
Tegucigalpa
Caribbean Sea
St. Vincent and the Grenadines
St. Lucia
San Salvador
El Salvador
Nicaragua
Managua
Barbados
Grenada
North Pacific Ocean
San José
Trinidad and Tobago
Port-of-Spain
Maracaibo
Caracas
Costa Rica
Panama
Panama
Guyana
Georgetown
Venezuela
Medellín
Suriname
Paramaribo
Bogotá
Cayenne
French Guiana (Fr.)
Rio Orinoco
Colombia
Cali
Galapagos Islands (Ecuador)
Quito
Ecuador
Guayaquil
Amazon
Belém
Manaus
Fortaleza
Recife
Trujillo
Peru
Brazil
Lima
Salvador
La Paz
Brasília
Bolivia
Sucre
South Pacific Ocean
Antofagasta
Paraguay
São Paulo
Rio de Janeiro
Asunción
Easter Island (Chile)
Chile
Pôrto Alegre
Córdoba
Rio Paraná
Archipiélago Juan Fernández (Chile)
Valparaíso
Santiago
Rosario
Uruguay
Buenos Aires
Montevideo
Concepción
Argentina
South Atlantic Ocean
Scale 1:50,000,000
1000 Kilometers
1000 Miles
Azimuthal Equal-Area Projection
Falkland Islands (Islas Malvinas) (administered by U.K., claimed by Argentina)
South Georgia and the South Sandwich Islands (administered by U.K., claimed by Argentina)
Cape Horn

52

மெக்ஸிகோ - MEXICO

1

சிச்சென் இட்ஸா

அரசியல், ஆன்மிகம், பொருளாதாரம், சமூக அமைப்பு என பலவிதங்களில் சிறந்து விளங்கியவர்கள் மாயன் நாகரிக மக்கள். இவர்கள் காலத்தில் நிறைய கோயில்கள் கட்டப்பட்டிருக்கின்றன. அவை இன்றும் மாயன் நாகரிகத்தை உலகத்துக்குச் சொல்லிக் கொண்டிருக்கின்றன.

ரொம்பவும் பிரசித்திப் பெற்றதும், பிரமிக்கத் தக்கதுமானதாக இருப்பதால் மெக்ஸிகோவின் மாயன் இடங்களை சுற்றிப் பார்க்க சுற்றுலா பயணிகள் அடிக்கடி வருகிறார்கள். அற்புதமான தலைநகரமான சிச்சென் இட்ஸா மெக்ஸிகோ தேசத்தில் இருக்கும் யுகாடன் மாநிலத்தில் மெரிடா நகருக்கு 75 மைல் தூரத்தில் அமைந்திருக்கிறது. மாயன் மக்களின் கலாச்சாரத்தைப் பிரதிபலிக்கும் இடமாகக் கருதுகிறார்கள். 6 மைல் தூரத்திற்கு நூறு கட்டடங்கள் இருந்தன. இப்போது முப்பது கட்டடங்களே எஞ்சியுள்ளன.

மாயன் நாகரிகத்தை இரண்டு விதங்களாகப் பிரிக்கலாம். 7 முதல் 10ஆம் நூற்றாண்டு வரை வாழ்ந்த மாயன் காலம்; பத்தாம் நூற்றாண்டுக்குப் பிறகு மாயன் - டோல் டெக் இணைந்த காலம். இது 13-ஆம் நூற்றாண்டு வரை இருந்தது.

சிச்சென் இட்ஸா மக்கள் விவசாயம் செய்து பிழைத்து வந்தனர். நல்ல விளைச்சல். பல இடங்களில் இருந்து வந்த மக்கள் அங்கேயே தங்கத் தொடங்கி விட்டனர். அவர்கள் நிறைய வழிபாட்டுத் தலங்களை உருவாக்குவதில் ஆர்வம் கொண்டனர். மாயன் மக்கள் காலத்தில் புனிதமாகக் கருதப்பட்ட சிச்சென் இட்ஸா, அவர்கள் காலத்துக்குப் பிறகு

வீழ்ச்சியைச் சந்தித்தது. மதச் சடங்குகள் அல்லது இறந்தவர்களுக்குச் சடங்குகள் செய்வதற்கே சிச்சென் இட்ஸா செல்ல ஆரம்பித்தார்கள்.

டோல் டெக் மக்கள் காலத்தில் பிரமிடு போன்ற வடிவம் உடைய கோயில்கள் கட்டப்பட்டன. அதில் சதுர வடிவ குகுல்கன் பிரமிடு முக்கியமானது. இது 75 அடி உயரம் உடையது. இதில் 37 அடி நீளம் கொண்ட இறக்கையுடைய பாம்பு உருவம் செதுக்கப்பட்டுள்ளது.

சிச்சென் இட்ஸாவில் பிரமிடு வடிவ எல் கேஸ்டில்லோ, டெம்பிள் ஆஃப் வாரியர்ஸ், தி கிரேட் பால் கோர்ட், ஹை பிரையஸ்ட் டெம்பிள், லாஸ் மொஞ்ஜாஸ் போன்றவை குறிப்பிடத்தக்கவை.

எல் கேஸ்டில்லோ பிரமிடு கோயில் சதுர வடிவில் அமைந்துள்ளது. பிரமிடின் உச்சிக்குச் செல்ல நான்கு புறமும் படிகள் இருக்கின்றன. டெம்பிள் ஆஃப் வாரியர்ஸ் பிரமிடு வடிவ கட்டடம்தான் டொல்டெக் மக்களின் தலைநகர் துலாவில் அமைந் திருக்கிறது. இதில் மாயன் மற்றும் டொல்டெக் கலாச்சாரம் தெரிகிறது. தி கிரேட் பால் கோர்ட் பந்து விளையாடு வதற்கான இடம். மிகப் பெரியது. சுற்றுச் சுவர் 12 மீட்டர் உயரம் உடையது.

பிரமிடு வடிவ கோயில்கள் எல்லாம் வானியல் ஆய்வுக்குப் பயன்பட்டிருக் கின்றன. குறிப்பிட்ட நாளில் சூரியக் கதிர்கள் பிரமிடின் குறிப்பிட்ட இடத்தில் விழுமாறு அமைக்கப்பட்டிருக்கின்றன.

இளவேனிற் காலம் அல்லது சமராத்திரி நாட்களான (மார்ச் 21 அல்லது செப்டம்பர் 21) காலத்தில் இங்கே இருக்கும் படியான அதிர்ஷ்டம் உங்களுக்கு இருந் தால் சில அதிசயங்களை பார்க்கலாம். எல்காஸ்டில்லோடி குல்கல்சனின் கோயிலை சரியான நிலையில் வைத்த வருடைய அறிவுத் திறனைப் பார்த்து ஆச்சரியம் ஏற்படும்.

ஹோட்டல் மாயாலாண்டில் இருக்கும் அறைகளிலிருந்து உருண்டை வடிவத்திலிருக்கும் எல் காராகோல் வானிலை ஆராய்ச்சி நிலையத்தை சுற்றிய சூழல் பூராவும் பார்க்கலாம். பூக்கள் ஏராளமாக பூக்கும் பூந்தோட்டங்களும், பூ குட்டைகளும், மிக உஷ்ணமான சூழ்நிலையை தணித்து உற்சாகத்தைத் தரும்.

மாயன் கோயில்களைப் பார்த்து மகிழ மெக்ஸிகோ அரசாங்கம் போக்கு வரத்து வசதிகளைச் செய்துள்ளது. இது மெரிடாவிலிருந்து 1½ மணி நேர பயண தூரத்தில் இருக்கிறது.

உ

ஸகாடெகாஸ் மேல் கேபிள் கார்

குடியேற்ற நாட்டின் இளஞ்சிவப்பு நிற நகரத்தின் பிரமிக்க வைக்கும் தோற்றம் இது. மெக்ஸிகோவின் இளஞ்சிவப்பு நிற நகரத்தின் அழகை ரசிக்க செல்வதற்கு பல வழிகள் இருந்தாலும், ரொம்பவும் சந் தோஷமாக பார்க்க ஒரே வழியானது, அதன் மேல் உள்ள டெலிபாரிகோ கேபிள் கார்தான் சிறந்தது. உலகத்திலேயே இந்த ஒரே நகரத்தில்தான், இது நகரம் முழு வதும் செல்கிறது. இது ஒரு தலைசுற்றுகிற விஷயம். இது ஒருகாலத்தில் வெள்ளி எடுக்கும் சுரங்க நகரமாக, சமுத்திர மட்டத்துக்கு மேல் 8,200 அடி உயரத்தில்

இருக்கும் நகரம். 18 -ஆம் நூற்றாண்டில், ஸாக டிகாஸ் சுரங்கம் அதை உலகின் மிக பணக்கார நாடாக மாற்றியது. இந்த நகரத்தின் முந்தைய செல்வம் இருவழி களில் வந்தது. ஒன்று இளஞ்சிவப்பு கற்கள் பாறை வெட்டி எடுப்பதாலும், அடுத்து ஆலயத்தை மிக ஆடம்பரமாக அழகு செய்வதாலும், ஆகிய இவ்விரண்டிலுமாக என தெரியவருகிறது.

இங்குள்ள பிரமிக்க வைக்கும் கட்டடக்கலை மூலை முடுக்கெல்லாம் உள்ள பயணிகளை வரவேற்கிறது. சில வற்றில் முதல்தர கலைத் தொகுப்புகள் உள்ளன.

அற்புதமான மியூஸியங்கள் இரண்டு கரோனல் சகோதரர்கள் பெயரால் அழைக்கப்படுகிறது. கட்டடக்கலையில் அற்புதமாக இருக்கும் இன்னொன்று மெக்ஸிகோவின் மிக வழக்கத்திற்கு மாறான ஹோட்டல் க்விண்டா ரியல். இது மெக்ஸிகோ நகரத்திலிருந்து வடக்கில் 603 - கி.மீ-இல் உள்ளது.

1

மானுவல் அந்டோனியோ தேசியப் பூங்கா - கோஸ்டாரிகா

இங்கு எப்போதும் சலசலத்துக் கொண்டிருக்கும் காடானது சமுத்திரத் தில் நுழையும் இடமாக இருக்கிறது.

கோஸ்டா ரிகாவின் டஜன் கணக்கிலுள்ள பூங்காக்களில், மானுவல் அந்டோனியோ, நெடுநாட்களாக உயர்ந்த நகைகளில் ஒன்றை போல, செழிப்பான குடியான வர்கள் வாழ்வோடு, வெண்மையான மணல் கொண்ட கடற்கரையும் மற்றும், உயர்ந்த வகை பவள தீவுகளும் கலந்த ஒருவித கலவையான இடமிது. மானுவல் அந்டோனியோவானது, கோஸ்டாரி காவின் சின்ன பூங்காக்களில் ஒன்று. இதுவே சிவப்பு முதுகோடு வாழும் அணில், குரங்கு இவற்றின் கடைசியான வாழுமிடமாகவும் உள்ளது. சில பூங்காக்கள் கடற்கரை இருப்பிடமாக பெருமை பெற்றுள்ளன. ஆனால் அங்கு நீந்துவதும், நீரில் குதிப்பதும், மீன் பிடிப்பதும், கடலில் பலகை கட்டிப் போவதும், ஆகிய இவற்றுக்கு இருக்கும் ஒரே இடமாகவும் இது இருந்து வருகிறது. மழைபெய்யும் காட்டுக்கு ஒருமுறை சென்று வந்ததும், உடல் உஷ்ணமாவதும், வியர்வை கொட்டுவதும், ஆகியவற்றை போக்க, கடலில் குதித்து விளையாடு வதைத் தவிர்த்து வேறொன்றுமில்லை. அல்லது சமுத்திரத்துக்கு மேலே உள்ள மலைப்பாறையில் உள்ள லா மாரிபோஸா வில் தங்கியிருப்பதற்கு, அறையை முன்பதிவு செய்து இருக்க வேண்டும்.

இவ்விடங்களில் உணவு அருந்தும் போது, பல வேளைகளில் அந்த 360° பார்வையிலுள்ள இடமானது உணவி லிருந்து பார்வையை மற்ற சூழ்நிலை இடங்களுக்கு கவர்ந்திழுத்துவிடும். ஆகையால் இம்மாதிரியான கண்ணைக் கவரும் சூழ்நிலையிலிருந்து அனுபவிப் பதையே வருபவர்களும் விரும்புகிறார்கள். மேலும் சூரிய அஸ்தமனத்தின்போது, பளபளக்கும் நிறங்களை அவை கொஞ்சம் கொஞ்சமாகக் குறைந்து வருவதையும் பார்க்கவே விரும்புகின்றனர். இது ஸான் ஜோஸ் என்னுமிடத்திலிருந்து தெற்கில் 3½ மணி நேரப் பிரயாணம்.

1

அமேஸான் பிரயாணம் - பிரேஸில்

மகிழ்ச்சி கண்டுபிடிப்புகளின் இதயப் பகுதிக்குச் செல்லும் பயணமிது. மிகப் பெரிய அமேஸான் ராஜ்யமானது, புதிது புதிதாக வருபவர்களை வசியம் செய்து, மேலும் அவர்களை நீர் பயணத்தில் பூராவும் ஈடுபடுத்தி மகிழ்வூட்டுவதே ஒரு பெரிய அதிசயம். ஒரு காலத்தில் ஆற்று சமுத்திரம் என அழைக்கப்பட்ட இது உண்மையிலேயே அச்சுறுத்துகிற ஒன்று. 1,000க்கு மேலான கிளை நதிகளைக் கொண்ட இது, அதன்மூலம் அதிக பலம் வாய்ந்ததாக ஆகி, அமெரிக்காவோடு தொடர்புடைய பிரதேச அளவுக்கு அதை வளப்படுத்திவிடுகிறது. மிஸிஸிபியைவிட 10 மடங்கு பெரியது இந்த அமேஸான் தண்ணீர் வரவு.

தேவையான இடங்கள் அத்தனையிலும், இறங்கி, தங்கி செல்லும் விமான வசதியினால், வருபவர்கள், கோடியிலிருக்கும் காட்டுப் பகுதி, சிறு ஓடைகள், ஏரிகள் கடலோர/ஆற்றோர கிராமங்கள், புராதன தீவுகள், மழைக்காடுகளுக்கும் பின்னால் உள்ள சிறு காடுகள், பசுமை சுவர் ஆகப் பெயர் பெற்ற காடுகள், ஆகிய அனைத்தையும் பார்க்க வசதியிருக்கிறது. இதில் முக்கியத்துவம் பெறுவதானது 'ஆறுகளின் கல்யாணம்' எனப்படும் கற்பனையான இருளுடன், தேநீர் நிறத்தில் 'ரியோ நீக்ரோ' ஆற்றின் தண்ணீர், அமேசானுடன் கலக்குமிடத்துக்கும் சென்று பார்க்கலாம். கல்யாண விஜயமாகுமிது. உள்ளூர் வாசிகளுடன் கழிக்கும் ஒரு மாலைப்பொழுது இன்பமானது. இந்த ஆற்றில் செல்கின்ற அற்புதமான பயண அனுபவத்தை பெற விரும்புகிறவர்கள் மே மாதத்தில் செல்லலாம்.

உ

அரியாவு வனகோபுரம் - பிரேஸில்

இது ஓர் உறுதியான மரவீடு. அமேஸான் காட்டின் இதயப் பகுதியில் உயர்வான இடத்தில் அமைந்திருக்கிறது இவ்வீடு. இந்த காடு பூமியில் உள்ள மழைக் காடுகள் அனைத்திலுமே பெரியது.

ஏழு உருளை வடிவமுள்ள கோபுரங்களோடு, நங்கூரம் போட்டாற்போல பல மைல் இணைத்து கூரைவேய்ந்த இரண்டு கோபுரங்கள் மற்றும் நேர்த்தியான அதிக உஷ்ண மண்டலத்துக்குரிய காடுகள், 130 அடிவரை உயரம் கொண்ட பொய்க்கால்களில் (Stilts) நிற்கும் ஹோட்டல் சுற்றுச் சுவர்கள், முதலியவை சரியானபடி இணைக்கப்பட்டுள்ளன.

அந்த கோபுரங்களில் சில டார்ஸானின் வீடுகள் போன்றவை. 110 அடி தரைமட்டத்துக்கு மேல் கூடவே சுற்றிலும் 360° -இல் அமைப்பில் அமேஸானின் பசுமையை பார்க்கலாம். மின்சாரம்

உற்பத்தி செய்யும் ஜெனரேட்டர் போன்றவையும் இருப்பதால் எவ்வித கஷ்டமுமின்றி, எல்லா உணவுகளையும் எப்போதும் சூடாகவே உட்கொள்ளவும் முடியும்.

இது மாநாவுஸிலிருந்து 65 மைலிலும் அல்லது படகில் 3 - மணிநேர பிரயாணத் திலுமிருக்கிறது.

3

ஓயுரே ப்ரெட்டோ - பிரேஸில்

சரித்திர முக்கியத்துவத்துடன், நன்கு பராமரிக்கப்பட்டு வரும், 18-ஆம் நூற் றாண்டின் ஊர் இது. மினாஸ் கிரெய்ஸ் மாகாணத்தின் உட்பகுதியில் உலகத்தின் மிகப் பெரிய பாரோகி கட்டடக் கலையில் கட்டப்பட்டது இது. கலையம்சத்துடன் அலங்கரிக்கப்பட்ட இரும்பு பால்கனியைக் கொண்ட, ஊதுவத்திக் கலரில் உள்ள கட்டடங்கள், செங்குத்தான, பளபளப் புடன் கூடிய கற்களாலான தெருக்கள். சாதாரண ஓயுரே ப்ரெட்டோ 13 - ரோக்பா மாதா கோயில்களுக்கு பிரசித்தமாக இருக்கிறது.

எல்லார் பார்வையையும் கவருவது நோஸ்ஸா ஸென்ஹோரா டி பிலார் என்ற வாரி இறைத்து செலவிடப்பட்ட சர்ச். இதுவே ப்ரேஸிலின் இரண்டாவது பணக் காரத்தனமான சர்ச். இதில் 1,000 பவுண்டுக்கு

மேலான தங்கம், மடோனாவுக்குச் செலுத் தும் அஞ்சலியாக உபயோகப்படுத்தப் பட்டிருக்கிறது.

இது ரியோவிலிருந்து 1448 கி.மீ -இல் உள்ளது.

ரியோவிலிருந்து பெலோஹாரி ஸான்ட் வரை 3 மணி நேர விமானப் பயணம். பின்னர் 100 கி.மீ. தூரத்தை கார் அல்லது பேருந்தில் சென்று அடையலாம்.

4

பராடி - பிரேஸில்

18-ஆம் நூற்றாண்டின் தங்கத் தேடலுக்காக வரும் கூட்டம் குறைந்தபின், அதன் காரணமாக பராடியின் முக்கியத் துவம், அதாவது சுறுசுறுப்பான நிலையி லிருந்து இறங்கிவிட்டது. மினாஸ் கெ்ரைஸ்லிருந்து நிறைய ஏற்றுமதி பொருள்களைக் கொண்டுவரும் வேலையும் குறைந்துவிட்டதும் ராயல் கோர்ட்டிலிருக் கும் சுறுசுறுப்பான நிலையும் மாறியது. அந்த ஊரே செயலற்ற நிலைக்கு மாறியது. 1950-இல் திரும்பவும் பழைய நிலைக்குத் திரும்ப ஆரம்பித்தது. ரியோவுக்கும், 'ஸாவோ பாவுலோ'வுக்கும் இடையே இருந்து வரும் அதனுடைய அழகை, மெச்சக்கூடிய பலவற்றில் ஒன்றாக பல நாட்டவரும் ஒத்துக் கொள்வார்கள்.

வெளியிலிருந்து வருபவர்களும், உள்ளூர்க்காரர்களும் நீர்க்கரையிலுள்ள காபிள்ஸ்டோன் தெருக்களில் நடந்தும், சைக்கிளில் சென்றும் சுற்றுவார்கள். அங்கு பெரும் செயல்பாடு எதுவுமில்லை. கடலோர 'பீச்'சும் இல்லை. ஆனாலும் அந்த அழகிய வீடுகளைப் பார்ப்பதும், அழகான மாதாகோயில்களைப் பார்ப்ப தும், மனதுக்கு மகிழ்வைத் தரும். அமைதியை விரும்பும் பக்தியுள்ள றிஸ்தவ மக்களுக்கு உகந்த இடம் இது. சுற்றுலா பயணிகள் வரும்போது, அவர்கள் நுழை

யும் முதல் விடுதியானது, இன்றும் அந்த ஊரின் மிகவும் அழகானது. 'போயுஸடா பார்டியரோ' மிகப்பழைய புராதனமானது. இருந்தும் அதன் கூரையில் உள்ள கலை வேலைப்பாடுகள், விஷயங்கள் பல இனிப்புகளை உண்ட ருசி ஏற்படுத்தும். அவற்றைப் பார்த்ததும் வளமிக்க காட்டைப் போர்த்திக் கொண்டிருக்கும் கோஸ்டாவெர்டே, நம்மை உடனே படகிலேறி, 365 அழகான தீவுகளுக்கு அழைத்து சென்று தனிமையைக் கெடுக்கும் ஜனசந்தடியற்ற மற்றும் விடுவிக்கப்பட்ட, யாருமில்லாத 'பீச்'சை காட்டுவதை உத்தரவாதமளிப்பார்கள்.

இது ரியோ டிஜெனிரோவிலிருந்து, தென் மேற்கில் 245 கி. மீ-இல் உள்ளது.

1

ஈஸ்டர் தீவு - சிலி.

ஆயிரக்கணக்கான மர்மங்கள் நிறைந்த தீவு இது. காற்றால் அடித்து வந்த படகுப் பயணிகளால் கண்டுபிடிக்கப்பட்டது. இதன் பெயர் ராபா நூஈ. கண்டு பிடித்து, நீண்ட நாட்களுக்குப் பிறகும், இது வசீகரிக்கும் தன்மையோடு திகைப் பூட்டுகிற ஒன்றாகவும் இருக்கிறது. இது

1722 - இல் டச்சு மேற்கு இந்திய கம்பெனியால் கண்டுபிடிக்கப்பட்டது. அதுவும் ஒரு ஈஸ்டர் ஞாயிறு அன்று.

சுற்றிலும் ஒரு மில்லியன் சதுர மைல் கடலால் சூழப்பட்ட இது, உலகத்திலேயே மிகவும் கோடியிலுள்ள மக்கள் அதிகம். இல்லாத தீவு. இது 1,200 மைல்களுக்கு மேல், அதாவது ஜனநடமாட்டம் உள்ள அருகிலுள்ள தீவிலிருந்து, (பிட்கைர்ன் தீவு.) தள்ளி இருக்கிறது. ஈஸ்டர் தீவு - இயற்கை சரித்திரத்தின் 50 சதுர மைல் கொண்ட திறந்தவெளி மியூஸியமாகும் இது. தொல்பொருள் ஆராய்ச்சியில் மிக விலையுயர்ந்த பொக்கிஷங்களின் புகலிட மாகும்.

9க்கும் 12-ஆம் நூற்றாண்டுக்கும் மத்தியில், ஏதோ ஒரு காலத்தில் கொண்டு வரப்பட்டதாக நம்பப்படுகிற இந்த அமைதியான சிலைகள், மிக நேர்த்தி யான இடத்தில் வைக்கப்பட்டு, சிறந்த முறையில் வெளி ஆட்கள் பார்ப்பதற்கு வசதியாக, அதே புராதன பிரகாசத்துடன் பார்க்க முடிகிறது. இது போலினேஷி யாவில் தோண்டி எடுக்கப்பட்ட மிகப் பெரிய மற்றும் தெய்விகமான ஞாபகச் சின்னமும் கூட. இது ஸான்டியகோவுக்கு மேற்கில் 3,781 கி. மீ-இல் உள்ளது.

■■■

53

கொலம்பியா - COLUMBIA

1

தங்கக் கண்காட்சி

மூஸியோ டெல் ஓரோவின் 30,000 தங்கக் கலைப் பொருட்கள், பார்வைக்கு வைக்கப்பட்டுள்ளன. பார்வையில் தென் படும் எல்லா பொருட்களும், கூடவே அவற்றின் பரிமாணமும் வியக்கவைக்கும். உலகிலேயே இந்த வகையில், இந்த ஒரே தொகுப்புதான் உள்ளது. எல்டொரா டோவின் புராதன வரலாற்றை சந்தேகிக்க முடியாது. காரணம் தேர்ந்த கலைப் படைப்புக்களையும் தொடர்ந்து அத னுடைய பல சாதனைகளையும் பார்க்கும் போது, இந்த உண்மை புலப்படும். அவை கொலம்பியன் நாகரிகத்துக்கு முந்தியவை. எல்லாம் அபூர்வ சிற்ப அழகுள்ளவை. திருப்தியடையக்கூடிய நிலையில் பார்வைக்கு வைக்கப்பட்டிருக்கும். வரிசையிலிருக்கும் தங்க அலங்காரச் சிலைகள், பறவைகள், பொய் முகங்கள் (முக பொம்மைகள்), தவளைகள், புழு, பூச்சிகள், போன்றவை யாவும் பிரமிப்பைக் கொடுக்கிறது. நம்மை திணறடிக்கும் இன்னொன்று, 8,640 அடி உயர

போகோடாவின் உயரமா அல்லது இதை பார்க்க உதவும் நவீன சாதனமா, என்பதை உணர்வதில்தான் இருக்கிறது.

1

மானு - தேசியப் பூங்கா - பெரு

அமேஸான் காடுகளின் புராதன மானவைகளின் பாதுகாப்பு இது. சுமார் 4½ மில்லியன் ஏக்கர்களில், மானு தேசியப்

பூங்காவானது, தென்அமெரிக்காவின் மிகப்பெரிய பண்படுத்தப்படாத பாது காப்புகள் மற்றும் அதிக முக்கியத்துவ உஷ்ணப் பிரதேச சம்பந்தமான உலகின் பூங்கா. இந்த பூங்கா தீவிரமான மாறுபட்ட ஆனால் சுற்றுப்புற சூழ்நிலைக்கேற்ற வாறான பகுதிகள் கொண்டது. 13000 அடிக்கு மேல் உயரமான ஆண்டியன் சிகரங்களிலிருந்து கீழ்நோக்கி மேகங்களில் காடு வழியாக 1000 அடிக்கு கீழ் முடிவில்லாது இருக்கும் மழைக்காட்டின் கீழ் பகுதி வரை வியாபித்திருக்கிறது. பூமியில் வேறு எந்தப் பகுதியின் எதனுட னும் ஒப்பிட்டுப் பார்க்க முடியாது. அங்கு 20,000க்கு மேல் மரம் செடிகளின் கன்றுகளும், 1,000க்கு மேல் பறவைகளும், (அமெரிக்காவிலும், கனடாவிலும் இருப் பதை விட அதிகம்) மற்றும் 13-வகை குரங்குகள் முதலியவை யாவும் உள்ளன.

அந்த பூங்காவில் எதுவுமே வெட்டப் படாமலும், வேட்டையாடப் படாமலும், மேலும் எதுவுமே தொடப்படாமலும் இருக்கிறது. இந்த நிலைமை, மாடு வகையறாக்களையும், மற்றும் வாழும் எல்லா மிருகங்களையும் குறிப்பிடத்தக்க வகையில் பயமில்லாமல் இருக்க வைத் திருக்கிறது. இதனால் வரும் பார்வை யாளர்கள் யாவரும் மிகப் பிரமாதமான காட்டு வாழ்க்கையையும், மற்றும் பறவை களை பார்ப்பதையும், அமெரிக்காவில் கூட இல்லாத அளவுக்கு பார்த்து அனுபவித் தனர்.

மானுவை சென்றடைவது சுலபமான தல்ல. சுற்றுலாப் பயணிகளுக்கு, குறைந்த வசதியும், நாட்டுப்புற, வசதியின்மையு மான அறைகளே கிடைக்கும். சிலர் அங்கு தங்கி, துடுப்புகளால் இயக்கப்படும் ஓடத்தில் சென்று வருவதுமே பார்க்கக் கூடிய விஷயம். வருபவர்கள் பூங்காவில் நுழைவதற்குக் கூட அனுமதி பெறவேண் டும். மேலும் பிரசித்திபெற்ற, நம்பத் தகுந்த, அநுபவம் மிகுந்த வழிகாட்டிகளும் வேண்டும்.

இது பெருவின் தென் முனையில் இருக்கிறது. கஸ்கோவிலிருந்து அநேக மாக பண்படுத்தப்படாத ரோடில் 1½ நாள் கார் பயணம்.

1

ஏன்ஜல் நீர்வீழ்ச்சி – வெனிஸுலா

ஜிம்மி ஏன்ஜல் என்ற விமான ஓட்டி தங்கம் நிறைந்த மலையைத் தேடிக் கொண் டிருந்தார். அப்போது அவர் பார்வையில் பட்டதுதான் இந்த ஆச்சரியகரமான நீர்வீழ்ச்சி. இது 1935-இல் கண்டுபிடிக் கப்பட்டதுமே, உலகிலேயே மிக உயர்ந்த தாகக் கருதப்பட்டது. உயரம் 3,212 அடி. மேலும் இது ஒருவித தடங்கலும் இல்லா மல் 2,600 அடிக்கு மேல் கீழே விழுந்து, நயாகரா நீர் வீழ்ச்சியைவிட 15 பங்கு உயரம்,எம்பயர் ஸ்டேட் பில்டிங்கைவிட 1½ பங்கு உயரம். ஏன்ஜல் நீர்வீழ்ச்சி, ஆயான் டெபூய்யின் சிகரத்திலிருந்து விழுகிறது. லாக்ரான் சாபானா இதைப் போன்ற பிரம்மாண்டமான மணல்கற் களில் 100க்கு மேற்பட்டவற்றைக் கொண் டுள்ளது. அவற்றில் சில மிகவும் பழையது.

அவைகளின் உயரம் 9,000 அடி. பூமியி லுள்ள பாறைகளில் இவை மிகவும் கவரக் கூடியவை. இவை காநய்மா தேசியப் பூங்காவில் இருக்கின்றன. சர் ஆர்தர் கானன் டாயில் இந்த இடங்களால் தூண்டப்பட்டு, அவரை டிநோஸர் பற்றியும், மற்றும் ஜுராஸிக் பற்றியும் எழுதவைத்தது. இவையாவும் அவருடைய 'தி லாஸ்ட் ஓர்ல்டு' என்ற புத்தகத்திலிருக் கிறது.

அந்த பூங்காவின் ஆழமில்லாத ஏரி பக்கமாக காம்பாமென்டோ கானெய்மா என்ற விடுதி ஒன்று உள்ளது. இது காட்டிலுள்ளவற்றில் சிறந்த விடுதிகளில் ஒன்று. இதன் தளத்திலிருந்தும், காரில் சென்றும் எல்லாவற்றையும் பார்க்கலாம்.

■■■

54

நெதர்லாந்து - NETHERLANDS

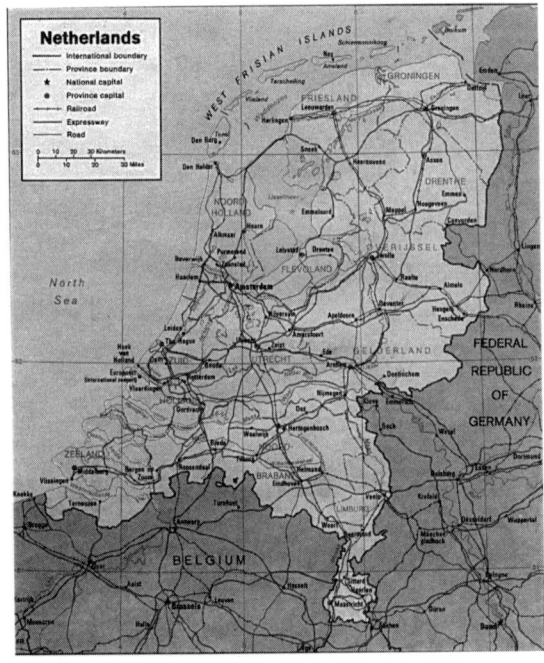

1

பொநயிரே கடல் பூங்கா

இது புகழ்பெற்ற தண்ணீருக்கு அடியிலுள்ள பவளப் பாறைகளின் காடு உள்ள ஒரு தீவு. முழுமையும் செழிப்பான 'பவளப்பாறை'களால் சூழப்பட்டது. பொநயிரே ஒரு பெரிய 'டைவ்' அடித்து குதிக்கும் இடம். இதன் 24-மைல் கரையோரங்களில், 80க்கும் மேற்பட்ட நீரில் குதிக்கும் இடங்கள் பரவலாக இருக்கின்றன. வேறு எந்த தீவும் இவ்வளவு முதல்தர இடங்கள் இருக்கின்றன என்று மார்தட்டிக் கொள்வதில்லை. இந்த முன்மாதிரி இல்லாத கடல் பூங்காவைச் சுற்றி இதுவரை இல்லாத அளவுக்கு சுற்றிவரும் தீவுகளை கண்டதில்லை. மேலும் 1979-இல் இது ஆரம்பித்து வைக்கப்பட்டது. உலகத்தின் நேர்த்தியானதும், மிகவும் கடினமானதாகவும், கடினம் மேலும் மென்மை இரண்டும் உடைய, 80க்கு மேற்பட்ட பல நிறங்களைக் கொண்ட பவளங்களும், 353க்கு மேல் மீன்வகையறாக்களும், இங்கு உண்டு. ஈட்டி போன்ற துப்பாக்கிகள் மாற்றப் பட்டு, பதிலாக தண்ணீரின் கீழே கேமராக்களைப் பொருத்தியது.1970 - இல், இங்கு கிடைக்கும் மீன்கள், நிறையவும்

தோழமையுடனும் இருக்க பழகிவிட்டன. பொநெய்ரே ஓர் உலர்ந்த பூமி. குறைந்த அளவே புது தண்ணீர் வருகையும் கூட. அதனால் சலனமில்லா தண்ணீரில், விழும் நிழல்கள் நன்றாகத் தெரியும். தண்ணீர் இருக்கும் நிலைமையும் புரியும்.

1

கானா தீவு - பிரிட்டிஷ் வர்ஜின் தீவு

மறைந்துள்ள துறவிகள் அல்லது 'இயற்கை முழுவதும் நமக்கே' என்ற உள்ளம் கொண்ட மனிதர்கள், ஆகியவர் களுக்கு, கானாவினுடைய 850-உபயோகிக் கப்படாத ஏக்கர், எப்போதுமே, கூட்ட மாக இருக்காது. எப்போதாவது 30-விருந்தினர்களைக் கொண்ட, வீடு முழு வதுமே மக்களோடு இருந்தாலும், கும்பலிருக்காது. அதுதான் கரீபியன் நாட்டின் காலாபாகோஸ். இது ஒரு கொடிய மிருகங்களின் சரணாலயம். இதுவே இந்த இடங்களில் உள்ள, அதே பரிமாணம் கொண்ட எந்த தீவுகளிலும் இல்லாத அளவுக்கு இங்கு தாவர வகைகளும், மிருகவகைகளும் உண்டு. 100 வகை பறவை இனங்களிலும், அதாவது ரோஜா நிறமுள்ள நீர் நாரைகளும், கறுப்புக் கழுத்துடைய பொய்க்கால் பறவைகளும், ஹெரான் போன்றவையும், கடற் பறவைகளும், மற்றும் மிகவும் அச்சமூட்டும் முகமூடி கடற்பறவைகளும், 'கானா'வை பறவைகளை பிரியப்பட்டு பார்ப்பவர்களுக்கு, அது ஒரு சொர்க்க

மாகவே அமையும். 18-ஆம் நூற்றாண்டில், 'கானா'வானது கரும்பு, மற்றும் பருத்திக் காடாக, இரு அமெரிக்கர்களால், அவர் கள் குடும்பத்தினரால், சொந்தம் கொண் டாடப்பட்டு வந்தது. இன்று அந்த பிரசித்திப் பெற்ற எளிமையான நிலை, இன்றும் அதே நேர்த்தியில் காணப்படு கிறது. ஆனால் அந்தத் தீவில் உள்ள ஒரு விடுதியில், தங்குவதற்கு மட்டும் மிகுந்த சிரமமும், கட்டுப்பாடும் உண்டு. வெள்ளை யடிக்கப்பட்ட, மலைஉச்சி வீடுகள் மிக்க பகட்டானவை. படகுகள் மூலமாகவே போகக் கூடிய இடங்களை அடைந்து, மலைகள் சூழ்ந்த தீவு கூடவே 20 - இயற்கை தேய்ந்த வழிகளும் மற்றும் 7 - கடற்கரை உல்லாச 'பீச்'களும் யாவும் தனிப்பட்ட வர்களுடையதும் மற்றும் விருந்தினர்களுக் காகவுமே இருக்கின்றன. அதில் 2 - கடற் கரைகளைச் சென்றடைய, ஹோட்டலின் சொந்த படகு வழிதான் உள்ளது. எழும் கேள்வியானது, 'ஏன் இன்னும் 29 பேரை வரவழைத்து, அந்த தீவு முழுமைக்கும் வாடகைக்கு விடக்கூடாது, என்பதே. டோர்டோலாவிலிருந்து 10 - நிமிடம் ஹோட்டல் படகு மூலம் செல்லலாம்.

2

நெக்கர் தீவு - பிரிட்டிஷ் வர்ஜின் லாண்ட்

தனியாருக்கு சொந்தமான இந்த தீவுக்கு செல்ல பதிவு செய்யும்போதே விருந்தினர்கள், புகழ் பெற்றவர்கள் சென்ற வழியில் செல்லும் வாய்ப்பு பெறுவர். இதன் சொந்தக்காரரும், இதை ஏற் படுத்தியவருமான, ரிச்சர்டு பிராண்ட்ஸன் - கோடீஸ்வரராவார். இவர் வர்ஜின் ஏர்வேஸ் சொந்தக்காரரும் கூட. எச்செலவு மில்லாமல் இதை வடிவமைத்தும், கட்டியும், அதுவும் யாருமே இல்லாத இந்தத் தீவில், மலைத்தொடர் சுற்றிய, 74-ஏக்கர் தீவு ஆகியது. நல்ல

காற்றோட்டமுள்ள, 22-அறைகள் கொண்ட பாலிநீஸ் வில்லா 360 டிகிரி கடல் தாங்கி நிற்குமிடம். இது அதனுடைய பணக்காரச் சாயல் கொண்ட கட்டடக் கலைகளுடனும் மற்றும் இந்தோனேஷியாவின் கைவினை வம்சாவளியையும் சேர்ந்ததாக தெரியும். இந்த இடமானது மிகவும் கவர்ச்சிகரமானது.

இந்த தனியார் தீவு, 'ஹாலிவுட்' முக்கியஸ்தர்களும், ஐரோப்பாவின் பணக்காரர்களும் வருவதால் மிகவும் பிரசித்தி அடைந்தது. ஜோடியாக வருபவர்கள் தனித்தனியே கொண்டாட்ட வாரங்களில் பதிவு செய்து கொள்ளலாம். இது வருஷத்துக்கு 4-முறை கொண்டாடப்படுகிறது. இது ரொம்ப செலவு மிக்கது. அப்போதெல்லாம் இதுவே பூமியின் சொர்க்கமாக மாறும் . இது வர்ஜின் கோர்டாக்கு வடக்கே இருக்கிறது.

1

பக் - தீவு - U.S. வர்ஜின் தீவுகள்

இணையற்ற நீரின் கீழுள்ள இயற்கையின் தேய்ந்த வழி இது. இந்த மனித வாசம் இல்லாத உபகிரகம் போன்ற தீவு, செயின்ட் க்ரோய்க்ஸ்க்கு வெளியே, அதாவது தெளிந்த தண்ணீரில், கடம்பைமான் பவள பாறையுள்ள, செயின்ட் க்ரோய்க்ஸ் தீவு இருக்கிறது. இங்கு 100 அடி வரை தெரியும் தண்ணீரும், 13 அடி ஆழத்தோடும் இருக்கிறது. பக் தீவின்

வடகோடியில், ஒரு பெயர் (பலகை) கல்லும் உண்டு. கல்லில் எழுதப்பட்டிருந்ததாவது: சீரான சிற்பம் போன்ற பவளக் காட்டிற்கும் மற்றொன்றுக்குமுள்ள வித்தியாசத்தை அறிந்து வெளியே வருவாய்" என்பனவே. இந்தப் பாறையில் 250க்கு மேற்பட்ட மீன் வகைகள், ராணி ஏன்ஜல் மீன், பறவை மீன், மற்றும் பல அதிசயங்களுடனும், நிறங்களுடனுமுள்ள நீர்வாழ் ஐந்துக்களும் உண்டு. இப்பாறையின் பலவும், நீரின் கீழுள்ள பூங்கா போல, பத்திரமாகப் பாதுகாக்கப்பட்டு வருகிறது.

இது செயின்ட் க்ரோய்க்ஸ்க்கு வடகிழக்கில் 2.5 கி. மீ-இல் உள்ளது.

2

மாகென்ஸ் பே பீச் - U.S. வர்ஜின் தீவு

இதுவே கைப்படாத மணலுமாகும். தேசிய புவியியல் களஞ்சியம் கணிப்பில், 'உலகிலேயே மிக அழகான கடற்கரைகளில் ஒன்று இது' என வோட்டளித்து, மதிப்பைக் கூட்டியது. இதை நாம் ஒத்துக்கொண்டே ஆக வேண்டிய நிலையும் கூட. இங்கு ஒரு மைல் நீளமுள்ள, குதிரைலாடம் போன்ற வடிவம் கொண்ட, பரந்த வெள்ளை மணலையும் கொண்டது. இது கூட்டம் இல்லாத நேரத்தில் நன்கு தெரியும். இந்தத் தீவிலுள்ள வரி இல்லாத

நெதர்லாந்து

விற்பனை நிலையங்களுக்கு வந்து பொருள்கள் வாங்கும் போதும், இங்குள்ள தனியார் ஹோட்டலின் கடற்கரையில் செடி, கொடிகளைப் பார்த்து ரசிக்கும் போதும், உணவருந்தும் போதும் கூட்டம் அதிகமாக இருக்கும். அமைதியான நீலநிற கடலோரத்தில் தென்னை, கமுகு போன்ற கிளைகள் இல்லாத மரங்கள் உள்ளன.

இங்கு செல்ல அனுமதி கட்டணமாக 1 டாலர் பெறப்படுகிறது. அது நம் வாழ்வில் செலவழித்த பணத்தில் சிறந்தது என்பதை அங்கு சென்று வந்தவர்கள் உணர்வார்கள்.

இது செயின்ட் தாமஸ் கரையிலிருந்து வடக்கிலும், தலைநகர் சார்லோட்டி அமாலியிலிருந்து 5.கி.மீ -இலும், இருக்கிறது.

■■■

55

ஜமய்க்கா - JAMAICA

பதினைந்தாம் நூற்றாண்டில் கிறிஸ்டோஃபர் கொலம்பஸ் மூலம் கண்டு பிடிக்கப்பட்ட பூமியில் புளூமவுண்டன், கலகல என்று ஓடும் ஆறுகள், உஷ்ண பூமிகள், நீர்நிலைகள் என்று அழகு சொட்டும் கடற்கரையை உடையது ஜமாய்க்கா.

அமெரிக்காவைக் கண்டுபிடித்த, கிறிஸ்டோபர் கொலம்பஸ் 1494-இல் கரீபியன் கடலில் இந்தத் தீவைக் கண்டு பிடித்தார். இவர் 1494-ஆம் வருடம் மே 4 அன்று இதன் வடக்குப் பகுதியில் உள்ள 'செயின்ட் என்' பள்ளத்தாக்குக்கு முதன் முறையாக வந்தார். எந்தப் பகுதியில் கொலம்பஸின் பாதம் பட்டதோ, அந்த இடத்தை ஸ்பெயின் ஆக்கிரமித்துக் கொண்டது. அந்தப் பகுதியே 'ஜமாய்க்கா' என்று அழைக்கப்படுகிறது. இதனை உள்ளூர் மொழியில் 'நீர்வீழ்ச்சிகளின் பூமி' என்று அழைக்கின்றனர். ஜமாய்க்கா வில் பார்க்க வேண்டிய இடங்களில் சில.

1
மோண்டே கோ பே

நாட்டின் வடமேற்குப் பகுதியில் உள்ள மோண்டே கோ ஜமாய்க்காவின் மிகப் பெரிய நகரம். இது சிறந்த சுற்றுலாத் தலைநகரமாக விளங்குகிறது. இந்த நகரம் ஐரோப்பா மற்றும் அமெரிக்காவின் முக்கிய நகரங்களுடன் விமான சேவை மூலம் இணைக்கப்பட்டுள்ளது. டாக்டர் ஸ்கேவ் கார்ன்லால் பீச் வால்டர் ஃப்ளேச்சர் போன்ற கடற்கரைகள் மிகவும் பிரபலம். மோண்டே கோவின் 500 வருடகால பழமையான கோட்டை சிறப்பு அம்சம் வாய்ந்தது. நகரில் பல நீர் விளை யாட்டு மற்றும் மெரைன் பூங்காக்கள் உள்ளன. ஒயிஸ்டர்பே லகூனில் படகுச் சவாரி செய்யலாம். மோண்டே கோ பேயில் நிறைய சிந்தி வியாபாரிகள் உள்ளனர். இங்கு 1999-இல் ஜி-15 நாடுகளின் உச்சி மாநாடு நடந்தது.

2
ஓச்சோ ரியோஸ்

ஜமாய்க்காவின் வடக்குப் பகுதியில் உள்ள நகரம் ஓச்சோ ரியோஸ். இதனை ஸ்பானிஷ் மொழியில் 8 நதிகள் என்பர். இது முக்கிய நகரம் மட்டுமல்ல. சுற்றுலாத் தலமும் கூட. இந்த நகரம் ஸ்கூபா டைவிங் மற்றும் நீர் விளையாட்டுக்கு பிரபலம். ரூன்ஸ்ரிவர் ஃபால்ஸ் நீர்வீழ்ச்சி உள்ளது. இது 600 அடி உயரத்திலிருந்து விழுகிறது. நகருக்கு அருகே டால்ஃபின் கோல் மற்றும் வாட்டர் ரிவர் வேலி உள்ளது. டால்ஃபின் கோல்வின் இயற்கைச் சூழல் ரம்மிய மானது. ப்ளேசிட் பீச் கடற்கரையில் சுறாவுடன் விளையாட முடியும் படகுச் சவாரியும் செய்யலாம்.

கிங்ஸ்டனிலிருந்து ஏறிவர மூன்று மணி நேரமாகும். இங்கு ஃபேர்ன் சந்து உள்ளது. இங்கு அரிய வகை மரங்கள் மட்டுமல்லாது 600 வகை ஃபேர்ன் செடிகள் உள்ளன.

3
நெக்ரில்

நாட்டின் மேற்குப் பகுதியில் உள்ள நெக்ரில், அழகிய கடற்கரையைக் கொண்டது. கப்பல் போக்குவரத்தும் உள்ளது. சுமார் 7 மைல் நீளமான இந்த கடற்கரையில் ஓய்வு விடுதிகளும் உண்டு. இங்கு ஸ்கூபா டைவிங் வசதியும் உள்ளது. இப்பகுதியில் லாப்ஸ்டர் ரெட்ஸ்னேபர் ஃபிஷ் மற்றும் கோர்ன்ச் சூப் பிரபலம். 100 அடி உயரத்தில் உள்ள பழமையான நெக்ரில் கலங்கரை விளக்கமும் சிறப்பு வாய்ந்தது.

4
போர்ட் ஆண்டனியோ

ப்ளூமவுண்டனை அடுத்து நாட்டின் வடகிழக்குப் பகுதியில் போர்ட் ஆண்டனியோ தலைநகரான கிங்க்ஸ்டனிலிருந்து 2 மணி நேரத்தில் இங்கு வந்து சேரலாம். 1888-இல் அமைக்கப்பட்ட ஃபோர்ட் ஜார்ஜ் கலங்கரை விளக்கம், டைவர்ஸ் நதியில் உள்ள ரிச் ஃபால்ஸ், சமர்செட் ஃபால்ஸ், ப்ளூ ஹால், குகைகள் மற்றும் இங்கு மழைக் காடுகள் பிரபலம். இங்கு கிழக்கில் 200 அடி ஆழமான ப்ளூலகூனும் உள்ளது.

5
கிங்ஸ்டன்

தீவின் தென்கிழக்குப் பகுதியின் ப்ளூமவுண்டனின் அடிவாரத்தில் உள்ள தலைநகரம் இது. 1693-இல் இந்த நகரம் அமைக்கப்பட்டது. அதன்பிறகு பூகம்பம் புயலால் சேதமானது. 1902-இல் பயங்கர பூகம்பம் ஏற்பட்டது சுமார் 100 சதுர கி.மீ. பரப்பளவிலான இந்த நகரில் ஜமாய்க்காவின் மொத்த மக்கள் தொகையின் மூன்றில் ஒரு பங்கினர் இங்கே வசிக்கின்றனர். இந்த நகரில் அருங்காட்சியகமும் உள்ளது. ஆங்கிலேயர் காலத்து பங்களாக்கள், பூங்காக்கள் உள்ளன. அத்துடன் நாகரீக அடுக்குமாடி கட்டிடங்களும் உள்ளன.

ஜமாய்க்காவின் புகழ்பெற்ற ராஸ்டாஃபேரியன் சிங்கர் போப் மார்லேவின் வீடு மற்றும் ரிகார்டிங் ஸ்டூடியோ கிங்ஸ்டனில்தான் உள்ளது. இது தற்போது அருங்காட்சியகமாக மாற்றப்பட்டுள்ளது. 19-ஆம் நூற்றாண்டில் மஹோகனி மரத்தால் ஆன பங்களா டெலோன் ஹவுஸ் உள்ளது. ஒரு சிறிய அருங்காட்சியகமும் இகே கைவினைப் பொருட்களின் கடைவீதியும் உள்ளது. 200 ஏக்கர் நிலத்தில் ஹோம் தாவரவியல் பூங்காவும் மிருகக்காட்சி சாலையும் உள்ளது. இங்கு பல கரீபிய செடி கொடி, மரம் வகைகளும் உள்ளன.

நகரின் நடுவே உலகப் புகழ்பெற்ற சபீனா பார்க் கிரிக்கெட் ஸ்டேடியம் உள்ளது. இங்கு ஈஸ்டரின் போது கார்னிவல் கொண்டாடப்படுகிறது.

6
போர்ட் ராயல்

கிங்ஸ்டன் சர்வதேச விமான நிலையத்துக்கு அருகே தெற்கில் உள்ளது. 'போர்ட் ராயல்' ஆங்கிலேய ஆட்சியாளர்கள் 1655-இல் ஸ்பெயினிடமிருந்து ஜமாய்க்காவைப் பெற்றபோது ஃபோர்ட் சார்லஸால் கட்டப்பட்டது. அப்போது இது பிரிட்டிஷ் கடற்படை அட்மிரலின் வசிப்பிடமாகவும் இருந்தது. இங்கு மேலும் சில பங்களாக்கள் இருந்தன. ஆனால்

அவை பூகம்பத்தால் இடிந்துபோயின. போர்ட் ராயல் கடற்கரையோரம் ‘லைம்’ என்ற சிறிய ஊர் உள்ளது.

தென் கடற்கரையோரப் பகுதி ஜமாய்க்காவின் தெற்கு கடற்கரைப் பகுதியில் நிறைய சுற்றுலாத் தலங்கள் உள்ளன. ஜமாய்க்காவில் முதலில் மின்சாரம், தொலைபேசி மற்றும் ஆட்டோமொபைல் வசதி பிளாக்ரிவர் ந்கரில்தான் இருந்தது. நதிக்கரையில் கருநிறமான படிவம் காணப்படுவதால் சிபிளாக்ரிவர் என்று பெயர் வந்தது. இங்கு ஃபெர்ன் செடிகள் காணப்படுகின்றன. ஒய்எஸ் நீர்வீழ்ச்சி பார்க்க மிகவும் பிரமிப்பாக உள்ளது. அவ்வளவு உயரத்தில் இருந்து விழுகிறது. இதனால் நீர்விழும் இடத்தில் ஒரு பெரும் பள்ளமே உருவாகி விடுகிறது. மேண்டிலியே மற்றும் மூங்கில் அவென்யூவிலிருந்து கிங்ஸ்டன் செல்லும் வழிப்பயணம் மிகவும் ரம்மியமாக இருக்கும். சாலையின் இருபுறமும் பல கி.மீ. தூரத்துக்கு மூங்கில் மரங்கள் உள்ளன.

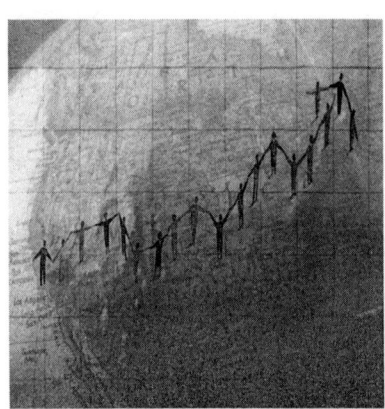

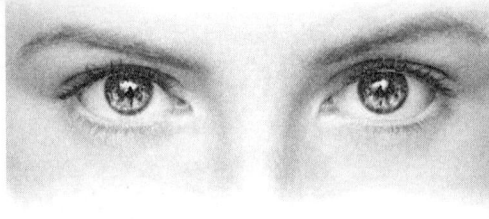

■■■

உலகில்

பார்க்க வேண்டிய

இடங்கள்

உலக அதிசயங்கள்

* Chichén Itzá, Mexico

* The Roman Colloseum, Italy

* Christ the Redeemer Rio carnival

* Pisa

368 உலகில் பார்க்க வேண்டிய இடங்கள்

* The Taj Mahal, India   * Pramid

* The Great Wall, China

* Pramid Giza

இந்த இனிய
என்றும் பயன் தரும்
நூலை பரிசாக
வழங்குவதில்
பெரு மகிழ்வு கொள்ளும்
தங்கள்
அன்புள்ள....

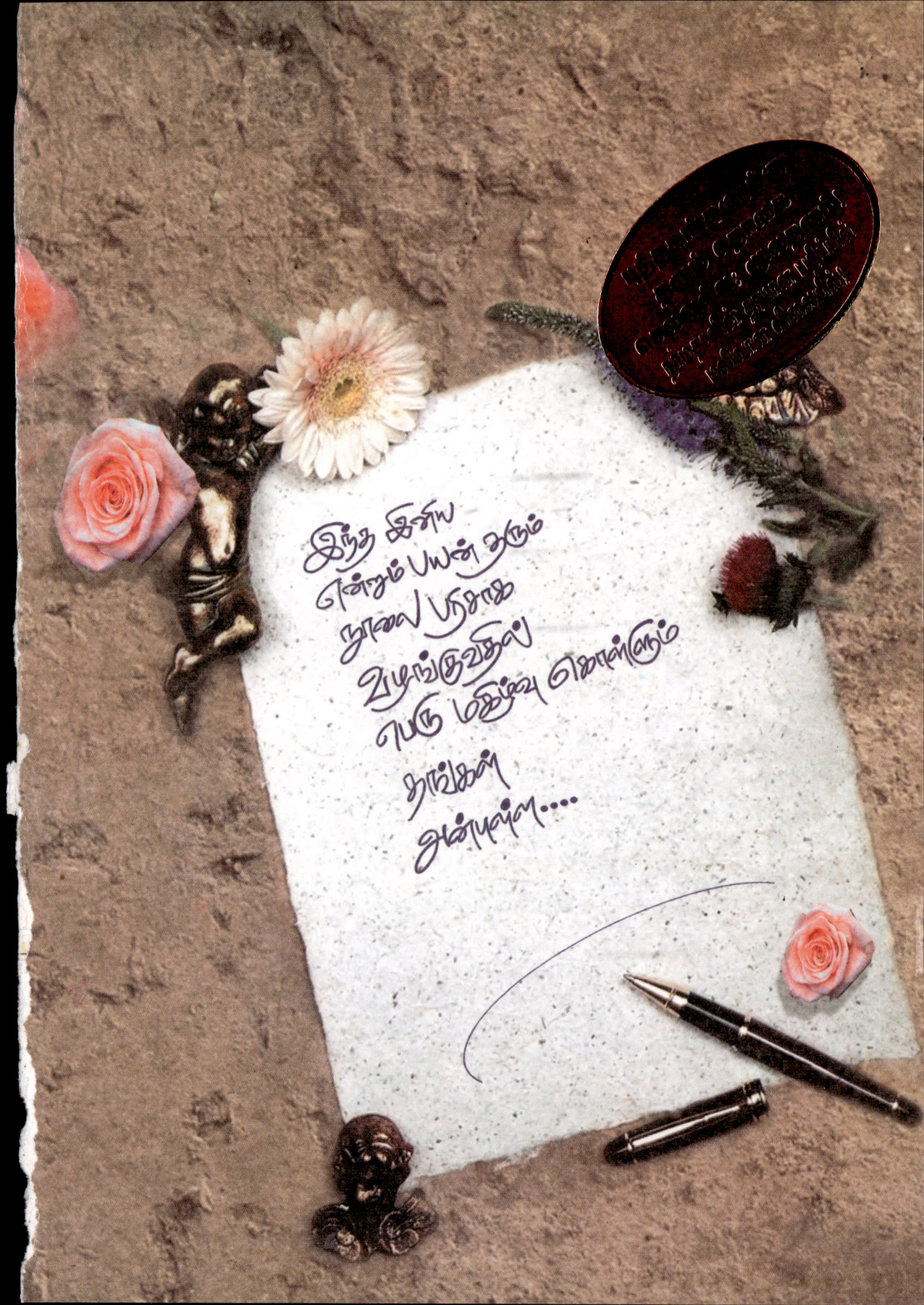